ಋಷ್ಯಶೃಂಗ

ಕಾದಂಬರಿ

ಹರೀಶ ಹಾಗಲವಾಡಿ

ಛಂದ ಪುಸ್ತಕ

ಓದಿ ಓದಿ ಮರುಳಾಗಿ!

Rushyashrunga
-A Novel in Kannada
by Harisha Hagalawadi
Published by Chanda Pustaka,
I-004, Mantri Paradise,
Bannerughatta Road, Bangalore-560 076
ISBN: 978-93-84908-60-7

ಮೊದಲ ಮುದ್ರಣ: 2020

ಮುಖಪುಟ: ಅಪಾರ
ಕರಡು ತಿದ್ದುವಿಕೆ: ಪುನರ್ವಸು
ಪುಟಗಳು: 136 ಬೆಲೆ: ₹ 160
ಕಾಗದ: ಎನ್‌ಎಸ್ ಮ್ಯಾಪ್ಲಿತೊ 70 ಜಿಎಸ್‌ಎಂ, 1/8 ಡೆಮಿ

ಪ್ರತಿಗಳಿಗಾಗಿ ಸಂಪರ್ಕಿಸಿ:

ಛಂದ ಪುಸ್ತಕ
ಐ-004, ಮಂತ್ರಿ ಪ್ಯಾರಡೈಸ್
ಬನ್ನೇರುಘಟ್ಟ ರಸ್ತೆ
ಬೆಂಗಳೂರು-560 076
ಸೆಲ್: 98444 22782
me@vasudhendra.com

ಮುದ್ರಣ
ಟ್ರಿನಿಟಿ ಅಕಾಡೆಮಿ, ಕುಡ್ಲು ಗೇಟ್, ಹೊಸೂರು ರಸ್ತೆ, ಬೆಂಗಳೂರು

ಹರೀಶ ಹಾಗಲವಾಡಿ

ಹುಟ್ಟಿದ್ದು ತುಮಕೂರಿನ ಬಳಿಯ ಹಾಗಲವಾಡಿಯಲ್ಲಿ(1988). ಕಾಲೇಜು ವಿದ್ಯಾಭ್ಯಾಸಕ್ಕೆಂದು ತುಮಕೂರು ಸೇರಿದ್ದು. ವಿದ್ಯಾಭ್ಯಾಸ ಕಾಲದಿಂದಲೂ ಸಂಸ್ಕೃತಿ, ಅಧ್ಯಾತ್ಮಗಳ ಸೆಳೆತ. ತುಮಕೂರು, ಹುಬ್ಬಳ್ಳಿಗಳ ಕೆಲ ಆಧ್ಯಾತ್ಮಿಕ ಕೇಂದ್ರಗಳಲ್ಲಿ ಪ್ರಾರಂಭವಾದ ಈ ಹುಡುಕಾಟ, ಅದೇ ಜಾಡನ್ನು ಹಿಡಿದು ಮುಂದೆ ಉತ್ತರ ಭಾರತದ ಹಲವು ಪರಂಪರೆಗಳೊಂದಿಗೂ ಬೆರೆತು ಬೆಳೆದು, ಸಂಸ್ಕೃತ ಭಾಷೆ ಮತ್ತು ಭಾರತೀಯ ಶಾಸ್ತ್ರಪರಂಪರೆಯ ಅನುಸಂಧಾನ ಮಾರ್ಗಕ್ಕೂ ಎಡೆಮಾಡಿಕೊಟ್ಟಿತು. ಪ್ರಸ್ತುತ ಸಂಸ್ಕೃತ ಅಧ್ಯಾಪಕರಾಗಿ, ಭಾರತೀಯ ಸಂಸ್ಕೃತಿಯ ಸಂಶೋಧಕ ವಿದ್ಯಾರ್ಥಿಯಾಗಿ ದುಡಿಯುತ್ತಾ ಬೆಂಗಳೂರಿನಲ್ಲಿ ವಾಸವಾಗಿದ್ದಾರೆ. 'ನ್ಯಾಸ' ಇವರ ಮೊದಲ ಕಾದಂಬರಿ.

harishahagalawadi@gmail.com

ಮಾತೆಂಬುದು ಸೂತಕ

ಈ ಕೃತಿಯನ್ನು ಬರೆದ ಮೇಲೆ ಏಕೋ ಅಲ್ಲಮನ ಈ ಮಾತು ನನಗೆ ತೀರಾ ಹತ್ತಿರಕ್ಕೆ ಬಂದು ಪಿಸುಗುಟ್ಟಿದಂತೆ ಆಗುತ್ತಿದೆ. ಇದನ್ನು ಬರೆದದ್ದೇ ನನಗೆ ಒಂದು ಅಸಂಗತ ಅನುಭವದಂತೆ ಭಾಸವಾದದ್ದಿದೆ. ಅದಕ್ಕೆ ಬಹುತೇಕ ನನ್ನ ಮನೋಧರ್ಮ ಮತ್ತು ಧೋರಣೆಗಳ 'ಹಳೆತನ' ಕಾರಣವಿದ್ದೀತು. ಆದರೂ, ನನ್ನ ಸಹಜವೃತ್ತಿಗೆ ಪ್ರತಿಮುಖವಾಗಿ ಈ ಕೃತಿ ನನ್ನಿಂದ ಬರೆಸಿಕೊಂಡದ್ದಕ್ಕೆ ಕಾರಣವೇನು ಎಂಬುದು ನನಗೇ ಅರ್ಥವಾಗದೇ ಉಳಿದಿದೆ. ಇಷ್ಟು ಮಾತ್ರ ಹೇಳಬಹುದೇನೋ; ನಿಜಕ್ಕೂ ಒಂದು ಕಾಲಧರ್ಮದ ಅಭಿವ್ಯಕ್ತಿಯನ್ನು ಇಡಿಯಾಗಿ ಇಂತಹದೊಂದು ಕೃತಿ ಅಡಗಿಸಿಕೊಳ್ಳಲು ಸಾಧ್ಯವಿಲ್ಲವಷ್ಟೇ. ಆದರೂ ಕಾಲ ಇಂತಹ ಸೃಜನಶೀಲ ಪ್ರತಿಕ್ರಿಯೆಗಳನ್ನು ಒತ್ತಾಯಿಸುತ್ತದೆ. ಅದರಲ್ಲೂ ಕಾಲಧರ್ಮವೆನ್ನುವುದು ಸಾಹಿತ್ಯವು ಎಂದಿಗೂ ಎತ್ತಿಹಿಡಿಯುವ ಮೌಲ್ಯಪ್ರಜ್ಞೆಯು ಅಭಿವ್ಯಕ್ತವಾಗಲು ಅಸಮಗ್ರವಾದ ಸಾಧನವಾದಾಗ, ಕೃತಿ ಸಹಜವಾಗಿ ವಿಡಂಬನಕ್ಕೆ ಜಾರಿಕೊಳ್ಳುತ್ತದೆಯಷ್ಟೇ. ಈ ವಿಡಂಬನೆಯ ದಾರಿ ಸಾಂಪ್ರದಾಯಕ ಕಥನಮಾರ್ಗಕ್ಕಿಂತ ಭಿನ್ನವಾದ ಗುಣವನ್ನು ಆವಾಹಿಸಿಕೊಳ್ಳುತ್ತದೆ. ಎಂದರೆ ಸಮಾಜ ಮತ್ತು ಮೌಲ್ಯಗಳ ಸಂಬಂಧವನ್ನು ಒಂದು 'ಸಮ್ಮತ' ನೆಲೆಯಿಂದ ನೋಡದೇ 'ಸಂಶಯಿತ' ನೆಲೆಯಿಂದ ನೋಡತೊಡಗುತ್ತದೆ. ಒಂದೇ ಮಾತಿನಲ್ಲಿ ಹೇಳುವುದಾದರೆ, ವಿಡಂಬನೆ ಎನ್ನುವುದು ವಿದ್ರೋಹವೋ, ದಂಗೆಯೋ ಆಗದ ಒಂದು ಬಗೆಯ ಅಸಹಾಯಕ ವಿದಗ್ಧ ಸಜ್ಜನಿಕೆಯಿಂದ ಹುಟ್ಟುತ್ತದೆ. ಈ ಗುಣ ಕಥೆಯ ಮೌಲ್ಯಗಳಿಗಷ್ಟೇ ನಿಲ್ಲದೇ ಕಥನಮಾರ್ಗದ ಗುಣವೂ ಆಗಬಹುದು. ಇಂತಹದೊಂದು ಪ್ರಯತ್ನವನ್ನು ಇಲ್ಲಿ ಮಾಡಿದ್ದೇನೆ. ಇದು ಕನ್ನಡಕ್ಕೆ ಹೊಸದೇನಲ್ಲ ಎಂಬುದೇ ನನಗೆ ಧೈರ್ಯ ತುಂಬಿದ ಸಂಗತಿ.

ಇದನ್ನು ನಾನು ಕಲ್ಪಿಸಲು ಪ್ರಾರಂಭಿಸಿದಂದಿನಿಂದ, ನಿರಂತರ ಕವಲೊಡೆಯುತ್ತ ಎತ್ತೆತ್ತಲೋ ಬೆಳೆಯುತ್ತ ಹೋದಾಗಲೂ ನನ್ನ ಜೊತೆಗೆ ಒತ್ತಾಸೆಯಾಗಿ ನಿಂತ ಮಿತ್ರರಾದ ಶಶಾಂಕ ಹತ್ವಾರ್, ಅವಿನಾಶ್ ಬಲೆಕ್ಕಳ, ಆನಂದ್ ಪುಟಾಣಿಕರ್ ಮತ್ತು ಇಂಚರಾರಿಗೆ ನಾನು ಕೃತಜ್ಞ. ಇದರ ಹಸ್ತಪ್ರತಿಯನ್ನು ಓದಿ, ಪ್ರತಿಕ್ರಿಯಿಸಿ, ನನ್ನ ನೂರು ಸಂಶಯಗಳಿಗೆ ತಾವೂ ದನಿಯಾಗುತ್ತಲೋ ಉತ್ತರವಾಗುತ್ತಲೋ ನೆರವಾದವರು ಪದ್ಮನಾಭ ಭಟ್ ಶೇವ್ಕಾರ, ವಸುಧೇಂದ್ರ, ಎ.ಪಿ. ಅಶ್ವಿನ್‌ಕುಮಾರ್, ಗುರುಪ್ರಸಾದ್ ಕಾಗಿನೆಲೆ ಮತ್ತು ಕರ್ಕಿ ಕೃಷ್ಣಮೂರ್ತಿಯವರು. ಇವರೆಲ್ಲರ ಪ್ರತಿಕ್ರಿಯೆಗಳು ನನ್ನ ಧೃತಿಯನ್ನು ಮತ್ತೆ ಮತ್ತೆ ಎತ್ತಿ ನಿಲ್ಲಿಸಿವೆ.

ಇಡೀ ದೇಶ ಸ್ತಬ್ಧವಾಗಿದ್ದ ಆ ಎರಡು ತಿಂಗಳಲ್ಲಿ ಇದನ್ನು ಬರೆದದ್ದೂ ಒಂದು ಅಸಂಗತ ಅನುಭವವಷ್ಟೇ. ನನಗೆ ಬರೆಯಲೆಂದೇ ಒಂದು ಪ್ರತ್ಯೇಕ ಕೋಣೆಯನ್ನು ಸೋಪಚಾರವಾಗಿ ಬಿಟ್ಟುಕೊಟ್ಟು ಉಪಕರಿಸಿದ ನಮ್ಮ ಮನೆಯ ಮಾಲೀಕರಾದ ಮಂಜುನಾಥರಿಗೆ; ನನ್ನ ಬರಹವನ್ನು ತಮ್ಮದೇ ಎಂಬಂತೆ ಸುಖಿಸಿ ಪೊರೆಯುವ ಮತ್ತು ಪ್ರಕಾಶಿಸುತ್ತಿರುವ ವಸುಧೇಂದ್ರರಿಗೆ; ನನ್ನ ವೃತ್ತಿಗಷ್ಟೇ ಅಲ್ಲದೇ ಪ್ರವೃತ್ತಿಗೂ ಪ್ರೋತ್ಸಾಹ ನೀಡುವ ನನ್ನೆಲ್ಲ ಸಹೋದ್ಯೋಗಿ ಮಿತ್ರರಿಗೆ; ನನ್ನೆಲ್ಲ 'ತಿಕ್ಕಲುತನ'ಗಳನ್ನು ಎಂದಿಗೂ ಸಹಿಸುತ್ತ ಬಂದಿರುವ ನನ್ನಮ್ಮ, ಅಪ್ಪ, ತಮ್ಮ ಮತ್ತು ಮಡದಿಗೆ; ಎಲ್ಲರಿಗೂ ನಮನಗಳು.

ಹರೀಶ ಹಾಗಲವಾಡಿ

9483769009

ಡಿಯರ್ ಋಷ್ಯಶೃಂಗ...

ಕೆಲವು ಕಲ್ಪಗಳ ಹಿಂದೆ ನಿನ್ನ ಬಗ್ಗೆ ಓದಿದ ನೆನಪು. ನಿನ್ನ ತಲೆಯಲ್ಲಿ ಕೊಂಬಿತ್ತೆಂದು ಒಂದು ಕತೆ. ಜಿಂಕೆಗೆ ಹುಟ್ಟಿದ್ದಕ್ಕೆ ಹೀಗೆಂದು ವ್ಯಾಖ್ಯೆ. ಬರಕ್ಕೀಡಾಗಿ ಕಂಗೆಟ್ಟ ನಾಡಿಗೆ ಮಳೆ ತಂದೆಯೆಂದು ಉಪಾಖ್ಯಾನ. ಜಗತ್ಸೃಷ್ಟಿಯಲ್ಲಿ ಹೆಣ್ಣೆಂಬ ವಿಲಿಂಗಿಯುಂಟೆಂದೇ ನೀನು ಕಂಡಿದ್ದಿಲ್ಲವೆಂದು ಇನ್ನೂ ಒಂದು ಕತೆ. ದಶರಥನ ಪುತ್ರಕಾಮೇಷ್ಠಿಯ ಅಧ್ವರ್ಯು ನೀನಾಗಿದ್ದೆಯೆಂದು ಇನ್ನೆಲ್ಲೋ ಉಲ್ಲೇಖ. ಶೃಂಗೇರಿ–ಕಿಗ್ಗಗಳ ಸ್ಥಳಪುರಾಣದಲ್ಲಿ ನಿನ್ನ ಪ್ರಸ್ತಾಪ... ಹೀಗೆ, ಹತ್ತಾರು ಕಾಲದೇಶಗಳ ಪುರಾಣದಲ್ಲಿ ಅಷ್ಟಿಷ್ಟು ಓದರಿತಿದ್ದ ನಿನ್ನನ್ನು ಹೀಗಿನ್ನೊಂದಾಗಿ ಕಂಡೇನೆಂದುಕೊಂಡಿರಲಿಲ್ಲ. ನಿಜಕ್ಕೂ ಬೆರಗಾಯಿತು.

ಮರುಳ ನೀನು. ಹುಚ್ಚಾಪಟ್ಟೆ. ಎಣಿಕೆಗೆ ಸಿಗದವನು. ನಿಲುಕಿಗೆಟುಕದವನು. ಇಕೋ ಇಕೋ– ಇನ್ನೇನು ಹಿಡಿದೇಬಿಟ್ಟೇನೆಂದುಕೊಂಡರೆ ಮೀನಿನಂತೆ... ಅಲ್ಲಲ್ಲ ಸೊಳ್ಳೆಯಂತೆ ನುಣುಚಿಕೊಂಡವನು. ಏನೆಂದು ತಿಳಿಯದ, ತಿಳಿಸಿಯೂ ತಿಳಿಯಗೊಡದ– ತಿಳಿಯಾಗದ ಕೊಳದಂತಿರುವ, ಈ ನಿನ್ನ ಕತೆಯೇನು ಮಾರಾಯ?

ಮರುಳಿಗೂ ಮೆಥಡುಂಟೆಂದು ಅಂದಕೊಂಡವನು ನಾನು. ಹಾಗಂದುಕೊಂಡ ಮೂಢನೇ ನಾನಿರಬಹುದು. ನಿನ್ನ ಈ ಹೊಸಕತೆಯನ್ನು ಓದಿದಾಗ ನಿನಗೊಂದು ನಿಗದಿಯ ಮೆಥಡೇ ಇಲ್ಲವೆಂದು ಅನಿಸಿಬಿಟ್ಟಿತಲ್ಲ, ಗುರೂ, ಇದಕ್ಕೇನನ್ನಲಿ? ಕಂಗೆಟ್ಟೆ. ಕೆಲವೊಮ್ಮೆ ಕಂಗಾಲಾದೆ. ಇಷ್ಟಿದ್ದೂ, ನಾನೆಣಿಸಿದ ನಿಗದಿ ನಿಖರತೆಯೆಲ್ಲ ನಿನ್ನಂಥವರಿಗಲ್ಲವೆಂಬುದು, ಕಡೆಗೆ, ನನಗೆ ನಾನೇ ಅಂದುಕೊಂಡ ಮೆಥಡು. ಆದರೂ, ರಿಷಿ... ನಿನಗೊಂದು ಬಂಧ ಬೇಕಿತ್ತು. ಘಟನೆಯಿಂದ ಘಟನೆಗೆ, ಪಾತ್ರದಿಂದ ಪಾತ್ರಕ್ಕೆ, ಕಥನದಿಂದ ಕಥನಕ್ಕೆ ಲಂಘಿಸುವ ನಿನಗೊಂದು ಒಟ್ಟಾದ ಬಂಧ ಬೇಕಿತ್ತು. ಒನ್ನಮೂನೆ ಒಗ್ಗಟ್ಟು, ಅದೇ ಮಿಸ್ಸಾಯಿತೆಂದರೆ ನಿನ್ನ ನಿಜದ ಕತೆಯೇನೆಂಬುದು ನನ್ನನ್ನು ಕಾಡುವ ಶಾಶ್ವತಸತ್ಯವೇನೋ.. ಅಥವಾ, ಶಾಶ್ವತ'ಸದ್ಯ'ವೇ?

ಇರಲಿ. ಈ ಬೆಂಗಳೂರು ನಿನ್ನನ್ನು ಕಾಡಿರುವಷ್ಟೇ- ಬಹುಶಃ ಇನ್ನೂ ಹೆಚ್ಚು, ನನ್ನನ್ನು ಕೆಣಕಿರುವುದು ಹೌದು. ಆದರೆ, ಇನ್ನೂ ಮದುವೆಗಣಿಯಾಗದ ಅವಸ್ಥೆಯಲ್ಲಿರುವ ನೀನು, ನಿನ್ನಂಥವರು ಕಾಣುವ ಈ ಶಹರ, ಶಾಹರಿಕತೆ ನನ್ನಲ್ಲಿ ಬೆರಗು ಹುಟ್ಟಿಸುತ್ತದೆ. ಉದ್ಯೋಗದೊಡನೆ ದುಡ್ಡು ಕೊಡುವ ಈ ಊರು ಜೀವನಕ್ಕೊಂದು ಕ್ರಮವನ್ನೂ ಕೊಡುತ್ತದೆನ್ನುವ ನಿನ್ನ ಮಾತಿಗೆ ಸಲಾಮು. ಇಷ್ಟಿದ್ದೂ, 'ಇದು ಅರ್ಥವಾಗದ ಯಕ್ಷಿಣಿ' ಅಂತನ್ನುವುದು ನಿನ್ನದೇ ಇನ್ನೊಂದು ಮಾತು. ಇಲ್ಲಿನ ಬದುಕನ್ನು ಜೇನುಗೂಡು, ರೇಶ್ಮೆಗೂಡುಗಳಂತೆ ಗ್ರಹಿಸಿರುವುದು ಇಷ್ಟವಾದ ಇನ್ನೊಂದು ಸಂಗತಿ. ಏನೇ ಇರಲಿ, ನಿನ್ನ ಗ್ರಹಿಕೆ ನಿನ್ನ ಕಾಣ್ಕೆ. ಆದರೆ, ನಿನ್ನ ನೋಟವನ್ನು ಸಾರ್ವತ್ರಿಕ-ಸಾರ್ವಕಾಲಿಕ ಸಂಗತಿಯೆಂಬಂತೆ ಬನ್ನಣೆಗಿಡುತ್ತೀಯಲ್ಲ, ಅದು ಇಷ್ಟವಗದಿದ್ದರೂ, ನಿನ್ನ ಎದೆಗಾರಿಕೆಗೆ ಜೈಯಿ. ವಯಸ್ಸಿಗೆ ತಕ್ಕ ಲಂಪಟತನಕ್ಕೆ ಚೌಕಟ್ಟು ಹಾಕುವ ನಿನ್ನ ಹುಂಬತನಕ್ಕೆ ತುಸು ಇರುಸುಮುರುಸಾಯಿತಾದರೂ ಇದು ನಿನ್ನ ಮೆಥಡೆಂದು ಸುಮ್ಮನಾಗಿದ್ದೇನೆ.

ಇನ್ನು, ನಿನ್ನ ಋಷ್ಯಶೃಂಗ-ತೆಯ ಬಗ್ಗೆ ಕಡೆಯಲ್ಲಿ ಹೇಳಿದ್ದು ಮನಸ್ಸು ನಾಟಿತು. ಬಹುಶಃ, ಇದು ನಮ್ಮೆಲ್ಲರ ಋಷ್ಯಶೃಂಗ-ತೆಯೂ ಹೌದು. 'ವಿ ಸ್ಟಾರ್ಟ್ ಕನ್ಸ್ಯೂಮಿಂಗ್ ವಾಟೆವರ್ ಕಮ್ಸ್ ಇನ್ ಅವರ್ ವೇ...' ಅನ್ನುವ ಮಾತಿನ ಹಿಂದೆಯೇ, ಪರಾವರ್ತಿತ ರಿಫ್ಲೆಕ್ಸಿನಂತೆ ಅನಿಸಿದ್ದು- 'ವಾಟ್ ಇಫ್ ಇಟ್ ಕನ್ಸ್ಯೂಮ್ಸ್ ದಿ ಸೆಲ್ಫ್?' ಅನ್ನೋದು. ಹೋಪ್ ದಟ್ ವೋಂಟ್ ಹ್ಯಾಪನ್. ಅಂಡ್, ಯೂ ವೋಂಟ್ ಲೆಟ್ ದಟ್ ಹ್ಯಾಪನ್.

ಒಂದಷ್ಟು ಚಿಯರುಗಳು.

ನಾಗರಾಜ ವಸ್ತಾರೆ

1

ಸ್ವ–ತಂತ್ರ

ಆಯ್ತು ಮಾರಾಯ, ಹೇಳ್ತೀನಿ. ನಿನಗೆ ಹೇಳಬೇಕು ಹೇಳಬೇಕು ಅಂತ ಎಷ್ಟು ಸಾರಿ ಅಂದುಕೊಂಡ್ರೂ ಏನೋ ಒಳಗಿಂದಲೇ ಅಡ್ಡಿ ಆಗ್ತಿದೆ. ಈ ಕಥೆ ಹೇಳೋ ಚಟ ಒಮ್ಮೆ ಅಂಟಿಕೊಂಡುಬಿಟ್ರೆ ಬಿಡಿಸಿಕೊಳ್ಳೋದು ತುಂಬಾ ಕಷ್ಟ ನೋಡು. ಅದೇನು ತಪ್ಪಲ್ಲ ಅಂತೀಯ ನಂಗೊತ್ತು. ಆದರೂ ಒಮ್ಮೆ ಕಥೆಯ ಪರಿವೇಶದೊಳಗೆ ಹೊಕ್ಕರೆ ಇರೋದು ಇಲ್ಲದಿರೋದು ಎಲ್ಲವನ್ನೂ ಸೇರಿಸಿ ಅದನ್ನ ರೋಚಕವಾಗಿ ಮಾಡೋಕೇ ನೋಡ್ತಾ ಇರುತ್ತೆ ಮನಸ್ಸು. ಅದಕ್ಕೇ ಕಥೆಯ ಥರಾ ಇದನ್ನ ರೋಚಕವಾಗಿ ಹೇಳೋ ಇರಾದೆ ನನಗಿಲ್ಲ. ಇನ್ ಫ್ಯಾಕ್ಟ್, ಆ ಥರದ ಭಾವುಕತೆಯೇ ನನಗೆ ಇಷ್ಟ ಆಗಲ್ಲ. ಅದಕ್ಕೂ ಕಾರಣ ಇದೆ ಅನ್ನು. ಬಹುತೇಕ ನಾವು ನಮ್ಮ ಬದುಕಿನ ನಿರರ್ಥಕತೆಯನ್ನ ಈ ರೋಚಕತೆಯ ಮೂಲಕ ಮುಚ್ಚಿಹಾಕೋಕೆ ನೋಡ್ತಾ ಇರ್ತೀವಿ. ಇಟ್ಸ್ ಪ್ಯೂರ್ ಸೆಂಟಿಮೆಂಟಾಲಿಟಿ. ಐ ಹೇಟ್ ದಟ್.

ಹ್ಞಾ... ಹೇಳ್ತೀನಿ ಅಂದ ಕೂಡಲೇ ನೀನು ಇದೊಂದು ಕಥೆ ಅಂದುಕೋತೀಯ ನನಗೊತ್ತು. ನಾನು ಹೇಳ್ತಾ ಇರೋದರಿಂದ ಆತ್ಮಕಥೆ ಅಂತೀಯ. ಇದು ನನ್ದೇ ಕಥೆ, ಐ ಯಾಮ್ ನಾಟ್ ಡಿಸೀವಿಂಗ್ ಯೂ. ಆದರೆ ಆತ್ಮಕಥೆಯಾದರೆ ನೋಡು, ನನ್ನ ಇಡೀ ಬದುಕನ್ನು ನಿನ್ನ ಮುಂದಿಡಬೇಕು. ನನಗದು ಸಾಧ್ಯವಿಲ್ಲ. ಹಾಗಂತ ಹೆಸರು ಬದಲಾಯಿಸಿದ ಕೂಡಲೇ ಇದು ಕಲ್ಪಿತಕಥೆಯಾಗಲ್ಲ ನೋಡು. ಹೋಗ್ಲಿ ಬಿಡು, ಒಬ್ಬ ಮನುಷ್ಯನ ಅನುಭವವನ್ನ ತಿಳ್ಕೊಳ್ಳೋಕೆ ನಮಗೆ ಈ ಜಾನ್ರಾಗಳ ಜಾರ್ಗನ್ ಬೇಕಾ? ಬೇಕಿದ್ದರೆ ಇದನ್ನು ಕಥೆ ಮತ್ತು ಆತ್ಮಕಥೆಗಳ ಕೊಲ್ಯಾಜು ಅಂದುಕೋ...

ಯಾಕೆ ಅಂದರೆ ನನಗಿದನ್ನು ಹೇಳೋಕೆ ಒಂದು ಕೃತಕವಾದ ಆಂಬಿಯನ್ಸ್ ಬೇಕು ಅನ್ನಿಸ್ತಿದೆ. ಅದಕ್ಕೇ ಕಥೆ ಹೇಳಿದಂಗೆ ಹೇಳ್ತೀನಿ. ಸ್ವಲ್ಪ ಫಾರ್ಮಲ್ ಅನ್ನಿಸಿದ್ರೂ... ಹೇಳಿದ್ನಲ್ಲಾ... ಪ್ಲೀಸ್ ಬೇರ್ ವಿತ್ ಮಿ. ಓಕೆ? ಆದ್ರೆ ನೀನು ನನ್ನ ಜಡ್ಜ್ ಮಾಡಬಾರ್ದು ಅಷ್ಟೇ. ಈ ಜಡ್ಜಿಂಗ್ ಇದೆಯಲ್ಲಾ ತುಂಬಾ ಭಯ ಹುಟ್ಟುಸ್ತೆ, ಅದರಲ್ಲೂ ನಮ್ಮ ಕಾಲದವರಿಗೆ... ಯಾಕಂದ್ರೆ ನಮಗೆ ಯಾರನ್ನೂ ಜಡ್ಜ್ ಮಾಡದೇ ಇರೋಕೆ ಆಗೋದೇ ಇಲ್ಲ ಗೊತ್ತಾ? ಕಡೆಗೆ ಅದು ನಮ್ಮ ಕಡೆಗೇ ತಿರುಗಿಕೊಳ್ಳುತ್ತೆ. ನೀನು ಈ ಮದ್ದು ಹಾಕೋರ ಬಗ್ಗೆ ಕೇಳಿದೀಯಾ? ಹ್ಞಾ ಅವರೇ ಅವರೇ, ಊಟದಲ್ಲಿ, ತಿಂಡೀಲಿ ಹಾಕ್ತಾರಂತಲ್ಲ... ಅವರಿಗೆ ಯಾರಿಗಾದ್ರೂ ಮದ್ದು ಹಾಕದೇ ಇದ್ದರೆ ನಿದ್ರೆ ಬರಲ್ವಂತೆ, ಡೆಸ್ಪರೇಟ್ ಆಗೋಗ್ತಾರಂತೆ. ನಾನು ಚಿಕ್ಕೋನಿದ್ದಾಗ ನಮ್ಮಮ್ಮ ಹೇಳ್ತಿದ್ರು. ಅಂಥಾ ಟೈಮಲ್ಲಿ ಅವರ ಮಕ್ಕಳಿಗೇ ಆದ್ರೂ ಹಾಕಲೇ ಬೇಕಂತೆ ಅವರು, ಆಗಲೇ ಸಮಾಧಾನವಾಗೋದಂತೆ. ಹಾಗೇ ಜಡ್ಜಿಂಗ್ ಕೂಡ. ಬಿ ಕೇರ್‌ಫುಲ್.

ಬೈ ದ ವೇ ಕಥೆ ಹೇಳೋದೂ ಹಾಗೇ ಅನ್ನು... ಓಕೆ ಶುರು ಮಾಡ್ತೀನಿ.

ನನ್ನ ಹೆಸರು ರಿಷಿ. ಋಷ್ಯಶೃಂಗೇಶ್ವರ ಅಂತ ಶೃಂಗೇರಿಯ ಹತ್ತಿರ ನಮ್ಮನೆ ದೇವ್ರು ಇದ್ಯಂತೆ. ನನಗೆ ಅಲ್ಲಿಗೆ ಹೋದ ನೆನಪು ಬಹಳ ಹಿಂದಿಂದು. ಇಲ್ಲವೇ ಇಲ್ಲ ಅನ್ನಬಹುದು. ಆ ದೇವರ ಹೆಸ್ರಂತೆ ನಮ್ಮಪ್ಪ ಇಟ್ಟಿದ್ದು, ಋಷ್ಯಶೃಂಗ ಅಂತ. ಫನ್ನಿ ನೇಮ್! ಐ ನೋ. ಅದಕ್ಕೇ ರಿಷಿ ಅಂತ ಕರೀತಾರೆ. ಮನೇಲಿ ಅಮ್ಮ ಇರೋವರ್ಗೂ ಶೃಂಗ ಅನ್ನೋರು. ಬ್ರೆಸ್ಟ್ ಕ್ಯಾನ್ಸರಿನಿಂದ ತೀರಿಕೊಂಡರು, ನಾನು ಎಂಜಿನಿಯರಿಂಗ್ ನಡೂಮಧ್ಯದಲ್ಲಿ ಇರಬೇಕಾದ್ರೆ. ಈ ನಡುನೀರಲ್ಲಿ ಬಿಟ್ಟು ಹೋದವರನ್ನ ಹೇಗೆ ನೆನೆಸಿಕೋಬೇಕು ಅನ್ನೋ ವಿಷಯದಲ್ಲಿ ಮನುಷ್ಯನಿಗೆ ಯಾವಾಗ್ಲೂ ಗೊಂದಲ ಇರುತ್ತೆ. ನನಗೂ ಹಾಗೇ. ಈ ಗೊಂದಲದಲ್ಲೇ ಅವರು ಹೋದ್ಮೇಲೆ ನನ್ನ ಅರ್ಧ ಹೆಸರೇ ಸತ್ತೋಯ್ತು.

ಅಪ್ಪ ನನ್ನ ಹೆಸ್ರು ಹಿಡಿದು ಕರೆದದ್ದು ನನಗೆ ನೆನಪೇ ಇಲ್ಲ. ಏನಾದರೂ ಹೇಳಬೇಕಿದ್ದರೆ ಮುಖಕ್ಕೆ ಮುಖ ಕೊಡದೇ ಯಾರಿಗೋ ಅಜ್ಞಾತ ವ್ಯಕ್ತಿಗೆ ಹೇಳೋ ಥರ ಹೇಳಬೇಕಾದ್ದನ್ನ ನಿರುದ್ವಿಗ್ನರಾಗಿ ಹೇಳಿಹೋಗ್ತಿದ್ರು, ಕೋರ್ಟಿನಲ್ಲಿ ತೀರ್ಪು ಓದ್ತಾರಲ್ಲ ಹಾಗೆ. ಅಥವಾ ಅವರು ಮುಖ ನೋಡೇ ಹೇಳಿದ್ರೂ ಹೇಳಿರಬಹುದು. ನಾನೇ ತಲೆ ಎತ್ತಿರಲಿಕ್ಕಿಲ್ಲ. ನನ್ನದೂ ಅಪ್ಪನದೂ ತೀರಾ ಸಂಕೀರ್ಣ ಸಂಬಂಧ. ಯಾವ ಕಾಲದಲ್ಲಿ ಗಂಡುಮಕ್ಕಳಿಗೆ ಅಪ್ಪನ ಜೊತೆ ಒಳ್ಳೆ ಸಂಬಂಧ ಇತ್ತು ಹೇಳು.

ಹಾಗೇನಾದ್ರೂ ಇದ್ರೂ ಅದು ಯಾವುದಾದರೂ ಸುಳ್ಳಿನ ಮೇಲೆ ನಿಂತಿರುತ್ತೆ. ಬಹುತೇಕ ಆ ಸುಳ್ಳನ್ನ ಅಪ್ಪಾನೋ ಮಗಾನೋ ಅಥವಾ ಇಬ್ಬರೂ ಸೇರಿಯೋ ಎಂದೂ ಒಡೆಯದ ಹಾಗೆ ಕಾಪಾಡಿಕೊಂಡು ಬಂದಿರ್ತಾರೆ. ನೀರು ತುಂಬಿದ ಬಲೂನಿನ ಥರ. ನನಗೂ ನಮ್ಮಪ್ಪನಿಗೂ ಈ ನೀರೊಡೆದು ಬಹಳ ವರ್ಷ ಆಯ್ತು.

ನೆಹರೂ ಸತ್ತಾಗ ಹುಟ್ಟಿದ ನಮ್ಮಪ್ಪನ ರಕ್ತದಲ್ಲಿ ಯಾವ್ಯಾವ ಆಧುನಿಕ ಗುಣಗಳು ಅದಾಗಲೇ ಇದ್ದವು, ಅವೆಲ್ಲ ಕಾಲಕ್ರಮದಲ್ಲಿ ಹೇಗೆಲ್ಲಾ ವಿಕಾಸವಾದವು ಅನ್ನೋದನ್ನೇ ನಾನು ತುಂಬಾ ಯೋಚನೆ ಮಾಡಿದೀನಿ ಅಂತ ಹೇಳಿದರೆ ನಿನಗೆ ಆಶ್ಚರ್ಯವಾಗುತ್ತೆ. ಸ್ವಾತಂತ್ರ್ಯಾನಂತರ ಎಜುಕೇಷನ್ನಿಗೆ ಒಡ್ಡಿಕೊಂಡ ನಮ್ಮ ವಂಶದ ಮೊದಲಿಗ ನಮ್ಮಪ್ಪ, ಮಾಸ್ಟರ್ ಡಿಗ್ರಿ ಮುಗಿಸಿ ಮೂರ್ನಾಲ್ಕು ವರ್ಷವಾದರೂ ಕೆಲಸ ಸಿಗಲಿಲ್ಲವಂತೆ. ತುಮಕೂರಿನಲ್ಲಿ ಯಾವ್ಯಾವುದೋ ಪ್ರೈವೇಟ್ ಕಾಲೇಜುಗಳಲ್ಲಿ ಎಕನಾಮಿಕ್ಸ್ ಹೇಳಿಕೊಡುತ್ತ ಕಾಲ ಹಾಕುವಾಗಲೇ ಅಪ್ಪನ ಮದುವೆಯೂ ಆಗಿಹೋಗಿದ್ದರಿಂದ ಬದುಕು ದುರ್ಭರವಾಗಿ ಕಂಡು ಏನಾದರೂ ಮಾಡಿ ಸರ್ಕಾರಿ ಕೆಲಸ ಗಿಟ್ಟಿಸಬೇಕೆಂದು ಹಟತೊಟ್ಟ ಅಪ್ಪನಿಗೆ ತನ್ನೂರಿನ ಅನುದಾನಿತ ಪದವಿ ಪೂರ್ವ ಕಾಲೇಜಿನಲ್ಲೇ ಕೆಲಸ ಸಿಕ್ಕಿದ್ದು ನಾನು ಹುಟ್ಟಿದಾಗ... ಅಫ್‌ಕೋರ್ಸ್ ಒಂದೂವರೆ ಲಕ್ಷ ಲಂಚ ಕೊಟ್ಟಮೇಲೆ. ಇಂಟರೆಸ್ಟಿಂಗ್ ವಿಷಯ ಏನು ಗೊತ್ತಾ? ಅದು ರಾಜೀವ್ ಗಾಂಧಿ ಕೊಲೆಯಾದ ಮಾರನೆ ದಿನ. ಅಪ್ಪ ಹುಟ್ಟಿದಾಗ ನೆಹರೂ ಸತ್ತರೆಂದು ನಮ್ಮಜ್ಜ ಮನೆಯಲ್ಲಿ ಸಿಹಿ ಕೂಡ ಮಾಡಿಸಲಿಲ್ಲವಂತೆ. ನಾನು ಹುಟ್ಟುವ ಕಾಲಕ್ಕೆ ಅಪ್ಪ ಊರಿನ ಜನಕ್ಕೆಲ್ಲಾ ಬೂಂದಿಊಟ ಹಾಕಿಸಿದ್ದರಂತೆ, ಎರಡೆರಡು ಸಿಹಿಸುದ್ದಿ ಅಂತ!

ಅಪ್ಪನನ್ನು ವರ್ಣಿಸ್ತಾ ಕೂತರೆ ನನಗೆ ಇಡೀ ಪುಸ್ತಕ ಸಾಕಾಗೋದಿಲ್ಲ. ಹಹಾ... ಅಷ್ಟು ಪ್ರೀತಿ ಅಂತೆಲ್ಲಾ ಅಲ್ಲ, ಐ ಟೋಲ್ಡ್ ಯೂ. ವರ್ಣಿಸೋಕೆ ಪ್ರೀತಿಯೇ ಇರಬೇಕೆಂದೇನಿಲ್ಲ, ಒಂದು ಮಟ್ಟಿನ ಆಸಕ್ತಿಯಿದ್ದರೂ ಸಾಕು. ನನಗೆ ಮೊದಲಿನಿಂದಲೂ ಅಪ್ಪನ ವಿಷಯದಲ್ಲಿ ಆಸಕ್ತಿಗಿಂತ ಕಂಪ್ಲೇಂಟುಗಳೇ ಜಾಸ್ತಿ. ಅವೇ ಒಂದು ಪುಸ್ತಕಕ್ಕಾಗುವಷ್ಟಿವೆ! ಅಪ್ಪ ತಾನು ಹುಟ್ಟಿದ ಕಾಲಧರ್ಮದ ಪಕ್ಕಾ ಪ್ರತಿನಿಧಿಯಂತಿದ್ದರು ಅಂದರೆ ಬಹುಶಃ ನನ್ನ ಪ್ರಕಾರ ಎಲ್ಲವನ್ನೂ ಹೇಳಿದಂತೆಯೇ.

ನಮ್ಮಜ್ಜನಿಗೆ ಇಬ್ಬರು ಗಂಡು ಮಕ್ಕಳು, ಹೆಣ್ಮಕ್ಕಳು ಮೂರ್ನಾಲ್ಕು ಜನ ಇದ್ದರು. ಅಪ್ಪನೇ ದೊಡ್ಡವರು. ಫಸ್ಟ್ ಎಜುಕೇಟೆಡ್ ಗೈ ಇನ್ ಅವರ್ ಫ್ಯಾಮಿಲಿ. ಮೊಟ್ಟಮೊದಲ ವೈಟ್‌ಕಾಲರ್ ಜಾಬ್ ಗಿಟ್ಟಿಸಿದವರು. ಊರಿನಲ್ಲಿ ಮೊದಮೊದಲು ತಮಾಷೆಗಾದರೂ ಆಮೇಲೆ ನಿಜವಾಗಿ ಅಫಿಷಿಯಲ್ ಅನ್ನಿಸಿಕೊಂಡವರು. ಹಹ... ಫನ್ನಿ ಅಲ್ವಾ? ಏನೇ ಹೇಳು, ಹುಟ್ಟಿದೂರಲ್ಲಿ ಹೆಸರು ಮಾಡೋದು ಬಹಳ ಕಷ್ಟ. ಅದಕ್ಕೇ ಜನ ಮೊದಲು ಊರು ಬಿಡೋದು. ಆದರೂ ನಮ್ಮಪ್ಪ ಊರಿಗೆ ವಾಪಾಸು

ಬಂದು ಒಳ್ಳೇ ಹೆಸರು ಸಂಪಾದಿಸಿದರು ಅಂತಿಟ್ಟುಕೋ. ಅದಕ್ಕೆ ಮುಖ್ಯ ಕಾರಣ ಅವರು ಬರೋದಕ್ಕೆ ಮುಂಚೆ ಗತಿಗೆಟ್ಟಂತೆ ಇದ್ದ ನಮ್ಮೂರಿನ ಅನುದಾನಿತ ಕಾಲೇಜು ಆಮೇಲೆ ಒಳ್ಳೇ ಸ್ಥಿತಿಗೆ ಬಂದದ್ದು. ಅಪ್ಪ ಪ್ರಿನ್ಸಿಪಲ್ ಆಗಿ ಬಂದವರೇ ಅಲ್ಲಿನ ಲೆಕ್ಚರರ್‌ಗಳು ಬಡ್ಡಿ ವ್ಯವಹಾರ, ತೆಂಗಿನಕಾಯಿ ಹರಾಜಿಗೆ ಹೋಗೋದು ಬಿಟ್ಟು ಕಾಲೇಜಿಗೆ ಬಂದು ಪಾಠ ಮಾಡುವಂತೆ ಮಾಡಿದರು. ಹುಡುಗರು ಬಸ್‌ಸ್ಟಾಂಡಿನಲ್ಲಿ ಹುಡುಗಿಯರಿಗೆ ಕದ್ದು ಐಸ್‌ಕ್ಯಾಂಡಿ ಕೊಡಿಸಿಕೊಂಡು, ಬೇಲಿ ಸಂದೀಲಿ ಬೀಡಿ ಸೇದಿಕೊಂಡು ಓಡಾಡೋದನ್ನು ತಪ್ಪಿಸಿ ಕಾಲೇಜಿನಲ್ಲಿ ಕೂತು ಪಾಠ ಕೇಳುವಂತೆಯೂ ಮಾಡಿದ್ದರು. ಹೀಗಾಗಿ ಸುತ್ತಲ ಊರುಗಳಲ್ಲಿ ಅಪ್ಪನೆಂದರೆ ಒಂದು ಗೌರವವಿತ್ತು. ಅಪ್ಪನಿಗೂ ತನ್ನ ಬಗ್ಗೆ ಇಂಥದೇ ಅಭಿಮಾನವಿತ್ತು. ಸಚ್ ಅ ಗ್ರೇಟ್ ಫಾದರ್ ಅಂತೀಯ ಅಲ್ಲಾ? ಅಲ್ಲೇ ನೋಡು ಸಮಸ್ಯೆ ಬಂದಿದ್ದು.

ನಮ್ಮಪ್ಪನ ಈ ಶಿಸ್ತು ಕಾಲೇಜಿಗಷ್ಟೇ ಸೀಮಿತವಾಗಿದ್ದರೆ ಬಹುಶಃ ನಮ್ಮಪ್ಪನ ಬಗ್ಗೆ ನಾನು ಈಗ ಮಾತಾಡ್ತಾ ಇರೋ ಧ್ವನಿಯೇ ಬದಲಾಗಿರುತ್ತಿತ್ತೇನೋ! ದುರದೃಷ್ಟವಶಾತ್ ಅಪ್ಪನ ಶಿಸ್ತಿನ ಮೊತ್ತಮೊದಲ ಫಲಾನುಭವಿ ನಾನೇ ಆಗಿದ್ದೆ. ನಾನು ಸ್ಕೂಲು ಸೇರುವ ಹೊತ್ತಿಗಾಗಲೇ ನಮ್ಮೂರಂಥಾ ಕೊಂಪೆಯಲ್ಲೂ ಕಾನ್ವೆಂಟಿಗೆ ಸೇರಿಸೋ ಅಭ್ಯಾಸ ಬಂದಿತ್ತು. ಹಾಗೆ ನೋಡಿದರೆ ಅದನ್ನೂ ರೂಢಿಸಿದವರು ಅಪ್ಪನೇ ಎನ್ನಬೇಕು. ನಮ್ಮೂರಿನ ಸರ್ಕಾರಿ ಸ್ಕೂಲಿನಲ್ಲಿ ಮೇಷ್ಟ್ರುಗಳಿಲ್ಲದೇ, ನೆಟ್ಟಗೆ ಪಾಠವಾಗದೇ, ಆ ಹುಡುಗರು ಸರ್ವದಾ ಸ್ಕೂಲಿನ ಹಿಂದಿನ ಹೊಲದಲ್ಲಿ ಕ್ರಿಕೆಟ್ಟು, ಲಗೋರಿ ಆಡುತ್ತಿದ್ದುದನ್ನು ಬೆಳಗಿನಿಂದ ಸಂಜೆಯವರೆಗೂ ತಮ್ಮ ಆಫೀಸಿನ ಕಿಟಕಿಯಿಂದ ಕಾಣುತ್ತಿದ್ದ ನಮ್ಮಪ್ಪನಿಗೆ ನನ್ನನ್ನು ಅಲ್ಲಿ ಸೇರಿಸಲು ಮನಸ್ಸು ಹೇಗೆ ಬಂದೀತು? ಅದಕ್ಕೇ ಹತ್ತಿರದ ತಾಲ್ಲೂಕು ಕೇಂದ್ರ ಗುಬ್ಬಿಯಲ್ಲಿನ ಕಾನ್ವೆಂಟಿಗೆ ಹಾಕಿದ್ದರು. ಬೆಳಗ್ಗೆ ನಮ್ಮೂರ ಹುಡುಗರೆಲ್ಲರೂ ಇನ್ನೂ ಮನೆಯ ಹಿಂದಿನ ದೇವಸ್ಥಾನದ ಪೌಳಿಯಲ್ಲಿ ಗೋಲಿ ಗಜ್ಜುಗ ಆಡುವ ಹೊತ್ತಿಗಾಗಲೇ ನಾನು ಯೂನಿಫಾರ್ಮ್ ಹಾಕಿಕೊಂಡು ಹೊರಡುತ್ತಿದ್ದೆ. ಬರುತ್ತಿದ್ದುದು ಸಂಜೆ ಐದಕ್ಕೆ. ಬಂದು ಸ್ವಲ್ಪ ಹೊತ್ತು ಆಟ. ಸಂಜೆ ದೀಪ ಹಚ್ಚುವುದರೊಳಗೆ ಮನೆ ಸೇರಿ, ಪುಸ್ತಕ ಹಿಡಿದು ಕೂತಿರದಿದ್ದರೆ ಅಪ್ಪನ ಕೋಲು ಮಹಡಿಯಿಂದ ಕೆಳಗಿಳಿಯುತ್ತಿತ್ತು. ದಿನವೂ ಅಪ್ಪ ತಾವೇ ಕೂತು ಪಾಠ ಹೇಳಿಕೊಡುತ್ತಿದ್ದರು. ಅಪ್ಪ ಕೋಲಿಲ್ಲದೇ ಕೂತದ್ದೇ ನನಗೆ ನೆನಪಿಲ್ಲ. ನನ್ನನ್ನು ಚೆನ್ನಾಗಿ ಓದಿಸಿ ಎಮ್.ಬಿ.ಎ ಮಾಡಿಸಬೇಕು ಅಂತ ಅಪ್ಪನಿಗೆ ವಿಪರೀತ ಆಸೆಯಿದ್ದಿತು. ಯೆಸ್ ಯೂ ಆರ್ ಕರೆಕ್ಟ್, ಅಪ್ಪನ ಅನ್‌ಫಿನಿಶ್ಡ್ ಡ್ರೀಮ್.

ಆದರೆ ನನಗೆ ಇದೇ ಒಂದು ಧರ್ಮಸಂಕಟವಾಗೋಕೆ ಶುರುವಾಯ್ತು. ನನ್ನ ವಾರಿಗೆಯವರೆಲ್ಲಾ ಅದೂ ಇದೂ ಪೋಲಿ ಆಟ ಆಡುವ ವಯಸ್ಸಿನಲ್ಲಿ

ನಾನು ಮಾತ್ರ ಮನೆಯೊಳಗೇ ಕುಳಿತು ಅಂತಃಪುರ ಪುರುಷನಾದೆ. ನನ್ನ ಫ್ರೆಂಡ್ಸ್ ಕಳ್ಳಿಮರೆಯಲ್ಲಿ ಕುಳಿತು ಬೀಡಿ ಸೇದಿದರೆ, ರಸ್ತೆಬದಿಯ ತೋಟದಲ್ಲಿ ಎಳನೀರು ಕದ್ದು ಕುಡಿದರೆ, ಆಸ್ಪತ್ರೆಯ ನಿರೋಧನ್ನು ಕದ್ದು ಅದಕ್ಕೆ ಸಾಬರ ಖಬರಸ್ತಾನದ ಬಳಿಯ ಬೋರ್‌ವೆಲ್ಲಿನಲ್ಲಿ ನೀರು ತುಂಬಿಸಿ ಬಲೂನಿನಂತೆ ಹಿಡಿದು ಓಡಾಡುತ್ತಿದ್ದರೆ, ಲೋಕದ ಅನುಭವಗಳಿಂದೆಲ್ಲಾ ನಾನು ವಂಚಿತನಾಗುತ್ತಿದ್ದೇನೆ ಎಂದು ಹತಾಶನಾಗುತ್ತಿದ್ದೆ. ಇದೆಲ್ಲಾ ಸಿಲ್ಲಿ ಅಂತ ಈಗ ನನಗೂ ಗೊತ್ತು. ಆದರೆ ಆಗ ಇದು ಸಿಲ್ಲಿ ಆಗಿರಲಿಲ್ಲ. ಇಷ್ಟಲ್ಲದೇ ಎಂದಾದರೂ ಒಮ್ಮೆ ರಜೆಯಲ್ಲಿ ಹುಡುಗರ ಜೊತೆ ಆಡಲು ಹೋಗಿ ಏನಾದರೂ ಇಂತಹ ಸಾಹಸ ಮಾಡಿದರೆ ಅದು ಹೇಗೋ ಅಪ್ಪನಿಗೆ ವಿಷಯ ಮುಟ್ಟುತ್ತಿತ್ತು. ಎಂಥಾ ಅನ್‌ಲಕ್ಕಿ ಫೆಲೋ ಗೊತ್ತಾ ನಾನು!

ನನಗೆ ವಿಪರೀತ ಸಿಟ್ಟು ಬಂದದ್ದು ಆವತ್ತು ರಾತ್ರಿ ಅಪ್ಪ ಕಂಬಕ್ಕೆ ಕಟ್ಟಿ ಕುಂಡಿಯ ಮೇಲೆ ಬಾರಿಸಿದಾಗ. ನಾವೆಲ್ಲಾ ಕ್ರಿಕೆಟ್ ಆಡುತ್ತಿದ್ದುದು ಊರಾಚೆಯ ಹೊಲದಲ್ಲಿ. ಅದರ ಪಕ್ಕದಲ್ಲಿದ್ದ ತೋಟವೊಂದರಲ್ಲಿ ಒಳ್ಳೇ ರಸಪುರಿ ಮಾವಿನಹಣ್ಣು ಬಿಟ್ಟಿತ್ತು, ಅದನ್ನು ಕಂಡು ಸುಮ್ಮನಿರುವ ವಯಸ್ಸಲ್ಲವಾದ್ದರಿಂದ ಕದ್ದು ತಿಂದಿದ್ದೆವು. ಆ ತೋಟದವರು ಯಾರೋ ಅಪ್ಪನಿಗೆ ನಾವು ತೋಟದಲ್ಲಿ ಹಣ್ಣು ಕದ್ದದ್ದಕ್ಕೆ ಇನ್ನಷ್ಟು ಸೇರಿಸಿ ಅಲ್ಲಿ ಬೀಡಿ ಸೇದ್ತಿದ್ದೆವು ಎಂದೆಲ್ಲಾ ದೂರು ಹೇಳಿಬಿಟ್ಟಿದ್ದರು. ಇಂಥಾ ಘೋರ ಕಾರ್ಯದಲ್ಲಿ ತಮ್ಮ ಮಗನೂ ಇದ್ದದ್ದು ಗೊತ್ತಾದ ಅಪ್ಪ ಮನೆಗೆ ಬಂದವರೇ ನನ್ನನ್ನು ಅನಾಮತ್ತಾಗಿ ಎತ್ತಿ, ಬಲಗೈಯಲ್ಲಿ ಎರಡು ಬಿಟ್ಟು, ಎಳೆದುಕೊಂಡು ಹೋಗಿ, ಕೊಟ್ಟಿಗೆಯ ಕಂಬಕ್ಕೆ ಕಟ್ಟಿ ಮೆಣಸಿನಕಾಯಿ ಹೊಗೆ ಹಾಕಿ, ಬಾಗಿಲು ಜಡಾಯಿಸಿಕೊಂಡು ಒಳಗೆ ಹೋಗಿ ಟಿ.ವಿ ಹಾಕಿಕೊಂಡು ಕೂತಿದ್ದರು. ನಾನು ಹೊಗೆಯ ಘಾಟಿಗೆ ಕೆಮ್ಮುತ್ತಿದ್ದರೆ ಅಮ್ಮ 'ಹೋಗ್ಲಿ ಬಿಡ್ರಿ, ಯಾಕೆ ಹಂಗೆ ಹೊಡೀತೀರಾ?' ಎಂತಲೂ ಅನ್ನದೇ ಅಪ್ಪನಿಗೆ ಬಿಸಿಬಿಸಿ ಟೀ ಮಾಡಿಕೊಟ್ಟರು. ಶಿಕ್ಷೆಯಿಲ್ಲದೇ ಮಕ್ಕಳು ದಾರಿಗೆ ಬರುವುದಿಲ್ಲ ಎನ್ನುವುದು ಅಷ್ಟು ವರ್ಷ ಮೇಷ್ಟರ ಜೊತೆ ಸಂಸಾರ ಮಾಡಿದ ಅಮ್ಮನಿಗೆ ಗೊತ್ತಿಲ್ಲವೇ! ಅಪ್ಪ ಮಾತ್ರ 'ದಮ್ಮು ಬೇಕೇನೋ ದಮ್ಮು? ಕುಡಿ ಕುಡಿ ಈಗ' ಎಂದು ಮತ್ತೆ ಬಂದು ಕೆಂಡವನ್ನು ಊದಿ ನನ್ನ ಕಣ್ಣು, ಕಿವಿ, ಮೂಗಲ್ಲೆಲ್ಲಾ ಹೊಗೆ ಹೊರಡುವಂತೆ ಮಾಡಿದ್ದರು. ನಾನು ಅತ್ತೂ ಅತ್ತೂ ಮೆತ್ತಗಾಗಿದ್ದೆ. ಯಾವುದಕ್ಕೆಲ್ಲಾ ಅತ್ತೆ ಎನ್ನುವುದು ಮರೆಯುವಷ್ಟು ಅಳುವವರೆಗೂ ಅಪ್ಪ ಬಾಗಿಲು ತೆಗೆದಿರಲಿಲ್ಲ. ಅದೇ ಕೊನೆ, ಮತ್ತೆ ನಾನು ಹುಡುಗರೊಂದಿಗೆ ಮನೆಯಾಚೆಗೇ ಹೋಗಲಿಲ್ಲ. ಸ್ವೇಚ್ಛೆಯಿಂದ ಅಂತಃಪುರ ಪುರುಷನಾದೆ.

ಆಮೇಲೆಲ್ಲಾ ನನಗೆ ಜೊತೆಯಾಗುತ್ತಿದ್ದುದು ನಮ್ಮ ಚಿಕ್ಕಪ್ಪನ ಮಕ್ಕಳೇ. ಆದರೆ ಈ ಚಿಕ್ಕಪ್ಪನಿಗೂ ನಮ್ಮಪ್ಪನಿಗೂ ಅಷ್ಟಾಗಿ ಆಗಿಬರುತ್ತಿರಲಿಲ್ಲ. ಇದಕ್ಕೂ ಒಂದು

ಇತಿಹಾಸವಿದೆ. ಚಿಕ್ಕಪ್ಪನಿಗೆ ಅಪ್ಪನಂತೆ ವಿದ್ಯೆ ಹತ್ತಲಿಲ್ಲವಂತೆ. ಅವರು ಮಾಡುತ್ತಿದ್ದ ತರಹೇವಾರಿ ಸಾಹಸಗಳಿಂದ ವಿದ್ಯೆ ಹತ್ತಲಿಲ್ಲವೋ ಅಥವಾ ವಿದ್ಯೆ ಹತ್ತದ್ದಕ್ಕೆ ಹಾಗೆ ಮಾಡುತ್ತಿದ್ದರೋ ಅವರಿಗೂ ಸ್ಪಷ್ಟವಿರಲಿಲ್ಲ. ಹಾಗೆಂದು ಸಾಹಸಗಳನ್ನೇನೂ ಚಿಕ್ಕಪ್ಪ ಬಿಟ್ಟವರಲ್ಲ. ಬೇರೇನೂ ಮಾಡಲಾಗದಿದ್ದರೂ ಗಿನ್ನೆಸಿನಲ್ಲಿ ರೆಕಾರ್ಡು ಮಾಡಿ ಹೆಸರು ಮಾಡುವ ಭಾರತೀಯರ ಚಪಲದಂತೆ ಚಿಕ್ಕಪ್ಪನಿಗೂ ಸಾಹಸಗಳ ಚಪಲವಿತ್ತು. ಇಂಥದ್ದೊಂದು ಚಪಲದಲ್ಲೇ ಚಿಕ್ಕಮ್ಮ ತಗುಲಿಕೊಂಡದ್ದು ನಮ್ಮೂರಿನಲ್ಲಿ ಒಂದು ಇತಿಹಾಸಪ್ರಸಿದ್ಧ ಘಟನೆಯಾಗಿತ್ತು. ಅಲ್ಲದೇ ಮತ್ತೇನು? ತನ್ನ ಮನೆಯವರದಾಗಲಿ ಅತ್ತ ಗುಬ್ಬಿಯ ಚಿಕ್ಕಮ್ಮನ ಮನೆಯವರದಾಗಲಿ ಯಾರ ಬೆಂಬಲವಿಲ್ಲ ಎಂದು ಗೊತ್ತಿದ್ದರೂ ಚಿಕ್ಕಮ್ಮನನ್ನು ಹಾರಿಸಿಕೊಂಡು ಹೋಗಿ, ಎರಡು ವಾರ ಎಲ್ಲೋ ಅಡಗಿದ್ದು, ಬೇಕಂತಲೇ ಎಲ್ಲವನ್ನೂ ಮುಗಿಸಿಕೊಂಡು ಬಂದು ಎಲ್ಲರಿಗೂ ಶಾಕ್ ಕೊಟ್ಟಿದ್ದರು ಚಿಕ್ಕಪ್ಪ. ಪುಣ್ಯಕ್ಕೆ ಆಗಿನ್ನೂ ನಮ್ಮಜ್ಜ ಬದುಕಿದ್ದರಂತೆ. ಕಡೆಗೆ ಅವರೇ ಹುಡುಗಿಯ ಮನೆಗೆ ಹೋಗಿ ಮಾತುಕತೆಯಾಡಿ ಮದುವೆ ಮಾಡಿಸಿದ್ದರಂತೆ. ಮೊದಲೇ ತಮ್ಮ ಹೆಸರಿನ ಬಗ್ಗೆ ಅತೀವ ಕಾಳಜಿಯಿದ್ದ ನಮ್ಮಪ್ಪನಿಗೆ ಈ ವಿಷಯದಲ್ಲಿ ಭಾರೀ ನಿರಾಸೆಯಾಗಿತ್ತು. ಅದಕ್ಕೇ ಅವರು 'ಈ ಮದುವೆ ಮಾಡಿಸೋದಾದರೆ ಅವನ ಭಾಗ ಅವನಿಗೆ ಕೊಟ್ಟು ಹೊರಗೆ ಕಳುಹಿಸಬೇಕು' ಅಂತ ಷರತ್ತು ಹಾಕಿದ್ದರಂತೆ. ಕಡೆಗೆ ಅದು ಹಾಗೇ ಆಗಿತ್ತು. ಇದೆಲ್ಲಾ ಮುಗಿದು ವರ್ಷಗಳಾದ ಮೇಲೂ ಅಪ್ಪ ಚಿಕ್ಕಪ್ಪನನ್ನು ಮೊದಲಿನಂತೆ ಒಪ್ಪಿಕೊಳ್ಳಲೇ ಇಲ್ಲ.

ಆದರೆ ಹೇಳಿದೆನಲ್ಲಾ, ಚಿಕ್ಕಪ್ಪನ ಸಾಹಸವೇನೂ ನಿಲ್ಲಲಿಲ್ಲ. ನಾನು ಹೈಸ್ಕೂಲಿನಲ್ಲಿದ್ದಾಗ ಚಿಕ್ಕಪ್ಪ ತುಮಕೂರಿನಲ್ಲಿ ಒಂದು ಆಗ್ರೋ ಫ್ಯಾಕ್ಟರಿ ಮಾಡಿದರು. ತಮ್ಮ ಪಾಲಿನ ಅಡಿಕೆ ತೋಟವನ್ನು ಚೇಣಿಗೆ ಕೊಟ್ಟು ಅಷ್ಟೂ ದುಡ್ಡನ್ನು ಈ ಫ್ಯಾಕ್ಟರಿಯ ಮೇಲೆ ಹೂಡಿದರು. ಮೊದಲ ಒಂದೆರಡು ತಿಂಗಳು ಊರಿನಿಂದ ಓಡಾಡಿದ ಮೇಲೆ, ಇದೆಲ್ಲಾ ಆಗೋದಿಲ್ಲ, ನಾನು ಅಲ್ಲೇ ಇದ್ದು ಇಂಡಸ್ಟ್ರಿಯನ್ನ ಮುಂದುವರೆಸಬೇಕು ಅಂತೆಲ್ಲಾ ಯೋಚಿಸಿ ತುಮಕೂರಿನಲ್ಲಿ ಮನೆಮಾಡಿದರು. ಕುಟುಂಬವನ್ನೂ ಅಲ್ಲಿಗೇ ಕರೆಸಿಕೊಂಡರು. ನಾನೂ ರಜೆ ಇದ್ದಾಗ ಅಮ್ಮನ ಬಳಿ ಹಠಮಾಡಿ ಅಲ್ಲಿಗೆ ಎರಡು ವಾರ ಹೋಗಿ ಇದ್ದೆ. ಚಿಕ್ಕಪ್ಪನ ಜರ್ಬಿನ ಬದುಕಿಗೆ ನಾನಾಗಲೇ ಮಾರುಹೋದದ್ದು. ನಾನು ಇದ್ದದ್ದು ಎರಡೇ ವಾರವಾದರೂ ಮನೆಯವರನ್ನೆಲ್ಲಾ ಕರೆದುಕೊಂಡು ನಾಲ್ಕೈದು ಸಿನೆಮಾ ತೋರಿಸಿದ್ದರು. ನಾನು ಹುಟ್ಟಿದಾಗಿನಿಂದ ಥಿಯೇಟರಿನ ಮೆಟ್ಟಿಲೂ ಹತ್ತಿರಲಿಲ್ಲ. ನಮ್ಮಪ್ಪ ಒಂದು ದಿನವೂ ಒಂದು ಸಿನೆಮಾ ನೋಡಬೇಕು ಎಂದುಕೊಂಡದ್ದನ್ನು ನಾನು ಕಂಡೇ ಇರಲಿಲ್ಲ. ಇನ್ನು ನಮ್ಮನ್ನು ಕರೆದುಕೊಂಡು ಹೋಗುವ ಮಾತೆಲ್ಲಿ ಬರಬೇಕು? ಚಿಕ್ಕಪ್ಪ ದಿನವೂ

ಏನಾದರೂ ಸ್ಪೆಷಲ್ ತಿಂಡಿಯಿಲ್ಲದೇ ಮನೆಗೆ ಬರುತ್ತಲೇ ಇರಲಿಲ್ಲ. ಪಾನಿಪೂರಿ, ಗೋಬಿ ಮಂಚೂರಿಯನ್ ಎಂದರೆ ಏನೆಂದೇ ತಿಳಿಯದಂತಿದ್ದ ನನಗೆ ಇದೆಲ್ಲಾ ಒಮ್ಮೆ ಇಂಟಿಮಿಡೇಟಿಂಗ್ ಎನಿಸಿದ್ದು ಈಗ ನೆನೆಸಿಕೊಂಡರೆ ಆಶ್ಚರ್ಯ ಎನಿಸೋದಿಲ್ಲ. ಯಾಕೆಂದರೆ ನಮ್ಮನೆಯಲ್ಲಿ ಅಮ್ಮ ಹಬ್ಬಕ್ಕೋ ಹುಣ್ಣಿಮೆಗೋ ಒಂದು ಬೋಂಡ ತೇಲಿಬಿಟ್ಟರೆ ಅದೇ ವಿಶೇಷವಾಗಿತ್ತು. ಇನ್ನು ನಾನು ಊರಿಗೆ ಹೊರಟಾಗ ಚೆಂದದ ಎರಡು ಜೊತೆ ಬಟ್ಟೆ ಕೂಡ ಕೊಡಿಸಿ ಕಳಿಸಿದ್ದರು ಚಿಕ್ಕಪ್ಪ. ಐ ಫೆಲ್ ಇನ್ ಲವ್ ವಿತ್ ಹಿಸ್ ಜೆನೆರಾಸಿಟಿ ಮ್ಯಾನ್!

ಆದರೆ ಮನೆಗೆ ಬಂದು ಇದನ್ನೆಲ್ಲಾ ಅಮ್ಮನಿಗೆ ಹೇಳಿದರೆ ಅಪ್ಪ ವ್ಯಂಗ್ಯವಾಗಿ ಮಾತಾಡಿದ್ದರು, 'ಈ ಶೋಕಿ ಎಲ್ಲಾ ಮಾಡ್ತಾ ಇದ್ರೆ ಇವನು ಗತಿ ಮುಟ್ಟಂಗೆ ಬಿಡು. ಇನ್ನಾರು ತಿಂಗಳಿಗೆ ಗಂಟುಮೂಟೆ ಕಟ್ಕೊಂಡು ಬರ್ತಾನೆ ವಾಪಸ್ಸು' ಅಂತ. ಅಫ್ ಕೋರ್ಸ್ ಅಪ್ಪನ ಮಾತು ನಿಜವಾಗಿತ್ತು. ಅದಕ್ಕೆ ಏನು ಕಾರಣ ಅಂತ ಚಿಕ್ಕಪ್ಪ ಯಾವತ್ತೂ ಬಾಯಿಬಿಡಲಿಲ್ಲ. 'ಯಾವನೋ ನನಗಾಗದವನು ಮಾಟ ಮಾಡುಸ್ತಾ ಇದ್ದ. ಫ್ಯಾಕ್ಟರಿ ಹತ್ರ ಎಷ್ಟು ತೆಗೆಸಿದರೂ ನಿಂಬೆಹಣ್ಣು ಸಿಗ್ತಾ ಇದ್ವು. ಇನ್ನೇನಾಗುತ್ರೀ ಮನೆ ಹಾಳಾಗ್ದೆ' ಅಂತಲೇ ಊರಲ್ಲೆಲ್ಲಾ ಹೇಳಿದ್ದು. ಅಪ್ಪ ಇದನ್ನು ಕೇಳಿ ಮನೆಯಲ್ಲಿ ಅಮ್ಮನಿಗೆ 'ಇವ್ರು ಹಂಗೆ ಮೆರುದ್ರೆ ಯಾವ ದುಡ್ಡು ತಡ್ಯುತ್ತೆ. ಅಲ್ಪನಿಗೆ ಬಂದ ಐಶ್ವರ್ಯ' ಅಂತಲೇ ಅಂದಿದ್ದು. ಅಮ್ಮ ಯಾವತ್ತೂ ಅಪ್ಪನಿಗೆ ಇಂಥದ್ದರಲ್ಲೆಲ್ಲಾ ಏನೂ ಹೇಳಿದ್ದೇ ನನಗೆ ನೆನಪಿಲ್ಲ. ಅದೇನೂ ಇರಬಹುದು ಆದರೆ ಆರು ತಿಂಗಳಾದರೂ ರಾಜನಂತೆ ಮೆರೆದ ಚಿಕ್ಕಪ್ಪ ನನಗೆ ಹೀರೋ ಆಗಿದ್ದರು. ಇದನ್ನೇನೂ ಅಪ್ಪನ ಮಾತು ಬದಲಾಯಿಸಲಾಗಲಿಲ್ಲ.

ಚಿಕ್ಕಪ್ಪ ಊರಿಗೆ ಬಂದವರು ಮತ್ತೆ ತೋಟ-ತುಡಿಕೆ ನೋಡಿಕೊಂಡು ಇದ್ದುಬಿಟ್ಟರು. ಆದರೆ ಅವರ ಸಾಹಸ ಪ್ರವೃತ್ತಿ ಸುಮ್ಮನಿರುವುದೇ? ಸರಿ ವ್ಯವಹಾರದಲ್ಲಿ ಮಾಡಲಾಗದ್ದನ್ನು ಜೂಜಿನಲ್ಲಿ ಮಾಡುತ್ತೇನೆನ್ನುವಂತೆ ಇಸ್ಪೀಟು ಶುರುಮಾಡಿಕೊಂಡರು. ಮನೆಯ ಹಿಂದಿನ ಕಾಯಿ ಶೆಡ್ಡಿನಲ್ಲಿ ಊರಿನ ಇಸ್ಪೀಟು ಅಭಿಮಾನಿಗಳೆಲ್ಲರೂ ದಿನವೂ ಸೇರಿಕೊಂಡು ರಾತ್ರಿಯವರೆಗೆ ಆಡುತ್ತಿದ್ದುದು ರೂಢಿಯಾಗೋಯ್ತು. ಅಪ್ಪನಿಗೆ ಸರಿಬರುವುದಿಲ್ಲ ಎಂದು ಗೊತ್ತಿದ್ದರೂ ನಾನು ಚಿಕ್ಕಪ್ಪನ ಮನೆಗೆ ಹೋಗುತ್ತಿದ್ದೆ. ಅಷ್ಟೊತ್ತಿಗೆ ನಾನು ಹೈಸ್ಕೂಲಿನಲ್ಲಿದ್ದೆನಾದ್ದರಿಂದ ಸ್ವಲ್ಪ ಹುಂಬ ಧೈರ್ಯ ಬಂದಿತ್ತು.

ಇಷ್ಟೇ ಆಗಿದ್ದರೆ ನಾನು ಅಪ್ಪನೊಂದಿಗೆ ಮಾತು ಕಡಿದುಕೊಂಡು ಊರು ಬಿಡಬೇಕಾಗಿರಲಿಲ್ಲ ಅನ್ನು. ಹೈಸ್ಕೂಲು ಇನ್ನೇನು ಮುಗಿಯುವ ಕಾಲ. ಕಾಲಕ್ಕೆ ಉಬ್ಬರ ಇಳಿತಗಳಿರುವಂತೆ ಮನುಷ್ಯನಿಗೂ ಇವೆಯಷ್ಟೇ. ಯಾರ ಬದುಕಲ್ಲಾದರೂ

ಕೌಮಾರ್ಯ ನೂರು ಕೌತುಕಗಳನ್ನು ಹೊತ್ತು ತರುವ ಮಲಯಮಾರುತವೇ ಅಲ್ಲವೇ? ನನ್ನಲ್ಲೂ ಹಾಗೇ. ಚಿಕ್ಕಂದಿನಿಂದ ಒಟ್ಟಿಗೇ ಆಡಿ ಬೆಳೆದಿದ್ದರೂ ನನ್ನ ಸುತ್ತ ಈಗ ಓಡಾಡುವ ಹುಡುಗಿಯರು ಹೊಸದಾಗಿ ಎಂಬಂತೆ ಕಾಣುವರು. ಅವರೊಡನೆ ಮಾತಾಡುವಾಗ ಎಲ್ಲಿಲ್ಲದ ಉಮೇದು ಬರುವುದು. ಆಟವಾಡುವಾಗ ಕೈತಾಕಿದರೆ ಮೈಬಿಸಿಯಾಗುವುದು. ಸುಮ್ಮನೇ ನೋಡಿ ನಕ್ಕರೆ ಏನೋ ಹಿಗ್ಗಾಗುವುದು. ಇದನ್ನೆಲ್ಲಾ ತಪ್ಪು ಎಂದು ಯಾವ ಕಾನೂನುಕಾರನೂ ಹೇಳಲಾರ, ನಮ್ಮಪ್ಪನನ್ನು ಬಿಟ್ಟು.

ಆಗೆಲ್ಲಾ ನನಗಿದ್ದ ಒಬ್ಬನೇ ಫ್ರೆಂಡ್ ಅಂದರೆ ಭಾನುಪ್ರಕಾಶ. ಅವರಪ್ಪನೂ ನಮ್ಮಪ್ಪನ ಮಾತು ಕೇಳಿ ಕಾನ್ವೆಂಟಿಗೆ ಹಾಕಿದ್ದರು. ಊರಲ್ಲಿ ನನ್ನನ್ನು ಎಲ್ಲರೂ ಮೇಷ್ಟರ ಮಗ ಎಂತಲೋ, ಮನೆಇಲಿ ಎಂದೋ ದೂರವೇ ಇಟ್ಟರೆ ಭಾನು ಮಾತ್ರ ನನ್ನೊಟ್ಟಿಗೆ ಸ್ನೇಹದಿಂದ ಇದ್ದ. ನಾನು ಸ್ಕೂಲಿನ ಕ್ರಿಕೆಟ್ ಟೀಮು ಬಿಟ್ಟಮೇಲೆ ಇವನೊಟ್ಟಿಗೇ ಸ್ವಲ್ಪ ಬೆರೆತದ್ದು. ಇಬ್ಬರೂ ಪರಸ್ಪರರ ಮನೆಯೊಳಗೆ ಸಲಿಗೆಯಿಂದ ಓಡಾಡುವಷ್ಟು ಹತ್ತಿರವಾಗಿದ್ದೆವು. ಅವನ ತಂಗಿ ಕುಸುಮಾ ತುಂಬಾ ಸಂಕೋಚ ಸ್ವಭಾವದ ಒಳ್ಳೇ ಹುಡುಗಿ. ನನಗಿಂತ ಒಂದೇ ವರ್ಷಕ್ಕೆ ಚಿಕ್ಕವಳು. ಮೊದಲೆಲ್ಲಾ ಒಟ್ಟಿಗೆ ಆಟವಾಡಿಕೊಂಡು ಬೆಳೆದವರಾದರೂ ಹೈಸ್ಕೂಲಿಗೆ ಬಂದದ್ದೇ ಅವಳೇನೋ ಬದಲಾಗಿ ಹೋದಳು. ನಾನು ಅವಳ ಮನೆಯೊಳಗೆ ಹೋದರೆ ಅವಳು ಅಡಿಗೆ ಮನೆ ಸೇರುವಳು, ಅಡಿಗೆ ಮನೆಗೆ ಹೋದರೆ ನಡುಮನೆಗೆ ಬರುವಳು, ನಾನಿದ್ದಲ್ಲಿ ನಿಲ್ಲದೇ ಓಡುವುದೇ ಅವಳ ಲಕ್ಷಣವೆಂಬಂತೆ ಕಾಣುತ್ತಿತ್ತು. ಹೀಗೆ ಕೈಗೆ ಸಿಗದೆ ಓಡುವ ಹುಡುಗಿ ಹರೆಯದ ಹುಡುಗನಿಗೆ ಕಾಡದೇ ಇದ್ದಾಳೆಯೇ?

ನಾನು ಹೋದಲ್ಲಿ ಬಂದಲ್ಲಿ ಅವಳನ್ನೇ ಗಮನಿಸತೊಡಗಿದೆ. ಅವಳ ಪ್ರತೀ ಚಲನೆಯೂ ಏನೋ ರಹಸ್ಯ ಸಂಜ್ಞೆಯಂತೆಲ್ಲಾ ಭಾಸವಾಗಹತ್ತಿತು. ಅವಳು ಬರೆದು ಹರಿದೆಸೆದ ಹಾಳೆಯನ್ನು ಜೋಪಾನವಾಗಿ ಇಟ್ಟುಕೊಂಡುದೇನು! ರುಚಿಯಿಲ್ಲವೆಂದು ಕಚ್ಚಿ ಎಸೆದ ಸೀಬೇ ಹಣ್ಣನ್ನು ಒಗರಾಗಿದ್ದರೂ ಸಿಹಿಯೆಂದು ಭಾವಿಸಿ ತಿಂದುದೇನು! ನೀರಿಗೆಂದು ಬೋರ್‌ವೆಲ್ಲಿನ ಬಳಿಬಂದಾಗ ಪಂಪು ಮಾಡಿ ಕೊಟ್ಟುದೇನು! ಕೆಲವೇ ದಿನಗಳಲ್ಲಿ ಕುಸುಮ ನನ್ನ ರಾತ್ರಿಯ ಕನಸುಗಳನ್ನು ತುಂಬಿದಳು. ಕಣ್ಣ ರೆಪ್ಪೆಗಳ ಒಳಗೆ ಅವಳದೇ ಚಿತ್ರ ಕೆತ್ತಿದಂತಾಗಿಬಿಟ್ಟೆ. ಈ ಇಂತಹ ತುಮುಲಕ್ಕೆ ಪ್ರೀತಿ ಎನ್ನದೇ ಇನ್ನೇನೆನ್ನಬೇಕು ಹೇಳು. ಇನ್ನೇನಾದರೂ ಇದ್ದರೂ ಅದು ಆಗ ನನಗೆ ಹೇಗೆ ಗೊತ್ತಾಗಬೇಕು?

ಆದರೆ ಇದು ಸರಿಯೋ ತಪ್ಪೋ? ಅಪ್ಪನಿಗೆ ಗೊತ್ತಾದರೆ? ಅಮ್ಮನಿಗೆ ಸುಳಿವು ಸಿಕ್ಕರೆ? ಭಾನುವಿಗೆ ಅನುಮಾನ ಬಂದರೆ? ಎಂದೆಲ್ಲಾ ತೊಳಲಾಟವಾಗುತ್ತಿತ್ತು. ಅಪ್ಪ-ಅಮ್ಮ ಏನನ್ನಬಹುದೆಂದು ನನಗೆ ಸ್ಪಷ್ಟವಿತ್ತು ಆದರೆ ಭಾನು ತನ್ನ ಕಡೆಗೇ ಎಂದು

ಮನಸ್ಸು ಒತ್ತಿ ಹೇಳುತ್ತಿತ್ತು. ಆದರೂ ಭಾನುವಿನ ಬಳಿ ಇದೆಲ್ಲಾ ಹೇಳಿಕೊಳ್ಳಲು ಭಯ, ಸಂಕೋಚ ಅಥವಾ ಎರಡೂ. ಹೀಗೇ ಒಂದೆರಡು ತಿಂಗಳು ಕಂಡಕಂಡಲ್ಲಿ ಕುಸುಮಳನ್ನು ಯಾರಿಗೂ ಕಾಣದಂತೆ ಕಣ್ಣುತುಂಬಿಕೊಳ್ಳುತ್ತ ಓಡಾಡಿದೆ. ಆದರೆ ಮನಸ್ಸು ಮಾತ್ರ ಒಳಗೆ ಒದ್ದಾಡುತ್ತಿತ್ತು. ಅದಕ್ಕೊಂದು ಫುಲ್ ಸ್ಟಾಪ್ ಇಡಬೇಕೆಂದು ಚಡಪಡಿಸತೊಡಗಿದೆ.

ಅಂತೂ ನನ್ನೊಡಲ ಈ ಹೊಯ್ದಾಟಕ್ಕೆ ಉಪಶಮನವೀಯುವ ಒಂದು ಉಪಾಯ ಹೊಳೆಯಿತು. ಆವತ್ತು ಸ್ಕೂಲಿನಲ್ಲಿ ಸ್ಪೋರ್ಟ್ಸ್ ಡೇ ಇತ್ತು. ಎಲ್ಲ ವಿದ್ಯಾರ್ಥಿಗಳೂ ತಮ್ಮ ಬ್ಯಾಗುಗಳನ್ನು ಕ್ಲಾಸುರೂಮಿನಲ್ಲಿ ಬಿಸಾಕಿ ಆಚೆ ಇದ್ದೆವು. ಹಸಿವಾದಾಗ ಯಾವಾಗಲೋ ಹುಡುಗಿಯರು ಗುಂಪುಗುಂಪಾಗಿ ಒಳಗೆ ಹೋಗಿ ಏನಾದರೂ ತಿಂದು ಮತ್ತೆ ಆಟಕ್ಕೆ ಸೇರುತ್ತಿದ್ದರು. ನಾನು ಹಿಂದಿನ ರಾತ್ರಿಯೇ ಒಂದು ಗ್ರೀಟಿಂಗ್ ಕಾರ್ಡನ್ನು ಕೊಂಡುತಂದಿಟ್ಟಿದ್ದೆ. ಗುಲಾಬಿ ಬಣ್ಣದ ಹೂಗಳುಳ್ಳ, ಮಡಿಕೆ ಮಡಿಕೆಯಾಗಿ ಕತ್ತರಿಸಿದ ಅದರ ಅಂತರಾಳದಲ್ಲಿ 'ಐ ಲವ್ ಯೂ' ಎಂದು ಅಚ್ಚಾಗಿತ್ತು. ಅದನ್ನು ಬೆಳಿಗ್ಗೆ ಜೋಪಾನವಾಗಿ ನೋಟುಬುಕ್ಕಿನಲ್ಲಿ ಇಟ್ಟುಕೊಂಡುಬಂದಿದ್ದೆ. ಎಲ್ಲರೂ ಗ್ರೌಂಡಿನಲ್ಲಿ ಆಡುತ್ತಿದ್ದಾಗ ಒಮ್ಮೆ ಹಾಗೇ ಕ್ಲಾಸುರೂಮಿಗೆ ನುಗ್ಗಿ ನನ್ನ ನೋಟುಬುಕ್ಕನ್ನು ತೆಗೆದುಕೊಂಡು ಪಕ್ಕದ ಒಂಭತ್ತನೇ ಕ್ಲಾಸಿನೊಳಕ್ಕೆ ನುಸುಳಿ ಕುಸುಮಳ ಬ್ಯಾಗಿನಲ್ಲಿ ಆ ನೋಟುಬುಕ್ಕನ್ನು ಇಟ್ಟುಬಿಟ್ಟೆ. ಇಡುವಾಗ ಎದೆ ಡವಡವ ಹೊಡೆದುಕೊಳ್ಳುತ್ತಿತ್ತು, ಇದರ ಪರಿಣಾಮವೇನೋ ಎಂದು. ಆದರೂ ಕಣ್ಣಮುಂದೆ ಕಡೆದು ನಿಂತ ಅವಳ ನಗು ಏನೋ ಭರವಸೆಯನ್ನು ಕೊಡುತ್ತಿತ್ತು. ಅವಳಿಗೆ ಇಷ್ಟವಾದರೆ ಮತ್ತೇನೂ ಸಮಸ್ಯೆ ಎದುರಾಗಲಿಕ್ಕಿಲ್ಲ ಎಂದು ಬುದ್ಧಿ ಸಮಾಧಾನ ಹೇಳಿತು. ಅಂತೂ ಎರಡೇ ಸೆಕೆಂಡಿನಲ್ಲಿ ಅಲ್ಲಿಂದ ಆಚೆ ಬಂದು ಹುಡುಗರ ಮಧ್ಯೆ ಕಳೆದುಹೋದೆ. ಆಟದಲ್ಲಿ ಮನಸ್ಸು ನಿಲ್ಲದೇ ಹೋದರೂ ಹೇಗೋ ಅದನ್ನು ಸಹಿಸಿಕೊಂಡು, ಮರೆಸಿಕೊಂಡು ಆಡಿದೆ. ಆ ವಯಸ್ಸಿಗೆ ಇದೂ ಒಂದು ಆಟವೇ ತಾನೇ?

ಆಡುವಾಗ ಕುಸುಮ ನಡುವೆ ಒಮ್ಮೆ ತರಗತಿಯ ಒಳಗೆ ಹೋಗಿ ಬಂದದ್ದು ನೋಡಿದ ಮೇಲೆ ನನ್ನ ಹೃದಯಕ್ಕೆ ಬಾಯಿಬಂದಂತೆ ಬಡಿದುಕೊಳ್ಳುತ್ತಿತ್ತು. ಆದರೆ ಕುಸುಮ ಆಟದ ನಡುವಲ್ಲೊಮ್ಮೆ ನನ್ನತ್ತ ತಿರುಗಿ ನಕ್ಕಾಗ ನಿರಾಳವಾದೆ. ನಗುವಿನ ಅರ್ಥವೇನೆಂದು ತಿಳಿಯದಿದ್ದರೂ ಏನೋ ಸಮಾಧಾನವಾಯ್ತು. ಅದರೆ ಮನುಷ್ಯ ಸಮಾಧಾನ ಎಷ್ಟು ಕ್ಷಣಿಕವಲ್ಲವೇ? ಆ ನಗುವಿನ ಅರ್ಥವೇನೆಂದು ಸಂಜೆಯವರೆಗೂ ಮನಸ್ಸು ಬಗೆಯುವುದೇ ಕೆಲಸವಾಯಿತು. ಅವಳು ನಾನಿಟ್ಟದ್ದನ್ನು ನೋಡಿ ನಕ್ಕಳೇ? ನೋಡಿಯೂ ನಕ್ಕಳೆಂದರೆ ಅವಳಿಗೂ ನನ್ನ ಮೇಲೆ ಮನಸ್ಸಿದೆಯೆಂದಲ್ಲವೇ? ಎನಿಸಿದಾಗ ಮನಸ್ಸು ದಾಸವಾಳದಂತೆ ಅರಳಿದರೆ; ಅವಳದನ್ನು ನೋಡೇ ಇಲ್ಲವಾದರೆ

ಎನಿಸಿದಾಗ ಮತ್ತೆ ಮೊಗ್ಗಾಗುವುದು. ಆದರೆ ಅವಳ ಬಳಿಹೋಗಿ ಕೇಳುವ ಧೈರ್ಯ ಮಾತ್ರ ಆಗಲಿಲ್ಲ. ನನ್ನ ಜೊತೆಯೇ ಆಟವಾಡುತ್ತಿದ್ದ ಭಾನುವನ್ನು ನೋಡಿದಾಗ ಮಾತ್ರ ಅದೇಕೋ ಕಳವಳ ಹೆಚ್ಚಾಯ್ತು. ಆಗ ಮಾತ್ರ ಅವಳು ನೋಡದೇ ಇದ್ದರೆ ನಾನೇ ಹೋಗಿ ಸಂಜೆ ನನ್ನ ನೋಟುಬುಕ್ಕು ಹೇಗೋ ಮಿಸ್ಸಾಗಿಬಿಟ್ಟಿದೆ ಎಂದೇನೋ ಕಥೆ ಹೇಳಿ ಅಥವಾ ಆ ಕಾರ್ಡು ಬೇರೆ ಯಾರಿಗೋ ತಂದದ್ದು ಎಂದು ಸುಳ್ಳಾದರೂ ಹೇಳಿ ಸುಮ್ಮನೇ ತೆಗೆದುಕೊಂಡು ಬಂದುಬಿಡಬೇಕೆಂದು ಅನಿಸುತ್ತಿತ್ತು.

ಇದೆಲ್ಲಕ್ಕೂ ತೆರೆ ಬಿದ್ದ ಬಗೆ ಮಾತ್ರ ನನಗೆ ವಿಚಿತ್ರ ಮೈನಡುಕ ಹುಟ್ಟಿಸಿಬಿಟ್ಟಿತು. ಮಾರನೆಯ ದಿನ ಏನೂ ಆಗದಂತಿದ್ದ ನನ್ನ ಬದುಕಿನಲ್ಲಿ ಒಂದು ಹೇಳಿಕೊಳ್ಳಲಾಗದ ಬಿರುಕು ಹುಟ್ಟಿಬಿಟ್ಟಿತು. ಭಾನು ಇದ್ದಕ್ಕಿದ್ದಂತೆ ನನ್ನ ಕಡೆಗೆ ತಿರುಗಿ ನೋಡುವುದನ್ನೂ ಬಿಟ್ಟುಬಿಟ್ಟ! ನಾನು ಇಲ್ಲಿದ್ದೇನೆ ಎಂದರೆ ಅಲ್ಲೇ ಗಿಡುಗನನ್ನು ಕಂಡ ಹಾವಿನಂತೆ ಮರೆಯಾಗಿಬಿಡುತ್ತಿದ್ದ. ನಾನಾಗಿಯೇ ಅವನನ್ನು ಹುಡುಕಿಕೊಂಡು ಹೋದರೆ ಅವರಮ್ಮ 'ಅವ್ನು ಓದ್ಕಬೇಕು ಓಗಪ್ಪಾ' ಎಂದುಬಿಟ್ಟರು. ಒಳಗೆ ಹೋಗಲು ಧೈರ್ಯ ಸಾಲಲಿಲ್ಲ. ಎಲ್ಲಿ ಮತ್ತೆ ಅವರಿಗೂ ವಿಷಯ ಗೊತ್ತಾಗಿದೆಯೋ ಎಂದೆಲ್ಲಾ ಎನ್ನಿಸಿ ಸುಮ್ಮನೆ ಹಿಂತಿರುಗಿಬಿಟ್ಟೆ. ಹಿಂತಿರುಗುವಾಗ ಆಚೆಗೆ ಬಂದ ಕುಸುಮ ನನ್ನನ್ನು ನೋಡಿ ಎಂದಿನಂತೆ ತಲೆತಗ್ಗಿಸಿಕೊಂಡು ಅತ್ತ ಹೋದಳು. ಅವಳ ಮುಖದಲ್ಲಿ ಯಾವ ಭಾವನೆಯೂ ನನಗೆ ಕಾಣಲಿಲ್ಲ. ಭಾನು, ಅವರಮ್ಮ ಎಲ್ಲರೂ ವಿಚಲಿತರಾದಂತೆ ಕಂಡರೆ ಇವಳು ಏನೂ ಆಗಿಯೇ ಇಲ್ಲ ಎನ್ನುವಂತೆ ಇದ್ದದ್ದು ನನಗಿನ್ನೂ ಗೊಂದಲವಾಯ್ತು. ಭಾನು ಮಾತ್ರ ನನ್ನತ್ತ ಹೇಸಿಗೆಯ ನೋಟ ಬೀರುತ್ತಿದ್ದ, ಡಿಸ್ಗಸ್ಟಿಂಗ್ ಅನ್ನೋ ಥರ. ನಿನಗೆ ಯಾವಾಗಾದರೂ ಈ ಥರ ಅನುಭವ ಆಗಿದೆಯಾ? ಯಾರಾದರೂ ನಿನ್ನನ್ನ ಅಷ್ಟು ಅಸಹ್ಯವಾಗಿ ನೋಡಿದರೆ ಏನನಿಸುತ್ತೆ ಅಂತ? ನಮ್ಮನ್ನ ನಾವು ಹೊತ್ತು ಬದುಕೋದೇ ಜುಗುಪ್ಸೆ ಅನ್ನಿಸಿಬಿಡುತ್ತೆ. ಆವತ್ತಿನಿಂದ ನನ್ನ ಮನಸ್ಸು ಒಂಥರಾ ಒಡೆದ ಕನ್ನಡಿಯಂತೆ ಕಾಣುವುದಕ್ಕೆ ಶುರುವಾಯಿತು. ಏನು ಮಾಡಿದರೂ ಅ ಬಿರುಕು ಮುಚ್ಚಲು ಸಾಧ್ಯವಿಲ್ಲ ಎನ್ನುವಂತೆ ಒಳಗೆ ಅಚ್ಚಾಗಿ ನಿಂತುಬಿಟ್ಟಿತು. ಅದರಲ್ಲಿದ್ದದ್ದು ನನ್ನ ಒಡಕಲು ಬಿಂಬ, ಭಾನುವಿನ ಅಸಹ್ಯದ ನೋಟ ಎರಡೇ.

ನನ್ನ ಹೈಸ್ಕೂಲಿನ ರಿಸಲ್ಟ್ ಬಂದ ಕೂಡಲೇ ಅಪ್ಪ ಇದ್ದಕ್ಕಿದ್ದಂತೇ 'ಇಲ್ಲಿದ್ದರೆ ಇವನ ಚಿಕ್ಕಪ್ಪನ ಜೊತೆಗೆ ಬಿದ್ದು ಹಾಳಾಗ್ತಾನೆ' ಅಂತ ತುಮಕೂರಿನ ಒಂದು ಹಾಸ್ಟೆಲ್ಲಿಗೆ ಸೇರಿಸಿಬಿಟ್ಟರು. ತುಮಕೂರಿನಲ್ಲಿದ್ದ ನೂರೆಂಟು ಜಾತಿಯ ಹಾಸ್ಟೆಲ್ಲುಗಳಲ್ಲಿ ಸ್ವಲ್ಪ ಅನುಕೂಲವಾಗಿದ್ದದ್ದು ಇದೇ. ಪ್ಲೀಸ್, ಯಾವ ಜಾತಿ ಎಲ್ಲಾ ಕೇಳ್ಬೇಡ. ನನಗ್ಗೊತ್ತು ನಾನು ಅದನ್ನ ಹೇಳಿದರೆ ನೀನು ನನ್ನನ್ನು ಈ ಕಥೆಯುದ್ದಕ್ಕೂ ಜಡ್ಜ್ ಮಾಡ್ತೀಯ ಅಂತ. ಅಮ್ಮನಿಗೆ ಇದು ಇಷ್ಟ ಇರಲಿಲ್ಲ. ಆದರೆ ಅವಳು ಯಾವತ್ತೂ ಅಪ್ಪನಿಗೆ

ಹೀಗೆ ಮಾಡಿ, ಹೀಗೆ ಮಾಡಬೇಡಿ ಎಂದೆಲ್ಲಾ ಹೇಳಿದವಳಲ್ಲ. ಆವತ್ತು ಅಡ್ಮಿಷನ್ನಿಗೆ ಹೊರಟಾಗ ನನ್ನನ್ನೇ ನೋಡುತ್ತಾ ನಿಂತ ಅಮ್ಮನ ಕಣ್ಣುಗಳು ನನ್ನ ಒಡಕಲು ಕನ್ನಡಿಯ ಇನ್ನೊಂದು ಭಾಗವಾದವು.

ಹೈಸ್ಕೂಲಿನಲ್ಲಿ ನಾನು ಚೆನ್ನಾಗಿಯೇ ಓದಿದ್ದೆ. ಆದರೂ ಆಗಿನ ಕಾಲಕ್ಕೆ ಅಲ್ಲಿನ ಬೆಸ್ಟ್ ಕಾಲೇಜು ಎನಿಸಿಕೊಂಡಿದ್ದ ಸರ್ವೋದಯದಲ್ಲಿ ಸೀಟು ಸಿಗಲಿಲ್ಲ. ಅಪ್ಪನಿಗೆ ಅದೇ ಸಿಟ್ಟು, ಎಲ್ಲಿ ನಾನು ಅವರ ಎಮ್.ಬಿ.ಎ ಕನಸನ್ನೂ ಮಣ್ಣುಗೂಡಿಸುತ್ತೀನೋ ಎನ್ನುವ ಆತಂಕವೂ ಇದ್ದಿರಬೇಕು.

ನನ್ನನ್ನು ಹಾಸ್ಟೆಲ್ಲಿಗೆ ಬಿಟ್ಟು ಹೋಗಲು ಬಂದ ಅಪ್ಪ 'ಇನ್ನೂ ಸ್ವಲ್ಪ ಚೆನ್ನಾಗಿ ಓದಿದ್ರೆ ಸರ್ವೋದಯವೇ ಸಿಗ್ತಿತ್ತು. ಇನ್ನಾದ್ರೂ ಅಕ್ಕಪಕ್ಕದ ಹುಡುಗೀರ್ನ ಅಕ್ಕ-ತಂಗೀರಂತೆ ನೋಡೋಕೆ ಕಲಿ. ಡಿಸ್ಟ್ರಾಕ್ಷನ್ ಕಮ್ಮಿ ಆಗುತ್ತೆ' ಎಂದುಬಿಟ್ಟರು. ನನಗೆ ಎದೆ ಧಸಕ್ಕೆಂದಿತು. ಈ ವಿಷಯ ಅಪ್ಪನವರೆಗೂ ಬಂದಿದೆ ಎಂಬ ಸುಳಿವು ನನಗೆ ಸಿಕ್ಕಿದ್ದೇ ಆಗ. ಆದರೂ ಅಪ್ಪ ಆಡಿದ ಮಾತು ಕೇಳಿದರೆ ನಾನು ತುಮಕೂರಿನಲ್ಲೂ ಹುಡುಗಿಯರಿಗೆ ಚೀಟಿ ಕೊಡುವುದನ್ನೇ ಉದ್ಯೋಗ ಮಾಡಿಕೊಳ್ಳುವವನಿದ್ದೇನೆ ಎಂದುಕೊಂಡಿದ್ದಂತೆ ಕಂಡು ಇನ್ನೂ ಕಸಿವಿಸಿಯಾಯ್ತು. ಸುಮ್ಮನೇ ತಲೆ ತಗ್ಗಿಸಿಕೊಂಡು ಕುಳಿತ ನನಗೆ ಅಪ್ಪ ಬುದ್ಧಿ ಹೇಳಿಯೇ ಹೇಳಿದರು. ವಿದ್ಯಾರ್ಥಿ ಜೀವನದಲ್ಲಿ ಬ್ರಹ್ಮಚರ್ಯ ಎಷ್ಟು ಮುಖ್ಯ, ನಮ್ಮ ಭಾವನೆಗಳೇ ನಮ್ಮ ಮನಸ್ಸನ್ನು ರೂಪಿಸುತ್ತವೆ ಇತ್ಯಾದಿ ಇತ್ಯಾದಿ.

ಆ ಕ್ಷಣಕ್ಕೆ ನನ್ನ ಒಡಕಲು ಮನಸ್ಸಿನಲ್ಲಿ ಅದೇನೆನ್ನಿಸಿತೋ, ಎಂದೂ ಅಪ್ಪನಿಗೆ ಎದುರು ನಿಂತು ಕಾಫಿ-ಟೀ ಸಹ ಕುಡಿಯದವನು 'ಅಪ್ಪಾ, ಹಾರ್ಮೋನುಗಳಿಗೆ ನಿಮ್ಮ ವ್ಯಾಲ್ಯೂಸ್ ಅರ್ಥ ಆಗಲ್ಲ ಆಯ್ತಾ? ಇಟ್ ವಾಸ್ ಅ ಮಿಸ್ಟೇಕ್' ಎಂದುಬಿಟ್ಟೆ. ಅಪ್ಪ ಬಿಟ್ಟಬಾಯಿ ಬಿಟ್ಟಂತೆ ಹಾಗೇ ಕುಳಿತುಬಿಟ್ಟರು ಒಂದು ಕ್ಷಣ. ಒಮ್ಮೆಗೇ ಸಿಟ್ಟು ಮಾಡಿಕೊಂಡು ನನ್ನನ್ನು ಎತ್ತಿ ಬಾರಿಸಿಬಿಡುವಂತೆ ನೋಡಿದರಾದರೂ ಅದೇಕೋ ಸುಮ್ಮನಾಗಿಬಿಟ್ಟರು. ಒಳಗೆ ಧುಮುಗುಡುವ ಸಿಟ್ಟನ್ನು ಇಟ್ಟುಕೊಂಡು ಸುಮ್ಮನೇ ತುಟಿಕಚ್ಚಿ ಕುಳಿತರು.

ಮೊಟ್ಟ ಮೊದಲ ಬಾರಿಗೆ ಅಪ್ಪ ನನ್ನೆದುರಿಗೆ ಅಸಹಾಯಕರಾದಂತೆ ಕಾಣಿಸಿತು, ಏನೋ ನನ್ನ ಮೇಲಿನ ಅಧಿಕಾರವನ್ನು ಕಳೆದುಕೊಂಡವರಂತೆ ಒಳಗೆ ಪೇಚಾಡುತ್ತಿರುವುದು ನನಗೂ ಕಂಡಿತು... ಯೂ ಕೆನ್ ಇಮ್ಯಾಜಿನ್ ಮಿ ಇನ್ ದಟ್ ಸಿಚುಯೇಷನ್, ರೈಟ್? ಅವರ ಬಿಗಿದ ತುಟಿ ನೋಡಿ ಕನಿಕರಿಸಬೇಕೋ, ಸಮಾಧಾನ ಮಾಡಬೇಕೋ, ತಪ್ಪಾಯ್ತು ಎನ್ನಬೇಕೋ, ಇನ್ನೂ ಎದೆ ಸೆಟೆಸಿ ನಿಲ್ಲಬೇಕೋ ಏನೂ ತಿಳಿಯದಂತಾಗಿ 'ನಿಮಗೆ ಎಂ.ಬಿ.ಎ ಮಾಡ್ಬೇಕು ತಾನೇ? ಮಾಡ್ತೀನಿ. ಚೆನ್ನಾಗೇ ಮಾಡ್ತೀನಿ. ಐ ಪ್ರಾಮಿಸ್' ಎಂದು ಮುಖ ತಿರುಗಿಸಿಕೊಂಡುಬಿಟ್ಟೆ. ಅದೇ ಕೊನೆ ಅಪ್ಪ

ನನ್ನೊಂದಿಗೆ ಆಮೇಲೆ ಮಾತನಾಡಲೇ ಇಲ್ಲ. ತಿಂಗಳು ತಿಂಗಳು ದುಡ್ಡು ಕಳಿಸುತ್ತಿದ್ದರು. ಫೀಝು ಇತ್ಯಾದಿ ಎಲ್ಲವನ್ನೂ ನೋಡಿಕೋತಿದ್ದರು ಆದರೆ ಮಾತು ಮಾತ್ರ ಇಲ್ಲ.

ನನಗೆ ಆವತ್ತಿನ ರಾತ್ರಿಯೆಲ್ಲಾ ನಿದ್ರೆ ಬರಲಿಲ್ಲ. ಒಡಕಲು ಕನ್ನಡಿಯ ಬಿಂಬಗಳೇ ಬೋರಾಡುತ್ತಿದ್ದವು. ಅಸಹ್ಯವಾಗಿ ನೋಡುವ ಭಾನು, ಅಸಹಾಯಕ ಅಮ್ಮ, ಕುದಿಯುವ ಕಣ್ಣಿಗಳ ಅಪ್ಪ... ಆದರೆ ಒಂದೇ ವಾರದಲ್ಲಿ ನಾನು ಊರು ಬಿಟ್ಟದ್ದು ಎಷ್ಟು ಒಳ್ಳೆಯದಾಯಿತು ಎನಿಸಿತು. ಆವತ್ತು ಅಚಾನಕ್ಕಾಗಿ ಒಂಥರಾ ಸ್ವತಂತ್ರನಾಗಿಬಿಟ್ಟೆ. ಆ ಸ್ವಾತಂತ್ರ್ಯವೇ ನಾನು ಕಾಲೇಜು ಟಾಪರ್ ಆಗುವಂತೆ ಮಾಡಿದ್ದು ಅಂತ ಈಗಲೂ ನನ್ನ ಅನಿಸಿಕೆ. ಓಹ್ ಟಾಪರ್ ಆದದ್ದೇ ದುರಂತ ಅನಿಸಿದ್ದು ಆಮೇಲೆ ಬಿಡು... ಆದರೂ ಆಗ ಖುಷಿಯಾಗಿತ್ತು. ಅದೇ ಧೈರ್ಯದಲ್ಲಿ ಅಪ್ಪನ ಮಾತನ್ನು ಮೀರಿ ಬೆಂಗಳೂರಿನಲ್ಲಿ ಎಂಜಿನಿಯರಿಂಗ್ ಸೇರಿಕೊಂಡೆ. ಅಪ್ಪ ಮತ್ತೆ ಎಮ್.ಬಿ.ಎ ಮಾತೆತ್ತಲಿಲ್ಲ.

ಆಮೇಲೆ ನಾನು ಊರಿಗೆ ಹೋಗುವುದನ್ನೂ ಕಡಿಮೆ ಮಾಡಿಬಿಟ್ಟೆ. ಇದರ ನಡುವೆ ಎಂಜಿನಿಯರಿಂಗ್ ಮೂರನೇ ಸೆಮ್ಮಿನಲ್ಲಿದ್ದಾಗ ಅಮ್ಮನಿಗೆ ಹುಷಾರಿಲ್ಲ ಅಂತ ಗೊತ್ತಾಯ್ತು. ಡಯಗ್ನೋಸ್ ಮಾಡಿದ ಡಾಕ್ಟರು ಬ್ರೆಸ್ಟ್ ಕ್ಯಾನ್ಸರ್ ಎಂದರು, ಆಗಲೇ ಸ್ಟೇಜ್ ಥ್ರೀಯಲ್ಲಿತ್ತು. ಅಲ್ಲಿಂದ ಆರೇಳು ತಿಂಗಳು ಖೀಮೋ ಮಾಡಿಸಿಕೊಂಡು ಅದನ್ನು ತಡೆದುಕೊಳ್ಳಲಾರದೇ ಪ್ರಾಣಬಿಟ್ಟಳು. ನಮ್ಮನೇಲಿ ಹೆಣ್ಣುಜೀವ ಅಂತ ಇದ್ದಿದ್ದು ಅವಳೊಬ್ಬಳೇ. ನೀನೇ ಊಹಿಸಿಕೊ ಅವಳು ಹೋದ್ಮೇಲೆ ನನಗೆ ಬದುಕು ಎಷ್ಟು ಖಾಲಿ ಅನಿಸಿರಬೇಕು ಅಂತ. ನನಗೆ ಒಂದೆರಡು ತಿಂಗಳು ಎಲ್ಲದರಲ್ಲೂ ಅವಳೇ ಕಾಣುತ್ತಿದ್ದಳು... ಹೋಗ್ಲಿ ಬಿಡು, ಅದೆಲ್ಲಾ ಹೇಳಿ ನಿನಗೆ ಬೇಜಾರು ಮಾಡಿಸೋ ಇಷ್ಟ ನನಗಿಲ್ಲ. ಅಮ್ಮ ಬದುಕಿದ್ದಿದ್ದರೆ ಮುಂದೆ ನನ್ನ ಜೀವನ ಬಹುಶಃ ಹೀಗಾಗುತ್ತಿರಲಿಲ್ಲವೇನೋ ಅಂತ ಒಮ್ಮೊಮ್ಮೆ ಅನಿಸುತ್ತದೆ. ಆದರೆ ಯಾರಿಗ್ಗೊತ್ತು? ಯಾವತ್ತೂ ತುಳಿಯದ ಹಾದಿ ಚೆನ್ನಾಗಿಯೇ ತಾನೇ ಕಾಣೋದು.

ಅಮ್ಮನ ಸಂಸ್ಕಾರವಾದ ಮೇಲೆ ಒಂದು ತಿಂಗಳು ಊರಲ್ಲಿಯೇ ಇದ್ದೆ. ಹೆಚ್ಚೂ ಕಡಿಮೆ ಚಿಕ್ಕಪ್ಪನ ಮನೆಯಲ್ಲಿ. ಆಗ ನನಗೊಂದು ವಿಷಯ ಗೊತ್ತಾಯ್ತು. ದಿಸ್ ಈಸ್ ಇಂಟರೆಸ್ಟಿಂಗ್, ಕೇಳಿಸ್ಕೋ... ನಾನು ಅಪ್ಪನ ಮಾತನ್ನು ಮೀರಿ ಎಂಜಿನಿಯರಿಂಗ್ ಮಾಡ್ತೀನಿ ಅಂತ ಸೇರಿಕೊಂಡದ್ದಕ್ಕೆ ಅಪ್ಪ ನನ್ನ ಮೇಲೆ ಬೇರೆಯೇ ಥರ ರಿವೇಂಜ್ ತಗೊಂಡಿದ್ದರು. ಅಲ್ಲದೇ ಭಾನು ನನ್ನ ಮೇಲೆ ಅಷ್ಟೆಲ್ಲಾ ಅಸಹ್ಯ ಕಾರಲು ಅಪ್ಪನೂ ಕಾರಣರಾಗಿದ್ದರು. ಶಾಕಿಂಗ್ ಅಲ್ಲಾ? ನನಗೂ ಹಾಗೇ ಆಗಿದ್ದು.

ಏನಾಗಿದೆ ಅಂದರೆ, ವಾಸ್ತವವಾಗಿ ನಾನು ಕುಸುಮಾ ಬ್ಯಾಗಲ್ಲಿ ಆ ಬುಕ್ ಇಟ್ಟದ್ದನ್ನು ಅವಳು ನೋಡಿಯೇ ಇರಲಿಲ್ಲವಂತೆ. ಆದರೆ ನಾನು ಹಿಂದಿನ ದಿನ

ಗ್ರೀಟಿಂಗ್ ಕಾರ್ಡು ಕೊಂಡುಕೊಂಡದ್ದು ನಮ್ಮ ಅಪ್ಪನಿಗೆ ಹೇಗೋ ಗೊತ್ತಾಗಿದೆ. ಅವರು ಅಂದು ಸಂಜೆ ನಾವು ಮನೆಗೆ ಬಂದಾಗ ಭಾನುವನ್ನು ಕರೆದು ನಿನ್ನ ತಂಗಿ ಬ್ಯಾಗು ತಗೊಂಡು ಬಾ ಅಂತ ಹೇಳಿದ್ರಂತೆ. ಎಷ್ಟು ದಿನದಿಂದ ಅಪ್ಪ ನನ್ನನ್ನು ಯಾವ ರೀತಿ ಗಮನಿಸುತ್ತಿದ್ದರೋ ನನಗಾದರೂ ಎಲ್ಲಿ ಗೊತ್ತಿತ್ತು? ಅವನು ತಂದಾಗ ಅವರೇ ಅದನ್ನು ಚೆಕ್ ಮಾಡಿ, ನಾನು ಇಟ್ಟಿದ್ದ ನೋಟ್‌ಬುಕ್ಕನ್ನು ತೆಗೆದು ತೋರಿಸಿ, ಅವನ ಹತ್ತಿರ ತಾವೇ ಕ್ಷಮಾಪಣೆ ಕೇಳಿದ್ದರಂತೆ. ಆಮೇಲೆ ಸಂಜೆ ಅವರ ಮನೆಗೆ ಹೋಗಿ ಅವರ ಮನೆಯಲ್ಲೂ ಇದನ್ನೆಲ್ಲಾ ಮಾತಾಡಿ 'ನಾನು ಸರಿ ಮಾಡ್ತೀನಿ' ಅಂತ ಭರವಸೆ ಕೊಟ್ಟು ಬಂದಿದ್ದರಂತೆ. ಇದನ್ನೆಲ್ಲಾ ನನ್ನ ತಂಗಿ, ಚಿಕ್ಕಪ್ಪನ ಮಗಳು ನವ್ಯಾ ಹೇಳಿದ್ದು.

ಇದಲ್ಲದೇ ನಾನು ಎಮ್.ಬಿ.ಎ ಮಾಡದೇ ಇದ್ದದ್ದಕ್ಕೆ ಅಪ್ಪ ತಾವಾಗಿ ಕುಸುಮಾಳಿಗೆ ಫೀಸ್ ಕಟ್ಟಿ ಎಮ್.ಬಿ.ಎ ಮಾಡಿಸಲು ತಯಾರಿ ನಡೆಸುತ್ತಿದ್ದಾರೆ ಅಂತ ಚಿಕ್ಕಪ್ಪ ಹೇಳಿದರು. 'ನಿಮ್ಮಪ್ಪಂಗೆ ತಲೆ ಕೆಟ್ಟಿದೆ ಕಣೋ, ಮೊದಲು ಮಾತಾಡು' ಅಂತ. ಏನಂತ ಮಾತಾಡಲಿ? ಇದನ್ನೆಲ್ಲಾ ಕೇಳಿಯೇ ನನಗೆ ಯಾರೋ ಊರ ಮುಂದೆ ನಿಲ್ಲಿಸಿ ಕಪಾಳಕ್ಕೆ ಹೊಡೆದಂತೆ ಆಗಿಹೋಗಿತ್ತು. ಕುಸುಮಾ, ಭಾನುರ ಮನಸ್ಸಿಗೆ ಆದ ನೋವು ಕಂಡು, ಕ್ಷಮೆ ಕೇಳಬೇಕು ಅನ್ನಿಸುವ ನಮ್ಮಪ್ಪನ ಮನಸ್ಸಿಗೆ ನನ್ನ ಸಂಕಟ ಕಾಣಲಿಲ್ಲವಲ್ಲಾ ಅನ್ನೋ ಗಾಯ ನನ್ನಲ್ಲಿ ನಿಂತುಬಿಡ್ತು. ಆವತ್ತಿಗೆ ನಾನೂ ಪೂರ್ತಿಯಾಗಿ ಊರು ತೊರೆದು ನಿಂತುಬಿಟ್ಟೆ, ಸ್ವತಂತ್ರನಾಗಿ. ನಿನಗಿದು ಚಿಲ್ಲರೆ ಅನ್ನಿಸಬಹುದು. ಐ ವೋಂಟ್ ಜಸ್ಟಿಫೈ ಮಿ. ಆದರೆ ನನಗೆ ಅದು ಒಂಥರಾ ಬಿಡುಗಡೆಯಾಗಿತ್ತು. ನೆಲಕ್ಕೆ ಊರಿದ ಬೇರಿನಿಂದಲೇ ಬಿಡುಗಡೆ...

ಈವತ್ತು ಇದೆಲ್ಲಾ ನೆನೆಸಿಕೊಂಡರೆ ಮೇ ಬಿ ಐ ವಾಸ್ ಮೀನ್ ಅನಿಸುತ್ತದೆ. ಆದರೂ ಅಮ್ಮ ಸತ್ತಾಗ ಸತ್ತಿದ್ದು ನನ್ನ ಅರ್ಧ ಹೆಸರು ಮಾತ್ರವಲ್ಲ ಅಂತ ಆಗತಾನೇ ಅರ್ಥವಾಗಿತ್ತು. ಆವತ್ತು ನನ್ನಲ್ಲಿ ಹುಟ್ಟಿದ ಈ ಸ್ವಾತಂತ್ರ್ಯದ ಹುಡುಕಾಟ ನನ್ನನ್ನು ಆಮೇಲೆ ಎಲ್ಲೆಲ್ಲೋ ಕರೆದುಕೊಂಡು ಹೋಗಿದೆ, ಏನೇನೋ ದಕ್ಕಿಸಿಕೊಟ್ಟಿದೆ, ಇನ್ನೆಷ್ಟೋ ಅವಾಂತರಗಳನ್ನು ಸೃಷ್ಟಿಸಿದೆ ಕೂಡ. ಬಟ್ ಐ ಕಾನ್ಟ್ ರಿಗ್ರೆಟ್ ನೌ. ನೀನು ಜಗತ್ತಿನಲ್ಲಿ ಬೇರೆ ಏನಾದರೂ ಇಟ್ಟು, ಅದಕ್ಕೂ ಸ್ವಾತಂತ್ರ್ಯಕ್ಕೂ ಆಯ್ಕೆ ಕೊಟ್ಟರೆ ನಾನು ಆರಿಸುವುದು ಸ್ವಾತಂತ್ರ್ಯವನ್ನೇ. ಹಾಗಿದ್ದದ್ದಕ್ಕೇ ನಾನಿವತ್ತು ನಿನ್ನ ಜೊತೆ ಮಾತಾಡ್ತಾ ಕೂತಿದೀನಿ ಅನ್ನು.

ಓಕೆ ಒಂದು ಬ್ರೇಕ್ ತಗೋತೀನಿ ಮಾರಾಯ. ಡ್ರಿಂಕ್ ಬೇಕಾ? ನನಗೆ ಬೇಕು ಅನ್ನಿಸ್ತಿದೆ. ನೋ ನೋ ಡೋನ್ಟ್ ಸ್ಟಾಪ್ ಮಿ... ಈವತ್ತು ನಿನಗೆ ಎಲ್ಲಾ ಹೇಳಬೇಕು ಅಂದುಕೊಂಡಿದೀನಿ, ಜೊತೆಗೆ ಏನೂ ಇಲ್ಲದೇ ಇದ್ರೆ ಹೇಳಿಕೊಳ್ಳೋ ಹುಕಿ ಬರಲ್ಲ... ಪ್ಲೀಸ್... ಓಕೆ? ಓಕೆ.

2

ಲೂಸರ್

ನೋಡು, ಕಾಲ ಅನ್ನೋದು ಈ ಊರಿಗೆ ಬೇರೆಯೇ ತೆರನಾಗಿ ತಯಾರಾಗಿ ಬಂದಿದೆ. ಆ ದೇವರು ಈ ಊರಿನ ಮಹಾಜನಗಳ ಅನುಕೂಲಕ್ಕಾಗಿ ಕಾಲವನ್ನು ಫಾಸ್ಟ್ ಫಾರ್ವರ್ಡಿನಲ್ಲಿ ಹಾಕಿಟ್ಟಿದ್ದಾನೆ. ಒಂದು ಕಾಲದಲ್ಲಿ ಉದ್ದಾನುದ್ದ ಚಾಚಿಬಿದ್ದಿದ್ದ ಕಾಲವನ್ನು ಈ ಊರೆಂಬ ಊರು ನೂರು ರೀತಿಗಳಲ್ಲಿ ತನ್ನ ಕೈಯಳತೆಗೆ, ಕಾಲಳತೆಗೆ, ಬಾಯಳತೆಗೆ ಬಗ್ಗಿಸಿಕೊಂಡ ಭಂಗಿಗಳನ್ನು ಕಾಣುವುದಕ್ಕೂ ಕಾಲಪುರುಷನೇ ಕೃಪೆ ಮಾಡಬೇಕು. ಲೋಕದಲ್ಲಿ ಕಾಲವನ್ನು ಸೂರ್ಯೋದಯ ಸೂರ್ಯಾಸ್ತಗಳಲ್ಲಿ, ಹಗಲು ರಾತ್ರಿಗಳಲ್ಲಿ, ಮಾಸ–ಋತು–ಸಂವತ್ಸರಗಳಲ್ಲಿ ಅಳೆದದ್ದು ಹಳೆಯ ಕಾಲವಾಯ್ತು. ಇಲ್ಲೀಗ ಬಸವನಗುಡಿಯಿಂದ ಬಾಣಸವಾಡಿಗೆ ಎಷ್ಟು ಕಾಲ? ಮೆಜೆಸ್ಟಿಕ್ಕಿನಿಂದ ಮೇಖ್ರಿ ಸರ್ಕಲ್ಲಿಗೆ ಎಷ್ಟು ಕಾಲವೆಂದು ದೇಶದ ಉಪಲಕ್ಷಣದಲ್ಲಿ ಅಳೀತಾರೆ. ಅಷ್ಟೇ ಅಲ್ಲದೇ ಈ ದೇಶದೂರಗಳನ್ನು ಕಾಲವು ಕ್ರಮಿಸುವುದೊಂದು ಚಿತ್ರಗತಿ. ಒಂದೇ ಪರಿಮಾಣದ ದೂರವನ್ನು ಒಂದೇ ಪರಿಮಾಣದ ಕಾಲವಾಗಿ ಪರಿವರ್ತಿಸುವುದು ಅಸಾಧ್ಯ. ಅದಕ್ಕೆ ಸಿಗ್ನಲ್ಲು, ಟ್ರಾಫಿಕ್ಕುಗಳೆಂಬ ಫಿಜಿಕ್ಸಿನ ನಿಯಮಗಳ ತಡೆಯುಂಟು. ಒಂದೊಮ್ಮೆ ಗುರುತ್ವಾಕರ್ಷಣೆಯ ನಿಯಮ ಸುಳ್ಳಾದರೂ ಈ ನಿಯಮಗಳು ಸುಳ್ಳಾಗುವುದಿಲ್ಲ. ಆದ್ದರಿಂದಲೇ ಇಲ್ಲಿಯ ಜನರು ಕಾಲದ ಹಿಡಿತವನ್ನು ಸಂಕೋಚಗೊಳಿಸಲು ದೇಶದ ನಿಯಮಗಳನ್ನು ಮುರಿದು ಕಟ್ಟುತ್ತಾರೆ. ಈ ಪ್ರಕ್ರಿಯೆಯಲ್ಲಿ ಫುಟ್‌ಪಾತು ರಸ್ತೆಯಾಗುತ್ತದೆ, ರಸ್ತೆ ಅಂಗಡಿ ಮಳಿಗೆಯಾಗುತ್ತದೆ, ಅದು ಮತ್ತೇನೋ ಆಗುತ್ತದೆ. ಬಹುಶಃ ಈ ಲೋಕದ ಅನಿತ್ಯತೆಯನ್ನು ತೀವ್ರವಾಗಿ ಅನುಭವಿಸುವುದಕ್ಕಾಗಿಯೇ ಈ ಊರನ್ನು, ಇಲ್ಲಿಯ ಕಾಲವನ್ನು 'ಇದರ ಪರಿ ಬೇರೆ' ಎಂಬ ಬಗೆಯಲ್ಲಿ ಸೃಷ್ಟಿಸಲಾಗಿದೆಯೇ ಎಂದು ಒಮ್ಮೊಮ್ಮೆ ಗುಮಾನಿಯಾಗುವುದು.

ನಿನಗಿದು ಅರ್ಥವಾಗಬೇಕಾದರೆ ಇಂಥಾ ಬೆಂಗಳೂರಲ್ಲಿ ನನ್ನಂತೆ ಏನೂ ಕೆಲಸ ಮಾಡದೇ ಸುಮ್ಮನೇ ಮನೆಯಲ್ಲಿ ಇದ್ದು ನೋಡು. ಇಡೀ ಪ್ರಪಂಚ ಎಂಥಾ ಧಾವಂತದಲ್ಲಿ ಓಡುತ್ತಿದೆ ಎನಿಸದೇ ಇದ್ದರೆ ಕೇಳು. ಸುಮ್ಮನೆ ಯಾಕಿರಬೇಕು ಅಂದೆಯಾ? ನಿಜ ಬಿಡು, ಈವತ್ತು ಇದು ಲೋಕಾಪವಾದದ ಸಂಗತಿ. ಅದರಲ್ಲೂ ಕೆಲಸವಿಲ್ಲದೇ ಸುಮ್ಮನಿರುವುದು! ಅನ್‌ಪಾರ್ಡನಬಲ್. ಆದರೂ ಬೆಂಗಳೂರಿಗೆ ಬಂದ ಹತ್ತು ವರ್ಷದಲ್ಲಿ ನಾನು ಸಾಕಷ್ಟು ಸಲ ಹೀಗೆ ಬ್ರೇಕ್ ತೆಗೆದುಕೊಂಡಿದ್ದೇನೆ. ಒಮ್ಮೊಮ್ಮೆ ಕೆಲಸವೇ ನನ್ನಿಂದ ಬ್ರೇಕಪ್ ಮಾಡಿಕೊಂಡದ್ದೂ ಇದೆ.

ಟೆಲಿಕಾಮಿನಲ್ಲಿ ಎಂಜಿನಿಯರಿಂಗು ಮಾಡಿದ ನಾನು ಈಗ ಸುಮ್ಮನೇ ಮನೆಯಲ್ಲಿ ಕುಳಿತಿರುವುದಕ್ಕೆ ಒಂಥರಾ ಇದೇ ಕಾರಣ ಎನ್ನಬಹುದು. ಕೆಲಸಕ್ಕೆ ಸೇರಿದ ಎರಡೇ ವರ್ಷಕ್ಕೆ ನನಗದು ಇಷ್ಟವಾಗಲಿಲ್ಲ. ಇನ್‌ಫ್ಯಾಕ್ಟ್ ಐ ಹೇಟ್ ದಟ್ ನೌ. ಓಹ್! ನನಗ್ಗೊತ್ತು ನೀನು ಏನಂದುಕೊಂಡೆ ಅಂತ. ಎಲ್ಲಾ ಕೈಲಾಗದವರೂ ಇದನ್ನೇ ಹೇಳ್ತಾರೆ ಅಂತ ತಾನೇ? ಇಟ್ಸ್ ಓಕೆ, ಡೋಂಟ್ ಮೈಂಡ್, ನಮ್ಮ ಚಿರು ಕೂಡ ಹೀಗೇ ಹೇಳ್ತಿದ್ದ. ಚಿರು ನನ್ನ ಬೇ(BAE). ಇನ್‌ಫ್ಯಾಕ್ಟ್, ನಿನಗಿಂತ ರೂಕ್ಷವಾಗಿ ಹೇಳಿದ. 'ದುಡಿಯೋ ವಯಸ್ಸಲ್ಲಿ ಮನೇಲಿ ಕೂತ್ಕೊಂಡಿದ್ರೆ ನನ್ನಗ್ನೇ ನಾಳೆ ಕೈಲಾಗ್ದೆ ಇರೋವಾಗ ಏನು ತಿರ್ಪೆ ಎತ್ತತೀಯಾ? ಬೆಂಗ್ಳೂರಲ್ಲಿ ಅದೂ ಇಲ್ಲೀಗಲ್ಲು ಕಣೋ. ಮುಚ್ಕೊಂಡು ಕೆಲ್ಸ ಮಾಡು' ಅಂತ. ನಾನು ಅವನು ಒಟ್ಟಿಗೇ ಓದಿ, ಒಂದೇ ಕಂಪೆನೀಲಿ ಕೆಲ್ಸಕ್ಕೆ ಸೇರಿದ್ದು. ಅದಕ್ಕೇ ಸಲುಗೆ.

ಅಮ್ಮ ತೀರಿಕೊಂಡ ಮೇಲೆ ಆ ಹಾಸ್ಟೆಲ್ ಬಿಟ್ಟು ಕಾಲೇಜಿನ ಹಾಸ್ಟೆಲ್ ಸೇರಿಕೊಂಡೆ. ಅಲ್ಲೇ ನನಗೆ ಚಿರು ಸಿಕ್ಕಿದ್ದು. ಅಮ್ಮನನ್ನು ಕಳಕೊಂಡು ಒಂಥರಾ ಮುಕ್ಕಾಲುವಾಸಿ ಅನಾಥನಂತಿದ್ದ ನನ್ನನ್ನು ಚಿರು ಕಕ್ಕುಲತೆಯಿಂದ ನೋಡಿಕೊಳ್ಳತೊಡಗಿದ. ಯಾವಾಗ್ಲೂ ಪುಸ್ತಕ ಹಿಡಕೊಂಡು ಕೂತ್ಕೊತಾ ಇದ್ದ ನನ್ನನ್ನ ಆಚೆಗೆ ಎಳಕೊಂಡು ಹೋದ. ದಿನಕ್ಕೆ ನಾಲ್ಕು ಬಾರಿ ಟೀ ರೂಢಿ ಮಾಡಿಸಿದ, ಜೊತೆಗೆ ದಮ್ಮು. ವೀಕೆಂಡಿನಲ್ಲಿ ಬಿಯರು, ಒಂದು ಪಿಜ್ಜಾ. ಆವಾಗಾವಾಗ ಕದ್ದು ಮಿಲ್ಟ್ರಿ ಹೋಟೆಲಿನ ಬಿರಿಯಾನಿ. ಆಹ್! ಬಿಟ್ಟುಕೊಟ್ಟೆ ನೋಡು ರಹಸ್ಯ ಅಂದುಕೊಂಡೆಯಾ? ಇರುಇರು... ತಿನ್ನದ ಜಾತಿಗಳೂ ನಾಲ್ಕಾರು ಇವೆ. ಇದು ಗೊತ್ತಿದ್ದೇ ನಾನಿದನ್ನ ಹೇಳಿದ್ದು. ಆದರೂ ಇವನೊಬ್ಬ ಮೇಲ್ಜಾತಿಯವನು ಅಂತ ನೀನಂದುಕೊಳ್ಳಬಹುದು. ತಿನ್ನದೇ ಇರುವವರು ಮೇಲು ಎಂದು ತಾನೇ ತಮ್ಮನ್ನು ಕರೆದುಕೊಳ್ಳುವುದು. ಫಕಿಂಗ್ ಜೋಕ್ ದಿಸ್ ಈಸ್.

ನನಗೆ ನಮ್ಮ ಹಾಸ್ಟೆಲ್ಲಿನ ಇತರ ಹುಡುಗರು ರಾಜಾರೋಷವಾಗಿ ತಿಂದುಂಡುಕೊಂಡು ಓಡಾಡುವಾಗ, ಹಾಸ್ಟೆಲ್ಲಿನಲ್ಲೇ ಅವರಿಗೆ ವ್ಯವಸ್ಥೆಯಿರುವಾಗ ನಾವು ಮಾತ್ರ ಕದ್ದು ತಿನ್ನುವುದು ಕಿರಿಕಿರಿಯಾಗುತ್ತಿತ್ತು. ಇದ್ಯಾವ ಸೀಮೆ ಮೇಲು

ಗುರು ಎಂದುಕೊಳ್ಳುತ್ತಿದ್ದೆ. ನಾನೇನೋ ಹಾಸ್ಟೆಲಿನಲ್ಲಿ ತಿನ್ನಲು ಸಿದ್ಧನಿದ್ದೆ, ಆದರೆ ಚಿರು ಒಪ್ಪಲಿಲ್ಲ. ಅವನ ಮನೆಯಲ್ಲಿ ಗೊತ್ತಾದರೆ ರಂಪವಾಗುತ್ತೆ ಎಂದು ಹೆದರುತ್ತಿದ್ದ. ಅಲ್ಲಿಯವರೆಗೆ ಅಮ್ಮ ಇದ್ದದ್ದಕ್ಕೋ ಏನೋ ಅಪ್ಪನ ಭಯ ಇತ್ತು. ಇಷ್ಟೆಲ್ಲಾ ಆದಮೇಲೆ ಅಪ್ಪನ ಭಯವೂ ಹೊರಟೇ ಹೋಯಿತು. ವಿಚಿತ್ರ ನೋಡು, ನಮ್ಮೆಲ್ಲ ಬದುಕಿನ ಸಂಗತಿಗಳೂ ಇಂತಹ ಯಾವುದೋ ಸ್ಪಷ್ಟವಾಗಿ ಹೇಳಲಾಗದ ತಂತುವಿಗೆ ತಳುಕು ಹಾಕಿಕೊಂಡಿರುತ್ತವೆ. ಆ ತಳುಕು ಕಳಚಿದಾಗ ನಾವು ಬದಲಾಗುವುದು ಕಂಡು ನಮಗೇ ಆಶ್ಚರ್ಯವಾಗುತ್ತದೆ. ಒಂದು ಸೆಮಿಸ್ಟರು ಪೂರೈಸುವಷ್ಟರಲ್ಲಿ ನಾನು ಬದಲಾದ ಪರಿ ಕಂಡು ಚಿರು ಕೂಡ ಹಾಗೇ ಆಶ್ಚರ್ಯ ಪಟ್ಟ. ಆ ಆಶ್ಚರ್ಯವನ್ನು ಮತ್ತೆ ನಾನು ಚಿರುವಿನ ಮುಖದಲ್ಲಿ ನೋಡಿದ್ದು ನಾನು ಜಾಬ್ ರಿಸೈನ್ ಮಾಡಿದಾಗ.

ಅಸಂಬದ್ಧ ಅಂತೀಯಾ? ಸ್ವಲ್ಪ ತಾಳ್ಮೆ ತಂದುಕೋ. ಎಲ್ಲಕ್ಕೂ ಎಂಥದೋ ಒಂದು ಸಂಬಂಧವಿರುತ್ತೆ. ಒಮ್ಮೊಮ್ಮೆ ಆ ಸಂಬಂಧಗಳು ನಮ್ಮ ಕಣ್ಣಿಗೆ ಥಟ್ಟನೆ ಕಾಣುವುದಿಲ್ಲ ಅಷ್ಟೇ. ಇಲ್ಲದಿದ್ದರೆ ಚಿರು ನನ್ನನ್ನು ಬೈದಾಗೆಲ್ಲ ನಾವಿಬ್ಬರೂ ಇದ್ದ ಹಳೆಯ ಪಿ.ಜಿಯ ಕಾಂಪೌಂಡಿನಲ್ಲಿ ನಾನೇ ಹಾಕಿದ್ದ ತೆಂಗಿನ ಸಸಿಯ ನೆನಪು ಯಾಕೆ ತುಂಬಿಕೊಳ್ಳುತ್ತದೆ ಹೇಳು. ಓಕೆ, ಮೊದಲು ಬೈದದ್ದು ಯಾಕೆ ಹೇಳಿಬಿಡುತ್ತೇನೆ.

ಎಂಜಿನಿಯರಿಂಗು ಮುಗಿಸಿ, ಕ್ಯಾಂಪಸ್ಸಿನಲ್ಲಿ ಒಂದೇ ಕಂಪೆನಿಯನ್ನು ಆರಿಸಿಕೊಂಡು ಬೆಂಗಳೂರಿಗೆ ಪಾದಾರ್ಪಣೆ ಮಾಡಿದ ಇಬ್ಬರೂ ಎರಡೇ ತಿಂಗಳಲ್ಲಿ ಬಿ.ಟಿ.ಎಮ್ಮಿನಲ್ಲಿ ಒನ್ ಬಿ.ಎಚ್.ಕೆ ಹಿಡಿದೆವು. ಅಲ್ಲೀವರೆಗೂ ಇದ್ದ ಪಿ.ಜಿ ಎಂಬ ಜೇನುಗೂಡು ಬೇಸರವಾಗಿ. ಎಂತಹ ಒಳ್ಳೆಯ ಉಪಮೆ ಅಲ್ಲಾ? ಎಲ್ಲರೂ ಒಟ್ಟಿಗೆ ಬದುಕುವುದಕ್ಕೆ ಆದರ್ಶವೆಂಬಂತೆ ಈ ಉಪಮೆಯನ್ನು ಎಷ್ಟು ಸಾರಿ ಬಳಸಿಲ್ಲ ಎಲ್ರೂ. ಆದರೆ ಯಾರೂ ಜೇನೊಂದು ಆ ಸಣ್ಣ ಗೂಡೊಳಗೆ ಕುಳಿತು ಏನು ಅನುಭವಿಸಿರಬಹುದು ಎಂದು ಯೋಚಿಸಿದ ಹಾಗೆ ಕಾಣೋದಿಲ್ಲ. ನಾನೊಂದು ಮಾತು ಹೇಳಿದರೆ ಕೋಪ ಮಾಡಿಕೋಬೇಡ, ಲೋಕಕ್ಕೆ ಸತ್ಯ ಬೇಕಿಲ್ಲ, ರಮ್ಯವಾದ ಕವಿಸಮಯಗಳು ಸಾಕು. ನಂಬೋಲ್ಲ ಅಲ್ಲ? ಸ್ವಲ್ಪ ನೋಡು. ಜೇನ್ನೊಣವೊಂದು ತಾನು ಹೂವಿಂದ ಹೂವಿಗೆ ಹಾರಿ, ಜತನದಿಂದ ಸಂಗ್ರಹಿಸಿದ ಜೇನನ್ನು ತಂದು, ತನ್ನದೆಂದುಕೊಂಡ ಗೂಡೊಳಗೆ ಮುಚ್ಚಿಟ್ಟು, ಅದು ಉಳಿದೆಲ್ಲ ಜೇನುಗಳ ಸಂಗ್ರಹಕ್ಕೂ ಸೇರಿ, ಒಂದು ಹನಿ ನೂರಾಗಿ, ನೂರು ಸಾವಿರವಾಗಿ, ಜೇನ ಹಿಂಡಿಲು ಕೆಚ್ಚಲಂತೆ ತುಂಬಿ, ಇದು ನಮ್ಮ ಭವಿಷ್ಯದ ಭಾಗ್ಯ ಎಂದು ಆ ಜೇನುಗಳು ಭಾವಿಸುತ್ತಿರಬೇಕಾದರೆ... ಆಹ್, ಸ್ವಲ್ಪ ಸುಧಾರಿಸಿಕೋತೀನಿ; ಆ ತುಂಬಿದ ಗೂಡನ್ನು ತುಂಡರಿಸಿ, ಜೇನು ತೆಗೆದು, ಮತ್ತದೇ ಗೂಡಿನಲ್ಲಿ ಜೇನು ಕಟ್ಟುವಂತಹ ಉಪಾಯಗಳನ್ನು ಕಂಡುಹಿಡಿದ ಮನುಷ್ಯಕ್ರೌರ್ಯ ಇದೆ ನೋಡು, ಅದು ಯಾವನೋ ಕಾರ್ಪೊರೇಟು ಕಂಪೆನಿಯವನೇ ಕಂಡುಹಿಡಿದಿದ್ದು ಇರಬೇಕು

ಅಂತ ನನ್ನ ಗುಮಾನಿ. ಅಥವಾ ಮನುಷ್ಯಕುಲ ಇದೇ ದಿಕ್ಕಿನಲ್ಲಿ ಬೆಳೆಯುತ್ತದೆ ಎಂದು ಭ್ರೂಣದಲ್ಲೇ ಕಂಡ ಕನಸೇ? ಇಂಥಾ ಕ್ರೌರ್ಯಕ್ಕೆ ತುತ್ತಾದ ಆ ಜೇನುಹುಳ ಏನೆಲ್ಲ ಬೈದುಕೊಂಡಿರಬಹುದು ಊಹಿಸಿಕೊ. ಪಿ.ಜಿಯಲ್ಲಿದ್ದಾಗ ನನಗಿದೆಲ್ಲ ಅರ್ಥವಾಗಿರಲಿಲ್ಲ ಬಿಡು, ಇಕ್ಕಟ್ಟಾಯ್ತು ಅಂತ ಅಷ್ಟೇ ನಾವು ಮನೆ ಮಾಡಿದ್ದು. ಆಮೇಲೆ ಅರ್ಥವಾಯ್ತು.

ನಾನು ಬದುಕಲ್ಲಿ ಫಸ್ಟ್ ಟೈಂ ಅಪ್ಪನ ಹತ್ತಿರ ದುಡ್ಡು ಕೇಳಿದೆ. ಓ ಸಾರಿ, ಅಲ್ಲೀವರೆಗೆ ನಾನೇ ದುಡ್ಕೋತಿದ್ದೆ ಅಂತಲ್ಲ. ಹೇಳಿದೆನಲ್ಲಾ ತಿಂಗಳು ತಿಂಗಳು ಅಪ್ಪನೇ ಕಳಿಸುತ್ತಿದ್ದರು. ನಾನಾಗಿ ಕೇಳಿರಲಿಲ್ಲ, ಈಗ ಕೇಳಿದೆ. ಅಪ್ಪ ಕೂಡ ಮೊದಲೆಲ್ಲ ಹತ್ತು ರೂಪಾಯಿ ಕೇಳಿದರೆ ಹತ್ತು ಪ್ರಶ್ನೆ ಕೇಳದೇ ಕೊಡದವರು, ಈಗ ಸುಮ್ಮನೇ ಕೊಟ್ಟುಬಿಡುವುದೇ! ನಾನಾದರೋ ಅಲ್ಲೀವರೆಗೆ ಅಪ್ಪ ಕೊಟ್ಟದ್ದು ಖಾಲಿ ಮಾಡುವುದಷ್ಟೇ ನೋಡುತ್ತಿದ್ದವನು. ತಿಂಗಳ ಕೊನೆಯಲ್ಲಿ ಟೀ ಅಂಗಡಿ ಬಾಕಿ ಕೊಡುವಾಗ ದುಡ್ಡು ಸಾಲದೇ ಬಂದು, 'ನಮ್ಮಪ್ಪ ಕಂಜೂಸು, ಒಂದ್ನೂರು ಹೆಚ್ಚು ಕೊಟ್ಟರೆ ಏನಾಗುತ್ತೆ ಇವ್ರಿಗೆ' ಎಂದೆಲ್ಲಾ ಬೈದುಕೊಳ್ಳುತ್ತಿದ್ದವನು; ಆದರೆ ಈ ಬಾರಿ ಅವರು ಸುಮ್ಮನೇ ಕೊಟ್ಟಾಗ, ಯಾಕೋ ಕೇಳಿದ್ದು ತಪ್ಪು ಎನಿಸಿಬಿಟ್ಟಿತು. ಮನಸ್ಸು ಯಾವುದನ್ನು ಯಾವಾಗ ಹೇಗೆ ಗ್ರಹಿಸುತ್ತೆ ಹೇಳೋದು ಕಷ್ಟ ಮಾರಾಯ. ಅಷ್ಟೇ ಅಲ್ಲ, ಆದಷ್ಟು ಬೇಗ ದುಡ್ಡು ಒಟ್ಟುಮಾಡಿ ಅಪ್ಪನಿಗೆ ವಾಪಾಸು ಕೊಡಬೇಕು ಅಂತಲೂ ರೆಸಲ್ಯೂಶನ್ ಮಾಡಿಕೊಂಡುಬಿಟ್ಟೆ. ಆಗಲೇ ನೋಡು ಇಬ್ಬರಿಗೂ ದುಡಿಯುವ ಚಟ ಅಂಟಿಕೊಂಡಿದ್ದು.

ಓಹ್, ನಾನು ಚಟ ಅಂದಿದ್ದಕ್ಕೆ ಬೇಜಾರಾಯಿತೇ? ಸಾರಿ. ನಾನು ಒಮ್ಮೊಮ್ಮೆ ಹಾಗೆ ಹೇಳಿಬಿಡುತ್ತೇನೆ. ಬೇರೆ ಯಾವುದೂ ಸರಿಯಾದ ಶಬ್ದ ಸಿಗದೇ ಇದ್ದಾಗ. ಬೈ ದ ವೇ ಚಟವೆನ್ನೋದು ಅಷ್ಟೇನೂ ಕೆಟ್ಟದ್ದಲ್ಲ ಬಿಡು. ಚಟಕ್ಕೆ ಬಿದ್ದವರಿಗೆ ಅದುವೇ ಪ್ರಪಂಚವಾಗಿರುತ್ತದೆ. ವಿಷಯ ಅದಲ್ಲ, ನೋಡು ಮನುಷ್ಯ ಏನೇ ಮಾಡಲಿ, ಅವನಿಗೆ ತಾನು ಮಾಡುತ್ತಿರುವುದು ಸರಿ ಎನ್ನುವ ಒಂದು ನಂಬಿಕೆ ಒಳಗಿನಿಂದ ಇರಬೇಕು. ಈ ನಂಬಿಕೆಯೇ ಅವನನ್ನು ಬದುಕುವಂತೆ ಮಾಡೋದು. ಅದನ್ನು ಯಾರಾದರೂ ಕಸಿದುಕೊಂಡುಬಿಟ್ಟರೆ ಖಾಯಿಲೆ ಬಂದಂತೆ ಆಗಿಹೋಗುತ್ತಾನೆ. ಅದಕ್ಕೇ ಬಹುತೇಕ ಜನ ತಾವು ನಂಬಿದ್ದನ್ನು ಉಳಿಸಿಕೊಳ್ಳಲು ಜೀವನಪೂರ್ತಿ ಹೆಣಗುವುದು. ನಾವು ದುಡಿಯುವುದನ್ನೇ ನೋಡು, ದುಡಿಯೋದು ಒಳ್ಳೆಯದು ಎಂದು ನಾವು ನಂಬುತ್ತೇವೆ. ಎಷ್ಟು ನಂಬುತ್ತೇವೆ ಎಂದರೆ ನಮ್ಮ ದುಡಿಮೆ ಎಂಥದ್ದು? ಎಷ್ಟು ದುಡಿಯುತ್ತೇವೆ? ಎಲ್ಲಿಯವರೆಗೂ ಹೀಗೇ ದುಡಿಯುತ್ತೇವೆ? ಯಾಕೆ ದುಡಿಯುತ್ತೇವೆ? ಎಂದೆಲ್ಲಾ ಕೇಳಿಕೊಳ್ಳುವುದು ನಮಗೆ ಅರ್ಥವೇ ಇಲ್ಲದ ಪ್ರಶ್ನೆಗಳಾಗಿ ಕಾಣುತ್ತವೆ. ನಮ್ಮ

ಸುತ್ತಲಿರುವ ಎಲ್ಲ ವ್ಯವಸ್ಥೆಗಳೂ ಈ ನಮ್ಮ ನಂಬಿಕೆಯನ್ನು ಆದಷ್ಟು ಗಟ್ಟಿಯಾಗಿ ಉಳಿಸಲು ಸರ್ವಪ್ರಯತ್ನ ಪಡುತ್ತವೆ. ವ್ಯವಸ್ಥೆಗಳಿಗೆ ಪ್ರಶ್ನೆಗಳನ್ನು ಸಾಕೋದಕ್ಕಿಂತ ಚಟಗಳನ್ನು ಸಾಕೋದು ಸುಲಭ. ಆದ್ದರಿಂದ ಪ್ರಶ್ನೆ ಮಾಡದೇ ದುಡಿಯಬೇಕು.

ಹೌದು ನೀನು ಕೇಳಿದ್ದು ನಿಜ. ಹಾಗೆಂದು ದುಡಿಯೋದನ್ನು ಬಿಡೋಕಾಗ್ತದೆಯೇ? ಅಲ್ಲದೇ ಎಷ್ಟೋ ಜನರಿಗೆ ದುಡಿಯದಿದ್ದರೆ ಬದುಕುವುದಕ್ಕೆ ಆಗೋದಿಲ್ಲ ಎನ್ನುವ ಸ್ಥಿತಿಯಿರುತ್ತದೆ. ನಿಜ ನಿಜ, ನೀನು ಹೇಳಿದ್ದನ್ನು ನಾನು ಒಪ್ಪುತ್ತೇನೆ. ಅಟ್ ಲೀಸ್ಟ್ ಭಾಗಶಃ ಆದರೂ ಒಪ್ಪುತ್ತೇನೆ. ಸೋಜಿಗ ಅಂದ್ರೆ, ದುಡಿಯದಿದ್ದರೆ ಬದುಕೋಕೆ ಆಗಲ್ಲ ಎನ್ನುವ ಸ್ಥಿತಿ ಇಲ್ಲದವರಿಗೂ ದುಡಿಯೋದು ತುಂಬಾ ಅಗತ್ಯ ಅನಿಸುತ್ತೆ ನೋಡು. ಆಗ ಅದು ಚಟವಾಗಿರುತ್ತೆ. ಹಹಹ ನೀನು ಬೈಯೋದರಲ್ಲೇನೂ ಆಶ್ಚರ್ಯ ಇಲ್ಲ ಬಿಡು. ಈ ವಿಷಯಕ್ಕೆ ಚಿರು ನನ್ನನ್ನ ಹೇಗೆಲ್ಲಾ ಬೈದಿದ್ದಾನೆ ಎಂದರೆ, ಯೂ ಕೆನ್ ನೆವರ್ ಮ್ಯಾಚ್ ಹಿಮ್. ವಿಷಯ ಹೇಳ್ತೀನಿ.

ಎರಡು ವರ್ಷ ನಾನು ಚಿರುವಿನ ಜೊತೆ ಒಂದು ಟೆಕ್ ಕಂಪೆನಿಯಲ್ಲಿ ಕೆಲಸ ಮಾಡಿದೆ. ಆಗ ತಾನೇ ರಿಸೆಷನ್ನಿನಿಂದ ಚೇತರಿಸಿಕೊಳ್ಳುತ್ತಿದ್ದ ಜಗತ್ತು ಎಷ್ಟು ಅಸ್ತವ್ಯಸ್ತವಾಗಿತ್ತೆಂದರೆ; ಸಂಬಳಗಳು ಇದ್ದಕ್ಕಿದ್ದಂತೆ ತಳ ಸೇರಿದ್ದವು, ಆದರೆ ಮನೆ ಬಾಡಿಗೆ, ದಿನಸಿ ರೇಟುಗಳು ಏರುತ್ತಲೇ ಇದ್ದವು. ಪಿ.ಜಿ ಬಿಟ್ಟಮೇಲೆ ಬಿ.ಟಿ.ಎಮ್ಮಿನಲ್ಲಿ ಮಾಡಿದ ಸಣ್ಣ ಮನೆಗೇ ಐದು ಸಾವಿರ ಬಾಡಿಗೆಯಿತ್ತು. ದಿನಕ್ಕೆರಡು ಬಾರಿ ಹೊರಗೆ ಊಟ ಮಾಮೂಲು. ದಿನವೂ ಅಡಿಗೆ ಮಾಡುವುದಕ್ಕೆ ನನಗೆ ಬರುತ್ತಿದ್ದದು ಅನ್ನ, ತಿಳಿಸಾರು ಮಾತ್ರ. ಚಿರು ಏನೋ ಸಿಕ್ಕ ಸಿಕ್ಕ ತರಕಾರಿಗಳನ್ನೆಲ್ಲಾ ಸೇರಿಸಿ ಎಂಥದೋ ಸಾಂಬಾರು ಮಾಡುತ್ತಿದ್ದ. ಅವನು ಏನು ಹಾಕಿದರೂ ಸಾಂಬಾರು ಒಂದೇ ಥರ ಇರುತ್ತಿತ್ತು! ಉಳಿದಂತೆ ಅವರಮ್ಮ ಕಳಿಸಿದ ಪುಡಿಯೋ, ಗೊಜ್ಜೋ ಜೀವ ಕಾಪಾಡುತ್ತಿತ್ತು. ಮತ್ತೆ ಇದೆಲ್ಲವೂ ರಾತ್ರಿಗೆ ಮಾತ್ರ. ಬೆಳಿಗ್ಗೆ, ಮಧ್ಯಾಹ್ನ ಹೊರಗೆ ತಿನ್ನೋದು ಗ್ಯಾರಂಟಿ. ತೀರಾ ತಿಂಗಳ ಕೊನೆಯಲ್ಲಿ ಯಾವಯಾವುದೋ ಇನ್ಸ್ಟಂಟು ಪಾಕಗಳನ್ನು ಮಾಡುವ ಹುಮ್ಮಸ್ಸು ಬರುತ್ತಿತ್ತು, ಬೇರೆ ವಿಧಿಯಿಲ್ಲದೇ. ಇದರ ಮಧ್ಯೆ ದುಡ್ಡು ಉಳಿಸುವ ರೆಸಲ್ಯೂಷನ್ನು ಬೇರೆ. ಈ ರೆಸಲ್ಯೂಷನ್ನು ಒಂದು ನಿಗೂಢ ರಹಸ್ಯ ಮಾರಾಯ. ಯಾವುದು ನಮ್ಮಿಂದ ಸಾಧ್ಯವಿಲ್ಲವೋ ಅದನ್ನೇ ನಾವು ರೆಸಲ್ಯೂಷನ್ ಆಗಿ ಆಯ್ದುಕೊಳ್ಳುವುದು. ಅದು ಕಡೆಗೂ ಹಾಗೇ ನಮ್ಮ ಕೈಲಾಗದೇ ಉಳಿದುಬಿಡುತ್ತದೆ. ಆದರೂ ಚಿರು ಹೇಳುತ್ತಿದ್ದ ಅವು ಬದುಕಿಗೆ ಒಂದು ಚಾಲೆಂಜು ಕೊಡುತ್ತವೆ ಅಂತ. ಇನ್ ಅವರ್ ಕೇಸ್, ಚಾಲೆಂಜ್ ಆಲ್ವೇಸ್ ರಿಮ್ಯೆನ್ಸ್ ಅ ಚಾಲೆಂಜ್.

ಈ ಊರಿದೆ ನೋಡು ಉದ್ಯೋಗ ಕೊಟ್ಟಂತೆ, ದುಡ್ಡು ಕೊಟ್ಟಂತೆಯೇ ಸಹಜವಾಗಿ ಒಂದು ಜೀವನಕ್ರಮವನ್ನೂ ಕೊಟ್ಟುಬಿಡುತ್ತದೆ, ನಮಗೆ ಗೊತ್ತೇ ಆಗದಂತೆ. ಇಡೀ

ವಾರ ದಿನಕ್ಕೆ ಹತ್ತು, ಹನ್ನೊಂದು, ಹನ್ನೆರಡು ಘಂಟೆ ದುಡಿದು ಮನೆಗೆ ಬಂದು ಎಂಥದೋ ಕೆದಕಿಕೊಂಡು ತಿಂದು, ಮೊಬೈಲು ಹಿಡಿದು ಮಲಗಿ, ರಾತ್ರಿಯೆಲ್ಲ ಇಡೀ ದಿನದ ಒತ್ತಡವನ್ನು ಇಳಿಸಲು ಹೆಣಗಿ, ಇತ್ತ ನಿದ್ದೆಯೂ ಸರಿಯಾಗಿ ಬಾರದೇ, ಮತ್ತದೇ ಅರೆಗಣ್ಣಿನಲ್ಲಿ ಆಫೀಸಿಗೆ ಓಡಿ; ವಾರವೆಲ್ಲ ಹೀಗೆ ಒದ್ದಾಡಿದ ಮೇಲೆ ವೀಕೆಂಡಿನಲ್ಲಿ ಒಂದು ಪಾರ್ಟಿ ಎಂಬುದು ಆಯ್ಕೆಯಾಗಿ ಉಳಿದಿರುತ್ತಿರಲಿಲ್ಲ. ಅದೊಂದು ಅನಿವಾರ್ಯವಾಗುತ್ತಿತ್ತು. ಪ್ಲೀಸ್, ಅರ್ಥ ಮಾಡಿಕೋ ಗುರು, ಅಷ್ಟಾದರೂ ರಿಲ್ಯಾಕ್ಸ್ ಆಗಲು ಅವಕಾಶ ಕೊಡದೇ ಹೋದರೆ ಬೆಂಗಳೂರಿನ ಅರ್ಧಕ್ಕರ್ಧ ಜನ ಹುಚ್ಚಾಸ್ಪತ್ರೆ ಸೇರುವುದು ಖಂಡಿತ.

ಇಡೀ ವಾರ ಆಫೀಸು–ಮನೆ, ಆಫೀಸು–ಮನೆ ಅಂತಿದ್ದವರಿಗೆ ಪಾರ್ಟಿಯನ್ನೂ ಮನೆಯಲ್ಲಿ ಮಾಡುವುದು ಖಂಡಿತ ಬೇಡವಾಗುತ್ತಿತ್ತು. ಮನೆಯಲ್ಲಿ ನಿಲ್ಲುವ ವಯಸ್ಸೂ ಅಲ್ಲದ ಕಾರಣ ಗಿಲ್ಲೀಸೋ, ಬಿಗ್ ಬ್ರ್ಯೂಸ್ಕಿಯನ್ನೋ ಹುಡುಕಿಕೊಂಡು ಹೋಗುತ್ತಿದ್ದೆವು. ಹುಡುಗಿಯರಿಲ್ಲದ ಪಾರ್ಟಿಗೆ ಯಾವ ಕಳೆಯಿದೆ ನೀನೇ ಹೇಳು? ಈಗ ನಾವಿಬ್ರೇ ಕೂತಿದೀವಲ್ಲಾ ಹಾಗೇ ಇರುತ್ತೆ ಅಷ್ಟೇ. ಹೀಗೇ ಎರಡು ವರ್ಷದಲ್ಲಿ ನಾಲ್ಕಾರು ಡೇಟಿಂಗುಗಳೂ ಆದವು, ಅದರ ಬಗ್ಗೆ ಆಮೇಲೆ ಹೇಳ್ತೇನೆ. ಅಥವಾ ಹೇಳದೇ ಇದ್ರೂ ಏನೂ ವ್ಯತ್ಯಾಸ ಆಗಲ್ಲ ಬಿಡು. ಅಂತೂ ಪಾರ್ಟಿಯ ಬಿಲ್ಲು ಎರಡು ಸಾವಿರಕ್ಕೆ ಕಡಿಮೆ ಯಾವ ವಾರವೂ ಆದಂತೆ ಕಾಣಲಿಲ್ಲ.

ಇನ್ನು ಆಟೊಮೊಬೈಲುಗಳ ಹುಚ್ಚು ನಮಗೆ ಎಷ್ಟಿದೆ ಎಂದು ಹೇಳಬೇಕೇ? ನಮ್ಮದೂ ಒಂದು ಪಲ್ಸರ್, ಒಂದು ಎಫ್.ಜ಼ೀ ಬಂದು ನಿಂತವು. ಅದರ ಇ.ಎಮ್.ಐ ಮತ್ತೆ ಪೆಟ್ರೋಲು. ಒಂದಿಡೀ ವರ್ಷ ದುಡಿದ ಮೇಲೂ ನಾನು ಅಪ್ಪನಿಗೆ ಕೊಡಬೇಕು ಎಂದುಕೊಂಡ ಐವತ್ತು ಸಾವಿರವನ್ನು ಕೂಡಿಸಲು ಆಗಲೇ ಇಲ್ಲ. ಚಿರು ಆದರೂ ಮನೆಗೆ ಪ್ರತಿ ತಿಂಗಳೂ ಹಣ ಕಳಿಸುತ್ತಿದ್ದ, ಅವನ ಮನೆಯ ಅಗತ್ಯಗಳಿದ್ದವು. ನಾನು ಅದನ್ನೂ ಮಾಡದೇ ಖಾಲಿ ಮಾಡಿದ್ದೆ. ಅದರಲ್ಲಿ ಒಂದಷ್ಟು ಚಿರುವಿಗೇ ಕೊಟ್ಟಿದ್ದೆ. ಅವರಪ್ಪನಿಗೆ ಕಿಡ್ನಿ ಸ್ಟೋನು ಆಗಿತ್ತು. ಅವನ ತಂಗಿಗೆ ಕಾಲೇಜು ಫೀಸು ಕಟ್ಟಬೇಕಿತ್ತು ಇತ್ಯಾದಿ. ನನಗೆ ನಮ್ಮ ಚಿಕ್ಕಪ್ಪನದೇ ನೆನಪಾಗುತ್ತಿತ್ತು. ಬಹುಶಃ ಅಪ್ಪ ಅಂದುಕೊಂಡಂತೆ ಅವರು ಶೋಕಿಗಾಗಿ ಎಲ್ಲವನ್ನೂ ಮಾಡಿರಲಿಕ್ಕಿಲ್ಲ. ಅವರಿಗೂ ನಮ್ಮಂತೆ ಬೇರೆ ಆಯ್ಕೆಗಳು ಸಿಕ್ಕಿರಲಿಕ್ಕಿಲ್ಲ ಅಂತ.

ಆಗಲೇ ನನಗೆ ಅಪ್ಪನ ದುಡ್ಡು ಕೊಡಬೇಕು ಎಂದು ತುಂಬಾ ಅನಿಸೋಕೆ ಶುರುವಾಯ್ತು. ಕಂಪೆನಿಯಲ್ಲೇನೋ ಮ್ಯಾನೇಜರ್ ತುಂಬಾ ಚೆನ್ನಾಗಿ ಮಾತನಾಡಿಸುತ್ತಿದ್ದ. ಹೊಸಬರಾದರೂ ಬೇಗ ಬೇಗ ವರ್ಕ್ ಮಾಡ್ತೀರ, ಜವಾಬ್ದಾರಿ ತಗೋತೀರ, ತುಂಬಾ ಎಂಥೂ ಇದೆ ಎಂದೆಲ್ಲ ಆಗಾಗ ಹೊಗಳುತ್ತಿದ್ದ. ಆದರೂ

ಅಪ್ರೈಸಲ್ ಅಷ್ಟಕ್ಕಷ್ಟೇ ಆಯ್ತು. ನಮಗೇನೋ ಡೌಟು ಬಂತು. ಕೇಳಿದ್ದಕ್ಕೆ ರಿಸೆಷನ್ನಿನಿಂದ ಕಂಪೆನಿ ಇನ್ನೂ ಈಗ ರಿಕವರ್ ಆಗ್ತಿದೆ, ಎಲ್ರಿಗೂ ಹೀಗೇ ಆಗಿದೆ ಎಂದರು. ಮುಂದಿನ ವರ್ಷಕ್ಕಾದರೂ ಒಳ್ಳೇ ಅಪ್ರೈಸಲ್ ಆಗಬಹುದು ಅಥವಾ ಎರಡು ವರ್ಷ ಅನುಭವವಾದರೆ ಇನ್ನಾವುದಾದರೂ ಸ್ವಲ್ಪ ಒಳ್ಳೆಯ ಸಂಬಳದ ಕಂಪೆನಿಯನ್ನು ನೋಡಬಹುದು ಎಂದುಕೊಂಡು ಸುಮ್ಮನಾದೆವು. ಆದಷ್ಟು ಚೆನ್ನಾಗಿ ಕೆಲಸ ಮಾಡುವುದೊಂದೇ ಮುಂದಿದ್ದ ದಾರಿ. ಸರಿ, ಮತ್ತೊಂದು ವರ್ಷದ ಹೋರಾಟ ಶುರುವಾಯಿತು.

ನೋಡು ನಾನಾಗಲೇ ಹೇಳಿದೆ ಮನುಷ್ಯನ ನಂಬಿಕೆ ಕದಡಬಾರದು ಅಂತ. ಕದಡಿದರೆ ಮತ್ತೆ ಅದನ್ನು ಕಟ್ಟುವುದು ಕಷ್ಟ. ಎರಡನೆಯ ವರ್ಷ ಮೊದಲನೆಯದರಂತೆ ಇರಲೇ ಇಲ್ಲ. ನಿಧಾನಕ್ಕೆ ಆ ಮ್ಯಾನೇಜರ್ ನಮ್ಮಿಂದ ಹೆಚ್ಚು ಕೆಲಸ ತೆಗೆಯಲಿಕ್ಕೇ ನಮ್ಮನ್ನು ಹೊಗಳುತ್ತಾನೆ ಎನ್ನಿಸಲು ಶುರುವಾಯಿತು. ಆದರೂ ನಾವಿಬ್ಬರೂ ಎಷ್ಟು ಹುಚ್ಚರಂತೆ ಕೆಲಸ ಮಾಡುತ್ತಿದ್ದೆವೆಂದರೆ, ಬರುಬರುತ್ತಾ ದಿನವೂ ರಾತ್ರಿ ಹನ್ನೆರಡಾಗುತ್ತಿತ್ತು ಮನೆಗೆ ಬರುವುದು. ಶನಿವಾರ ಭಾನುವಾರಗಳೂ ರಜ ತಪ್ಪಲು ಶುರುವಾಯಿತು. ಏನು ಕೆಲಸ ಎಂದರೂ ಮ್ಯಾನೇಜರ್ ಸ್ವತಃ ನಮ್ಮನ್ನೇ ಕರೆಯುವಂತಾದೆವು. ಎಷ್ಟೋ ಜನ ನಮ್ಮಂತೆ ಸುಮ್ಮನೇ ಸಿಕ್ಕ ಕೆಲಸವನ್ನೆಲ್ಲಾ ಮುಂದೆಬಿದ್ದು ಮಾಡದೇ ತಮಗೆ ಬಂದದ್ದನ್ನು ಆರಾಮವಾಗಿ ಮಾಡಿಕೊಂಡು ನಮ್ಮಷ್ಟೇ ಹೈಕ್ ತೆಗೆದುಕೊಂಡಿರುತ್ತಿದ್ದರು. ನಮಗೆ ಗೊಂದಲವಾದರೂ ಬಹುಶಃ ಅವರು ನಮಗಿಂತ ಎಫಿಶಿಯೆಂಟ್ ಇರಬಹುದು ಎಂದುಕೊಂಡು ಮತ್ತೆ ಇನ್ನೂ ಹೆಚ್ಚು ಕೆಲಸ ಮಾಡುತ್ತಿದ್ದೆವು.

ಇದರ ಮಧ್ಯೆ ವರ್ಷಕ್ಕೆ ಮೂರು ರಿವ್ಯೂ ಮೀಟಿಂಗುಗಳು, ರೇಟಿಂಗ್ ನಡೆಯುತ್ತಲೇ ಇದ್ದವು. ಈ ರೇಟಿಂಗ್ ಅನ್ನೋದು ನನಗೆ ಎಂದಿಗೂ ಅರ್ಥವಾಗದ ಯಕ್ಷಿಣಿ ಇದ್ದಂತೆ. ರಿವ್ಯೂ ಶೀಟಿನಲ್ಲಿ ರೆಸ್ಪೆಕ್ಟ್, ಕ್ರಿಯೇಟಿವಿಟಿ, ಓನರ್‌ಶಿಪ್, ಸ್ಮಾರ್ಟ್ ಗೋಲ್ಸ್ ಎಂಬಂತಹ ಕಾಲಮ್ಮಿಗೆ ಜಗತ್ತಿನಲ್ಲಿ ಯಾವನಾದರೂ ನಂಬರಿನಲ್ಲಿ ಉತ್ತರ ಕೊಡಲು ಸಾಧ್ಯವಾ? ಅದೂ ನಿಖರವಾಗಿ? ನನ್ನ ಪ್ರಕಾರ ನಾನಿದರಲ್ಲೆಲ್ಲಾ ಐದಕ್ಕೆ ಐದು ಸಾಚಾ ಆಗಿದ್ದರೆ, ಇನ್ನೊಬ್ಬನ ಪ್ರಕಾರ ನಾನು ಮೂರಕ್ಕೂ ಲಾಯಕ್ಕಿಲ್ಲದವನು ಇರಬಹುದು. ಇದು ನನಗೆ ಎಂದಿಗೂ ಬಗೆಹರಿಯಲೇ ಇಲ್ಲ. ನಾವೆಷ್ಟೇ ನಿಷ್ಠಾವಂತರಾದರೂ ನಮ್ಮ ಮೇಲೇ ನಮಗೆ ಅನುಮಾನ ಬರುವಂತಹ ಇಂತಹ ಒಂದು ನಾಜೂಕಾದ ವಾತಾವರಣ ನಿರ್ಮಾಣ ಮಾಡೋದಿದೆ ನೋಡು, ದಟ್ ಈಸ್ ಎಫಿಷಿಯೆಂಟ್ ಮ್ಯಾನೇಜ್‌ಮೆಂಟ್ ಆಫ್ ಹ್ಯೂಮನ್ ಕ್ರೂಯಲ್ಟಿ, ಬಹಳ ದಿನಗಳಾದ ಮೇಲೆ ಗೊತ್ತಾಯಿತು, ನಾವು ನಿಜಕ್ಕೂ ಬಕರಾಗಳಾಗಿದ್ದೆವೆಂದು. ಅದೂ

ಎಲ್ಲಿ? ನ್ಯೂ ಇಯರ್ ಪಾರ್ಟಿಯಲ್ಲಿ!

ನ್ಯೂ ಇಯರ್ ಪಾರ್ಟಿಗೆ ಚರ್ಚ್ ಸ್ಟ್ರೀಟ್ ಸೋಶಿಯಲ್ಲಿಗೆ ಹೋಗಬೇಕು ಎಂದು ನಮ್ಮ ಟೀಂ ಲೀಡ್ ಪ್ಲ್ಯಾನ್ ಮಾಡಿದ್ದ. ಅವನು ಕಂಪೆನಿ ಬಿಡುವವನಿದ್ದ. ಬಿಡೋಕೆ ಮುಂಚೆ ಟೀಮಿನ ಎಲ್ಲರೂ ಪಾರ್ಟಿ ಮಾಡುವ ಪ್ಲ್ಯಾನು ಹಾಕಿದ. ಟೀಮಿನ ಎಲ್ಲ ಹತ್ತು ಜನರೂ ಒಪ್ಪಿಕೊಂಡು ಬುಕಿಂಗ್ ಎಲ್ಲ ಮಾಡಿದ್ದರು. ನಾವಿಬ್ಬರೇ ಸ್ವಲ್ಪ ತಡವಾಗಿ ನಿರ್ಧರಿಸಿದ್ದು. ನಾವಲ್ಲಿಗೆ ಹೋದಾಗ ಗೊತ್ತಾಯಿತು ನಾವಿಬ್ಬರೂ ಬರೋದಿಲ್ಲ ಎಂದೇ ಎಲ್ಲರೂ ಅಂದುಕೊಂಡಿದ್ದರು ಅಂತ. ಸ್ವಲ್ಪ ತಡವಾದ್ದರಿಂದ ನಾವು ಹೆಚ್ಚು ದುಡ್ಡು ತೆತ್ತು ಪಾಸ್ ಗಿಟ್ಟಿಸಿಕೊಂಡು ಹೋದಾಗ ಎಲ್ಲರೂ ಬೇಕಂತಲೇ ಆಶ್ಚರ್ಯವನ್ನು ನಟಿಸಿ, ಕಾಲೆಳೆದರು. ನೀವು ಬರೋದೇ ಇಲ್ಲ ಅಂದ್ಕೊಂಡಿದ್ವಿ, ಯಾಕೆ ಈವತ್ತು ಆಫೀಸ್ ಇಲ್ವಾ? ರಜಾ ಕೊಟ್ಟಿದಾರಾ ಮಗಾ ನಿಮಗೂ ಇತ್ಯಾದಿ ಇತ್ಯಾದಿ. ಒಬ್ಬನಂತೂ ಶಾಶಂಕ್ ರಿಡೆಮ್ಶನ್ನನ್ನು ನೆನಪಿಸುವಂತೆ 'ಫ್ರೆಶ್ ಫಿಶ್, ಫ್ರೆಶ್ ಫಿಶ್' ಎಂದೂ ಕಾಡಿಸಿದ. ಇಬ್ಬರೂ ಮುಖ ಮುಖ ನೋಡಿಕೊಂಡೆವು. ಆವಾಗ್ಲೇ ನಮಗಿಬ್ಬರಿಗೂ ಗೊತ್ತಾಗಿದ್ದು ಇಡೀ ಟೀಮು ಆಫೀಸಿನಿಂದ ಹೊರಗೆ ನಮ್ಮನ್ನು ಹೇಗೆ ನೋಡುತ್ತಿದೆ ಎಂದು. ನನಗಂತೂ ಪಾರ್ಟಿಯ ಮೂಡೇ ಹೊರಟು ಹೋಯಿತು. ಚಿರು ಹೇಗೋ ಸೀಮಾ ಜೊತೆ ಹರಟೆ ಕೊಚ್ಚುತ್ತಾ, ಕುಣಿಯುತ್ತಾ ಮೈಮರೆತ. ಓ ಯೆಸ್, ಹೇಳೋದು ಮರೆತೆ, ಅಷ್ಟರಲ್ಲಿ ಅವನಿಗೆ ಸೀಮಾ ಸಿಕ್ಕಿದ್ದಳು. ಅವಳನ್ನು ಪಿಕ್ ಮಾಡಬೇಕು ಅಂತಲೇ ಅವನು ಪಲ್ಸರ್ ಕೊಂಡಿದ್ದು. ಅವನು ಕೊಂಡದ್ದಕ್ಕೆ ನಾನು ಕೊಂಡದ್ದು, ನಾನು ಯಾರನ್ನೂ ಪಿಕ್ ಮಾಡಬೇಕಿಲ್ಲದಿದ್ದರೂ. ಸಿಲ್ಲಿ ಫೆಲೋ ಅಲ್ವಾ? ಐ ನೋ. ಏನು ಸಮಾಧಾನ ಗೊತ್ತಾ? ನನ್ನಂತಹವರು ತುಂಬಾ ಇದ್ದಾರೆ ಜಗತ್ತಿನಲ್ಲಿ.

ಸುಮ್ಮನೇ ಡ್ರಿಂಕ್ ಹಾಕಿಕೊಂಡು ಸಿಗರೇಟು ಸೇದಿಕೊಂಡು ಕುಳಿತಿದ್ದ ನನ್ನ ಬಳಿಗೆ ಟೀಂ ಲೀಡ್ ಅರುಣ್ ತಾನೇ ಬಂದು ಮಾತಾಡಿಸಿದ. 'ಯು ಲುಕ್ ಸಿಕ್, ಮ್ಯಾನ್. ಏನಾಯ್ತು?' ಎಂದ. ನನಗೆ ಇವನು ನಿಜವಾಗಿ ಹೇಳ್ತಿದ್ದಾನೋ ಕಾಲೆಳೆಯುತ್ತಿದ್ದಾನೋ ಅರ್ಥವಾಗಲಿಲ್ಲ. ಅವನು ಡಲ್ ಎಂದಿದ್ದರೆ ಈ ಅನುಮಾನ ಬರುತ್ತಿರ್ಲಿಲ್ಲ, ಸಿಕ್ ಎನ್ನುವುದೇ? ನಾನೇನು ಇವನಿಗೆ ಸ್ಟ್ರೆಚರ್ ಮೇಲೆ ಮಲಗಿದ ಪೇಶೆಂಟಿನಂತೆ ಕಾಣಿಸುತ್ತಿದ್ದೇನಾ ಎನಿಸಿಬಿಟ್ಟಿತು ಒಮ್ಮೆಗೇ.

'ಹೇ, ನಾಟ್ ಫಾರ್ ಜೋಕ್. ಸೀರಿಯಸ್ಲಿ. ನೀನ್ಯಾಕೋ ತುಂಬಾ ಡಲ್ ಆಗಿ ಕಾಣ್ತಿದೀಯ. ಕಂಪೆನಿಗೆ ಬಂದಾಗ ಎಷ್ಟು ಚಾರ್ಮ್ ಇತ್ತು. ಏನು? ಬ್ರೇಕಪ್ಪಾ?' ಎಂದ. ನಾನು ನಕ್ಕುಬಿಟ್ಟೆ.

'ಐ ಯಾಮ್ ನೆವರ್ ಕಮಿಟೆಡ್' ಎಂದೆ.

'ಎಕ್ಸೆಪ್ಟ್ ಫಾರ್ ದ ಜಾಬ್?' ಪ್ರಶ್ನೆಯ ಮೊನಚು ಅವನ ಕಣ್ಣಲ್ಲೂ ಕಾಣುತ್ತಿತ್ತು ನನಗೆ. ಮುಜುಗರವಾಯ್ತು.

'ಡೂಡ್, ಪ್ಲೀಸ್ ಡೋಂಟ್ ಮಿಸ್ಟೇಕ್ ಮಿ. ಕಂಪೆನಿ ವಿಷಯಗಳನ್ನ ನಾವು ಹೊರಗೆ, ಅದರಲ್ಲೂ ಬೇರೆ ಎಂಪ್ಲಾಯೀಸ್ ಹತ್ರ ಮಾತಾಡಬಾರದು ಅಂತ ನಂಗೊತ್ತು. ಆದರೂ ನಿಂಗೆ ಹೇಳ್ತೀನಿ, ಪೀಪಲ್ ಯೂಸ್ ಅಸ್ ಮ್ಯಾನ್. ಏಳು ವರ್ಷದಿಂದ ಕೆಲಸ ಮಾಡ್ತಿದೀನಿ ಇದೇ ಕಂಪೆನಿಗೆ. ರೆಸೆಷನ್ನಿನ ಪೇಕಟ್ಟಿನಲ್ಲೂ ಇದೇ ಕಂಪೆನಿಯಲ್ಲಿದ್ದೆ. ಈಗ ಸ್ವಲ್ಪ ಸುಧಾರಿಸ್ಕೊಂಡಿದೆ ಅಂತ ಸ್ವಲ್ಪ ಹೈಕ್ ಕೇಳಿದ್ರೆ ಆಗಲ್ಲ ಅಂದುಬಿಟ್ಟ ಆ ಎಚ್.ಆರ್. ಬೋಳೀಮಗ. ಮ್ಯಾನೇಜರ್ ನನ್ನ ಜೊತೆ ಅಷ್ಟು ಚೆನ್ನಾಗಿದ್ದೋನು ನನಗೇ ಉಪದೇಶ ಕೊಡೋಕೆ ಬಂದ. ಅದಕ್ಕೇ ನಾನು ಬಿಡೋ ನಿರ್ಧಾರ ಮಾಡಿದ್ದು.'

ನನಗೆ ಏನು ಹೇಳಬೇಕು ನಿಜವಾಗಿ ಗೊತ್ತಾಗಲಿಲ್ಲ. 'ಐ ಯಾಮ್ ಟೂ ಯಂಗ್ ಟು ಸೇ ಎನಿಥಿಂಗ್ ಅರುಣ್. ಆದ್ರೆ ನಮಗೆಲ್ರಿಗೂ ಹೀಗೆ ಅನ್ಸೇ ಅನ್ಸುತ್ತೆ ಅಲ್ವಾ ಯಾವಾಗಾದ್ರೂ? ಆದ್ರೂ ಏನು ಮಾಡೋಕಾಗುತ್ತೆ? ನಾಟ್ ಎವರಿಒನ್ ಕೆನ್ ಕ್ವಿಟ್,ಅಲ್ವಾ?' ಎಂದು ಫಿಲಾಸಫಿ ಕುಟ್ಟಿಬಿಟ್ಟೆ.

ಅವನಿಗೆ ಏನನ್ನಿಸಿತೋ ಏನೋ... ಇನ್ನೊಂದು ಸಿಪ್ ವಿಸ್ಕಿ ಹೀರಿದ. ಏನೋ ಯೋಚಿಸಿದ. ಮತ್ತೆ ಏನೋ ನಿರ್ಧಾರ ಮಾಡಿದವನಂತೆ ಹೇಳಿದ 'ಯೂ ನೋ ವಾಟ್? ಯೂ ಗೈಸ್ ಆರ್ ಫೂಲ್ಸ್. ಮ್ಯಾನ್, ದಟ್ ಮ್ಯಾನೇಜರ್ ಈಸ್ ಯೂಸಿಂಗ್ ಯೂ. ಅವನಿಗೆ ಗೊತ್ತು ನೀವು ಹೊಸಬರು ಅಂತ, ಚೆನ್ನಾಗಿ ಕೆಲ್ಸ ಮಾಡ್ತೀರ ಅಂತ, ಅಂಡ್ ಈ ಥರ ಬೋಳೇ ಫಿಲಾಸಫಿ ನಂಬ್ತೀರ ಅಂತ. ಅದಕ್ಕೇ ನಿಮಗೇ ಕೆಲಸ ಕೊಡ್ತಾನೆ.'

ಈಗ ನಾನು ಪೂರ್ತಿ ತಣ್ಣಗಾದೆ, ಒಂಥರಾ ಐಸಿನಂತೆ. ನನ್ನ ಮೈ ಅದುರಿರಬೇಕು, ಅವನು ಅದನ್ನು ಗಮನಿಸಿದ ಅಂತ ನನಗನ್ನಿಸಿತು. ಅವನು ಗಂಭೀರವಾಗಿ ಮುಂದುವರೆಸಿದ.

'ಇನ್ ಫ್ಯಾಕ್ಟ್ ಇಡೀ ಟೀಮು ನಿಮ್ಮನ್ನ ಈ ಥರ ಯೂಸ್ ಮಾಡ್ಕೊಂಡಿದೆ. ಇದು ಎಲ್ರಿಗೂ ಗೊತ್ತು. ಎಲ್ರಿಗಿಂತ ನನಗೆ ಚೆನ್ನಾಗಿ ಗೊತ್ತು. ಬಿಕಾಸ್ ಐ ವಾಸ್ ದ ಕೀ. ಇನ್ ಫ್ಯಾಕ್ಟ್ ನನ್ನನ್ನೂ ಇದರಲ್ಲಿ ಕೀಯಾಗಿ ಎಲ್ರೂ ಯೂಸ್ ಮಾಡಿಕೊಂಡಿದಾರೆ'

ದಿನವೂ ಅನುಮಾನಿಸಿದ್ದು ನಿಜ ಅಂತ ಗೊತ್ತಾದರೂ ಅದಕ್ಕೆ ನಮ್ಮ ಮೂರ್ಖತನವೇ ಕಾರಣ ಅಂತ ಗೊತ್ತಾದಾಗ, ನಮ್ಮ ಜೊತೆ ಇದ್ದವರೇ ನಮ್ಮನ್ನು ಬಳಸಿಕೊಂಡರು ಅಂತ ಅರ್ಥವಾದಾಗ ಮನುಷ್ಯನಿಗೆ ಏನು ಮಾಡಬೇಕು ಗೊತ್ತಾಗಲ್ಲ, ಮನಸ್ಸು ಫ್ರೀಜ಼ರಲ್ಲಿ ಇಟ್ಟಂತೆ ತಣ್ಣಗಾಗುತ್ತೆ. ಯೆಸ್, ಕೋಪ ಬರುತ್ತೆ.

ಆದರೆ ಯಾರ ಮೇಲೆ ಕೋಪ ಮಾಡ್ಕೋಬೇಕು ಅಂತಲೇ ಸ್ಪಷ್ಟವಾಗಲ್ಲ. ನಮ್ಮ ಮೂರ್ಖತನದ ಮೇಲಾ? ನಮ್ಮನ್ನು ಉಪಯೋಗಿಸಿಕೊಂಡವರ ಕ್ರೌರ್ಯದ ಮೇಲಾ? ಇಡೀ ಪರಿಸ್ಥಿತಿಯ ಮೇಲಾ? ದೇವರ ಮೇಲಾ?

ನೋಡು ಇದಕ್ಕೇ ಮನುಷ್ಯನಿಗೆ ಫ್ಯಾಮಿಲಿ ಇರಬೇಕು ಎನ್ನೋದು, ಅಟ್ ಲೀಸ್ಟ್ ಇಂಥಾ ಪರಿಸ್ಥಿತಿಯಲ್ಲಿ ಉಪಯೋಗಕ್ಕೆ ಬರುತ್ತದೆ. ಹಹ ಐ ನೋ, ಇಟ್ಸ್ ಅ ಬ್ಯಾಡ್ ಜೋಕ್. ಬಟ್ ಟ್ರೂ ನೋ? ಎಲ್ಲರ ಮನೇಲೂ ಇದೇ ತಾನೇ ಆಗೋದು. ಇರ್ಲಿ ಬಿಡು ನಿನಗದನ್ನು ನೆನಪಿಸಿ ಬೇಜಾರು ಮಾಡಿಸೋಲ್ಲ.

ಆದರೆ ನನಗಾಗ ಏನು ಮಾಡಬೇಕು ಗೊತ್ತಾಗಲಿಲ್ಲ. ಜೋರಾಗಿ ನಕ್ಕುಬಿಟ್ಟೆ, ಹಿಸ್ಟೀರಿಕಲ್ ಆಗಿ.

'ಹಹಹಹಾsss... ವಾಟ್ ಅ ಜೋಕ್... ಮ್ಯಾನ್' ಅಂತ ಉದ್ದೇಶಪೂರ್ವಕವಾಗಿ ಬೇರೆಯವರಿಗೆ ಕೇಳಿಸುವಂತೆ ನಕ್ಕುಬಿಟ್ಟೆ. ಅತ್ತ ಇತ್ತ ನಿಂತುಕೊಂಡು ಹಿನ್ನೆಲೆಯ ಪಾರ್ಟಿ ಸಾಂಗುಗಳಿಗೆ ಕಾಲು ಅಪ್ಪಳಿಸುತ್ತಿದ್ದ ನಮ್ಮ ಟೀಮಿನ ಮೆಂಬರುಗಳು ನಮ್ಮತ್ತ ಬಂದರು. ನನಗೂ ಅದೇ ಬೇಕಾಗಿತ್ತು. ಅಷ್ಟರಲ್ಲಿ ರಾತ್ರಿ ಹನ್ನೆರಡಕ್ಕೆ ಕೌಂಟ್ ಡೌನು ಶುರುವಾಗಿ ಎಲ್ಲೆಲ್ಲೂ ಗದ್ದಲವೆದ್ದು, ನಾನು ಮತ್ತೆ ಅರುಣನ ಮುಖ ನೋಡಿದಾಗ ಅವನು ನನ್ನನ್ನು ನೋಡಿ ಕಣ್ಣು ಹೊಡೆದು ಒಮ್ಮೆ ನಕ್ಕು... ನನ್ನ ಕಣ್ಣಲ್ಲಿ ಅವನಿಗೆ ಏನೇನು ಕಾಣಿಸಿತು ನಾ ಹೇಳಲಾರೆ. ಇನ್ ಫ್ಯಾಕ್ಟ್ ನನಗೇ ನಾನು ಏನೇನು ಯೋಚಿಸುತ್ತಿದ್ದೆ, ಅವೆಲ್ಲವನ್ನೂ ನನ್ನ ಮುಖದ ಮೇಲೆ ಹೇಗೆ ಕಾಣಿಸುತ್ತಿದ್ದೆ ಗೊತ್ತಾಗಲಿಲ್ಲ. ಐ ವಾಸ್ ಫೀಲಿಂಗ್ ಫಕ್ಡ್.

ಪಾರ್ಟಿ ಮುಗಿಸಿ ಮನೆಗೆ ಬಂದಾಗ ರಾತ್ರಿ ಎರಡಾಗಿತ್ತು. ಸಿಕ್ಕಾಪಟ್ಟೆ ಕುಡಿದಿದ್ದೆವು. ಚಿರು ಮನೆಗೆ ಬಂದದ್ದೇ ಧೊಪ್ಪನೆ ಬಿದ್ದುಕೊಂಡ. ನನಗೆ ಏನೇನೋ ವಿಚಿತ್ರವಾದ ಅಸ್ಪಷ್ಟವಾದ ಯೋಚನೆ. ಆ ಗೋಜಲಿನ ನಡುವೆ ಯಾವಾಗ ನಿದ್ದೆ ಬಂದಿತೋ ಗೊತ್ತಾಗಲಿಲ್ಲ. ಬೆಳಗ್ಗೆ ಹನ್ನೊಂದಕ್ಕೆ ಓನರು ನೀರಿನ ಬಿಲ್ ಕೊಡೋಕೆ ಬೆಲ್ ಒತ್ತಿದಾಗಲೇ ಎಚ್ಚರವಾಗಿದ್ದು.

ಇಬ್ಬರೂ ಎದ್ದು ಟೀ ಮಾಡಿಕೊಂಡು ಕುಡಿಯುವಾಗ ಚಿರು ನನ್ನನ್ನು ಗಮನಿಸಿದ ಅನ್ಸುತ್ತೆ, ಕೇಳಿದ ಏನಾಯ್ತು ಅಂತ. ನಾನು ಏನೂ ಹೇಳುವ ಮನಸ್ಥಿತಿಯಲ್ಲಿರಲಿಲ್ಲ. ಹ್ಯಾಂಗ್ ಓವರ್ ಎಂದು ಸುಮ್ಮನಾದೆ. ಇಬ್ಬರೂ ಕುಳಿತು ಅಮೆರಿಕನ್ ಬ್ಯೂಟಿ ನೋಡಿದೆವು. ಆಗಿನ್ನೂ ಡಿಜಿಟಲ್ ಪ್ಲಾಟ್‌ಫಾರ್ಮುಗಳು ಬಂದಿರಲಿಲ್ಲ. ಮನೆಯ ಹತ್ತಿರ ಒಂದು ಸಿ.ಡಿ. ಅಂಗಡಿಯವನು ಆಸ್ಕರ್ ಸೀರೀಸ್ ಬಾಡಿಗೆಗೆ ಇಟ್ಟಿದ್ದ. ಅಲ್ಲೇ ತಂದಿದ್ದು. ಬೈ ದ ವೇ ಚಿರು ಅದರ ಪೋಸ್ಟರ್ ನೋಡಿ ಆರಿಸಿದ್ದ. ಕೆಂಪು ಗುಲಾಬಿಯ ಪಕಳೆಗಳ ಮಧ್ಯೆ ನಗ್ನಳಾಗಿ ಮಲಗಿದ್ದ ಟೀನೇಜಿನ ಮೇನಾ ಸುವಾರಿ

ನೋಡಿ ತಂದ ಚಿರು ಸಿನೆಮಾ ಶುರುವಾಗಿ ಹತ್ತು ನಿಮಿಷಕ್ಕೆ ಇದೇನೋ ಬೇರೆ ಥರ ಇದೆ ಮಗಾ ಎಂದ. ನನಗೆ ನಗು ಬಂದಿತು. ಆದರೆ ಲೆಸ್ಟರ್ ಬರ್ನಮ್ ಪಾತ್ರ ನನ್ನೊಳಗೆ ಏನೇನೋ ತಳಮಳ ತುಂಬಲು ಮೊದಲಾಯಿತು. ಸಿನೆಮಾ ಇಬ್ಬರಿಗೂ ಇಷ್ಟವಾಯಿತು. ಅಫ್ ಕೋರ್ಸ್ ಬೇರೆ ಬೇರೆ ಕಾರಣಕ್ಕೆ ಅಂತ ಹೇಳಬೇಕಿಲ್ಲ. ಸಂಜೆಯಾದರೂ ನಾನು ಲೆಸ್ಟರ್ ಬರ್ನಮ್‌ನ ಪ್ರಪಂಚದಲ್ಲೇ ಇದ್ದೆ. ನನಗೂ ಅವನಂತೆಯೇ ನನ್ನೊಳಗಿನದೆಲ್ಲಾ ಹೊರಗೆ ಹಾಕಬೇಕಿತ್ತು. ಆದರೆ ಅದು ಅಷ್ಟು ಸುಲಭವಿರಲಿಲ್ಲ. ಚಿರು ನನ್ನನ್ನು ಗಮನಿಸಿ ಮತ್ತೆ ಏನಾಯ್ತೋ ಎಂದು ಕೇಳಿದ. ನನಗೆ ಹೇಗೆ ಹೇಳಬೇಕು ಗೊತ್ತಾಗಲಿಲ್ಲ. 'ಒಂದೊಂದು ಬಿಯರ್ ತರೋಣಾ?' ಎಂದೆ.

'ಓss ಬಾಸ್ ಮೂಡಲ್ಲಿದಾರೆ. ಓಕೆ' ಎಂದು ಅವನೇ ಹೋಗಿ ಎರಡು ಕೆ.ಎಫ್.ಸ್ಟ್ರಾಂಗ್ ಹಿಡಿದು ತಂದ. ಜೊತೆಗೊಂದೊಂದು ಸಬ್‌ವೇ ಬರ್ಗರ್. ಇಬ್ಬರೂ ಬಿಯರು ಹೀರುತ್ತಾ ಟೆರೇಸಿನ ಮೇಲೆ ಕುಳಿತೆವು.

'ಯಾಕೋ ಒಂಥರಾ ಇದೀಯ? ಏನಾಯ್ತು ಹೇಳೋ' ಎಂದು ಅವನೇ ಸಿಗರೇಟು ಹೊತ್ತಿಸಿ ಪಾಸು ಮಾಡಿದ. ಸ್ವಲ್ಪ ಬಿಯರು ಒಳಗೆ ಹೋದ ಮೇಲೆ ನಾನು ಅರುಣ್ ಹೇಳಿದ್ದನ್ನು ಹೇಳಿದೆ. ಚಿರು ಒಮ್ಮೆಗೇ ಉರಿದು ಹೋದ. 'ಆ ಬೋಳೀಮಗ ಹಂಗೆಲ್ಲಾ ಹೇಳ್ತಿದ್ರೆ ನೀನು ಸುಮ್ನೆ ಕೂತಿದ್ಯಾ?' ಎಂದು ಬಾಯಿಗೆ ಬಂದಂತೆ ಬೈದ. ಅವನು ಬೈದದ್ದೆಲ್ಲಾ ಹೇಳಿದರೆ ನಿನಗೆ ಅಸಭ್ಯ ಅನಿಸಬಹುದು. ಅದರ ತಾತ್ಪರ್ಯ ಇಷ್ಟು 'ನಮ್ಮ ಜೊತೆಯಲ್ಲೇ ಇದ್ದು ನಮ್ಮನ್ನು ಹೀಗೆ ಯೂಸ್ ಮಾಡಿಕೊಳ್ಳೋಕೆ ನಿನಗೆ ಹೇಗೆ ಮನಸ್ಸು ಬಂತು ಅಂತ ನೀನು ಕೇಳಬೇಕಿತ್ತು' ಅಂತ. 'ನಾನು ಹಂಗೆ ಕೇಳಿದ್ರೆ ನಾವು ನಿಜಾವಾಗ್ಲೂ ಮೂರ್ಖರು ಅಂತ ಒಪ್ಪಿಕೊಂಡಂತೆ ಆಗಲ್ವಾ? ಅಕಸ್ಮಾತ್ ಅವನು ಸುಮ್ನೇ ಹೇಳಿದ್ರೆ. ಐ ವುಡ್ ಬಿ ಎಮ್‌ಬೆರಾಸ್ಡ್' ಅನ್ನೋದು ನನ್ನ ವಾದ. ಚಿರುವಿಗೆ ಸಮಾಧಾನವಾಗಲಿಲ್ಲ. ಆಯ್ತು ಆ ಮ್ಯಾನೇಜರ್ ಬೋಳೀಮಗನ್ನೇ ಕೇಳ್ತೀನಿ ನಾನು ಎಂದ, ಟೀಮಿನಲ್ಲಿ ಇದ್ದಬದ್ದವರನ್ನೆಲ್ಲಾ ಅರ್ಧ ಘಂಟೆ ಬೈದುಕೊಂಡ, ಬುಸಬುಸ ಇನ್ನೊಂದೆರಡು ಸಿಗರೇಟು ಸೇದಿದ. ಆಮೇಲೆ ಏನು ಮಾಡಬೇಕು ಎಂದು ಗೊತ್ತಾಗದೇ ಇಬ್ಬರೂ ಬಿಯರು ಮುಗಿಸಿ ಮಲಗಿದೆವು.

ನಿದ್ದೆ ಬರಲಿಲ್ಲ, ಮತ್ತೆ ಅದೇ ಸಿನೆಮಾ ನೋಡಿದೆವು. ಈ ಬಾರಿ ಲೆಸ್ಟರ್ ಬರ್ನಮ್ ತನ್ನ ಕೆಲಸಕ್ಕೆ ರಾಜಿನಾಮೆ ಕೊಡುವ ಸೀನು ಬಂದಾಗ ಚಿರು 'ನನ್ನ ಮಕ್ಳಿಗೆ ಹಿಂಗೇ ಮಾಡ್ಬೇಕು ನೋಡು' ಎಂದು ಭಾರಿ ಉಮೇದಿನಿಂದ ಹೇಳಿದ. ಲೆಸ್ಟರ್ ತನ್ನ ಬಾಸಿನ ಅಫೇರಿನ ವಿಷಯ ತನಗೆ ಗೊತ್ತಿದ್ದುದನ್ನು ಮುಂದೆ ಮಾಡಿ, ತನ್ನ ಎಚ್.ಆರ್.ಗೆ ಸೆಕ್ಷ್ಯುಯಲ್ ಹೆರಾಸ್‌ಮೆಂಟ್ ಕೇಸು ಹಾಕುತ್ತೇನೆಂದು ಹೆದರಿಸಿ ಒಂದಿಡೀ ವರ್ಷದ ಸಂಬಳ ಗಿಟ್ಟಿಸಿಕೊಳ್ಳುತ್ತಾನೆ. ದುರದೃಷ್ಟವೆಂದರೆ ನಮಗೆ ನಮ್ಮ

ಮ್ಯಾನೇಜರ್‌ನ ಯಾವುದೇ ಅಫೇರಿನ ಬಗ್ಗೆ ಏನೊಂದೂ ಗೊತ್ತಿರಲಿಲ್ಲ. ಅವನು ಅಫೇರು ಇಟ್ಟುಕೊಳ್ಳುವ ಆಸಾಮಿಯೋ ಅಲ್ಲವೋ ಅದೂ ಗೊತ್ತಿರಲಿಲ್ಲ. ಇನ್ನು ನಮ್ಮ ಫೈಲ್ಸ್ ನೋಡುತ್ತಿದ್ದ ಎಚ್.ಆರ್. ಹುಡುಗಿಯಾದ್ದರಿಂದ ಕೇಸು ನಮ್ಮ ಮೇಲೆ ಬೀಳುವ ಸಾಧ್ಯತೆಗಳೇ ತುಂಬಾ ಕಂಡುಬಂದವು. ಇಬ್ಬರೂ ಅದನ್ನೇ ಯೋಚಿಸುತ್ತಾ ಸುಮ್ಮನೇ ಮಲಗಿದೆವು.

ಮಾರನೆಯ ದಿನ ನಾನು ಆಫೀಸಿನಲ್ಲಿ ಮ್ಯಾನೇಜರ್‌ನನ್ನು ನೋಡಲೇ ಇಲ್ಲ. ಚಿರು ಮಾತ್ರ ಎಲ್ಲರೊಂದಿಗೂ ಕಿರಿಕಿರಿ ಮಾಡಿಕೊಳ್ಳುತ್ತಿದ್ದ. ಮಧ್ಯಾಹ್ನ ಊಟಕ್ಕೆ ಸೀಮಾ ಅವನನ್ನು ಆಚೆಗೆ ಕರೆದುಕೊಂಡು ಹೋದಳು. ಸಂಜೆ ನಾನು ಬೇಕಂತಲೇ ಆರಕ್ಕೇ ಹೊರಟೆ. ಅವನು ಸೀಮಾಳನ್ನು ಡ್ರಾಪ್ ಮಾಡಿ ಬರ್ತೀನಿ ಎಂದವನು ರಾತ್ರಿ ಒಂಭತ್ತಕ್ಕೆ ಬಂದ. ನಾನೇ ಅನ್ನ ಬೇಯಿಸಿ, ತಿಳಿಸಾರು ಮಾಡಿ, ಮೊಸರು ತಂದಿಟ್ಟಿದ್ದೆ. ಊಟ ಮಾಡುವಾಗ ಅವನಾಗಿಯೇ ಕೇಳಿದ 'ಮಗಾ, ಆ ಅರುಣ ನಿನಗೆ ಬೇಕಂತಲೇ ಹಾಗೆ ಹೇಳಿದ್ರಾ?' ನನಗೆ ಅರ್ಥವಾಗಲಿಲ್ಲ ಇವನ್ಯಾಕೆ ಈಗ ಇದನ್ನು ತೆಗೆದ ಎಂದು.

'ಅಲ್ಲಾ ನೀನೇ ಹೇಳ್ದೆ ಅಲ್ವಾ ಅವನು ಸುಮ್ನೇ ರೇಗ್ಸೋಕೆ ಹೇಳಿದ್ರೆ ಐ ವುಡ್ ಬಿ ಎಮ್‌ಬೆರಾಸ್ಡ್ ಅಂತ ಅದ್ಕೇ ಕೇಳ್ದೆ' ಎಂದ.

'ನನಗೆ ಗೊತ್ತಿಲ್ಲ ಮಾರಾಯ ಯಾಕೆ ಹೇಳ್ದ ಅಂತೆಲ್ಲಾ. ಸ್ಟಿಲ್ ಐ ಯಾಮ್ ಎಂಬೆರಾಸ್ಡ್' ಎಂದೆ.

ಸ್ವಲ್ಪ ಹೊತ್ತಿಗೆ ಮತ್ತೆ 'ಅಲ್ಲಾ ಅವನಾಗೇ ನಿನ್ನ ಹತ್ರ ಬಂದು ಹಿಂಗೆ ಹೇಳ್ದ ಅಂದ್ರೆ ಏನೋ ಅನುಮಾನ ಬರಲ್ವಾ?' ಎಂದ. ನನಗೆ ಸ್ವಲ್ಪ ಕಿರಿಕಿರಿಯಾಯ್ತು.

'ಈಗೇನು ಗುರು ನಿನ್ ಥೀಸಿಸ್ಸು? ಅವನು ಸುಮ್ನೇ ಹೇಳ್ದ ಅಂತಾನಾ?' ಎಂದೆ.

'ದಟ್ಸ್ ವಾಟ್ ಸೀಮಾ ಥಿಂಕ್ಸ್. ಒಂದೋ ಅವನು ಸುಮ್ನೇ ಹೇಳಿದಾನೆ ಇಲ್ಲ ಇದರ ಹಿಂದೆ ನಮ್ಮನ್ನ ತಗಲಾಕೋ ಏನೋ ಪ್ಲಾನಿದೆ. ಇಲ್ಲದಿದ್ರೆ ಕೆಲಸ ಬಿಡ್ತಾ ಇರೋನು ಅವನಾಗಿ ನಿನ್ ಹತ್ರ ಬಂದು ಯಾಕೆ ಇದೆಲ್ಲಾ ಹೇಳ್ದ?'

ನನಗೆ ಇವನೂ ಸೀಮಾ ಇಡೀ ದಿನ ಇದನ್ನೇ ಮಾತನಾಡಿದ್ದಾರೆ ಎನಿಸಿ ಇನ್ನೂ ಕಿರಿಕಿರಿಯಾಯ್ತು. ಅವಳೇನೋ ಒಳ್ಳೇ ಹುಡುಗೀನೇ. ಆದರೆ ಇವನು ಅವಳಿಗೆ ಏನು ಹೇಳಿದ್ದಾನೋ ಅವಳೇನು ಯೋಚನೆ ಮಾಡಿದಳೋ ಅನ್ನಿಸಿತು. ಯಾವುದಕ್ಕೂ ಖಾತ್ರಿ ಮಾಡಿಕೊಳ್ಳೋಣ ಅಂತ 'ಫಸ್ಟ್ ಆಫ್ ಆಲ್, ನೀನು ಸೀಮಾಗೆ ಏನು ಹೇಳ್ದೆ ಹೇಳು' ಅಂದೆ.

ಅವನಿಗೆ ನನ್ನ ಧ್ವನಿಯಲ್ಲಿದ್ದ ಅಸಹನೆ ಗೊತ್ತಾಯ್ತು ಅನ್ಸತ್ತೆ. 'ಓಕೆ. ನಾನು ಡಲ್ ಆಗಿದ್ದೆ. ಅವಳೇ ಕೇಳಿದ್ಲು ಏನಾಯ್ತು ಅಂತ. ನಾನು ಕಂಪೆನಿ ಚೇಂಜ್ ಮಾಡ್ಬೇಕು

ಅಂದ್ಕೊಂಡಿದೀನಿ ಅಂದೆ.' ನನಗೆ ಗೊತ್ತಾಯ್ತು ಇನ್ನು ಈ ಇಡೀ ಸಂಭಾಷಣೆ ಯಾವ ಥರ ನಡೆದಿರುತ್ತೆ ಅಂತ.

'ನೋಡಪ್ಪಾ... ನೀನು ಇದನ್ನ ಹೇಗೆ ಬೇಕಾದ್ರೂ ನೋಡು, ಅದು ನಿನ್ನಿಷ್ಟ. ಆದ್ರೆ ನನಗೆ ಈ ವಿಷಯದಲ್ಲಿ ಮೊದಲಿಂದಾನೇ ಅನುಮಾನ ಇತ್ತು. ಅರುಣ್ ಅದನ್ನ ಗಟ್ಟಿ ಮಾಡ್ದ ಅಷ್ಟೇ. ಆಷ್ಟಕ್ಕೂ ಕೆಲ್ಸ ಬಿಡ್ತಿರೋ ಅವನು ನನಗೆ ಇದೆಲ್ಲಾ ಹೇಳಿ ಅವನಿಗೆ ಆಗಬೇಕಾಗಿರೋದು ಏನಿದೆ ಹೇಳು? ವಾಟೆವರ್, ಇನ್ನು ಮುಂದೆ ಎಲ್ಲಾ ಬದಲಾಗುತ್ತೆ ಅಷ್ಟೇ' ಎಂದು ಸುಮ್ಮನಾಗಿಬಿಟ್ಟೆ.

ಮತ್ತೆರಡು ದಿನ ನಮಗೆ ಈ ವಿಷಯದಲ್ಲಿ ಏನೂ ಚರ್ಚೆ ನಡೆಯಲಿಲ್ಲ. ಆದರೆ ಎರಡು ದಿನದಲ್ಲಿ ಚಿರು ಕಂಪೆನಿಯಲ್ಲಿ ಮತ್ತೆ ಮೊದಲಿನಂತಾದ. ನನಗೆ ಮಾತ್ರ ಮ್ಯಾನೇಜರ್ ಮುಖ ನೋಡೋದಕ್ಕೇ ಅಸಹ್ಯವಾಗಲು ಶುರುವಾಯ್ತು. ಪ್ರಪಂಚ ನಮಗೆ 'ಪ್ರಾಕ್ಟಿಕಲ್' ಆಗಿರ್ಬೇಕು ಅಂತ ಹೇಳಿಕೊಡುತ್ತೆ. ಅದನ್ನೇ ನಮ್ಮ್ ಕಂಪೆನಿಯ ಟ್ರೈನಿಂಗಿನಲ್ಲಿ 'ಪ್ರೊಫೆಷನಲ್' ಎನ್ನುತ್ತಿದ್ದರು. ಅಂದರೆ ನಮ್ಮೊಳಗೆ ಏನಿದ್ದರೂ ಅದು ಹೊರಗೆ ಕಾಣದಂತೆ ವರ್ತಿಸಬೇಕು ಅಂತ. ಕಾಲಕ್ಕೆ, ಸನ್ನಿವೇಶಕ್ಕೆ ತಕ್ಕಂತೆ ವೇಷ ಹಾಕಬೇಕು ಅಂತ. ಆದರೆ ಎಲ್ಲಾ ವೇಷದೊಳಗಿರೋ ವ್ಯಕ್ತಿ ಒಬ್ಬನೇ ಅನ್ನೋದನ್ನ ಬೇಕಂತಲೇ ಮರೆಸುತ್ತೆ. ಆಫ್ಟರ್ ಆಲ್ ವಿ ಆರ್ ಒನ್ ಪೀಸ್. ನನಗೂ ಅದು ಸಾಧ್ಯವಾಗಲೇ ಇಲ್ಲ. ನನ್ನ ಮನಸ್ಸಿನ ಕಹಿ ದಿನದಿನವೂ ಬೆಳೆಯುತ್ತ ಹೋಯಿತು. ಕಡೆಗೆ ಸಹಿಸಲಾಗದೇ ಎರಡು ವರ್ಷ ಕೆಲಸ ಮಾಡಿದ ಕಂಪೆನಿಗೆ ಅದೇ ಏಪ್ರಿಲ್ಲಿನಲ್ಲಿ ರಾಜಿನಾಮೆ ಕೊಟ್ಟುಬಿಟ್ಟೆ.

ಆಗಲೇ ಚಿರು ನನ್ನನ್ನ ಚೆನ್ನಾಗಿ ಬೈದದ್ದು. ಅವನು ಬೈಯೋದಕ್ಕೆ ಅಷ್ಟರಲ್ಲಿ ತುಂಬಾ ಕಾರಣಗಳು ಸಿಕ್ಕಿದ್ದವು. ಮೊದಲಿಗೆ ನಾನು ರಾಜಿನಾಮೆ ಕೊಡುವ ಯೋಚನೆ ಮಾಡಿದ್ದನ್ನು ಅವನ ಬಳಿ ಹೇಳಿರಲಿಲ್ಲ, ಅವನಿಗೆ ಮ್ಯಾನೇಜರ್‌ನಿಂದ ವಿಷಯ ಗೊತ್ತಾಗಿತ್ತು. ಹಿ ವಾಸ್ ಪಿಸ್ಸ್‌ಡ್. ಮೊದಲಿಗೆ ಅದಕ್ಕೆ ಬೈದ. 'ಮಗನೇ ನಾಲಕ್ಕು ವರ್ಷದಿಂದ ಜೊತೇಲೇ ಕುಡ್ದು, ಉಚ್ಚೆ ಹುಯ್ದು, ಒಂದೇ ಸಿಗರೇಟ್ ಶೇರ್ ಮಾಡ್ಕೊಂಡು, ಒಂದೇ ಮನೇಲಿದೀವಿ. ರಿಸೈನ್ ಮಾಡಿದೀಯ ಅಂತ ಆ ಪ್ಯಾರಗಾನ್ ನನ್ಮಗ ಹೇಳ್ಬೇಕಾ?' ಅಂತ. ಬೈ ದ ವೇ ನಮ್ಮ ಮ್ಯಾನೇಜರಿಗೆ ಪ್ಯಾರಗಾನ್ ಅಂತ ಹೆಸ್ರು ಇಟ್ಟಿದ್ವಿ, ಅಷ್ಟು ಸಂಬಳ ಬಂದರೂ ಮನೇಲಿ ಇನ್ನೂ ಪ್ಯಾರಗಾನ್ ಚಪ್ಪಲಿ ಹಾಕ್ತಾನೆ ಅಷ್ಟು ಕಂಜೂಸು ಅಂತ.

ಆಮೇಲೆ ತನ್ನನ್ನು ಬಿಟ್ಟು ನಾನೇ ನಿರ್ಧಾರ ಮಾಡಿದ್ದಕ್ಕೆ ಬೈದ. 'ನಿನಗೆ ಹೇಳಿದ್ರೆ ನೀನು ರಿಸೈನ್ ಮಾಡ್ತಿದ್ಯಾ?' ಅಂದೆ. ಅವನ ಬದುಕು ಸೀಮಾ ಜೊತೆ ಬೆಸೆದುಕೊಂಡಿದೆ ಅಂತ ನೆನಪಾಗಿರಬೇಕು, ಸ್ವಲ್ಪ ತಣ್ಣಗಾದ. ಕೆಲಸ ಬಿಟ್ಟು ಏನು

ಮಾಡ್ತೀಯ ಅಂದ. ಬೇರೆ ಕೆಲ್ಸ ನೋಡ್ತೀನಿ ಅಂದೆ. 'ಓ ದೆನ್, ನನಗ್ಗೊತ್ತಿಲ್ದೇ ಅಪ್ಲೈ ಮಾಡಿದೀಯ ಅನ್ನು?' ಎಂದ. ಯಾವುದಕ್ಕೂ ನಾನು ಅರ್ಜಿ ಹಾಕಿಲ್ಲ ಅಂದೆ. ನಕ್ಕ.

'ಎಲ್ಲಾರೂ ಮೊದಲು ಇನ್ನೊಂದು ಕೆಲ್ಸ ಕನ್ಫರ್ಮ್ ಮಾಡಿಕೊಂಡು ಬಿಟ್ರೆ ನಿಂದೇನೋ ಫೂಲಿಶ್‌ನೆಸ್' ಅಂದ.

'ಸ್ವಲ್ಪ ದಿನ ಮನೇಲೇ ಇರ್ತೀನಿ, ನನಗೆ ಯೋಚನೆ ಮಾಡೋಕೆ ಟೈಂ ಬೇಕು' ಅಂದೆ.

'ಏನು ಯೋಚನೆ ಮಾಡ್ತೀಯ? ಯಾವ ಕಂಪೆನಿ ಸೇರ್ಬೇಕು ಅಂತಾನಾ?'

'ಅಲ್ಲ, ಐ ವಾಂಟ್ ಅ ಚೇಂಜ್'

'ಓಕೆನಪ್ಪಾ... ನೀನು ಕಂಪೆನಿ ಚೇಂಜ್ ಮಾಡ್ಬೇಕು ಅಂತಿದೀಯ. ಆಯ್ತು ನಿನ್ನಿಷ್ಟ ಮಾಡು. ಆದರೆ ಬೇರೆ ಕಡೆ ಅಪ್ಲೈ ಆದ್ರೂ ಮಾಡಿ, ದಾರಿ ಸೇಫ್ ಮಾಡಿಕೊಂಡು ಚೇಂಜ್ ಮಾಡು. ನಾನು ಯಾರಿಗಾದ್ರೂ ಹೇಳ್ಲಾ ರೆಫರ್ ಮಾಡೋಕೆ?'

'ನಾನು ಕಂಪೆನಿ ಅಲ್ಲ, ಜಾಬನ್ನೇ ಚೇಂಜ್ ಮಾಡ್ಬೇಕು ಅಂತಿದೀನಿ. ಅಂಡ್ ನಾನಿನ್ನ ಏನೂ ಡಿಸೈಡ್ ಮಾಡಿಲ್ಲ ಯಾವ ಜಾಬ್ ಏನು ಅಂತ. ಸೋ ಪ್ಲೀಸ್ ಸದ್ಯಕ್ಕೆ ರಿಲ್ಯಾಕ್ಸ್ ಆಗೋಕೆ ಬಿಡು' ಅಂದಿದ್ದಕ್ಕೆ ರೇಗಿಹೋದ.

'ನಿನಗೇನಾದ್ರೂ ತಲೆ ಕೆಟ್ಟಿದ್ಯೇನೋ? ಎಲ್ಲಿರೋದಿಲ್ವೋ ಇದೆಲ್ಲಾ? ಎಲ್ಲಾ ಕಡೆ ಇರುತ್ತೆ. ಇದು ಕಾಂಪಿಟೇಟಿವ್ ಜಗತ್ತು ಮಗಾ, ಇಲ್ಲಿ ಎಲ್ಲಾವನೂ ಇನ್ನೊಬ್ಬನ್ನ ತಿನ್ನೋಕೇ ಕಾಯ್ತಿರ್ತಾನೆ. ಕಾಲೇಜಲ್ಲಿ ಬಿ.ಆರ್. ಪ್ರೊಫೆಸರ್ ಹೇಳ್ತಿದ್ರು ನೆನಪಿದೆಯಾ, ಈ ಜಗತ್ತಲ್ಲಿ ಒಂದು ಪ್ರಾಣೀನ ತಿಂದೇ ಇನ್ನೊಂದು ಪ್ರಾಣಿ ಬದುಕೋದು ಅಂತ. ನಾವಿಬ್ರೂ ಆಯಪ್ಪನ್ನ ಕ್ಯಾನಿಬಲ್ ನನ್ಮಗ ಅಂತ ಆಡಿಕೊಂಡು ನಗ್ತಿದ್ವಿ ಆಗ. ಆದರೆ ಅದು ನಿಜ ಕಣೋ. ನಾವು ತಿನ್ನೋಕೆ ರೆಡಿ ಇರ್ಲಿಲ್ಲ ಅಂದ್ರೆ ನಮ್ಮನ್ನ ತಿನ್ನೋಕೆ ಜನ ರೆಡಿ ಇರ್ತಾರೆ. ಬೋಳಿಮಗನೇ ನಿನಗಿದೆಲ್ಲಾ ಅರ್ಥ ಆಗದೇ ಇರೋನ ಥರ ಆಡ್ಬೇಡ, ಹೊಡುಸ್ಕೋತೀಯ' ಎಂದೆಲ್ಲಾ ಹೇಳಿದ.

ನಾನು ತಡೆಯಲಾಗದೇ 'ನೀನು ತಿನ್ನೋಕೆ ರೆಡಿ ಆಗ್ತಿದೀಯ ಅಲ್ಲಾ? ಐ ಕೆನ್ ಸೆನ್ಸ್ ದಟ್. ಆದರೆ ಅದು ನಿನ್ನಿಷ್ಟ. ನನಗಿದೆಲ್ಲಾ ಬೇಜಾರಾಗಿದೆ ಮಗ. ನನಗೆ ಆಗಲ್ಲ ಅಷ್ಟೇ. ನಾನು ಈ ಥರ ದುಡಿದು ಯಾರನ್ನೂ ಸಾಕಬೇಕಿಲ್ಲ ಕೂಡ. ಐ ಕೆನ್ ಬಿ ಫ್ರೀ. ಸೋ ಸುಮ್ನೆ ಇದನ್ನ ದೊಡ್ಡದು ಮಾಡ್ಬೇಡ. ಬಿಟ್ಟುಬಿಡು' ಎಂದುಬಿಟ್ಟೆ.

ಅವನ ಸಿಟ್ಟು ನೆತ್ತಿಗೇರಿ, 'ಯೂ ಫಕಿಂಗ್ ಲೂಸರ್' ಎಂದು, ಎದುರಿಗಿದ್ದ ತಟ್ಟೆಯನ್ನೂ ಬಿಸಾಕಿ, ಸಿಗರೇಟು ಎತ್ತಿಕೊಂಡು ಟೆರೇಸಿಗೆ ಹೋಗಿಬಿಟ್ಟ, ಮೇಲೆ ಸೀಮಾ ಜೊತೆ ಫೋನಲ್ಲಿ ನನ್ನನ್ನು ಬೈದುಕೊಳ್ಳುತ್ತಿದ್ದುದು ನನಗೂ ಕೇಳುತ್ತಿತ್ತು. ಆದರೂ ನನ್ನ ಮನಸ್ಸಿಗೆ ಏನೋ ಸಮಾಧಾನವಾಗಿತ್ತು.

ರಿಸೈನ್ ಮಾಡಿ ಮನೆಯಲ್ಲಿ ಸುಮ್ಮನೇ ಸಿಗರೇಟು ಸುಡುತ್ತಾ ಇರುತ್ತಿದ್ದ ನನಗೆ ಒಂದು ದಿನ ಇದ್ದಕ್ಕಿದ್ದಂತೆ ಆ ತೆಂಗಿನ ಸಸಿಯ ನೆನಪು ಹತ್ತಿಕೊಂಡಿತು. ಇದೆಲ್ಲಾ ಆಗಿ, ಕೆಲಸ ಬಿಟ್ಟಮೇಲೆ ಒಂದು ದಿನ ನಮ್ಮ ಪಿ.ಜಿಯ ಹತ್ತಿರ ಹೋಗಿದ್ದೆ ಆ ತೆಂಗಿನಸಸಿ ಏನಾಗಿದೆ ನೋಡಲು. ಅದನ್ನು ಕಿತ್ತುಹಾಕಿ ಕಾಂಕ್ರೀಟು ಹಾಕಿಸಿದ್ದರು ಓನರ್. ಕೇಳಿದ್ದಕ್ಕೆ ಪಾರ್ಕಿಂಗಿಗೆ ಜಾಗ ಇರ್ಲಿಲ್ಲ ನೋಡಿ ಅದಕ್ಕೆ ಎಂದರು. ನೋಡಿ ಈಗ ಪಿ.ಜಿ ವಿಶಾಲವಾಗಿ ಕಾಣುತ್ತೆ, ನೋಡಿ ಬರೋದಾದ್ರೆ ಮತ್ತೆ ಎಂತಲೂ ಅಂದರು. ನನ್ನ ಬಾಯಿಂದ ಲೂಸರ್ ಎನ್ನುವ ಪದ ತಣ್ಣಗೆ ತಾನಾಗಿ ಹೊರಬಿತ್ತು. ಸುಮ್ಮನೇ ಬಂದುಬಿಟ್ಟೆ ಬೈದುಕೊಂಡು.

ನೋಡು ತಾನು ಹಾಕಿದ ಗಿಡ ತನ್ನ ಕಣ್ಣ ಮುಂದೆ ಮರವಾಗೋದನ್ನ ಕಾಣೋಕೆ ಆಗಲ್ಲ, ಅದೇ ಈ ಊರಿನ ಈ ಕಾಲದ ಸತ್ಯ. ಇದರರ್ಥ ಅಷ್ಟರಲ್ಲಿ ನಾನು ಬದುಕಿರೋದಿಲ್ಲ ಎಂದಲ್ಲ. ನಾನು ಬದುಕಿರುತ್ತೇನೆ, ಎಲ್ಲೋ ಇನ್ನೊಂದು ಏರಿಯಾದ ಮತ್ತೊಂದು ಬಾಡಿಗೆ ಗೂಡಿನಲ್ಲೋ ಅಥವಾ ಅದೃಷ್ಟವಿದ್ದರೆ ಇನ್ನೆಲ್ಲೋ ಪುಟ್ಟ ಸೈಟಿನಲ್ಲಿ ಮನೆ ಕಟ್ಟಿಕೊಂಡೋ ನಾನು ಬದುಕಿರುತ್ತೇನೆ. ಆದರೆ ಆಗ ನನಗೆ ಮೊತ್ತಮೊದಲಿಗೆ ಬೆಂಗಳೂರಿಗೆ ಬಂದಾಗ ಅಂಡೂರಿದ ಪಿ.ಜಿಯ ಕಾಂಪೌಂಡನ್ನು ಇಣುಕುವ ಮನಸ್ಸೆಲ್ಲಿ ಬಂದೀತು? ಬಂದರೂ ಇನ್ನಾವುದೋ ಏರಿಯಾದಿಂದ ಇಲ್ಲಿಗೆ ಬಂದು ನೋಡುವಷ್ಟು ಪುರುಸೊತ್ತು?! ಬಿಡುಬಿಡು ಎಂದೋ ಪುರುಸೊತ್ತಿನಲ್ಲಿ ಹಾಕಿದ ಬೀಜ ಮರವಾಗಿದೆಯಾ ಎಂದು ನೋಡುವಷ್ಟು ತಾಳ್ಮೆಯೋ, ನೆನಪೋ ಅಥವಾ ಕಟ್ಟಕಡೆಗೆ ನನ್ನಂತೆ ದಿಕ್ಕೆಟ್ಟತನವೋ ಇದ್ದಿದ್ದರೆ ಲೋಕದಲ್ಲಿ ಇಷ್ಟೊಂದು ಅನಾಥರು ಯಾಕಿರಬೇಕಿತ್ತು? ಹ್ಞಾ... ಎಲ್ಲಿಂದಲೋ ಎಲ್ಲಿಗೋ ಹೋದೆ ಅನ್ನೀಯಾ? ಐ ನೋ.

ಕೆಲಸ ಬಿಟ್ಟು ಮೂರು ತಿಂಗಳು ಏನು ಮಾಡಬೇಕು ಗೊತ್ತಾಗಲಿಲ್ಲ. ಕಡೆಗೆ ನನ್ನ ಪ್ರಾವಿಡೆಂಟ್ ಫಂಡಿನ ದುಡ್ಡು ಬಂತು. ಮೊದಲು ಅಪ್ಪನ ದುಡ್ಡು ಕೊಡಬೇಕು ಅನ್ನಿಸಿ ಕೊಟ್ಟುಬಂದೆ. ಅದು ಇನ್ನೊಂದು ಸ್ವಾತಂತ್ರ್ಯದ ಅನುಭವ. ಆಹ್ ಅದನ್ನ ನೆನೆಸಿಕೊಂಡರೆ ಏನೋ ಸಮಾಧಾನವಾಗುತ್ತೆ.

ಇಟ್ ಶೂರ್ಲಿ ಕಾಲ್ಸ್ ಫಾರ್ ಒನ್ ಮೋರ್ ಪೆಗ್.

3

ರೇಷ್ಮೆಗೂಡು

ಬಹುಶಃ ಲೋಕದಲ್ಲಿ ಮಹಾನಗರಗಳನ್ನು ನನ್ನಂತಹ ಅಂತಃಪುರಪುರುಷರಿಗಾಗಿಯೇ ಕಟ್ಟಿರಬೇಕು. ಮಹಾನಗರ ಎಂದರೆ ಸುತ್ತಲೂ ಲಕ್ಷಾಂತರ, ಕೋಟ್ಯಂತರ ಸಮಾನ ಜೀವಗಳ ನಡುವೆಯಿದ್ದರೂ ಒಂಟಿಯಾಗಿಯೇ ಉಳಿಯುವ ದೊಡ್ಡ ಪಂಜರ. ಬಹುಶಃ ಮನುಷ್ಯ ಇನ್ನೊಬ್ಬನಿರದೇ ಬದುಕಲಾರ ಎಂಬುದು ಭ್ರಮೆಯೇ ಇರಬೇಕು. ನಿಜ, ಕೆಲಸ-ಕಾರ್ಯಕ್ಕೆ ಜನ ಬೇಕು, ಮಾತನಾಡಲು ಬೇಕು, ಕೊಳ್ಳಲು, ಮಾರಲು, ಹೊಟ್ಟೆಹೊರೆಯಲು, ಮೈಮರೆಯಲು ಜನ ಬೇಕಿರಬಹುದು. ಆದರೆ ಬದುಕಲು ಅಲ್ಲ ಎನಿಸುತ್ತದೆ. ಸ್ನೇಹ-ವಿಶ್ವಾಸಗಳೆಲ್ಲಾ ಇಲ್ಲವೆಂದಲ್ಲ. ಆದರೆ ಅವೆಲ್ಲವೂ ಎಲ್ಲಿರಬೇಕೋ ಅಲ್ಲಿರಬೇಕು, ಯಂತ್ರದ ಬಿಡಿ ಭಾಗಗಳಂತೆ. ಯಾವ ಬಿಡಿಭಾಗವೂ ಇಡಿಯ ಯಂತ್ರವನ್ನು ಆಳುವ ಹಂತಕ್ಕೆ ಹೋಗಬಾರದು. ಇಲ್ಲೂ ಹಲವಾರು ಸಂಘ ಸಂಸ್ಥೆಗಳಿವೆ, ಸ್ನೇಹಕೂಟಗಳಾಗುತ್ತವೆ, ಕ್ಲಬ್ಬುಗಳಿವೆ, ಪಬ್ಬುಗಳಿವೆ, ಹಾಗೇ ಕಾರ್ಖಾನೆಗಳೂ, ಕಂಪೆನಿಗಳೂ, ಮನೆಗಳೂ ಇವೆ. ಎಲ್ಲವೂ ಅವುಗಳ ಸ್ಥಾನವರಿತು ತಂತಮ್ಮ ಜಾಗದಲ್ಲಿ ಬದುಕಿಕೊಂಡಿರಬೇಕು ಅಷ್ಟೇ. ಮುಖ್ಯವಾಗಿ ಮನುಷ್ಯನ ಪ್ರೈವೆಸಿಗೆ ತೊಂದರೆ ಕೊಡದೆ ಇರಬೇಕು. ಗಂಡ-ಹೆಂಡತಿಯರಿಗೂ ಈ ನಿಯಮ ಅನ್ವಯವಾಗುತ್ತದೆ. ಇನ್ನು ಮಕ್ಕಳು ಅಪ್ಪ-ಅಮ್ಮ ತಮಗೇ ಡಿಸ್ಟರ್ಬ್ ಮಾಡುತ್ತಾರೆ ಎನ್ನುತ್ತಾರೆ.

ಕೆಲಸ ಬಿಟ್ಟಮೇಲೆ ಈ ದಟ್ಟ ಅರಣ್ಯದಲ್ಲಿ ನಾನೂ ಒಂದು ಪುಟ್ಟ ಗೂಡಿನಲ್ಲಿ ಬದುಕುತ್ತಿದ್ದೆ. ಟೆನ್ ಬೈ ಟೆನ್ನಿನ ಆ ಕೋಣೆಯಲ್ಲಿ ದಿನವೂ ಕಾಲವನ್ನು ಸೀಳುತ್ತ, ಮೇಲೆ ಸೋರಿದ ಮಳೆನೀರಿಗೆ ಜಂಗು ಹಿಡಿದು ಚಿತ್ರವಿಚಿತ್ರ ಗೆರೆಗಳನ್ನು ಮೈಮೇಲೆ

ಹೊದ್ದುಕೊಂಡ ಜ್ಹಿಂಕ್‌ಶೀಟಿನ ಕೆಳಗೆ ಮೈಯುರಿಸುತ್ತ ಸುರಿಯುವ ಸೆಖೆಯನ್ನು ಕುಡಿಯುತ್ತ ಮೈಕಾಯಿಸಿಕೊಳ್ಳುವ ಕಾಯ(ಪಾ)ಕ ಮಾಡುತ್ತಿದ್ದೆ. ಹೀಗೆ ರೇಷ್ಮೆಯ ಹುಳದಂತೆ ತನ್ನ ಗೂಡಿನೊಳಗೇ ತಾನು ಬದುಕುವ ಸ್ವಾತಂತ್ರ್ಯ ಇಲ್ಲಿ ಮಾತ್ರ ಸಾಧ್ಯ. ಪಕ್ಕದಲ್ಲಿ ಇನ್ನೊಂದು ಹುಳ ಇದೇ ರೀತಿಯಲ್ಲಿ ಗೂಡು ಕಟ್ಟುತ್ತಿರಬಹುದು, ಆದರೆ ಅದು ಈ ಹುಳಕ್ಕೆ ಅರ್ಥವಾಗಲಾರದು? ಹಾಗೇ ಅದಕ್ಕೆ ಈ ಹುಳದ ಭಾವ ಅರ್ಥವಾಗುವುದಿಲ್ಲ? Modern man is an insect in his own cacoon. ಹೊರಗಿನಿಂದ ನೋಡುವವರಿಗೆ ಮಾತ್ರ ಬಹುವಚನ, ಮನುಷ್ಯ ಕಡೆಯಲ್ಲಿ ಬದುಕುವುದು ಏಕವಚನದಲ್ಲಿಯೇ ಅಲ್ಲವೇ.

ನನ್ನೊಡನೆ ಆಗಾಗ ನಮ್ಮ ಓನರ್ ಡಾ. ಶ್ರೀನಾಥರು ಸೇರಿಕೊಳ್ಳುತ್ತಿದ್ದರು, ಆ ಏಕಾಂತದ ವಾಸನೆ ಕುಡಿಯಲು. ಶ್ರೀನಾಥರು ಒಂಥರಾ ಸಿಂಪಲ್‌ಟನ್. ಈ ಕಾಲದಲ್ಲಿ ಇಂಥವರು ಅಪರೂಪ. ಹೇ, ಅವರು ತುಂಬಾ ಒಳ್ಳೆಯವರು ಅಂತ ನಾನು ಹೇಳ್ತಿಲ್ಲ. ಒಳ್ಳೆಯವರಾದರೂ ಸಾಕಷ್ಟು ಜನ ಸಿಕ್ತಾರೆಪಾ. ಆದರೆ ಈ ಕಾಲದಲ್ಲಿ ಸರಳವಾಗಿರೋರು ಸಿಗಲ್ಲ. ನಮಗೆ ಸರಳತೆ ಒಂಥರಾ ಬೋಳೇತನ ಅನ್ಸುತ್ತೆ. ನನಗೆ ಇಂಥವರನ್ನು ನೋಡಿದಾಗ ಈ ಯೂ.ಎನ್.ಓ ದವರು ಹೇಳ್ತಾರಲ್ಲ 'ಎಂಡೇಂಜರ್ಡ್ ಸ್ಪೀಷೀಸ್–ಅಳಿವಿನಂಚಿನಲ್ಲಿರುವ ಪ್ರಾಣಿಗಳು' ಅಂತ, ಹಾಗೇ ಅನ್ನಿಸ್ತಾರೆ.

ನಿಜ ಗುರು, ನನ್ನ ಮಾತನ್ನ ನಂಬೋಕಾಗ್ತಿಲ್ಲ ಅಂದ್ರೆ ನಿನ್ನ ಸುತ್ತಾನೇ ಒಮ್ಮೆ ನೋಡು. ನಿನ್ನ ಸುತ್ತ ಇರೋ ಎಲ್ಲರೂ ತಂತಮ್ಮ ಖಾಸಗಿ ಬದುಕನ್ನೂ, ಹೊರಗಿನ ಬದುಕನ್ನೂ ಪ್ರತ್ಯೇಕವಾಗಿ ಇಟ್ಟುಕೊಂಡಿರೋರು. ನೀನೇ ಕೇಳಿರ್ತೀಯ ಎಷ್ಟೊಂದು ಬಾರಿ 'ಸ್ವಲ್ಪ ಪ್ರೈವೇಟ್ ಕೆಲ್ಸ ಇದೆ' ಅನ್ನೋ ಮಾತನ್ನ. ನೀನೂ ಹೇಳಿರ್ತೀಯ ಕೂಡ. ಹೌದು ತಾನೇ? ಸ್ವಲ್ಪ ಎಜುಕೇಷನ್ ಇರೋರಲ್ಲಿ ಇದು ಜಾಸ್ತೀನೇ ಇರುತ್ತೆ.

ಕೋಪ ಮಾಡ್ಕೋಬೇಡ, ಎಲ್ಲಾನೂ ಎಲ್ಲರ ಹತ್ರಾನೂ ಹೇಳೋಕಾಗುತ್ತಾ ಅಂತ. ನನಗೆ ಗೊತ್ತು ಅದರ ಕಷ್ಟ. ನಾನು ಮೊದಲೇ ಹೇಳಲಿಲ್ಲವೇ, ನಮ್ಮನ್ನ ಜನ ಎಲ್ಲಿ ಜಡ್ಜ್ ಮಾಡಿಬಿಡ್ತಾರೋ ಅನ್ನೋ ಭಯ! ಅದಕ್ಕೇ ನಮಗೆ ಎಲ್ಲಾನೂ ಹೇಳಿಕೊಳ್ಳೋಕಾಗಲ್ಲ. ಸ್ನೇಹಿತರ ಹತ್ರ ಹೇಳ್ಕೋಬಹುದು, ಅಫ್ ಕೋರ್ಸ್ ನಿನಗೆ ನಂಬಿಕೆ ಇದ್ರೆ. ಓ ಸಾರಿ, ಈ ಸಲಹೆ ಅವರವರ ವಿವೇಚನೆಗೆ ಬಿಟ್ಟದ್ದು. ಹಾಗೆ ನೋಡಿದರೆ ನಾನು ಮತ್ತೆ ಚಿರು ಅಷ್ಟು ದೋಸ್ತರಾಗಿ ಇದ್ದೆವಲ್ಲಾ, ಆದರೆ ಕೆಲಸ ಬಿಡ್ತೀನಿ ಅಂತ ನಿರ್ಧಾರ ಮಾಡಿದಾಗಿಂದ ಅವನ ಹತ್ರ ಏನೂ ಹೇಳಿಕೊಳ್ಳೋಕೆ ಆಗಲೇ ಇಲ್ಲ ನನಗೆ. ಆಗೆಲ್ಲಾ ನಾನೂ ಹೀಗೇ ಪರ್ಸನಲ್ ಫೀಲಿಂಗ್ಸ್ ಅಂತ ಮುಚ್ಚಾಕಿ ಬಿಡುತ್ತಿದ್ದೆ.

ಕಡೆಗೆ ಎಲ್ಲವೂ ಒಳಗೇ ತುಂಬಿಕೊಂಡು ತಲೆಕೆಟ್ಟಂತಾದಾಗ ಒಬ್ಬರು ಆಪ್ತಸಲಹೆಗಾರರ ಹತ್ರ ಹೋದೆ. ಆವಾಗ್ಲೇ ನನಗೆ ಶ್ರೀನಾಥರ ಪರಿಚಯ ಆಗಿದ್ದು.

ಆ ಕೌನ್ಸೆಲಿಂಗ್ ಸೆಂಟರ್ ಪಕ್ಕದಲ್ಲಿ ಒಂದು ಐ ಕ್ಲಿನಿಕ್ ಇತ್ತು. ಅದು ಶ್ರೀನಾಥರದ್ದು. ಒಂದು ದಿನ ನನಗೆ ಅಪಾಯಿಂಟ್‌ಮೆಂಟ್ ಕೊಟ್ಟ ಸಮಯಕ್ಕೆ ಕೌನ್ಸೆಲರ್ ಬರಲಿಲ್ಲ. ಎಲ್ಲೋ ಬೇರೆ ಕೆಲಸಕ್ಕೆ ಹೋದವರು ಟ್ರಾಫಿಕ್ಕಿನಲ್ಲಿ ಸಿಕ್ಕಿಹಾಕಿಕೊಂಡಿದ್ದರು. ನಾನು ಕಾಯುತ್ತಾ ಕುಳಿತಿದ್ದೆ. ಬೋರ್ ಆಗಿ ಆಚೆ ಬಂದಾಗ ಈ ವ್ಯಕ್ತಿ ಕ್ಲಿನಿಕ್ಕಿನ ಹೊರಗೆ ನಿಂತಿದ್ದರು. ನೋಡೋಕೆ ಹಳೆಯ ಆಸ್ಪತ್ರೆಗಳ ಕಾಂಪೌಂಡರು ಥರ ಕಾಣಿಸ್ತಾ ಇದ್ದರು. ನಾನು ಅವರನ್ನು ಗಮನಿಸಿದರೂ ಸುಮ್ಮನೇ ರಸ್ತೆ ನೋಡುತ್ತಾ ನಿಂತೆ. ಪಕ್ಕದಲ್ಲಿ ಮನುಷ್ಯ ಪ್ರಾಣಿಯಿದ್ದರೂ ನಮಗೆ ಸಂಬಂಧಪಟ್ಟವರಲ್ಲದೇ ಇದ್ದಾಗ ಮಾತನಾಡಿಸಬಾರದು ಅಂತ ನಮಗೆ ಇದೇ ಪ್ರಿವೆಸಿ ಕಲಿಸಿಕೊಟ್ಟಿದೆ ಅಲ್ಲವೇ? ಅವರೇ ಮಾತಾನಾಡಿಸಿದರು. ಇದು ಅವರ ಸರಳತೆಯ ಮೊದಲ ಲಕ್ಷಣ ನೋಡು.

ಕ್ಲಿನಿಕ್ಕಿನ ಮುಂದೆ ನನ್ನನ್ನು ಮಾತನಾಡಿಸಿ ಅವರು ಮೊದಲು ಕೇಳಿದ್ದೇ 'ಏನು ನಿಮಗೆ ಪ್ರಾಬ್ಲಮ್ಮು?' ಅಂತ. ನಾನು ಒಂದು ಕ್ಷಣ ಅವಾಕ್ಕಾದೆ. 'ಅಲ್ರೀ ಇಷ್ಟು ಗಟ್ಟಿಮುಟ್ಟಾಗಿರೋ ಯುವಕರು ಈ ಮೆಂಟಲ್ ಡಾಕ್ಟ್ರ ಹತ್ರ ವಾರಕ್ಕೊಂದು ಸಲ ಬರ್ತಿದೀರಲ್ಲ ಅದ್ಕೆ ಕೇಳ್ದೆ. ನಿಮ್ಮನ್ನ ನೋಡಿದ್ರೆ ಅಂಥದೇನೂ ಸಮಸ್ಯೆ ಇದ್ದಂಗೆ ನನಗಂತೂ ಕಾಣಿಸಲ್ಲ' ಎಂದರು. ನೋಡೋದಕ್ಕೆ ವಿಚಿತ್ರವಾಗಿದ್ದ ಇವರಿಗೆ ಉತ್ತರ ಕೊಡಬೇಕೋ ಬೇಡವೋ ನನಗೆ ಗೊತ್ತಾಗಲಿಲ್ಲ. ನೀವು ಯಾರು ಎನ್ನುವಂತೆ ದಿಟ್ಟಿಸಿ ನೋಡಿದೆ. 'ಈ ಕ್ಲಿನಿಕ್ ನಂದೇ ರೀ. ನಾನೇ ಡಾಕ್ಟ್ರು. ಏನು ಕಸ ಹೊಡೆಯೋನು ಅಂದ್ಕೊಂಡ್ರಾ?' ಎಂದರು ನಗುತ್ತಾ. ನನಗೂ ನಗು ಬಂದಿತು. ಆದರೂ 'ಸ್ವಲ್ಪ ಪರ್ಸನಲ್ ಪ್ರಾಬ್ಲಮ್' ಎಂದೆ. 'ಏನು ಪರ್ಸನಲ್ಲು ಮಣ್ಣು, ಯಾರಾದ್ರೂ ಮನೆಯವ್ರು ಕೇಳಿದ್ರೆ ಪರ್ಸನಲ್ ಅಂತೀರ, ಇಲ್ಲಿ ಬಂದು ದುಡ್ಡು ಕೊಟ್ಟು ನಿಮ್ಮ ಕಥೇನೆಲ್ಲಾ ಹೇಳ್ಕೋತೀರ. ಅವರಿಗೇನು ನೀವ್ಯಾರು? ಏನು? ನಿಮ್ಮಪ್ಪ-ಅಮ್ಮ ಯಾರು? ಊರು-ಕೇರಿ ಯಾವ್ದು ಎಲ್ಲಾ ಗೊತ್ತಿರುತ್ತೇನ್ರೀ? ನಿಮ್ಮನ್ನ ಬುದ್ಧಿವಂತರು ಅನ್ನಬೇಕೋ ದಡ್ಡರು ಅನ್ನಬೇಕೋ ಗೊತ್ತಾಗಲ್ಲ' ಎಂದು ನನ್ನನ್ನೇ ಬೈದರು. ಅವರಿಗೆ ಗೊತ್ತಿಲ್ಲ ಅನ್ನೋದೇ ಅವರಿಗೂ ನಮಗೂ ನಡುವೆ ಇರೋ 'ಸೇಫ್ಟೀ ವೆಪನ್' ಅಂತ ಹೇಳಬೇಕು ಅನ್ನಿಸಿದರೂ ಹೇಳಲಿಲ್ಲ. ಅವರೇ 'ಬನ್ನಿ ಹೋಗ್ಲಿ ಒಳಗೆ ಮಾತಾಡೋಣ, ನನಗೂ ಪೇಶೆಂಟ್ಸ್ ಇಲ್ಲ. ಕಾಫಿ ಕುಡೀತೀರಾ? ತರಸ್ಲಾ?' ಎಂದು ಒಳಗೆ ಕರೆದುಕೊಂಡು ಹೋದರು. ಇಬ್ಬರೂ ತುಂಬಾ ಹೊತ್ತು ಮಾತಾಡಿ ಮನಸಾರೆ ನಕ್ಕೆವು. ಮಾತು ಅಂದ್ರೇನು ಯಾವುದೂ ಉಪಯೋಗ ಇಲ್ಲದ್ದು, ಆದರೆ ಇಬ್ಬರಿಗೂ ಖುಷಿ ಆಯ್ತು. ಅಷ್ಟೇ, ನಾನು ವಾರಕ್ಕೊಮ್ಮೆ ಕೌನ್ಸೆಲ್ಲಿಂಗ್ ಬಿಟ್ಟು ಶ್ರೀನಾಥರ ಕ್ಲಿನಿಕ್ಕಿಗೆ ಹೋಗೋಕೆ ಶುರು ಮಾಡ್ದೆ.

ಅಲ್ಲಿಂದ ಒಂದು ತಿಂಗಳಿಗೆ, ನಾನು ಜಯನಗರದಲ್ಲಿದ್ದ ಒಂದು ಸ್ಕೂಲಿನಲ್ಲಿ ಕೆಲಸಕ್ಕೆ ಸೇರಿಕೊಂಡಾಗ ನನಗೇ ಒಂದು ರೂಮು ಹುಡುಕುತ್ತಿದ್ದೆ. ಯೆಸ್, ಕೆಲಸ ಬಿಟ್ಟು ಮೂರು ತಿಂಗಳು ಮನೆಯಲ್ಲೇ ಇದ್ದು ಯೋಚಿಸಿ ಯೋಚಿಸಿ ಒಂದು ನಿರ್ಣಯಕ್ಕೆ ಬಂದಿದ್ದೆ, ಮತ್ತೆ ಕೆಲಸ ಮಾಡಬೇಕು ಅಂತ! ಆದರೆ ಈ ಬಾರಿ ಮತ್ತೆ ಕಾರ್ಪೊರೇಟಿಗೆ ಕಾಲಿಡಲು ಸುತರಾಂ ಮನಸ್ಸು ಒಪ್ಪಲಿಲ್ಲ. ಸುಮ್ಮನೇ ನನ್ನ ಜೀವನ ನಾನು ಆರಾಮಾಗಿ ನಡೆಸುವಂಥದೊಂದು ಅವಕಾಶವಿದ್ದರೆ ಸಾಕು ಎನ್ನಿಸಿತ್ತು. ಏನು ವಿಚಿತ್ರ ಅಂತೀಯಾ, ಅದೇ ಸಮಯಕ್ಕೆ ನನಗೆ ಸೋಶಿಯಲ್ ಮೀಡಿಯಾದಲ್ಲಿ ನಾಲ್ಕಾರು ಜನ ನನ್ನಂತೇ ಕೆಲಸ ಬಿಟ್ಟು, ಹೊಸದೇನನ್ನೋ ಹುಡುಕುತ್ತಿದ್ದ ಆಂಥ್ರೋಪ್ರೀನರುಗಳ ಪರಿಚಯವಾಯ್ತು. ಎಲ್ಲರೂ ಸಾಫ್ಟ್‌ವೇರ್ ಟ್ರೈನಿಂಗ್ ಇನ್ಸ್ಟಿಟ್ಯೂಟನ್ನೋ, ಸ್ಟಾರ್ಟಪ್ಪನ್ನೋ, ಮತ್ತೇನೋ ತಮ್ಮದೇ ಒಂದು ಹೊಸಮಾರ್ಗವನ್ನು ಹುಡುಕಲು ಬಯಸುತ್ತಿದ್ದವರು. ಯಾರಿಗೂ ಹೊಸದರ ಅರ್ಥವೇನು ಎಂದೆಲ್ಲ ಗೊತ್ತಿರಲಿಲ್ಲ, ಅದರಿಂದ ತಾವೇನು ಬಯಸುತ್ತಿದ್ದೇವೆ ಎಂದೂ ಸ್ಪಷ್ಟವಿರಲಿಲ್ಲ, ಆದರೂ ಹುಡುಕುವ ಛಲವಿತ್ತು. ನನಗೆ ಒಂದೆಡೆ, ನಮ್ಮ ಜೆನರೇಷನ್ನು ಇಡೀ ಜಗತ್ತಿನ ಅಷ್ಟೂ ಮಂದಿಯ ಜಾತಕಗಳ ಡೇಟಾವನ್ನು ಇಷ್ಟು ಕಿರಿದಾಗಿ, ಫೋಕಸ್ ಆಗಿ ಕೆಲಸ ಮಾಡುವಷ್ಟು ಪಳಗಿಸಿ ತೋರಿಸಿದೆಯಲ್ಲಾ ಎಂದು ಆಶ್ಚರ್ಯವಾದರೆ, ಮತ್ತೊಮ್ಮೆ ಇಷ್ಟಾದರೂ ತಮಗೇನು ಬೇಕು ಎಂದು ನಮಗ್ಯಾರಿಗೂ ಗೊತ್ತಿಲ್ಲವಲ್ಲಾ ಎಂದು ಮರುಕವೂ ಆಯಿತು. ನನಗೆ ಹೊಸದೇನನ್ನೋ ಕಟ್ಟುವುದು ಬೇಕಿರಲಿಲ್ಲ. ನನಗೆ ಆಗಲೂ ಬೇಕಿದ್ದದ್ದು ಸ್ವಾತಂತ್ರ್ಯ ಅಷ್ಟೇ. ಅದಕ್ಕೇ ಉಳಿದವಕ್ಕೆ ಹೋಲಿಸಿದರೆ ಆರಾಮಾಗಿದ್ದ ಟೀಚಿಂಗ್ ಜಾಬನ್ನೇ ಆರಿಸಿಕೊಂಡೆ. ಅದೂ ರಗಳೆ ಬೇಡ ಅಂತ ಹೈಸ್ಕೂಲಿನಲ್ಲಿ. ಆ ಸ್ವಾತಂತ್ರ್ಯಕ್ಕಾಗಿಯೇ ಚಿರು ಜೊತೆ ಬಿಟ್ಟು ರೂಮು ಹುಡುಕಿದ್ದು.

ಶ್ರೀನಾಥರೇ ಆಫರ್ ಮಾಡಿದರು, 'ನಮ್ಮ ಮನೆಯ ಮೇಲೆ ಒಂದು ರೂಮಿದೆ ಬೇಕಾದ್ರೆ ಉಪಯೋಗಿಸಿಕೊಳ್ಳಿ. ನನಗೆ ಅದರ ಬಾಡಿಗೆ ಬಗ್ಗೆ ಎಲ್ಲಾ ಆಗ್ರಹ ಇಲ್ಲ. ಅದನ್ನ ನಮ್ಮಮ್ಮನ ಸುಪರ್ದಿಗೆ ಬಿಟ್ಟುಬಿಟ್ಟಿದೀನಿ. ಅವರು ತಮ್ಮ ಕೈಖರ್ಚಿಗೆ ಬಳಸ್ಕೋತಾರೆ. ಅದೇನು ಕೇಳ್ತಾರೋ ಕೊಟ್ಟುಬಿಡಿ. ನಾನು ಹೇಳಿರ್ತೀನಿ ಜಾಸ್ತಿ ಎಲ್ಲಾ ಕೇಳ್ಬೇಡಿ ಅಂತ ಡೋಂಟ್ ವರಿ' ಎಂದು ಅವರೇ ಕರೆದುಕೊಂಡು ಹೋಗಿ ತೋರಿಸಿದರು.

ರೂಮು ಎಂದು ಅವರದನ್ನು ಕರೆದರೂ ಬೆಂಗಳೂರಿನ ಮಟ್ಟಿಗೆ ಒನ್ ಬಿ.ಎಚ್.ಕೆ.ಯಷ್ಟು ಜಾಗವಿತ್ತು. ಹಾಲ್ ಎಂದು ಪ್ರತ್ಯೇಕ ಮಾಡದೇ ಇದ್ದುದರಿಂದ ರೂಮು, ಕಿಚನ್, ಬಾತ್‌ರೂಮುಗಳು ಮಾತ್ರ ಲೆಕ್ಕಕ್ಕೆ ಸಿಗುವಂತಿದ್ದವು. ನೆಲಕ್ಕೆ ಹಳೆಕಾಲದ

ರೆಡ್ಆಕ್ಸೈಡ್ ಹಾಗೇ ಇತ್ತು. ಮೇಲೆ ಹಾಕಿದ ಶೀಟುಗಳೂ ಹಳೆಯವಾಗಿದ್ದವು. 'ಇಲ್ಲೊಂದು ಗೋಡೆ ಎಬ್ಬಿಸಿದ್ದರೆ ಇದನ್ನ ಮನೆ ಅಂತ್ಲೇ ಬಾಡಿಗೆ ಕೊಡಬಹುದಿತ್ತಲ್ಲಾ ಸಾರ್?' ಎಂದೆ ನಾನು.

'ಸುಮ್ನೇ ಇರ್ರೀ, ನಾನು ಮನೆ ಅಂತ ಬಾಡಿಗೆ ಕೊಡೋದು. ಬಂದೋರು ನಮಗೆ ನೀರಿಲ್ಲ, ಕರೆಂಟಿಲ್ಲ, ಲೊಟ್ಟೆ ಲೊಸ್ಕು ಅಂತ ದಿನಾ ತಲೆ ತಿನ್ನೋದು. ಯಾವನಿಗೆ ಬೇಕು ಅದೆಲ್ಲಾ' ಎಂದುಬಿಟ್ಟರು. ಬಹುಶಃ ಈ ಮಾತು ಶ್ರೀನಾಥರ ವ್ಯಕ್ತಿತ್ವವನ್ನು ಇಡಿಯಾಗಿ ತೋರಿಸುತ್ತದೆ ಅನ್ನಿಸುತ್ತೆ ನನಗೆ. ಕೆಲವು ವ್ಯಕ್ತಿಗಳೇ ಹಾಗೆ, ಒಂದು ಮಾತಿನಲ್ಲಿ ತಮ್ಮ ಒಳಗನ್ನಷ್ಟೂ ತೋರಿಸಿಬಿಡುತ್ತಾರೆ. ಮಹಾನಗರದ ಶೇಕಡಾ ತೊಂಭತ್ತು ಮಂದಿಯಲ್ಲಿ ಈ ಗುಣವಿರುವುದಿಲ್ಲ. ಅವರು ಏನಾದರೂ ಹೇಳಿದರೆ ಯಾಕೆ ಹೇಳಿದರು, ಏನು ಹೇಳಿದರು, ಅದರ ಹಿನ್ನೆಲೆ ಏನು, ಮರ್ಮವೇನು ಎಂದು ಹತ್ತಾರು ಬಾರಿ ಯೋಚಿಸಬೇಕಾಗುತ್ತದೆ. ನಾವೂ ಅಷ್ಟೇ ಎದುರಿಗಿರುವವರು ಸರಳವಾಗಿ ಹೇಳಿದ್ದನ್ನೂ ಹತ್ತು ಬಾರಿ ತಿರುಗಿಸಿ, ಮುರುಗಿಸಿ ಯೋಚಿಸುತ್ತೇವೆ. ಎಲ್ಲಾದರೂ ನಾವು ಮೋಸ ಹೋಗಿಬಿಟ್ಟರೆ ಎಂಬ ಒಂದು ಸಣ್ಣ ಅನುಮಾನ ನಮ್ಮೆಲ್ಲಾ ಕಾರ್ಯದ ಹಿಂದೆ ಅವಿತಿರುತ್ತದೆ. ನಾಗರಿಕತೆ ನಮಗೆ ಕಲಿಸುವ ಮೊದಲ ಪಾಠ ಇದೇ ಅಲ್ಲವೇ!

ಮನೆಯನ್ನು ತೋರಿಸಿ, ತಮ್ಮ ಮನೆಯಲ್ಲೇ ಕಾಫಿ ಕುಡಿಸಿ ಹೇಳಿದರು 'ನೋಡಿ ಇವರೇ, ರೂಮು ಒಂಥರಾ ರೇಷ್ಮೆಗೂಡು ಇದ್ದಂಗೆ ಇದೆ. ನಿಮಗೆ ಇಷ್ಟ ಆಗದೇ ಇದ್ರೆ ನೋ ಪ್ರಾಬ್ಲಮ್. ನೀವು ಈ ಕಾಲದವರು ಹೊಸ ಥರ ಇರ್ಬೇಕು ಅನ್ತೀರ. ಆದರೆ ನಾನು ಈಗ್ಲೇ ಹೇಳಿಬಿಡ್ತೀನಿ, ಆ ರೂಮಿಗೆ ಒಂದು ರೂಪಾಯಿ ಕೂಡ ದುಡ್ಡು ಹಾಕೋಕೆ ನಾನು ರೆಡಿ ಇಲ್ಲ. ಹೇಗಿದೆಯೋ ಹಾಗೆ ಇರೋದಕ್ಕೆ ಒಪ್ಪೋದಾದ್ರೆ ನಿಮ್ಮದೇ ಆ ರೂಮು' ಎಂದು. ನನಗೆ ರೂಮು ಇಷ್ಟವಾಯ್ತು. ಅವರು ರೂಮಿಗೆ ಕೊಟ್ಟ ಹೆಸರೂ ಇಷ್ಟ ಆಯ್ತು. ರೇಷ್ಮೆಗೂಡು... ನನಗದೇ ಬೇಕಿತ್ತು. ನನ್ನದೇ ಸ್ವಾಯತ್ತವಾದ ಗೂಡನ್ನು ನನ್ನೊಳಗೆ ನಾನು ಕಟ್ಟಬೇಕಿತ್ತು. ಇಷ್ಟು ಸಿಂಪಲ್ ಆದ ಓನರ್ ಇಷ್ಟವಾದರು. ಚಿರು ಬೇಜಾರು ಮಾಡಿಕೊಂಡ. ಆದರೆ ಅಲ್ಲಿಂದ ಒಂದೇ ತಿಂಗಳಿಗೆ ಸೀಮಾ ಪಿ.ಜಿ ಬಿಟ್ಟು ಅವನ ಜೊತೆ ಇರೋದಕ್ಕೆ ಬಂದಳು. ಐ ಕುಡ್ ಇಮ್ಯಾಜಿನ್ ಹಿಸ್ ಹ್ಯಾಪಿನೆಸ್. ಇಷ್ಟು ದಿನ ನಾನೇ ಇವರಿಗೆ ತೊಡಕಾಗಿದ್ದೆನಾ ಎಂತಲೂ ಒಮ್ಮೆ ಅನಿಸಿದರೂ ಐ ವಾಸ್ ಆಲ್ಸೋ ವೆರಿ ಹ್ಯಾಪಿ ಫಾರ್ ಮೈ ಫ್ರೀಡಮ್.

ನಾನು ಐ.ಟಿ ಕಂಪೆನಿಯಲ್ಲಿದ್ದಾಗ ಹೇಗೆ ದುಡಿಯುತ್ತಿದ್ದೆ ನಿನಗೆ ಹೇಳಿದ್ದೇನೆ. ನನ್ನನ್ನು ನಾನು ನೋಡಿಕೊಳ್ಳಲೂ ಪುರುಸೊತ್ತು ಇರಲಿಲ್ಲ. ನಾಲ್ಕು ವರ್ಷ ಚಿರು ಜೊತೆ ಪ್ರತೀದಿನವನ್ನೂ, ಪ್ರತೀ ಸಂಗತಿಯನ್ನೂ ಹಂಚಿಕೊಂಡು ಕಳೆದವನಿಗೆ ಇಲ್ಲಿ

ಬಂದಾಗ ಮೊದಮೊದಲು ಒಬ್ಬನೇ ಎನಿಸುತ್ತಿತ್ತು. ಮೊದಮೊದಲು ಸ್ಕೂಲು ಮುಗಿದ ಮೇಲೆ ರೂಮಿನಲ್ಲಿ ಕುಳಿತು ಏನು ಮಾಡಬೇಕು ಗೊತ್ತಾಗುತ್ತಿರಲಿಲ್ಲ. ಸುಮ್ಮನೇ ಕುಳಿತು ಸಿಕ್ಕಿದ್ದನ್ನೆಲ್ಲಾ ಓದುತ್ತಿದ್ದೆ. ಒಂದು ರಾಶಿ ಸಿನೆಮಾ ನೋಡಿದೆ. ಸ್ವಲ್ಪ ದಿನಕ್ಕೆ ಅದೇ ಇಷ್ಟವಾಗೋದಕ್ಕೆ ಶುರುವಾಯ್ತು.

ನೀವು ಒಬ್ಬರೇ ಇದ್ದಾಗ ನಿಮ್ಮನ್ನು ನೀವು ತುಂಬಾ ಪ್ರೀತಿಸುತ್ತೀರಿ. ಅಥವಾ ನಿಮ್ಮನ್ನು ನೀವೆಷ್ಟು ಪ್ರೀತಿಸುತ್ತೀರಿ ಎನ್ನುವುದು ನೀವೊಬ್ಬರೇ ಇದ್ದಾಗ ನಿಮಗೆ ಗೊತ್ತಾಗುತ್ತದೆ. ಓ, ಇದು ಸೆಲ್ಫ್ ಇಂಡಲ್ಜೆನ್ಸ್ ಎಂದೆಯಾ? ಹೌದು... ಹೌದು... ಆದರೂ ನೀನು ಹೇಳಿದ ವ್ಯಂಗ್ಯದ ಧ್ವನಿ ಅದಕ್ಕೆ ಸೇರಿಸಬೇಕಿಲ್ಲ ನೋಡು. ಇಂಡಲ್ಜೆನ್ಸ್ ಅನ್ನೋದು ಈ ಯುಗದ ನಾರ್ಮಲ್ಸಿ, ಸಹಜ ಗುಣ. ಈವತ್ತು ನಿಮ್ಮನ್ನ ನೀವು ಪ್ರೀತಿಸೋದನ್ನ ಕಲಿಯಿರಿ ಅಂತ ಎಷ್ಟೊಂದು ಕ್ಲಾಸುಗಳಲ್ಲಿ ಹೇಳಿಕೊಡ್ತಾರೆ ಗೊತ್ತಾ? ಇಟ್ಸ್ ಅ ಕ್ರೇಝೀ ವರ್ಲ್ಡ್. ನಿಜವಾಗಿ ನಾವು ಜಗತ್ತಿನಲ್ಲಿ ಪ್ರೀತಿಸೋದು ನಮ್ಮನ್ನು ಮಾತ್ರ. ನಾವು ನಮ್ಮ ಸುತ್ತಲಿನ ಪರಿಸರ, ಪರಿಸ್ಥಿತಿಗಳಲ್ಲಿ ಮುಳುಗಿ ಹೋಗಿರೋದರಿಂದ ನಮಗದು ಗೊತ್ತಿರಲ್ಲ ಅಷ್ಟೇ. ನಾವು ಸ್ವಲ್ಪ ಎಲ್ಲದರಿಂದ ಹೊರಗೆ ಬಂದರೆ ನಮಗೇ ಗೊತ್ತಾಗುತ್ತೆ. ನನಗೂ ಅದೇ ಆಗಿದ್ದು.

ನಾನೊಬ್ಬನೇ ಇದ್ದಾಗ ನಾನೇನು ಮಾಡಿದರೂ ಅದು ನನಗಾಗಿ ಮಾತ್ರ. ಅಪ್ಪನಿಗಾಗಿ ಅಲ್ಲ, ಬಾಸ್‌ಗಾಗಿ ಅಲ್ಲ, ಚಿರುಗಾಗಿ ಕೂಡ ಅಲ್ಲ. ಐ ಫೆಲ್ಟ್ ಸೋ ಫ್ರೀ. ನಾನು ಹೇಳಿದೆನಲ್ಲಾ ಸಿನೆಮಾ ನೋಡಿದೆ, ಪುಸ್ತಕ ಓದಿದೆ ಅಂತ ಅದ್ಯಾವುದನ್ನೂ ಸುಮ್ಮನೇ ಕಾಲಕಳೆಯಲು ಮಾಡಲಿಲ್ಲ. ಖುಷಿಯಾಗಿ ಮಾಡಿದೆ. ಯಾವಾಗ ಯಾವುದು ಖುಷಿ ಕೊಡುತ್ತೋ ಅದನ್ನ ಮಾಡ್ತಿದ್ದೆ. ಅದರಿಂದ ನನ್ನ ಅಭಿರುಚಿ ಎಷ್ಟು ಬದಲಾಯ್ತು ಅಂತೆಲ್ಲಾ ನನಗೆ ಗೊತ್ತಿಲ್ಲ. ಆಶ್ಚರ್ಯ ಏನು ಗೊತ್ತಾ? ನಾನು ಅಡುಗೇನೂ ಕಲಿತುಕೊಂಡೆ, ನನಗೋಸ್ಕರ. ನನಗೆ ಇಷ್ಟ ಆಗೋದನ್ನೆಲ್ಲಾ ಯೂಟ್ಯೂಬಿನಲ್ಲಿ ನೋಡಿ, ಮಾಡಿಕೊಂಡು ತಿಂದೆ. ಪಬ್ಬು, ಪಾರ್ಟಿಗಳನ್ನ ಬಿಟ್ಟುಬಿಟ್ಟೆ. ನನಗೆ ಬೇಕಾದ ಡ್ರಿಂಕನ್ನ ಮನೆಗೇ ತಂದು ಆರಾಮವಾಗಿ ಯಾವುದಾದರೂ ಸಿನೆಮಾ ನೋಡ್ತಾ ಎಂಜಾಯ್ ಮಾಡ್ತಿದ್ದೆ. ಸ್ವಾತಂತ್ರ್ಯ ಅನ್ನೋದು ನನ್ನ ಟೆನ್ ಬೈ ಟೆನ್ನಿನ ರೂಮೊಳಗೆ ಕಾಲು ಮುರಿದುಕೊಂಡು ಬಿದ್ದಿತ್ತು. ಸಮಯ ಕೂಡ.

ಬಹುಶಃ ಈ ಊರಲ್ಲಿ ಯಾರಿಗಾದರೂ ಅಸೂಯೆ ಬರುತ್ತೆ ಅಂಥಾ ಜೀವನ. ನನಗನ್ನಿಸುತ್ತಿತ್ತು ಇದಕ್ಕಾಗಿಯೇ ಅಲ್ಲವಾ ಎಷ್ಟೊಂದು ಜನ ಹಗಲೂ ರಾತ್ರಿ ದುಡೀತಾ ಇದಾರೆ ಅಂತ. ನನ್ನ ಹತ್ರ ಏನೂ ತುಂಬಾ ದುಡ್ಡಿರಲಿಲ್ಲ. ಬಂದ ಸಂಬಳ ನಾನು ಉಳಿಸುತ್ತಾ ಇರಲಿಲ್ಲ. ಉಳಿಸೋ ಅಷ್ಟು ಮೇಷ್ಟ್ರಿಗೆ ಯಾರು ಕೊಡ್ತಾರೆ ಬಿಡು ಅಂತೀಯಾ? ಯೂ ಆರ್ ಕರೆಕ್ಟ್, ಆದರೂ ಈಗಿನ ಮೇಷ್ಟ್ರುಗಳು ಟ್ಯೂಷನ್

ಸೆಂಟರ್ ಅದೂ ಇದೂ ಅಂತ ಚೆನ್ನಾಗೇ ದುಡ್ಡು ಮಾಡ್ತಾರೆಪಾ. ನನಗದೂ ಬೇಕಿರಲಿಲ್ಲ. ನಾನದರಿಂದ ಏನೂ ಸಾಧಿಸಬೇಕಿರಲಿಲ್ಲ. ಬಂದ ದುಡ್ಡನ್ನ ಖರ್ಚು ಮಾಡಿಕೊಂಡು ಆರಾಮಾಗಿದ್ದೆ.

ಆಗೆಲ್ಲಾ ಶ್ರೀನಾಥರನ್ನ ನೋಡಿ ಪಾಪ ಅನ್ನಿಸುತ್ತಿತ್ತು. ಅವರು ಸ್ವಭಾವದಲ್ಲಿ ಎಷ್ಟು ಸರಳರು ಅಂತ ನಿನಗಾಗಲೇ ಹೇಳಿದ್ದೇನೆ. ಆದರೆ ಅವರಿಗೆ ಈ ಪ್ರಪಂಚದ ಬಗ್ಗೆ ವಿಚಿತ್ರ ಭಯವಿತ್ತು. ಒಂಥರಾ ಯಾವಾಗಲೂ ತಮ್ಮ ಸ್ವಭಾವವಲ್ಲದ ಆತಂಕ, ಕಳವಳ ಅವರಲ್ಲಿ ಕಾಣಿಸ್ತಾ ಇತ್ತು. ನಿನಗೆ ಹೇಳಿದ್ನಲ್ಲಾ ಅವರು ನೋಡೋಕೆ ಒಳ್ಳೇ ಕಾಂಪೌಂಡರ್ ಥರಾ ಕಾಣಿಸ್ತಾ ಇದ್ರು ಅಂತ. ಒಮ್ಮೆ ನನಗೆ ಅವರ ಇಮೇಜ್ ಬದಲಾಯಿಸಬೇಕು ಅಂತ ಅನ್ನಿಸಿಬಿಟ್ಟಿತು. ಇಟ್ಸ್ ವೆರಿ ಇಂಟ್ರೆಸ್ಟಿಂಗ್, ಕೇಳಿಸ್ಕೋ.

ಶ್ರೀನಾಥರ ಕ್ಲಿನಿಕ್ಕು ಅಷ್ಟೇನೂ ಚೆನ್ನಾಗಿ ನಡೆಯುತ್ತಿರಲಿಲ್ಲ. ಹಾಗಾಗಿಯೇ ಹೊರಗೆ ಕಾಯುತ್ತಿದ್ದ ನನ್ನನ್ನು ಮಾತಾಡಿಸೋ ಅಷ್ಟು ಅವರಿಗೆ ಟೈಂ ಇದ್ದಿದ್ದು. ಅವರ ಹೆಂಡತಿ ಫಿಸಿಷಿಯನ್. ಯಾವುದೋ ಆಶ್ರಮದವರು ನಡೆಸೋ ಆಸ್ಪತ್ರೇಲಿ ಇಪ್ಪತ್ತು ವರ್ಷದಿಂದ ಕೆಲಸ ಮಾಡ್ತಾ ಇದ್ದರು.

ನಾನು ಮಾತಾಡ್ತಾ ಮಾತಾಡ್ತಾ 'ಸಾರ್, ನಿಮ್ಮ ಕ್ಲಿನಿಕ್ಕನ್ನ ಸ್ವಲ್ಪ ಅಪ್‌ಗ್ರೇಡ್ ಮಾಡ್ಸೋಣ ಸರ್' ಎಂದೆ. ಅವರು ಸುಮ್ಮನೇ ಏನೋ ಹಾರಿಕೆ ಉತ್ತರ ಕೊಟ್ಟರು. ನಾನು ನನಗೆ ಗೊತ್ತಿರೋ ಕೆಲವರ ಹತ್ತಿರ ಮಾತಾಡಿ, ನಾನೂ ಸ್ವಲ್ಪ ರಿಸರ್ಚ್ ಮಾಡಿ ಒಮ್ಮೆ ಅವರಿಗೆ ನೋಡಿ ಹೀಗೆ ಮಾಡೋಣ, ಇಷ್ಟಾಗುತ್ತೆ ಅಂತೆಲ್ಲಾ ವಿವರಿಸಿದೆ. ಮೊದಮೊದಲು ಸುಮ್ಮನೇ ಕೇಳಿಸಿಕೊಂಡರು ಆಮೇಲೆ ಒಂದು ದಿನ 'ರೀ ನೀವೇನು ನನ್ನ ಮಾತಾಡ್ಸೋಕೆ ಬರ್ತೀರಾ? ಇಲ್ಲ, ನನ್ನ ಹತ್ರ ಈ ಡೀಲಿಂಗ್ ಕುದ್ರುಸೋಕೆ ಬರ್ತೀರಾ?' ಎಂದು ಕೇಳಿಬಿಟ್ಟರು.

'ಸಾರ್, ನಾನೇನೋ ನಿಮಗೆ ಸಹಾಯ ಮಾಡೋಕೆ ಬಂದ್ರೆ ನೀವು ನನ್ನೇ ಬೈತೀರಲ್ಲಾ? ನಾನೇನು ರಿಯಲ್ ಎಸ್ಟೇಟ್ ಮಾಡ್ತಿದೀನಾ, ನಿಮ್ ಹತ್ರ ಡೀಲ್ ಕುದ್ರುಸೋಕೆ?' ಎಂದೆ ನಾನೂ.

'ಮತ್ಯಾಕೆ ಅಷ್ಟು ತಲೆ ಕೆಡುಸ್ಕೋತೀರ ಸುಮ್ನಿರಿ. ಇಷ್ಟು ದಿನ ನಡೀಲಿಲ್ವಾ ನನ್ ಕ್ಲಿನಿಕ್ಕು, ಇನ್ನು ಮುಂದೇನೂ ನಡ್ಯುತ್ತೆ. ನೋಡ್ರೀ ದೇವ್ರು ನಮಗೆ ಏನು ದಕ್ಕಬೇಕು ಅಂತ ಬರೆದಿರ್ತಾನೋ ಅದು ದಕ್ಕೇ ದಕ್ಕುತ್ತೆ. ಇಲ್ಲ ಅಂದ್ರೆ ಇಲ್ಲ ಅಷ್ಟೇ' ಎಂದರು. ದೇವ್ರು-ದಿಂಡ್ರು, ಪಾಪ-ಪುಣ್ಯ ಅಂತೆಲ್ಲಾ ಮಾತನಾಡೋ ಈ ಡಾಕ್ಟರನ್ನ ಯಾವ ವರ್ಗಕ್ಕೆ ಸೇರಿಸಬೇಕು ಎಂದು ನನಗೇ ಗೊತ್ತಾಗದೇ ಸುಮ್ಮನಾಗಿಬಿಟ್ಟೆ.

ಒಂದು ದಿನ ಅವರೇ ನನ್ನ ರೂಮಿನ ಹತ್ತಿರ ಬಂದರು. ಕೈಯಲ್ಲಿ ಒಂದು ಫುಲ್ ಬಾಟಲ್ ಡಬಲ್ ಬ್ಲ್ಯಾಕ್ ಹಿಡಿದಿದ್ದರು. ಬಾಟಲು ನನ್ನ ಕೈಗೆ ಕೊಟ್ಟು

ಮತ್ತೆ ಕೆಳಗೆ ಹೋಗಿ ಕಡಲೇಬೀಜಕ್ಕೆ ಈರುಳ್ಳಿ, ಕೊತ್ತಂಬರಿ ಎಲ್ಲಾ ಹಾಕಿ, ಮೇಲೆ ನಿಂಬೆಹಣ್ಣು ಹಿಂಡಿಕೊಂಡು ರಾಜಾಮಸಾಲೆ ಮಾಡಿಕೊಂಡು ಬಂದರು. ನಾನಾಗಲೇ ಆಚೆ – ಟೆರೇಸಿನ ಮೇಲೆ ಹಾಕಿಟ್ಟಿದ್ದ ಖುರ್ಚಿ ಮೇಲೆ ಸಂಪ್ರದಾಯಬದ್ಧವಾಗಿ ಕುಳಿತರು. ಅವರನ್ನು ನೋಡಿದರೆ ಏನೋ ಬಾರೀ ಉಮೇದಿನಲ್ಲಿದ್ದಾರೆ ಅನಿಸುತ್ತಿತ್ತು.

'ಸ್ಕಾಚನ್ನು ಸುಮ್ಮನೇ ನೀರು ಕುಡಿದಂಗೆ ಗ್ಲಾಸಿಗೆ ಬಗ್ಗಿಸಿಕೊಂಡು ಕುಡಿದು ಬಿಡಬಾರದು ರೀ. ಅದಕ್ಕೊಂದು ಕ್ರಮ ಇದೆ, ನೋಡಿ ಹೇಳ್ತೀನಿ' ಎಂದು ಹೊಸದಾದ ಫುಲ್ ಬಾಟಲ್ ಡಬಲ್ ಬ್ಲ್ಯಾಕನ್ನು ಓಪನ್ ಮಾಡುತ್ತ ಹೇಳಿದರು. ನನಗೆ ನಗು ಬಂತು.

'ಏನ್ರೀ ಎಲ್ಲಾದ್ಕೂ ನಗ್ತೀರ. ನಾನೂ ಸ್ವಲ್ಪ ರಿಸರ್ಚ್ ಮಾಡ್ಕೊಂಡ್ ಬಂದಿದೀನಪಾ, ಸುಮ್ನೆ ಕೇಳ್ಕೊಳ್ಳಿ' ಎಂದು ಸ್ವಲ್ಪ ಜಬರಿದರು. ನಾನು ಸುಮ್ಮನಾದೆ. ಅಷ್ಟರಲ್ಲಿ ಅವರು ಮಾತಾಡುವಾಗ ಏಕವಚನ ಬಹುವಚನ ಎಲ್ಲ ಕಾಲಕ್ಕೆ ತಕ್ಕಂತೆ ಆಯ್ಕೆಯ ಗೋಜಲಿಲ್ಲದೆ ಬಂದುಬಿಡುವುದು ನನಗೆ ಅಭ್ಯಾಸವಾಗಿ ಹೋಗಿತ್ತು.

'ನೋಡಿ, ಮೊದಲು ಗ್ಲಾಸಿಗೆ ಅರ್ಧ ಔನ್ಸ್ ಸ್ಕಾಚ್ ಹಾಕ್ಕೋಬೇಕು. ಅರ್ಧ ಔನ್ಸ್ ಅಂದ್ರೆ ಎಷ್ಟು ಗೊತ್ತಾ? ಮೂರು ಟೀ ಸ್ಪೂನ್ ಅಷ್ಟು, ಅಷ್ಟೇ. ಆಮೇಲೆ ಅದನ್ನ ಹೀಗೆ ನಿಧಾನವಾಗಿ ಸ್ಮೆಲ್ ಮಾಡ್ಬೇಕು'. ಗ್ಲಾಸನ್ನು ಎರಡು ಸುತ್ತು ಸಂಪ್ರದಾಯವೆಂಬಂತೆ ತಿರುಗಿಸಿ, ತಮ್ಮ ಮೂಗಿನ ಬಳಿ ಹಿಡಿಯುವಾಗ ತನ್ಮಯತೆಯಿಂದ ಕಣ್ಣು ಮುಚ್ಚಿದ್ದು ನೋಡಿ ನನಗೆ ಒಂದು ಬಗೆಯಲ್ಲಿ ಮೋಜೆನಿಸಿತು. ಒಮ್ಮೆ ಮೆಲ್ಲಗೆ ಸ್ಕಾಚಿನ ವಾಸನೆ ನೋಡಿದರು. ಘಾಟು ಹೆಚ್ಚಾಯ್ತೋ ಏನೋ ಕೆಮ್ಮಲಾರಂಭಿಸಿದರು. ನನಗೆ ಮತ್ತೆ ನಗು ಬಂದಿತು, ಆದರೂ ತಡೆದುಕೊಂಡೆ. ಇಲ್ಲದಿದ್ದರೆ ಮತ್ತೆ ರೇಗ್ತಾರೆ ಅಂತ.

'ಇಟ್ಸ್ ಟೂ ಸ್ಮೋಕೀ. ಹಿಂಗಿದ್ರೆ ಏನು ಮಾಡ್ಬೇಕು ಗೊತ್ತಾ?' ಎಂದು ಎರಡು ಹನಿ ಅಂಗೈ ಮೇಲೆ ಹಾಕಿಕೊಂಡು ಕೈಯನ್ನು ಉಜ್ಜಿದರು. 'ಹೀಗೆ ಸ್ಮೆಲ್ ಮಾಡ್ಬೇಕು' ಎಂದು ಕೈಯ ವಾಸನೆ ನೋಡುತ್ತಾ ಹಾಗೇ ಕಣ್ಣುಮುಚ್ಚಿದರು. ನಾನು ಅವರನ್ನೇ ದಿಟ್ಟಿಸುತ್ತಿದ್ದೆ. ಒಂದು ಸೆಕೆಂಡಿನ ನಂತರ ಕಣ್ತೆರೆದು 'ಇಟ್ಸ್ ಹನಿ' ಎಂದರು. ಅವರ ಮುಖದಲ್ಲಿ ಯಾವುದೋ ಅಜ್ಞಾತ ವಿಜ್ಞಾನದ ಸೂತ್ರವೊಂದನ್ನು ಕಂಡುಹಿಡಿದ ಸಂತೋಷ ಕಾಣುತ್ತಿತ್ತು. ತತ್‌ಕ್ಷಣ ಪಕ್ಕದಲ್ಲಿದ್ದ ಸೋಡಾವನ್ನು ತೆಗೆದಿಟ್ಟು 'ಇರಿ ಐಸ್ ತರ್ತೀನಿ' ಎಂದು ಕೆಳಗೆ ಹೋಗಿ ಅವರ ಮನೆಯ ಫ್ರಿಜ್ಜಿನಿಂದ ಐಸ್ ಕ್ಯೂಬುಗಳನ್ನು ತಂದರು.

'ನೋಡಿ, ನಾನು ಯೂಟ್ಯೂಬಲ್ಲಿ ಎಲ್ಲಾ ನೋಡಿದೀನ್ರೀ. ಈ ಸ್ಕಾಚಲ್ಲಿ ಯಾವ ಫ್ಲೇವರ್ ಅಂಡರ್‌ಟೋನ್ ಇದೆ ಅಂತ ತಿಳ್ಕೊಳ್ಳೋದು ತುಂಬಾ ಇಂಪಾರ್ಟೆಂಟ್ ಅಂತೆ ಗೊತ್ತಾ. ಆ ಫ್ಲೇವರ್ ಮೇಲೆ ಅದಕ್ಕೆ ಏನು ಮಿಕ್ಸ್ ಮಾಡ್ಬೇಕು ಅಂತ ಡಿಸೈಡ್

ಮಾಡ್ತಾರೆ. ಈ ರೆಡ್ ಆಪಲ್ ಸ್ಮೆಲ್ ಬಂದ್ರೆ ಅದ್ಕೆ ಸೋಡಾ ಪ್ಲಸ್ ಲೆಮನ್ ಹಾಕಿದ್ರೆ ಚೆನ್ನಾಗಿರುತ್ತೆ. ಗ್ರೀನ್ ಆಪಲ್ ಅನ್ಸಿದ್ರೆ ಜಿಂಜರ್ ಏಲ್ ಹಾಕ್ಬೇಕು, ಸೂಪರ್ ಸ್ಮೂತ್ ಆಗುತ್ತೆ. ಈ ಥರ ತುಂಬ ಹನಿ ಅನ್ಸಿದ್ರೆ ಸ್ಕಾಚ್ ಆನ್ ರಾಕ್ಸ್' ಎಂದು ಕಣ್ಣುಗಳನ್ನು ಅರಳಿಸಿ ಹೇಳುತ್ತಿದ್ದರು. ನನಗೆ ಅವರ ಉಮೇದು ನೋಡಿ ಕುತೂಹಲವೆನಿಸದಿದ್ದರೂ ಮುಂದೇನು ಮಾಡುತ್ತಾರೆ ನೋಡೋಣ ಎಂದು ಗ್ಲಾಸಿಗೆ ಕೈಹಚ್ಚಿದ್ದವನು ಸುಮ್ಮನೇ ಕುಳಿತೆ. ನನಗೆ, ನಾನು ಮತ್ತೆ ಚಿರು ಎಂಜಿನಿಯರಿಂಗ್ ಓದಬೇಕಾದರೆ ಹೊಸ ಹೊಸ ಬ್ರಾಂಡುಗಳನ್ನು ಟ್ರೈ ಮಾಡುವಾಗ ಇದನ್ನು ಹೇಗೆ ಕುಡಿಯಬೇಕು ಎಂದೆಲ್ಲಾ ರಿಸರ್ಚ್ ಮಾಡುತ್ತಿದ್ದುದು ನೆನಪಾಯಿತು.

'ನೋಡಿ, ಸ್ಕಾಚನ್ನ ಸ್ಮೆಲ್ ಮಾಡಿದ ಮೇಲೆ ಸ್ವಲ್ಪ ರಾ ಟೇಸ್ಟ್ ಮಾಡ್ಬೇಕು. ಅದು ನಾಲಗೆ ಮೇಲೆ ನಿಲ್ಲಬೇಕು. ಗೊತ್ತಾಯ್ತಾ? ಎಲ್ಲಿ ಟ್ರೈ ಮಾಡಿ' ಎಂದು ಒಂದೇ ಚಮಚದಷ್ಟನ್ನು ತುಟಿಯ ತುದಿಯಲ್ಲೇ ಹೀರಿದರು. ಮತ್ತೆ ಮೊದಲಿನಂತೇ ಕಣ್ಣು ಮುಚ್ಚಿ ಆಸ್ವಾದಿಸತೊಡಗಿದರು. ಮೂರು ಸೆಕೆಂಡುಗಳ ನಂತರ ಅವರು ಕಣ್ಣುಬಿಟ್ಟಾಗ ನಾನು ಆಗಲೇ ನೀರು ಹಾಕಿಕೊಂಡು ಮೊದಲನೇ ಪೆಗ್ಗು ಶುರುಮಾಡಿಬಿಟ್ಟಿದ್ದೆ.

ಡಾಕ್ಟರು ಒಮ್ಮೆಗೇ 'ವಾಟ್?! ಕಾಂಟ್ ಯೂ ವೇಯ್ಟ್? ಏನು ಅರ್ಜೆಂಟು ರೀ ನಿಮಗೆ. ಈ ಕಾಲದ ಹುಡುಗರಿಗೆ ಕಾಯೋ ತಾಳ್ಮೆನೇ ಇಲ್ಲಪ್ಪ' ಮತ್ತೆ ಬೈದರು. ಅವರ ಮುಖದ ಮೇಲಿನ ಗೆರೆಗೆ ಒಮ್ಮೆ ನಿರಾಶೆ ಮೂಡಿ, ಥಟ್ಟನೆ ಅದು ವ್ಯಂಗ್ಯಕ್ಕೆ ತಿರುಗಿ ಕಡೆಗೆ ಸುಮ್ಮನಾಯಿತು. ಮೆಲ್ಲಗೆ ಬರ್ಫ್ ಹಾಕಿಕೊಂಡು ತಾವೂ ಸ್ಕಾಚ್ ಹೀರಲು ಶುರು ಮಾಡಿದರು.

'ಅಲ್ರೀ ನಾನೇನೋ ನೀವೊಳ್ಳೆ ಕಂಪೆನಿ ಅಂತ ಹೊಸ ಬಾಟಲ್, ಅದೂ ಡಬಲ್ ಬ್ಲ್ಯಾಕ್‌ನ ಚೆಸ್ಟಿಂದ ತೆಗೆದು ನಿಮಗೆ ಹೇಳಿಕೊಡ್ತಾ ಇದ್ರೆ, ಒಂದು ಚಿಯರ್ಸ್ ಹೇಳದಂಗೆ ಶುರು ಮಾಡ್ತೀರಲ್ರೀ... ಏ ಒಳ್ಳೆ ಕಥೆ ನಿಮ್ದು' ಎಂದು ಅವರೇ ಮಾಡಿಕೊಂಡು ಬಂದಿದ್ದ ರಾಜಾ ಮಸಾಲೆಯನ್ನು ನೆಂಚಿಕೊಳ್ಳತೊಡಗಿದರು. ಮೊಬೈಲಿನಲ್ಲಿ ರಾಜ್‌ಕುಮಾರ್ ಹಾಡು ಹಾಕಿ ಗುನುಗುತ್ತ ಕುಳಿತರು. ಸ್ವಲ್ಪ ಹೊತ್ತಾದಮೇಲೆ ಅವರೇ ಕೇಳಿದರು 'ನಾನು ಆವತ್ತು ಕ್ಲಿನಿಕ್ ರಿಪೇರಿ ಮಾಡ್ಸೋದು ಬೇಡ ಅಂದಿದ್ದಕ್ಕೆ ಬೇಜಾರಾಯ್ತೇನ್ರೀ?'

ನಾನಾಗಲೇ ಆ ವಿಷಯವನ್ನೇ ಮರೆತುಬಿಟ್ಟಿದ್ದೆ. ಆದರೂ ಕುತೂಹಲ ಉಂಟಾಗಿ ಮತ್ತೆ ಕೇಳಿದೆ 'ಹೌದು ಯಾಕೆ ನೀವು ಅಷ್ಟು ರಿಜಿಡ್ ಆಗಿ ಹೇಳಿದ್ದು? ರಿಪೇರಿ ಮಾಡ್ಸಿದ್ರೆ ಏನು ತಪ್ಪು ಈಗ? ನಿಮಗೇ ತಾನೇ ಚೆನ್ನಾಗಿ ಪ್ರಾಕ್ಟೀಸ್ ಆಗೋದು?' ಎಂದೆ.

'ಪ್ರಾಕ್ಟೀಸ್ ಆಗುತ್ತೋ ಇಲ್ವೋ ಯಾರಿಗ್ಗೊತ್ತು ರೀ. ನನಗದೆಲ್ಲಾ ಸಾಕಾಗಿದೆಪಾ. ನೋಡಿ ಈ ಪ್ರಪಂಚ ಎಷ್ಟು ಸ್ಪೀಡಿದೆ ಅಂದ್ರೆ ನಾನಿವತ್ತು ಲೇಟೆಸ್ಟ್ ಅಂತ ತರಿಸೋ

ಮಷೀನು, ಇನ್ಸ್ಟ್ರುಮೆಂಟ್ ಎಲ್ಲಾ ಇನ್ನೈದು ವರ್ಷಕ್ಕೆ ಹಳೇದಾಗುತ್ತೆ. ಅದಕ್ಕಿನ್ನ ಒಳ್ಳೇ ಪ್ರಿಸಿಶನ್ ಇರೋ ಟೆಕ್ನಾಲಜಿ ಬರುತ್ತೆ. ನಾನು ಐದು ವರ್ಷದಲ್ಲಿ ಇದಕ್ಕೆ ಹಾಕಿರೋ ದುಡ್ಡನ್ನೇ ಹುಟ್ಸೋಕೆ ಆಗಿರೋಲ್ಲ. ಆಮೇಲೆ ಮತ್ತೆ ಆ ಮಷೀನಿಗೆ ಸಾಲ ಮಾಡ್ಬೇಕು. ಅದೂ ಮತ್ತೈದು ವರ್ಷಕ್ಕೋ, ಎರಡು ವರ್ಷಕ್ಕೋ ಯಾರಿಗ್ಗೊತ್ತು. ನನಗೆ ಈ ಪ್ರಪಂಚದ ಸ್ಪೀಡಿಗೆ ಓಡಿ ಓಡಿ ಸಾಕಾಗಿದೆ ರೀ. ಅದಕ್ಕೇ ಇನ್ನು ಓಡಲ್ಲ ಅಂತ ಡಿಸೈಡ್ ಮಾಡಿದೀನಿ'.

'ಹಾಗಂತಾ ಬೇರೆಯವ್ರು ಸುಮ್ನೇ ಇರ್ತಾರಾ ಸಾರ್? ನಿಮಗಿಂತ ಒಳ್ಳೇ ಟೆಕ್ನಾಲಜಿ ತರ್ತಾರೆ, ನೀವು ಔಟ್‌ಡೇಟೆಡ್ ಆಗೋಗ್ತೀರ' ನನ್ನ ದನಿಯಲ್ಲಿ ಕಾಳಜಿಯ ಜೊತೆ ಉದ್ವೇಗವೂ ಇತ್ತು.

'ನನಗ್ಗೊತ್ತು ರೀ. ನಾನೂ ನಿಮ್ ಥರ ರೇಸಲ್ಲಿ ಎಲ್ಲರ ಸಮ ಇರ್ಬೇಕು ಅಂತ ತುಂಬಾ ಮಾಡಿದೀನಿ. ನಾನು ಎಮ್.ಡಿ. ಮುಗಿಸಿ ಬಂದಾಗ ಇನ್ನೂ ಈಗಿನ ಥರ ಹುಟ್ಟಿದ ಮಕ್ಕಳಿಗೆಲ್ಲಾ ಗ್ಲಾಕೋಮಾ ಅದೂ ಇದೂ ಬರ್ತಾ ಇರ್ಲಿಲ್ಲ. ಏನಿದ್ರೂ ವಯಸ್ಸಾದವರಿಗೆ ಕಣ್ಣಿನ ಪ್ರಾಬ್ಲಮ್ ಬರ್ತಿತ್ತು ಅಷ್ಟೇ. ಹಾಗಾಗಿ ನನ್ನದೇ ಕ್ಲಿನಿಕ್ ಮಾಡೋ ಧೈರ್ಯ ಇರ್ಲಿಲ್ಲ. ಎರಡು–ಮೂರು ಆಸ್ಪತ್ರೇಲಿ ಸ್ಲಾಟ್ಸ್ ಮಾಡ್ತಿದ್ದೆ. ಮೊದಮೊದಲು ಚೆನ್ನಾಗಿ ನಡೀತು, ಆಮೇಲೆ ಆಸ್ಪತ್ರೆಯವರು ಹೊಸ ಹೊಸ ಮಷೀನ್ಸ್ ತರ್ಸಿದ್ರು ನೋಡಿ. ಆಮೇಲೆ ನನ್ನ ಮೇಲೆ ಪ್ರೆಷರ್ ಹಾಕೋಕೆ ಶುರು ಮಾಡಿದ್ರು. ವಾರಕ್ಕೆ ಇಷ್ಟು ಪೇಶೆಂಟ್ಸ್ ಮಾಡ್ಬೇಕು. ಅಟ್ ಲೀಸ್ಟ್ ಇಷ್ಟು ಟೆಸ್ಟ್ ಆರ್ಡರ್ ಮಾಡಬೇಕು. ಇಲ್ಲದಿದ್ದರೆ ನಮಗೆ ಮೈಂಟೆನೆನ್ಸ್ ಲಾಸ್ ಆಗುತ್ತೆ ಅಂತೆಲ್ಲಾ ಶುರು ಮಾಡಿದ್ರು. ಹಾಗಂತಾ ನಾನು ಬೇಕಿಲ್ಲದೇ ಇರೋರಿಗೆ ಟೆಸ್ಟ್ ಹ್ಯಾಗೆ ಬರೀಲಿ, ನಮಗೂ ಮನಸ್ಸು ಕಾಡುತ್ತೆ ಅಲ್ವಾ?'

ನಾನು ಒಂದು ಕ್ಷಣ ಸ್ತಬ್ಧನಾದೆ. ಡಾಕ್ಟರ ಬೋಳೇತನ ನನಗೆ ಅರ್ಥವಾಗಿತ್ತು. ಆದರೆ ಅದರೊಳಗೆ ಇಷ್ಟು ಮಾರ್ದವತೆ ಇದೆ ಅಂತ ನನಗೆ ಸಾಕ್ಷಾತ್ ಪರಿಚಯ ಆಗಿರಲಿಲ್ಲ. 'ಮತ್ತೆ ನೀವೇನು ಮಾಡಿದ್ರಿ?' ಎಂದೆ.

'ನಾನೇನಾದ್ರೂ ಮಾಡೋಕೆ ಮುಂಚೆ ಅವರೇ ತೆಗೆದುಹಾಕಿದ್ರು' ಎಂದು ನಕ್ಕು ಮತ್ತೆ ಸ್ಕ್ಯಾಚ್ ಹೀರುತ್ತ ಕುಳಿತರು. 'ನೋಡಿ ಇವೆಲ್ಲಾ ಒಂಥರಾ ಚಕ್ರವ್ಯೂಹ ಇದ್ದಂಗೆ ಕಣ್ರೀ, ಒಳಗೆ ಹೋಗಬಹುದು ಹೊರಗೆ ಬರೋ ಗ್ಯಾರಂಟಿ ಇಲ್ಲ. ಒಳ್ಳೇ ಟೆಕ್ನಾಲಜಿ ಬೇಕು ಅಂತ ಇಂಪೋರ್ಟ್ ಮಾಡ್ಕೋತೀವಿ. ಆದರೆ ಅದು ಬಳಕೆ ಆಗೋದೇ ಬೇರೆ ಥರ. ಬೇಜಾರಾಗುತ್ತೆ ಅಂತ ಟಿ.ವಿ ತರ್ತೀವಿ. ಟಿ.ವಿ ಇದ್ಯಲ್ಲಾ ಅಂತ ನೋಡ್ತಾ ಇರ್ತೀವಿ. ನನಗೆ ಬೇಜಾರಾದಾಗ ಮಾತ್ರ ನೋಡ್ತೀನಿ ಅಂತ ಡಿಸೈಡ್ ಮಾಡ್ಲಿ ಜನ ನೋಡೋಣ? ಆಗಲ್ಲರೀ'.

'ನನ್ನ ಕ್ಲಿನಿಕ್ ಅಪ್‌ಗ್ರೇಡ್ ಮಾಡ್ಸಿ ಅಂದ್ರಲ್ಲಾ, ನಾನೂ ಅದನ್ನ ತುಂಬಾ ಸರಿ ಯೋಚನೆ ಮಾಡಿದೀನಿ. ಅದಕ್ಕೇ ನೀವು ಹೇಳ್ದಾಗ ಮತ್ತೆ ಮಾಡಿಸಬಹುದು ಅನ್ನಿಸ್ತು. ಆದರೆ ಆಮೇಲೆ ಅದಕ್ಕೆ ಏನೇನು ಮಾಡ್ಬೇಕು ಅಂತ ಅರ್ಥ ಆಗೋಕೆ ಶುರುವಾಯ್ತು. ಈಗ ನೋಡಿ ಸಿಂಪಲ್ಲಾಗಿ ನಮ್ಮ ಕ್ಲಿನಿಕ್ಕು ಬದಲಾಯಿಸೋಕೆ ಹೋದ್ರೂ ಐದಾರು ಲಕ್ಷ ಬೇಕು. ಅದಕ್ಕೆ ನಾನು ಈಗಿರೋ ಎಫ್.ಡಿ. ಯಾವ್ದಾದ್ರೂ ಮುರುಸ್ಬೇಕು ಅಥವಾ ಹೊಸದಾಗಿ ಲೋನ್ ಮಾಡಬೇಕು. ಅಷ್ಟು ಮಾಡಿದ ಮೇಲೂ ಪ್ರಾಕ್ಟೀಸ್ ಚೆನ್ನಾಗಾಗುತ್ತೆ ಅಂತೆಲ್ಲಾ ಖಾತ್ರಿ ಇಲ್ಲ. ಆಗಲಿ ಬಿಡಲಿ ನಾನು ಸಾಲ ಅಂತೂ ತೀರುಸ್ಬೇಕು. ನಮ್ಮ ಜನ ನೋಡಿ ನೀವೆಷ್ಟೇ ಒಳ್ಳೇ ಕ್ಲಿನಿಕ್ ಇಟ್ರೂ ಫ್ಯಾನ್ಸಿ ಆಗಿರೋ ಆಸ್ಪತ್ರೆಗೆ ಹೋಗ್ತಾರೆ'.

ಅಯ್ಯೋ ಪಾಪ ಅನ್ಸುತ್ತೆ ಅಲ್ಲಾ? ನನಗೂ ಹಾಗೇ ಅನ್ನಿಸಿದ್ದು. ಡಾಕ್ಟರಾಗಿ ಈಯಪ್ಪ ಹೀಗೆ ಯೋಚನೆ ಮಾಡ್ತಾರೆ ಅಂದ್ರೆ ಬೇರೆಯವರ ಕಥೆ ಏನು ಅಂತ. ಆದ್ರೆ ಇಲ್ಲೊಂದು ಟ್ವಿಸ್ಟ್ ಇದೆ ಇರು.

'ಅದಕ್ಕೇ ನಾನೊಂದು ಸ್ಟ್ರ್ಯಾಟಜಿ ಮಾಡ್ಕೊಂಡಿದೀನಿ ಗೊತ್ತಾ?' ಅಂದರು. ಕಣ್ಣಲ್ಲಿ ಏನೋ ಚೇಷ್ಟೆ ಇತ್ತು. 'ಪೇಶೆಂಟ್ಸ್ ಬಂದು ನಿಮ್ಮತ್ರ ಅದಿಲ್ವಾ ಇದಿಲ್ವಾ ಅಂತೆಲ್ಲಾ ಕೇಳಿದ್ರೆ ನೀವು ಇಂಥಾ ಆಸ್ಪತ್ರೆಗೆ ಹೋಗಿ ನನ್ನ ಫ್ರೆಂಡ್ ಇದಾರೆ ಅಂತ ಸಾಗಹಾಕಿಬಿಡ್ತೀನಿ. ಯಾರಿಗೆ ದೊಡ್ಡ ದೊಡ್ಡ ಆಸ್ಪತ್ರೆ ಕಂಡರೆ ಭಯ ಇರುತ್ತಲ್ಲಾ ಅಂಥವರನ್ನೇ ನಾನು ಟ್ರೀಟ್ ಮಾಡ್ತೀನಿ. ನಿಜ ರೀ, ಅಂಥವರೇ ನನ್ನ ರೆಗ್ಯುಲರ್ ಪೇಶೆಂಟ್ಸ್. ಮೊದಮೊದಲು ಕಷ್ಟ ಆಗ್ತಿತ್ತು. ಈಗೀಗ ಇಂಥವರು ಜಾಸ್ತಿ ಆಗ್ತಿದಾರೆ'. ಇಬ್ಬರೂ ಈ ಮಾತಿಗೆ ಬಿದ್ದೂ ಬಿದ್ದೂ ನಕ್ಕೆವು. ನಾನು ಹೇಳ್ಲಿಲ್ವಾ ಇದು ಕ್ರೇಜ಼ೀ ವರ್ಲ್ಡ್ ಅಂತ.

ಈಗ ನಿನಗೇ ಗೊತ್ತಾಗಿದೆ, ಡಾಕ್ಟರು ಸರಳರಾದರೂ ಅಷ್ಟೇನೂ ಮುಗ್ಧ ಆಸಾಮಿಯಲ್ಲ ಅಂತ. ಅವರ ದಾರಿ ಸ್ವಲ್ಪ ವಿಚಿತ್ರವಾದ್ದು ಅಷ್ಟೇ. ನೀವು ಹೀಗೆ ಇರೋದಕ್ಕೆ ಹೇಗೆ ಸಾಧ್ಯ ಅಂತ ಕೇಳಿದ್ದಕ್ಕೆ 'ಏನಿಲ್ಲರೀ, ನಮಗೆ ಬೇಡವಾದ್ದನ್ನ ಇಗ್ನೋರ್ ಮಾಡಬೇಕು ಅಷ್ಟೇ' ಎಂದು ಸಲೀಸಾಗಿ ಹೇಳಿದ್ದರು ಶ್ರೀನಾಥ್. ಇಷ್ಟಾದರೂ ಈ ಜಗತ್ತಿನ ಸ್ಪರ್ಧೆಗೆ ಸೆಡ್ಡು ಹೊಡೆಯಲೆಂದೇ ಅವರೂ ತಮ್ಮ ಮಗಳು ಕೌಮುದಿಯನ್ನು ಸಿ.ಎ. ಮಾಡಿಸುತ್ತಿದ್ದರು. ಮಗ ಶ್ರೀಕಾಂತ ಎಂಜಿನಿಯರಿಂಗು ಓದುತ್ತಿದ್ದ. ಮಕ್ಕಳಿಗೆ ಯಾವ್ಯಾವ ವಯಸ್ಸಿಗೆ ಎಷ್ಟೆಷ್ಟು ದುಡ್ಡು ಬೇಕಾಗಬಹುದು ಎಂದೆಲ್ಲಾ ಲೆಕ್ಕ ಹಾಕಿ ಎಫ್.ಡಿ ಮಾಡಿಟ್ಟಿದ್ದರು. ತಮ್ಮ ಪಾಡಿಗೆ ಮಾತ್ರ ಹೀಗೆ ನಿರಾಳವಾಗಿದ್ದರು.

ಈ ಇಗ್ನೋರ್ ಮಾಡೋದಿದೆ ನೋಡು ನಮ್ಮ ಪ್ರೈವೆಸಿಯನ್ನ ಕಾಪಾಡಿಕೊಳ್ಳೋಕೆ ಒಳ್ಳೇ ಉಪಾಯ. ಒಂಥರಾ ಶ್ರೀನಾಥರೇ ನನಗೀ ವಿಷಯದಲ್ಲಿ ಗುರು ಇದ್ದಂತೆ. ಒಂದು ಭಾನುವಾರ ಬೆಳಿಗ್ಗೆ ನಾನು, ಶ್ರೀನಾಥ್ ವಾಕಿಂಗ್ ಮುಗಿಸಿಕೊಂಡು ಬರ್ತಾ ಇದ್ವಿ. ಯೆಸ್, ನಾನು ಮತ್ತು ಶ್ರೀನಾಥ್ ಪ್ರತೀ ಭಾನುವಾರ ಫೋರ್ತ್ ಬ್ಲಾಕ್

ಪಾರ್ಕಿನಲ್ಲಿ ವಾಕ್ ಮಾಡುತ್ತಿದ್ದೆವು. ಆಮೇಲೆ ಅಲ್ಲೇ ಮೈಯ್ಯಾಸ್‌ನಲ್ಲಿ ಒಂದೊಂದು ದೋಸೆ ತಿಂದು ಬರುತ್ತಿದ್ದೆವು. ಎರಡರಲ್ಲಿ ಯಾವುದು ಸಾರ್ಥಕ ಕೆಲಸ ಎಂದು ನಮಗೆ ಇನ್ನೂ ಭಿನ್ನಾಭಿಪ್ರಾಯವಿದೆ.

ನಮ್ಮ ಮನೆಯ ರಸ್ತೆಯ ತುದಿಯಲ್ಲಿ ಒಂದು ಖಾಲಿ ಸೈಟಿತ್ತು, ಕೋರ್ಟು ಕೇಸಿನದು. ಇಲ್ಲದಿದ್ದರೆ ಜಯನಗರದಲ್ಲಿ ಖಾಲಿ ಸೈಟು ನಿನಗೆ ನೋಡೋಕಾದ್ರೂ ಸಿಗುತ್ತಾ? ಅಲ್ಲೊಬ್ಬ ಭಿಕ್ಷುಕ ಒಂದು ಮೂರ್ನಾಲ್ಕು ದಿನದಿಂದ ರಾತ್ರಿ ಮಲಗಿಕೋತಾ ಇದ್ದುದನ್ನು ನಾನು ಗಮನಿಸಿದ್ದೆ. ನಾನು ಅಲ್ಲೇ ಕಾಂಡಿಮೆಂಟ್ಸಿನ ಬಳಿ ಸಿಗರೇಟು ಸೇದಲು ಹೋದಾಗ ಅವನನ್ನು ನೋಡಿದ್ದೆ. ಒಂದೆರಡು ಸಾರಿ ಅವನಿಗೆ ಬಿಸ್ಕೆಟ್ ಕೊಡಿಸಿದ್ದೆ. ಈಗಲೂ ವಾಕಿಂಗ್ ಮುಗಿಸಿ ಬಂದವನು ಅವನ ನೆನಪಾಗಿ ಹೋಗಿ, ಮಾತಾಡಿಸಿ ಒಂದು ಪೌಂಡು ಬ್ರೆಡ್ಡು ಕೊಡಿಸಿ ಬಂದೆ. ಶ್ರೀನಾಥರು ನನಗಾಗಿ ಕಾಯುತ್ತಾ ಗೇಟಿನ ಬಳಿಯೇ ನಿಂತಿದ್ದರು.

'ಎಲ್ಲೋಗಿದ್ರಿ?' ಎಂದರು. ನಾನು ಹೇಳಿದೆ ಹೀಗೆ ಅಂತ. 'ನಿಮಗೆ ಬುದ್ಧಿಗಿದ್ದಿ ಇದೆಯೇನ್ರೀ? ಅವನು ಯಾವನೋ ಏನೋ ಒಂದೂ ಗೊತ್ತಿಲ್ಲ. ಇಲ್ಲಿಗೆ ಬಂದಿದಾನೆ. ಪೋಲೀಸರಿಗೆ ಹೇಳಿ ಕಳಿಸೋದು ಬಿಟ್ಟು, ಹಿಂಗೆಲ್ಲಾ ದಿನಾ ಬ್ರೆಡ್ಡು–ಬಿಸ್ಕೆಟ್ಟು ಕೊಟ್ಟು, ಕಷ್ಟ–ಸುಖ ವಿಚಾರಿಸ್ತಾ ಸಾಕ್ತಿದ್ರೆ ಇಲ್ಲೇ ಝೂಂಡಾ ಊರಲ್ವಾ ಅವನು?' ನನಗೆ ಸ್ವಲ್ಪ ಗಾಬರಿಯೇ ಆಯಿತು.

'ಇಲ್ಲೆಲ್ಲಾ ಮಕ್ಕಳು ಮರಿ ಇದಾರೆಪಾ, ನಿಮಗೇನೋ ಒಬ್ಬರೇ ಇದೀರ. ಅವನ್ಯಾವನೋ ಕಳ್ಳಾನೋ ಕಿಡ್ನ್ಯಾಪರ್ರೋ ಆಗಿದ್ರೆ? ನೀವು ಹೋಗ್ತೀರಾ ಪೋಲೀಸ್ ಸ್ಟೇಷನ್ನಿಗೆ? ಏನು ನೀವು ಮದರ್ ತೆರೆಸಾನಾ?ಸುಮ್ನೇ ಅವೆಲ್ಲಾ ಕಂಡ್ರೆ ಇಗ್ನೋರ್ ಮಾಡಿಬಿಡ್ಬೇಕು, ನೀವೊಬ್ರು' ಎಂದು ಬೈದು ಹೋದರು. ನಾನು ಸ್ವಲ್ಪ ಶಾಕಿನಲ್ಲೇ ರೂಮಿಗೆ ಹೋದೆ. ಇಗ್ನೋರ್ ಮಾಡುವುದಕ್ಕೆ ಇಂಥಾ ಒಂದು ಆಯಾಮವಿದೆ ಅಂತ ನನಗೆ ಹೊಳೆದೇ ಇರಲಿಲ್ಲ. ನಂನಮ್ಮ ಮನಸ್ಸಿನ ನೆಮ್ಮದಿಯನ್ನ ಕಾಪಾಡಿಕೊಳ್ಳೋಕೆ ನಮಗೆ ಇರುಸುಮುರುಸಾಗುವ ಸಂಗತಿಗಳು ನಮ್ಮನ್ನು ತಾಗದಂತೆ, ತಾಗಿ ಮನಸ್ಸನ್ನು ಚುಚ್ಚದಂತೆ ನೋಡಿಕೊಳ್ಳುವುದಕ್ಕೇ ಪ್ರೈವೆಸಿ ಎನ್ನೋದಲ್ಲವೇ?

ಯಾಕೋ ಆಮೇಲೆ ಶ್ರೀನಾಥರನ್ನು ಮಾತಾಡಿಸೋ ಮನಸ್ಸು ಬರಲಿಲ್ಲ. ಎರಡು ದಿನ ಅವರ ಮುಖ ತಪ್ಪಿಸಿ ತಿರುಗಾಡಿದೆ. ಯಾಕೆ ಅಂತ ನನಗೂ ಗೊತ್ತಿರಲಿಲ್ಲ. ಅವರು ಹೇಳಿದ್ದು ಬೆಂಗಳೂರಿನ ಯಾವುದೇ ನಾಗರಿಕ ಹೇಳಬಹುದಾದ ಮಾತೇ ತಾನೇ? ನನಗೆ ಶಾಕ್ ಆಗಿದ್ದು ಅವರ ಮಾತಿನ ರೂಕ್ಷತೆಗಾಗಲಿ, ಎಂಥಾ ಕೆಟ್ಟ ಮನುಷ್ಯ ಇವರು ಎಂದಾಗಲೀ ಅಲ್ಲ. ಆದರೆ ಆ ಭಿಕ್ಷುಕನಿಗೆ ಬಿಸ್ಕೆಟ್ಟು ಕೊಡಿಸುವಾಗೆಲ್ಲ ನನಗೇನೋ ಸಮಾಧಾನವಾಗುತ್ತಿತ್ತು. ಓ ಸಾರಿ, ದಾನ ಮಾಡಿದ ಸಮಾಧಾನ

ಎಲ್ಲ ಅಲ್ಲ. ನಮ್ಮ ಜನಕ್ಕೆ ದಾನದ ಹುಚ್ಚು ಮಾರಾಯ. ಶತಮಾನಗಟ್ಟಲೇ ಅರ್ಧ ಜನಾಂಗವನ್ನೇ ಶೋಷಣೆ ಮಾಡಿದ್ರೂ ದಾನದ ಹೆಸರಲ್ಲಿ ಯಾವತ್ತೋ ಒಂದಿನ ತಮ್ಮ ತಪ್ಪಿಗೆಲ್ಲಾ ಪ್ರಾಯಶ್ಚಿತ್ತ ಮಾಡಿಕೊಳ್ಳೋ ಸರಳ ಉಪಾಯ ನಮ್ಮ ಕಲ್ಚರಿಗೆ ಒಗ್ಗಿಬಿಟ್ಟಿದೆ. ಐ ಡೋಂಟ್ ಗಿವ್ ಅ ಡ್ಯಾಮ್. ಅದೇನೋ ಶ್ರೀನಾಥರು ಹೀಗೆಲ್ಲಾ ಮಾತಾಡಿದ ಮೇಲೆ ನನಗೆ ಆ ಸಮಾಧಾನ ಕದಡಿ ಹೋಯ್ತು. ಅಷ್ಟೇ ಅಲ್ಲ, ನಾನು ಎರಡು ದಿನ ಆ ಭಿಕ್ಷುಕನ ಕಡೆ ತಿರುಗಿ ನೋಡೋಕೂ ಹೋಗಲಿಲ್ಲ.

ಮೂರನೆಯ ದಿನ ನಾನು ಸಿಗರೇಟು ಸೇದಲು ಹೋದಾಗ ಶ್ರೀನಾಥರೇ ಅವನಿಗೆ ಬಿಸ್ಕೆಟ್ಟು ಕೊಡಿಸಿ ಇತ್ತ ಬರುತ್ತಿದ್ದರು. ನಾನೂ ಆಶ್ಚರ್ಯದಿಂದ ಅವರನ್ನೇ ನೋಡಿದೆ. 'ಏನ್ರೀ ಹಂಗೆ ನೋಡ್ತೀರಾ? ತಿನ್ನೋಕೆ ಕೊಟ್ರೆ ಏನಾಗುತ್ತೆ ರೀ, ಮಾತಾಡ್ಸಿ ಪರಿಚಯ ಎಲ್ಲಾ ಮಾಡ್ಕೊಳ್ಳೋಕೆ ಹೋಗಬಾರ್ದು ಅಷ್ಟೇ. ಅವನೇನು ನೆಂಟನಾ?'

'ಆದ್ರೂ ಏನ್ ಸಾರ್ ನೀವು ಹಂಗೆ ಹೇಳಿಬಿಟ್ರಿ? ಅವನು ಬಡವನಾಗಿದ್ದೇ ಪಾಪ ಅನ್ನೋ ಥರಾ?' ಎಂದೆ.

'ರೀ, ನಿಮಗೆ ಗೊತ್ತೇನ್ರೀ ಈ ಊರಲ್ಲಿ ಬಡವನಾಗಿ ಇರೋದು ಅಂದ್ರೆ ಏನು ಅಂತಾ? ನಿಮಗೆ ಅವನ ಥರ ಬಡವನಾಗಿ ಇದ್ದು ಅನುಭವ ಇದೆಯಾ? ಇದ್ರೆ ಆಗ ಗೊತ್ತಾಗುತ್ತೆ ನಿಮಗೆ ಬಡತನ ಏನೇನು ಮಾಡ್ಸುತ್ತೆ ಅಂತ. ಇದೆಲ್ಲಾ ನಾವು ನಮ್ಮ ಹತ್ರ ಇದೆ ಅಂತ ತೋರಿಸ್ಕೊಳೋ ಮಾತುಗಳು ಅಷ್ಟೇ ರೀ. ಯೂ ಕೆನ್ ಬಿ ಜೆನೆರಸ್ ಓನ್ಲೀ ವೆನ್ ಯೂ ಹ್ಯಾವ್' ಎಂದು ಹಾಗೇ ಹೊರಟುಹೋದರು.

ಒಂದೆರಡು ದಿನದಲ್ಲಿ ಅವನನ್ನು ಪೋಲೀಸರು ರಿಹ್ಯಾಬಿಗೆ ಕರೆದುಕೊಂಡು ಹೋದರು ಅಂತ ಅಂಗಡಿಯವ ಹೇಳಿದ. ಸೈಟಿನ ಮಾಲೀಕರೇ ಅಂತೆ ಫೋನು ಮಾಡಿದ್ದು ಪೊಲೀಸರಿಗೆ. ನನಗೆ ಅಯ್ಯೋ ಅನ್ನಿಸಿತು, ಆದರೆ ಹಿಂದೇ ಶ್ರೀನಾಥರ ಮಾತುಗಳೂ ನೆನಪಾದವು. ಕಡೆಗೆ ಸುಮ್ಮನೇ ಎಲ್ಲವನ್ನೂ ಇಗ್ನೋರ್ ಮಾಡಿದೆ. ಇನ್ನೇನು ಮಾಡೋಕಾಗುತ್ತೆ? ನೀನೇ ಹೇಳು ಈಗ, ಈ ಜಗತ್ತಿನಲ್ಲಿ ಇದಕ್ಕಿಂತ ಸೇನ್ ಆಪ್ಷನ್, ವಿವೇಕದ ದಾರಿ ಇನ್ನೊಂದು ಇದೆಯಾ? ಆಫ್ಟರ್ ಆಲ್, ನಮ್ಮ ಮನಸ್ಸಿನ ಸ್ಯಾನಿಟಿ ನಮಗೆ ಮುಖ್ಯ. ಅದರಲ್ಲೂ ನೀನು ನನ್ನಂತೆ ರೇಷ್ಮೆಗೂಡಿನಲ್ಲಿ ಇರುವವನಾದರೆ ಇದು ಇನ್ನೂ ಮುಖ್ಯ. ಯೂ ಕಾನ್ಟ್ ಅಫರ್ಡ್ ಟು ಬಿ ಇನ್‌ಸೇನ್.

ಈ ರೇಷ್ಮೆಹುಳವಿದೆ ನೋಡು ಬಹಳ ಶ್ರದ್ಧೆಯಿಂದ ಗೂಡು ಕಟ್ಟುತ್ತೆ. ಕಟ್ಟುವುದು ಅದಕ್ಕೆ ನಮ್ಮಂತೆ ಕೆಲಸವಲ್ಲ, ಬದುಕು. ನಾಳೆ ಒಂದು ದಿನ ಚಿಟ್ಟೆಯಾಗಿ ಹಾರುವ ಕನಸಿನಲ್ಲಿ ಕಟ್ಟುತ್ತಲೇ ಇರುತ್ತದೆ. ಆ ಕನಸು ನನಸಾಗುವುದಿಲ್ಲ ಎಂದು ನಾವು ಮನುಷ್ಯರು ಹೇಳಬಹುದು. ಅದರ ಆ ತುದಿಯಲ್ಲಿ ಏನಿದೆ ಎಂಬುದು ಅದಕ್ಕೆ ಬೇಕಿಲ್ಲ. ಇದೆಲ್ಲ ಕೇಳಿ ನಿನಗೆ ನಾನು ಗೂಡಿನಲ್ಲಿದ್ದೆ ಎನಿಸಬಹುದು. ಆದರೆ

ನನಗೆ ಲೋಕವೇ ಗೂಡಿನಲ್ಲಿದೆ ಎನಿಸುತ್ತಿತ್ತು. ಚಿಟ್ಟೆಯಾಗುವ ನನಸಾಗದ ಕನಸು ಕಾಣುತ್ತ. ಈಗಲೂ ಅನಿಸುತ್ತೆ. ಸತ್ಯ ಒಂದೇ ಇರಬಹುದು, ಅದು ಎರಡಲಗಿನ ಕತ್ತಿಯಂತೆಯೂ ಇರಬಹುದು.

ನಾನೂ ಸ್ವಲ್ಪ ದಿನ ಶ್ರೀನಾಥರು ಹೇಳಿಕೊಟ್ಟಂತೆ ಸಂಪ್ರದಾಯಬದ್ಧವಾಗಿ ಕುಡಿಯುತ್ತಿದ್ದೆ. ಆದರೆ ಇತ್ತೀಚಿನ ವರ್ಷಗಳಲ್ಲಿ ಡ್ರಿಂಕ್ ಯಾವಾಗ ಶುರುವಾಗುತ್ತದೆ ಯಾವಾಗ ಮುಗಿಯುತ್ತದೆ ಎನ್ನುವ ಗೆರೆಯೇ ಅಳಿಸಿಹೋಗುವ ಹಂತಕ್ಕೆ ಬಂದಾಗಿನಿಂದ ಸಂಪ್ರದಾಯಕ್ಕೆ ಏನು ಮಾಡಬೇಕು ತಿಳಿಯದೇ ಸುಮ್ಮನಾಗಿದ್ದೇನೆ. ಬೈ ದ ವೇ, ನನಗೀಗ ಬ್ರೇಕ್ ಬೇಕು. ಒಂದೆರಡು ಪೆಗ್ ಆದ ಮೇಲೆ ಮತ್ತೆ ಮುಂದಿನ ಕಥೆ ಹೇಳ್ತೇನೆ.

4

ಕಟೀ ಪತಂಗ್

ವೆಲ್‌ಕಮ್ ಬ್ಯಾಕ್. ಇನ್ನೂ ನನ್ನ ಕಥೆಯಲ್ಲಿ ಆಸಕ್ತಿ ಉಳಿಸಿಕೊಂಡದ್ದಕ್ಕೆ ಥ್ಯಾಂಕ್ ಯೂ ಮಾರಾಯ. ಇನ್ನು ಮುಂದೆ ಸ್ವಲ್ಪ ಇಂಟರೆಸ್ಟಿಂಗ್ ವಿಷಯಗಳಿವೆ. ಇಟ್ಸ್ ಅಬೌಟ್ ವಿಮೆನ್. ಯೂ ನೋ ದೆ ಆರ್ ಆಲ್ವೇಸ್ ಇಂಟರೆಸ್ಟಿಂಗ್!

ನಾನಾಗಲೇ ಹೇಳಿದೆ ನಾನೊಬ್ಬನೇ ಇದ್ದಾಗ ನಾನೇನು ಮಾಡಿದರೂ ಅದು ನನಗಾಗಿ ಮಾತ್ರ ಅಂತ. ಆದರೆ ಅದೇ ಬರುಬರುತ್ತಾ ಎಷ್ಟು ಭಾರವಾಗೋಯ್ತು ಅಂತೀಯ. ನಾನದನ್ನ ನಿರೀಕ್ಷಿಸಿರಲಿಲ್ಲ. ಸ್ವಲ್ಪ ದಿನ ಕಳೆದ ಮೇಲೆ ಯಾವುದಕ್ಕೂ ಅರ್ಥವಿಲ್ಲ ಅನ್ನಿಸೋಕೆ ಶುರುವಾಯ್ತು. ತುಂಬಾ ಓದ್ತಾ ಇದ್ದೆ, ಆದರೆ ಓದಿ ಏನಾಗಬೇಕು, ಏನು ಮಾಡಬೇಕು, ಕಡೆಗೆ ಯಾತಕ್ಕೆ ಓದಬೇಕು ಅಂತಲೂ ಅರ್ಥವಾಗುತ್ತಿರಲಿಲ್ಲ. ಬೇಜಾರು ಬಂದು ಸಿನೆಮಾ ನೋಡುತ್ತಿದ್ದೆ. ಅವೂ ಬೇಸರವಾದವು. ಎಲ್ಲಾದರೂ ಓಡಾಡಿಕೊಂಡು ಬರೋಣ ಎಂದು ಹೋಗ್ತಿದ್ದೆ.

ಆಗಲೇ ಸೌತ್ ಬೆಂಗಳೂರಿನ ಬಹುತೇಕ ಪಾರ್ಕುಗಳನ್ನು ನಾನು ನೋಡಿದ್ದು. ಸುಮ್ಮನೇ ಒಂದೊಂದು ದಿನ ಒಂದೊಂದು ಪಾರ್ಕಿಗೆ ಹೋಗುತ್ತಿದ್ದೆ. ನಾನು ಹೋಗುವುದು ಸಂಜೆಯ ಹೊತ್ತಾದ್ದರಿಂದ ಪಾರ್ಕಿನ ತುಂಬಾ ಜನ ವಾಕಿಂಗ್ ಮಾಡುತ್ತಿರುತ್ತಿದ್ದರು. ಅವರು ನಡೆಯುತ್ತಿದ್ದರೆ ನನಗೆ ಇವರು ಪ್ರೋಗ್ರಾಮು ಮಾಡಿದ ಮಶೀನುಗಳು ಎನಿಸುತ್ತಿತ್ತು. ಇಷ್ಟು ಸುತ್ತು ನಡೆಯಬೇಕು ಎನ್ನುವುದು ಅವರ ಲೆಕ್ಕಾಚಾರ. ಏನಾದರೂ ಆಗಲಿ ಅವರ ಲೆಕ್ಕ ತಪ್ಪಬಾರದು ಅಷ್ಟೇ. ಅದು ಮುಗಿದ ಮೇಲೆಯೇ ಅವರು ನಗುತ್ತಿದ್ದುದು, ಮಾತಾಡುತ್ತಿದ್ದುದು, ಅಕ್ಕಪಕ್ಕದ ಇತರರನ್ನು ನೋಡುತ್ತಿದ್ದುದು. ಯುವಕರಾದರಂತೂ ಅವರು ಅತ್ತಿತ್ತ ನೋಡುತ್ತಲೇ

ಇರಲಿಲ್ಲ. ಕಿವಿ ಮುಚ್ಚಿದರೆ ಕಣ್ಣೂ ಕಾಣುವುದಿಲ್ಲ ಅಂತ ನನಗೆ ಆಗಲೇ ಗೊತ್ತಾಗಿದ್ದು. ಇನ್ನು ಸ್ವಲ್ಪ ದಪ್ಪ ಇರೋರಾದರೆ ತಮ್ಮ ಪ್ರತೀ ನಡಿಗೆಯಲ್ಲೂ ತಮ್ಮ ಭಾರವನ್ನು ಮನಸ್ಸಿನಲ್ಲಿಯೇ ದುಪ್ಪಟ್ಟಾಗಿಸಿ, ಅದನ್ನು ಪ್ರಯತ್ನಪೂರ್ವಕವಾಗಿ ಹೊತ್ತು ನಡೆವ ಅಶ್ವತ್ಥಾಮರಂತೆ ಕಾಣುತ್ತಿದ್ದರು. ಏನೇ ಆದರೂ ಮನುಷ್ಯ ತನಗೇ ಇಷ್ಟು ಭಾರವಾಗಬಾರದು ಮಾರಾಯ. ವಯಸ್ಸಾದವರೇ ಸ್ವಲ್ಪ ಉತ್ತಮ ನೋಡು. ತಾವು ಮರೆತ ಯೌವನವನ್ನು ಬಗೆದು ತೆಗೆವ ಯಯಾತಿಯಂತೆ ಬದುಕಿನಲ್ಲಿ ಮಿಕ್ಕುಳಿದ ಅಷ್ಟಿಷ್ಟು ಸಂತೋಷವನ್ನು ಆಯ್ದುಕೊಳ್ಳಲು ಓಡಾಡುತ್ತಿದ್ದುದು. ಇವರೆಲ್ಲರ ಮಧ್ಯೆ ನಾನು ಸುಮ್ಮನೆ ಆರಾಮವಾಗಿ ಅತ್ತಿತ್ತ ಇರುವ ಸಕಲರನ್ನೂ ನೋಡಿಕೊಂಡು ಓಡಾಡುತ್ತಿದ್ದರೆ ಜನ ನನ್ನನ್ನು ದಿಟ್ಟಿಸಿ ನೋಡುತ್ತಿದ್ದರು, ಯಾವುದೋ ಅನ್ಯಗ್ರಹ ಜೀವಿಯಂತೆ.

ಮನೆಗೆ ಬಂದರೆ ಮತ್ತದೇ ಸ್ವಲ್ಪ ಹೊತ್ತು ಅಡುಗೆ, ಊಟದ ರೊಟೀನು. ಮೊದಮೊದಲು ಕುಕಿಂಗ್ ಈಸ್ ಮೈ ಹಾಬಿ ಎಂದು ಫೇಸ್‌ಬುಕ್ ಪೇಜಿನಲ್ಲೆಲ್ಲಾ ಹಾಕಿಕೊಂಡಿದ್ದವನಿಗೆ ಆರೇ ತಿಂಗಳಿಗೆದಿನವೂ ತಿನ್ನೋ ಅನಿವಾರ್ಯ ಇಲ್ಲದೇ ಇದ್ದಿದ್ದರೆ! ಅನಿಸೋಕೆ ಶುರುವಾಯ್ತು.

ಒಂದೊಂದು ದಿನ ಶ್ರೀನಾಥರು ಬರ್ತಾ ಇದ್ದರು. ಸ್ವಲ್ಪ ಹೊತ್ತು ಹರಟೆ ಹೊಡೀತಾ ಇದ್ವಿ, ವೀಕೆಂಡಿನಲ್ಲಿ ಗುಂಡು, ಜೊತೆಗೆ ಏನಾದರೂ ತಿನ್ನೋಕೆ. ಶ್ರೀನಾಥರು ಬರ್ತಾರೆ ಅಂದ್ರೆ ನಾನೇ ಹೊಸ ಹೊಸ ತಿಂಡಿ ಎಲ್ಲಾ ಮಾಡ್ತಿದ್ದೆ. ಒಮ್ಮೊಮ್ಮೆ ನನಗೇ ಆಶ್ಚರ್ಯ ಆಗೋದು ಇಷ್ಟೆಲ್ಲಾ ಯಾಕೆ ಮಾಡ್ತೀನಿ ಅಂತ. ಆದರೂ ಅವರು ಬಂದು ಜೊತೆ ಕೂತು ಒಂದೆರಡು ಘಂಟೆ ಹರಟೆ ಕೊಚ್ಚಿದರೆ ಏನೋ ಸಮಾಧಾನ ಆಗೋದು.

ಆಗ ನನಗೆ ಎರಡು ವಿಷಯ ಅರ್ಥ ಆಯ್ತು. ಒಂದು, ಮನುಷ್ಯನನ್ನು ತೀರಾ ಅಸಹಾಯಕನನ್ನಾಗಿ ಮಾಡೋದು ದೊಡ್ಡ ದೊಡ್ಡ ಸಮಸ್ಯೆಗಳಲ್ಲ, ಬದಲಾಗಿ ಬದುಕಿನ ಚಿಕ್ಕ ಚಿಕ್ಕ ಸಂಗತಿಗಳು ಅಂತ. ಇನ್ನೊಂದು, ಏನೇ ಆದರೂ ಮನುಷ್ಯನಿಗೆ ಅರ್ಥ ಸಿಗೋದು ಇತರರ ಜೊತೆ ಇದ್ದಾಗ ಮಾತ್ರ ಅಂತ. ಎಂಥಾ ಸಣ್ಣ ವಿಷಯವೇ ಆದ್ರೂ ಅದರ ಆ ಕಡೆ ತುದಿಯಲ್ಲಿ ಇನ್ನೊಂದು ಜೀವ ಇದೆ ಅಂತಾದ್ರೆ, ಈ ಯಃಕಶ್ಚಿತ್ ಸಂಗತಿಯಲ್ಲಿ ಏನೋ ಮಹತ್ತಾದ ಅರ್ಥ ಕಾಣಿಸೋಕೆ ಶುರು ಆಗುತ್ತೆ.

ಐ ನೋ ಇಟ್ಸ್ ಅ ಟ್ರ್ಯಾಪ್. ಹೀಗಂದುಕೊಂಡೇ ಜಗತ್ತು ಸಂಸಾರಕ್ಕೆ ಸಿಕ್ಕಿಕೊಳ್ಳೋದು. ಆಮೇಲೆ ಜೀವನ ಪೂರ್ತಿ ಅದನ್ನ ತೂಗಿಸೋಕೆ ಒದ್ದಾಡೋದು. ಆದರೂ ಮನುಷ್ಯ ಮಹತ್ತಾದ ಉದ್ದೇಶವಿರೋ ಯುದ್ಧ ಬೇಕಾದ್ರೂ ಗೆಲ್ತಾನೆ, ಆದರೆ ಉದ್ದೇಶವಿಲ್ಲದ ನಿತ್ಯದ ಬದುಕನ್ನು ಕಂಡರೆ ಹೆದರ್ತಾನೆ. ನನಗೂ ಅದೇ ಆಗಿದ್ದು. ಐ ಸ್ಟಾರ್ಟೆಡ್ ಸರ್ಚಿಂಗ್ ಫಾರ್ ಅ ಮೀನಿಂಗ್. ಸ್ವಲ್ಪ ದಿನಕ್ಕೆ ನನಗೆ ಅನ್ನಿಸಿತು ಆ

ಭಿಕ್ಷುಕ ಇರಬೇಕಿತ್ತು ಅಂತ. ಇಟ್ ವಾಸ್ ಸ್ಟ್ರೇಂಜ್, ಆದರೆ ನನಗಿದು ಸ್ಪಷ್ಟವಾಗಿ ಅನ್ನಿಸಿತು. ಯಾಕೆ? ಅವನಿಗೂ ನನಗೂ ಇದ್ದ ಸಂಬಂಧ ಎಂಥದ್ದು? ಅಂತೆಲ್ಲಾ ಕೆದಕಿದರೆ, ನನಗೂ ಅದು ಗೊತ್ತಿಲ್ಲ. ಸಂಬಂಧ ಅಂತನ್ನೋದು ನಮ್ಮ ನಡುವೆ ಏನಿರಲಿಕ್ಕೆ ಸಾಧ್ಯ? ಆದರೂ ನಮ್ಮ ಐಡೆಂಟಿಟಿ ಅನ್ನೋದು ರೂಪುಗೊಳ್ಳೋದೆ ಇನ್ನೊಂದರ ಎದುರಿಗೆ ಅಲ್ವಾ? ಅವನೂ ನನಗೆ ಅಲ್ಲೀವರೆಗೂ ಇಲ್ಲದ ಯಾವುದೋ ಒಂದು ಐಡೆಂಟಿಟಿ ಕೊಟ್ಟಿದ್ದ. ಅದು ಶ್ರೀನಾಥರು ಹೇಳಿದಂತೆ ಹೆಲ್ಪಿಂಗ್ ಹ್ಯಾಂಡ್ ಅನ್ನೋ ಅಹಂಕಾರವಾ ಅಂತ ಗುಮಾನಿ ಕೂಡ ಇದೆ ನನಗೆ. ಆದರೂ ಅದನ್ನು ಮೀರಿದ್ದು ಏನೋ ಇದೆ ಅಂತಲೂ ಅನ್ನಿಸಿದೆ.

ಇದನ್ನೆಲ್ಲಾ ಸ್ಕೂಲಲ್ಲಿ ಮರೆಯೋಕೆ ಪ್ರಯತ್ನ ಪಡ್ತಾ ಇದ್ದೆ. ಸ್ಕೂಲು ಒಂದು ರೀತಿಯಲ್ಲಿ ನನಗೆ ಸಮಾಧಾನ ಕೊಡ್ತಾ ಇತ್ತು. ಮಕ್ಕಳ ಜೊತೆ ಇರೋದು, ಅವರಿಗೆ ಕಲಿಸೋಕೆ ಹೊಸ ಹೊಸ ದಾರಿ ಹುಡುಕೋದು ಇದೆಲ್ಲಾ ನನಗೆ ಯಾವಾಗಲೂ ಇಷ್ಟ ಆಗೋದು. ಅದರಲ್ಲೂ ಏನಾದರೂ ಕಲಿತ ಮೇಲೆ ಅವರಿಗೆ ಒಂದು ಖುಷಿ ಆಗುತ್ತಲ್ಲಾ ಅದು ನೋಡೋಕೆ ನನಗಿಷ್ಟ. ಅದೊಂಥರಾ ಆಫ್ ದ ಫ್ಲೆಶ್ ಸಂತೋಷ. ಆದರೆ ಸ್ಕೂಲು ಇರುತ್ತಿದ್ದುದು ಆರೇಳು ಘಂಟೆಗಳ ಕಾಲ. ಅದಾಗಿ ನನಗೆ ದಿನಕ್ಕೆ ಉಳಿಯುತ್ತಿದ್ದ ಒಂದು ಯುಗವನ್ನು ಹೇಗೆ ಕಳೆಯೋದು?

ಆಗಲೇ ಒಂದು ದಿನ ಸಂಜೆ ಆ ಮೆಸೇಜು ಬಂದಿದ್ದು. ಕಳೆದ ವರ್ಷ ಗ್ರಾಜುಯೇಟ್ ಆದ ಬ್ಯಾಚಿನ ಹುಡುಗಿ ಆಶಿಕಾ ರಾವ್‌ಳದ್ದು. ಅವಳೇ ಪರಿಚಯ ಹೇಳಿಕೊಂಡು 'ಎಫ್.ಬಿ.ಯಲ್ಲಿ ನಿಮ್ಮ ನಂಬರ್ ಸಿಕ್ತು ಸರ್, ತುಂಬಾ ದಿನ ಆಯ್ತು ನಿಮ್ನ ನೋಡಿ. ಹೇಗಿದೀರ ಸರ್?' ಎಂದೆಲ್ಲ ವಿಚಾರಿಸಿದಳು. ನನಗೂ ಖುಷಿಯಾಯ್ತು. ಸ್ಕೂಲು ಬಿಟ್ಟ ಮೇಲೂ ಮಕ್ಕಳು ನೆನಪಿಟ್ಟುಕೋತಾರಲ್ಲ ಎಂದು. ವಿಶ್ವಾಸದಿಂದಲೇ ಮಾತಾಡಿಸಿದೆ. ಆಮೇಲೆ ದಿನವೂ ಗುಡ್ ಮಾರ್ನಿಂಗ್, ಗುಡ್ ನೈಟುಗಳನ್ನು ಕಳಿಸೋದಕ್ಕೆ ಶುರು ಮಾಡಿದಳು. ಆಗಾಗ ಊಟ, ತಿಂಡಿ, ಕಾಫಿ ವಿಚಾರಿಸಿಕೊಂಡಳು. ನೀನ್ಯಾರಪ್ಪಾ ಎಂದು ಕೇಳೋಕೆ ಗತಿಯಿಲ್ಲದ ನನಗೆ ಸಹಜವಾಗಿಯೇ ಸಂತೋಷವಾಯಿತು. ಇಬ್ಬರೂ ದಿನಾ ಮಾತನಾಡೋಕೆ ಶುರು ಮಾಡಿದ್ವಿ.

ಒಂದು ದಿನ ಅವಳೇ ನಿಮಗೆ ಏನು ಇಷ್ಟ, ಏನು ಇಷ್ಟವಿಲ್ಲ ಎಂದೆಲ್ಲಾ ಕೇಳಿಕೊಂಡಳು. ತಿನ್ನೋದರಲ್ಲಿ, ಬಣ್ಣದಲ್ಲಿ, ಬಟ್ಟೆಯಲ್ಲಿ ನನಗೆ ಅಂಥಾ ಆಯ್ಕೆಗಳೇನೂ ಇರಲಿಲ್ಲ. ಯಾವುದು ಮನಸ್ಸಿಗೆ ಬರುತ್ತೋ ಅದೇ ಇಷ್ಟ ಅಷ್ಟೇ ನಂದು. ನನ್ನನ್ನ ಕೇಳಲ್ವಾ ಅಂದಳು. ಕೇಳಿದೆ, ಒಂದಷ್ಟು ಪಟ್ಟಿ ಹೇಳಿದಳು. ಸಾರಿ, ನನಗೆ ನಿಜವಾಗಿಯೂ ನೆನಪಿಲ್ಲ.

ಈಗೆಲ್ಲಾ ಪ್ರತಿ ಮಗುವೂ ಲೈಕ್ ಮತ್ತು ಡಿಸ್‌ಲೈಕ್‌ನ ಭಾಷೆಯಲ್ಲಿ

ಮಾತನಾಡುತ್ತದೆ. ಇದು ಬರಿಯ ನನ್ನ ಹೈಪೋಥಿಸಿಸ್ ಎಂದುಕೊಳ್ಳಬೇಡ. ಸುಮ್ಮನೇ ನಿನ್ನ ಸುತ್ತ ಒಮ್ಮೆ ತಿರುಗಿ ನೋಡು. ನನಗೀ ಐಸ್‌ಕ್ರೀಮ್ ಇಷ್ಟ, ನನಗಾ ಹೋಟೆಲ್ ಇಷ್ಟವಿಲ್ಲ. ಐ ಲೈಕ್ ದಿಸ್ ಮ್ಯಾಮ್, ಐ ಹೇಟ್ ದಟ್ ಅಂಕಲ್... ಈ ಥರದ ವಾಕ್ಯಗಳನ್ನು ಮಕ್ಕಳು ದಿನಕ್ಕೆ ಎಷ್ಟು ಬಾರಿ ಹೇಳುತ್ತವೆಯೆಂದು. ಈ ಆಯ್ಕೆಯ, ಅಭಿಪ್ರಾಯಮಂಡನೆಯ ಗುಣವು ಈ ಕಾಲದ ನಮ್ಮ ಮೂಲಭೂತ ಲಕ್ಷಣವಾಗಿದೆ. ಇದರ ಮುಂದುವರಿಕೆಯಾಗಿಯೇ ನಾವು ಎಲ್ಲರನ್ನೂ, ಎಲ್ಲವನ್ನೂ ಲೈಕ್ ಮತ್ತು ಡಿಸ್‌ಲೈಕ್‌ಗಳ ದ್ವಿದಳದೃಷ್ಟಿಯಲ್ಲಿಯೇ ನೋಡುತ್ತೇವೆ. ಮತ್ತೆ ದೇವರು ಎರಡು ಕಣ್ಣನ್ನು ಕೊಟ್ಟಿದ್ದಾಕೆ? ಅಲ್ಲವೇ?

ಅವಳೂ ಹಾಗೆಯೇ ಏನು ಕೇಳಿದರೂ ಅದಕ್ಕೆ ತನ್ನ ಆಯ್ಕೆಯ ಅಭಿಪ್ರಾಯ ಹೇಳುತ್ತಿದ್ದಳು. ಒಂದು ದಿನ ಐ ಹೇಟ್ ಮೈ ಪಪ್ಪಾ ಎಂದಳು. ನನಗೆ ಆಶ್ಚರ್ಯವಾಗಿ ಯಾಕೆಂದು ಕೇಳಿದೆ. 'ಹಿ ಈಸ್ ಅ ಟಿಪಿಕಲ್ ಮಿಡ್ಲ್ ಕ್ಲಾಸ್ ಮ್ಯಾನ್' ಎಂದಳು. ಆದರೇನು? ಜಗತ್ತಿನಲ್ಲೇ ಮಿಡ್ಲ್ ಕ್ಲಾಸ್‌ನವರು ತುಂಬಾ ಪ್ರಗತಿಪರರು ಎಂದು ನಾನು ವಾದಿಸಿದೆ. ಯಾವುದೇ ಬದಲಾವಣೆಯನ್ನು ಬಹಳ ಬೇಗ ಗ್ರಹಿಸೋದು, ಅನುಸರಿಸೋದು ಮಧ್ಯಮವರ್ಗದವರೇ ಅಲ್ವಾ? ಕಂಪ್ಯೂಟರಿಗೆ ಮೊದಲು ಒಗ್ಗಿಕೊಂಡವರು ಅಸಂಖ್ಯ ಮಧ್ಯಮವರ್ಗದವರು. ಇಂಟರ್‌ನೆಟ್ಟಿನ ಅತಿ ಹೆಚ್ಚು ಬಳಕೆದಾರರು ಮಧ್ಯಮವರ್ಗದವರು. ಎಲ್ಲಾ ಸೋಷಿಯಲ್ ಮೀಡಿಯಾಗಳಲ್ಲಿ ಅತ್ಯಂತ ಕ್ರಿಯಾಶೀಲರಾಗಿರೋದು ಮಧ್ಯಮವರ್ಗದ ಜನ. ಜಗತ್ತಿನಲ್ಲಿ ಹೊಸ ಹೊಸ ಐಡಿಯಾಗಳು ಹುಟ್ಟುತ್ತಿರೋದು, ಹೊಸ ಹೊಸ ಆಂಥ್ರೋಪ್ರೀನರುಗಳು ಹುಟ್ಟಿಕೊಳ್ಳೋದು ಮಧ್ಯಮವರ್ಗದಲ್ಲಿಯೇ. ಎಲ್ಲಾ ಎಕನಾಮಿಕ್ ಆಕ್ಟಿವಿಟಿಯಲ್ಲಿ ಈವತ್ತು ಮುಂದಿರೋದು ಮಧ್ಯಮವರ್ಗದವರು. ಮಧ್ಯಮವರ್ಗವಿಲ್ಲದೇ ಇದ್ದಿದ್ರೆ ಈ ಗ್ಲೋಬಲೈಸೇಷನ್ ಇಷ್ಟು ಬೇಗ, ಇಷ್ಟು ಯಶಸ್ವಿಯಾಗೋಕೆ ಆಗ್ತಿತ್ತಾ – ಹೀಗೆ ದೊಡ್ಡ ಪಟ್ಟಿಯೇ ನನ್ನ ವಾದದಲ್ಲಿತ್ತು.

ಅವಳು ತುಂಬಾ ಕೂಲ್ ಆಗಿ ಹೇಳಿದಳು 'ಇದೆಲ್ಲಾ ಯಾಕೆ ಮಾಡ್ತಾರೆ ಅಂದ್ರೆ ಅವರಿಗೆ ಬೇರೆ ಚಾಯ್ಸ್ ಇಲ್ಲದೆ ಕಾನ್ಟ್ ಅಫೋರ್ಡ್ ಟು ಚೂಸ್' ಅಂತ. ಐ ಲೈಕ್ಡ್ ಇಟ್, ಶಿ ಹ್ಯಾಡ್ ಅ ಪಾಯಿಂಟ್. ನನಗದೆಷ್ಟು ಇಷ್ಟವಾಯ್ತು ಎಂದರೆ ಅವತ್ತು ರಾತ್ರಿಯೆಲ್ಲಾ ನನಗೆ ನಿದ್ರೆ ಬರಲಿಲ್ಲ. ತುಂಬಾ ಹೊತ್ತು ಅದನ್ನೇ ಯೋಚನೆ ಮಾಡಿದೆ. ನನಗೆ ನಿಜವಾಗಿ ಬೇರೆ ಆಯ್ಕೆ ಕಾಣುವಂತೆ ಇದ್ದಿದ್ರೆ ಎಂಜಿನಿಯರಿಂಗ್ ಹೋಗ್ತಿದ್ನಾ? ಐ ಡೌಟ್ ದಟ್. ಈ ಕಾರ್ಪೊರೇಟ್ ಜಾಬ್ ಹೀಗೆ ಅಂತ ಗೊತ್ತಿದ್ದೂ ಚಿರು ಅದಕ್ಕೆ ಹೊಂದಿಕೊಂಡುಬಿಟ್ಟನಲ್ಲಾ, ಅಕಸ್ಮಾತ್ ಅವನಿಗೆ ಬೇರೆ ಆಯ್ಕೆ ಇದ್ದಿದ್ರೆ ಹಾಗೆ ಮಾಡ್ತಿದ್ನಾ? ಅನಿವಾರ್ಯತೆಯನ್ನೇ ಕ್ರಿಯಾಶೀಲತೆ ಅಂತ ನಾವು ನಂಬಿದೀವಿ

ಅಲ್ವಾ? ಇಂಥ ಅನಿವಾರ್ಯತೆಯಲ್ಲಿ ನಿಜವಾದ ಕ್ರಿಯಾಶೀಲತೆ ಹುಟ್ಟುತ್ತಾ? ಹೀಗೆ ಏನೇನೋ ಯೋಚಿಸಿದೆ. ಕಡೆಗೆ ಈ ಹುಡುಗೀಗೆ ಇದೆಲ್ಲ ಹೇಗೆ ಅರ್ಥ ಆಯ್ತು ಅಂತ ಅವಳ ಮೇಲೆ ಒಂದು ಅಕ್ಕರೆಯೂ ಹುಟ್ಟಿತು.

ಆಮೇಲೆ ನಾವಿಬ್ರೂ ಫ್ರೆಂಡ್ಸ್ ಆಗೋದ್ವಿ. ಮೊದಲು ಸರ್ ಅಂತಿದ್ದವಳಿಗೆ ನಾನೇ ಹೇಳಿದೆ 'ದಟ್ಸ್ ವೆರಿ ಫ್ಯೂಡಲ್' ಅಂತ. ಆದರೂ ಬಹುವಚನದಲ್ಲೇ ಮಾತಾನಾಡಿಸೋಳು. ಕೇಳಿದರೆ 'ನಿಮ್ಮನ್ನ ಹೋಗೋ ಬಾರೋ ಅನ್ನೋಕೆಲ್ಲಾ ಆಗಲ್ಲ. ಯೂ ಡಿಮ್ಯಾಂಡ್ ರೆಸ್ಪೆಕ್ಟ್' ಎಂದಳು. 'ನಾನೆಲ್ಲಿ ಕೇಳ್ದೆ? ನೀನೇ ಕೊಡ್ತಿರೋದು' ಎಂದದ್ದಕ್ಕೆ 'ನಾಟ್ ಯೂ, ಯುವರ್ ಪ್ರೆಸೆನ್ಸ್' ಎಂದು ನಗುವ ಎಮೋಟಿಕಾನು ಕಳಿಸಿದಳು. ಹೀಗೇ ಹತ್ತಿರವಾದೆವು. ಎಷ್ಟೆಂದರೆ ರಾತ್ರಿ ಎರಡಾದರೂ ಮೆಸೇಜು ಮಾಡುತ್ತಿರುತ್ತಿದ್ದೆವು. ಸ್ಕೂಲಿನಲ್ಲಿ ಎಂದೂ ಫೋನು ಮುಟ್ಟದವನು ಕ್ಲಾಸುಗಳ ನಡುವೆ ಬಿಡುವಿದ್ದಾಗ ಮೆಸೇಜ್ ಚೆಕ್ ಮಾಡೋದಕ್ಕೆ ಶುರುವಾದೆ.

ಒಮ್ಮೆ ಕೇಳಿದೆ 'ನೀನು ನನ್ನ ಜೊತೆ ಇಷ್ಟು ಮಾತಾಡೋದು ನಿಮ್ಮಪ್ಪ-ಅಮ್ಮನಿಗೆ ಗೊತ್ತಾ?' ಅಂತ. 'ಗೊತ್ತಾದ್ರೆ ಮಾತಾಡೋಕೆ ಬಿಡಲ್ಲ ಅಷ್ಟೇ' ಎಂದಳು. 'ಮತ್ಯಾಕೆ ಇಷ್ಟೆಲ್ಲಾ ಮಾತಾಡ್ಬೇಕು? ಆಮೇಲೆ ಅವರಿಗೆ ಗೊತ್ತಾದ್ರೆ ಬೇಜಾರು ಮಾಡ್ಕೊಳಲ್ವಾ?' ಎಂದೆ. ಹ್ಮ್ss ಎಂದವಳು ರಾತ್ರಿಯವರೆಗೂ ಮೆಸೇಜು ಮಾಡಲಿಲ್ಲ. ಅಯ್ಯೋ ನಾನೆಲ್ಲಿ ಅವಳಿಗೆ ಬೇಜಾರು ಮಾಡಿಸಿದೆನೋ ಎಂದು ನನಗೆ ಕಾಡೋಕೆ ಶುರುವಾಯ್ತು. ಆದರೂ ಕಾದೆ. ರಾತ್ರಿ ಅಡುಗೆ ಮಾಡಿ, ಊಟ ಮಾಡಿ, ಮಲಗುವ ಹೊತ್ತಾಗುವವರೆಗೂ ಸುಮ್ಮನೇ ಇದ್ದೆ. ಸಾರಿ, ಸುಮ್ಮನೇ ಅಂದ್ರೆ ಆಗಾಗ ಫೋನು ನೋಡುತ್ತಿದ್ದೆ, ಮೆಸೇಜು ಮಾಡಿದ್ದಾಳಾ ಅಂತ. ಊಟ ಮಾಡಿದ್ರಾ ಅಂತಾದರೂ ಕಳಿಸಬೇಕಿತ್ತು ಅಂತ ಮತ್ತೆ ಹತ್ತೂವರೆವರೆಗೂ ಕಾದೆ. ಮೆಸೇಜು ಮಾಡಲೇ ಇಲ್ಲ. ಹನ್ನೊಂದಾದರೂ ಗುಡ್ ನೈಟ್ ಕೂಡ ಬರಲಿಲ್ಲ. ಸುಮ್ಮನೇ ನನ್ನನ್ನು ಕಾಡಿಸೋಕೇ ಹೀಗೆ ಮಾಡಿರಬಹುದು ಎಂದುಕೊಂಡು ಸುಮ್ಮನೇ ಮಲಗಿದೆ. ಎಷ್ಟೊತ್ತಾದರೂ ನಿದ್ರೆ ಬರಲಿಲ್ಲ. ಸುಮ್ಮನೇ ಉರುಳಾಡಿ ಉರುಳಾಡಿ ಕಡೆಗೆ ತಡೆಯಲಾರದೇ ಹನ್ನೆರಡು ಘಂಟೆಗೆ 'ವಾಟ್ ಹ್ಯಾಪನ್ಡ್' ಎಂದು ನಾನೇ ಮೆಸೇಜು ಮಾಡಿದೆ. 'ನಥಿಂಗ್' ಎಂದಳು. ಅಷ್ಟಕ್ಕೇ ಅದೇನೋ ಸಮಾಧಾನ ಆಗೋಯ್ತು.

ಮತ್ಯಾಕೆ ಇನ್ನೂ ಎದ್ದಿದೀಯ?– ನಿದ್ದೆ ಬರ್ತಿಲ್ಲ – ಯಾಕೆ? – ಗೊತ್ತಿಲ್ಲ – ಯಾಕೆ ಮೆಸೇಜ್ ಮಾಡ್ಲಿಲ್ಲ? –ನೀವೇ ಹೇಳಿದ್ರಲ್ಲಾ ಮಾಡಬೇಡ ಅಂತ – ಹಾಗಿದ್ರೆ ಮಾಡೋದಿಲ್ವಾ? – ಮಾಡ್ತಿದೀನಲ್ಲಾ (ಒಂದು ದೊಡ್ಡ ಸ್ಮೈಲೀ). ನನಗ್ಗೊತ್ತು ಇದೊಂದು ಅಸಂಬದ್ಧ ವಾಕ್ಯ ಅಂತ. ಆದರೂ ಹೇಗೆ ಅರ್ಥವಾಗುತ್ತೆ ನೋಡು ಭಾವ. ಹೀಗೇ ಆವತ್ತು ಇಬ್ಬರೂ ಏನೇನೋ ಅಸಂಬದ್ಧ ಮಾತಾಡಿದರೂ ಭಾವಕ್ಕೆ

ಅರ್ಥವಾಗೋದು. ಮಾತು ಮುಗಿಸಿದಾಗ ಬೆಳಗಿನ ಜಾವ ನಾಲ್ಕಾಗಿತ್ತು. 'ನಾಳೆ ಸಂಜೆ ಅಮ್ಮ ಆಫೀಸಿಂದ ಬರೋಕೆ ಮುಂಚೆ ಕಾಲ್ ಮಾಡ್ತೀನಿ, ಫ್ರೀ ಆಗಿರಿ' ಎಂದಳು. ನಾನು ಟೈಂ ನೋಡಿ ಬೇಗ ಮಲಗೋಕೆ ಹೇಳಿ ನಾನೂ ಮಲಗಿದೆ.

ಮಾರನೆಯ ದಿನ ಸಂಜೆ ಸ್ಕೂಲಿನಿಂದ ಬೇಗ ಬೇಗ ಗಾಡಿ ಓಡಿಸಿಕೊಂಡು ಬಂದದ್ದು ನನಗೂ ಗೊತ್ತಾಗುತ್ತಿತ್ತು. ಬಂದು ಟೀ ಕುಡಿಯುವಷ್ಟರಲ್ಲಿ ಕಾಲ್ ಮಾಡಿದಳು. ಅವರಮ್ಮ ಯಾವುದೋ ಟೀಚರ್ಸ್ ಟ್ರೈನಿಂಗ್ ಇನ್ಸ್ಟಿಟ್ಯೂಟಿನಲ್ಲಿ ಕೆಲಸ ಮಾಡುತ್ತಿದ್ದರು. ಅವರು ದಿನವೂ ಬರುತ್ತಿದ್ದುದು ಏಳು ಘಂಟೆಗೆ. ಅವರಪ್ಪ ಒಂದು ಕಾರ್ಪೊರೇಟು ಕಂಪೆನಿಯಲ್ಲಿ ಅಕೌಂಟ್ಸ್ ಸೆಕ್ಷನ್ನಿನಲ್ಲಿದ್ದರು. ಅವರು ಬರುತ್ತಿದ್ದುದು ರಾತ್ರಿ ಒಂಭತ್ತಾಗುತ್ತಿತ್ತು. ಇವಳು ಕಾಲೇಜಿನಿಂದ ಮನೆಗೆ ಬರುವುದು ನಾಲ್ಕು ಘಂಟೆಗೆ. ನಾನು ಬರುತ್ತಿದ್ದುದು ಐದಕ್ಕೆ. ದಿನವೂ ಐದರಿಂದ ಏಳು ಮಾತಾಡುವುದು ರೂಢಿಯಾಗೋಯ್ತು. ನಾನು ದಿನವೂ ಅದಕ್ಕಾಗಿ ಕಾಯತೊಡಗಿದೆ. ಬಹುಶಃ ಅಷ್ಟು ಪ್ರೀತಿಗೆ ಹಸಿದಿದ್ದೆನೋ ಏನೋ...

ಅವಳಿಗೆ ತನ್ನ ಅಪ್ಪ-ಅಮ್ಮಂದಿರ ಬಗ್ಗೆ ವಿಚಿತ್ರವಾದ ಯೋಚನೆಗಳಿದ್ದವು. ಅಥವಾ ನನಗವು ವಿಚಿತ್ರ ಎನಿಸಿದವೋ ಏನೋ ಗೊತ್ತಿಲ್ಲ. ಮೊದಲಿಗೆ ಅವಳಿಗೆ ಈ ಮಧ್ಯಮವರ್ಗದ ಬಗ್ಗೆಯೇ ಒಂದು ಬಗೆಯ ಜುಗುಪ್ಸೆಯಿತ್ತು. ಇದನ್ನು ಆಗಲೇ ಹೇಳಿದೆ. 'ಐ ಹೇಟ್ ದೀಸ್ ಕ್ಲಾಸಿಫಿಕೇಶನ್ಸ್' ಎಂದಳು ಒಮ್ಮೆ. ಯಾಕೆ ಎಂದರೆ 'ಬಿಕಾಸ್, ನನಗ್ಗೊತ್ತು, ಈ ಥರ ವಿಭಾಗ ಮಾಡಿದರೆ ನಾನು ಮಧ್ಯಮವರ್ಗಕ್ಕೇ ಬರುತ್ತೇನೆ ಅಂತ' ಎಂದಳು. ಒಮ್ಮೆ ನೇರವಾಗೇ ಕೇಳಿದೆ 'ನಿನಗ್ಯಾಕೆ ಮಿಡ್ಲ್ ಕ್ಲಾಸ್ ಎಂದರೆ ಅಷ್ಟೊಂದು ದ್ವೇಷ?' ಅಂತ.

'ನೋಡಿ ನಮ್ಮಪ್ಪ-ಅಮ್ಮ ಇಬ್ಬರೂ ದಿನಾ ಹೀಗೆ ದುಡೀತಾರೆ. ಇದು ಟಿಪಿಕಲ್ ಮಿಡ್ಲ್‌ಕ್ಲಾಸ್ ಪರಿಸ್ಥಿತಿ. ಇನ್ ಫ್ಯಾಕ್ಟ್ ನಮ್ಮಪ್ಪನಿಗೆ ಬಸವನ ಗುಡಿಯಲ್ಲಿ ಆನ್ಸೆಸ್ಟರಲ್ ಪ್ರಾಪರ್ಟಿ ಇದೆ. ಮನೆ ಇದೆ. ಅದರ ಮುಂದೆ ಇನ್ನೊಂದು ಮನೆ ಕಟ್ಟೋ ಅಷ್ಟು ಜಾಗ ಇದೆ. ನಮ್ಮಜ್ಜಿ ಅಲ್ಲೇ ಇರೋದು. ಆದರೆ ನಮ್ಮಪ್ಪನಿಗೆ ತನ್ನ ಸ್ವಂತ ಮನೆ ಬೇಕಿತ್ತು. ತುಂಬಾ ಕಾರಣ ಇವೆ ಅದಕ್ಕೆ. ಒಂದು ನಮ್ಮಪ್ಪನಿಗೆ ತನ್ನಪ್ಪನ ಆಸ್ತಿಗೆ ಅಂಟಿಕೊಂಡಿದ್ದೇನೆ ಅಂತ ತೋರಿಸಿಕೊಳ್ಳೋದು ಬೇಕಿರಲಿಲ್ಲ, ಸ್ವಾಭಿಮಾನ. ಆಮೇಲೆ ಎಲ್ಲರ ಮನೆ ಥರ ನಮ್ಮಮ್ಮನಿಗೂ ಅಜ್ಜಿಗೂ ಆಗಿಬರಲಿಲ್ಲ. ಸೋ ಜೆ.ಪಿ.ನಗರದಲ್ಲಿ ಫ್ಲ್ಯಾಟ್ ತಗೊಂಡರು. ಅಲ್ಲಿ ಹೋಗಿ ಎರಡು ವರ್ಷಾನೂ ಇರಲಿಲ್ಲ ನಾವು, ಅಜ್ಜಿಗೆ ಹುಷಾರಿಲ್ಲದೇ ಮತ್ತೆ ಬಸವನಗುಡಿಗೇ ಬಂದೆವು. ಇಲ್ಲಿಗೆ ಬಂದು ಒಂದು ವರ್ಷ ಆಯ್ತು. ಈಗ ಆ ಫ್ಲ್ಯಾಟ್ ಖಾಲಿ ಬಿದ್ದಿದೆ. ಅಪ್ಪನ ದುಡ್ಡೆಲ್ಲ ಆ ಫ್ಲಾಟಿನ ಇ.ಎಮ್.ಐ.ಗೆ ಹೋಗುತ್ತೆ. ಅಮ್ಮನ ಸ್ಯಾಲರಿಲಿ ಮನೆ ಖರ್ಚು ಜೊತೆಗೆ ನಮ್ಮಜ್ಜಿ

ಹಾಸ್ಪಿಟಲ್ ಬಿಲ್ಸ್. ಸೀ ಇದು ಟಿಪಿಕಲ್ ಮಿಡ್ಲ್‌ಕ್ಲಾಸ್ ಮನಸ್ಥಿತಿ ಅಲ್ವಾ? ಉಪಯೋಗ ಇಲ್ಲದ ಎಕ್ಸ್‌ಟ್ರಾ ಮನೆ ಯಾಕೆ ತಗೋಬೇಕಿತ್ತು? ವಿ ವಾಂಟ್ ಟು ಪ್ರೂವ್ ಟು ದ ವರ್ಲ್ಡ್.

'ನಮ್ಮಪ್ಪ ಕಾರು ತಗೋತೀನಿ ಅಂದ್ರು, ನಾನು ಎಷ್ಟೊಂದು ಮಾಡೆಲ್ ಹುಡುಕಿಕೊಟ್ಟೆ ಆನ್‌ಲೈನಲ್ಲಿ. ನನಗೆ ಸೆಡಾನ್ ಇಷ್ಟ. ನಾನು ಅಪ್ಪ ಎರಡು ಮೂರು ಶೋರೂಮಿಗೂ ಹೋಗಿ ಬಂದ್ವಿ. ಅಲ್ಲೆಲ್ಲಾ ಚೆನ್ನಾಗಿದೆ ಅಂದ್ರು, ಆಮೇಲೆ ಹೋಗಿ ಆ ವ್ಯಾಗನ್ ಆರ್ ಬುಕ್ ಮಾಡಿದ್ರು. ವಾಟ್ ಅ ಪಿಟಿ! ಕೇಳಿದ್ರೆ ಅದು ಸ್ಪೇಶಿಯಸ್ ಆಗಿದೆ ಅಂತಾರೆ. ದಿಸ್ ಈಸ್ ವಾಟ್ ಐ ಹೇಟ್ ಇನ್ ಮಿಡ್ಲ್‌ಕ್ಲಾಸ್. ಚೀಪ್.

'ಪ್ರಿಸೈಸ್ಲಿ, ದೆ ಆರ್ ಆವರೇಜ್ ಇನ್ ಎವೆರಿಥಿಂಗ್. ಯಾಕೆ ಆವರೇಜ್ ಅಂದ್ರೆ ಅವರಿಗೆ ಅವರದೇ ಆದ ಕನಸುಗಳಿಲ್ಲ. ಅವರ ಕನಸುಗಳಲ್ಲಿ ಯಾವಾಗಲೂ ಬೇರೆಯವರ ಪ್ರೆಸೆನ್ಸ್ ಇರುತ್ತೆ. ಅದು ಅಮ್ಮನೋ, ಹೆಂಡ್ತಿನೋ, ಮಕ್ಕಳೋ, ಪಕ್ಕದ ಮನೆಯವರೋ, ನೆಂಟರೋ, ಬ್ಯಾಂಕೋ, ಸರಕಾರನೋ ಯಾರಾದರೂ ಇದ್ದೇ ಇರ್ತಾರೆ. ಇಟ್ಸ್ ಸೋ ಮೀನ್' ಎಂದಳು. ಹೀಗೇ ಅವಳದ್ದು ಒಂದು ಥೀಸಿಸ್ಸಿಗಾಗುವಷ್ಟು ಕಾರಣಗಳಿದ್ದವು. ಅವರಪ್ಪ ತೆಗೆದುಕೊಳ್ಳೋ ಬಟ್ಟೆ, ಚಪ್ಪಲಿ ಎಲ್ಲದರ ಬಗ್ಗೆಯೂ ಹೀಗೇ ಹೇಳೋಳು. ನಾನು ಸುಮ್ಮನೇ ನಕ್ಕುಬಿಡುತ್ತಿದ್ದೆ.

ಒಮ್ಮೆ ಕೇಳಿದೆ 'ನಾಳೆ ನೀನೂ ಹೀಗೇ ತಾನೆ ಬದುಕೋದು. ಅವರನ್ನ ಯಾಕೆ ಅಷ್ಟು ಬೈಕೋತೀಯ? ಅವರ ಕೈಲಾದಷ್ಟು ಅವರು ಮಾಡ್ತಾ ಇದಾರಲ್ವಾ?'

'ಇಟ್ಸ್ ನಾಟ್ ಅಬೌಟ್ ಮನಿ ಓಕೆ. ಮನುಷ್ಯನಿಗೆ ಅವನದೇ ಆದ ಕನಸು ಇರ್ಬೇಕು. ಆದರೆ ಮಿಡ್ಲ್‌ಕ್ಲಾಸಲ್ಲಿ ಕನಸು ಕಾಣೋದೇ ತಪ್ಪು ಅನ್ನೋ ಯೋಚನೆ ಬರೋಕೆ ಶುರುವಾಗುತ್ತೆ. ಅದು ಅವರ ನೆಕ್ಸ್ಟ್ ಜೆನರೇಷನ್, ನಮಗೆ ಹಿಂಸೆ ಆಗುತ್ತೆ. ವಿ ಫೀಲ್ ಲೈಕ್ ಟ್ರ್ಯಾಪ್ಡ್ ಇನ್ ಅ ಕೇಜ್'. ಆವತ್ತು ಅವಳು ಬೇಜಾರಾಗಿದ್ಲು. ಆಮೇಲೆ ರಾತ್ರಿ ಊಟವಾದ ಮೇಲೆ ನಾನೇ ಕೆದಕಿ ಮಾತಾಡಿಸಿದೆ ಏನು ಸಮಸ್ಯೆ ಮನೇಲಿ ಅಂತ.

ಅವಳಿಗೆ ಕಲ್ಚರಲ್ ಸ್ಟಡೀಸ್ ಬಗ್ಗೆ ಆಸಕ್ತಿ. ಈ ದೇಶದಲ್ಲಿ ತನಗಿಷ್ಟವಾದ ವಿಷಯದಲ್ಲಿ ಓದೋಕೆ ಒಂದು ಸರಿಯಾದ, ವರ್ಲ್ಡ್ ಕ್ಲಾಸ್ ಇನ್ಸ್ಟಿಟ್ಯೂಟ್ ಇಲ್ಲ ಅನ್ನೋ ಬೇಜಾರು. ಇದ್ದರೂ ಎಲ್ಲಾ ಕಡೆ ಸಾವಿರ ರಾಜಕೀಯ ಅಂತ. ಐ ಅಗ್ರೀ ವಿತ್ ದಟ್. ಅದಕ್ಕೆ ವಿದೇಶದಲ್ಲಿ ಓದಬೇಕು ಅನ್ನೋ ಆಸೆ. ಅದಕ್ಕೆ ಬೇಕಾದ ಪರೀಕ್ಷೆಗಳಿಗೆಲ್ಲ ತಯಾರಿ ನಡೆಸಿದ್ದಳು. ಪಾಸು ಮಾಡೋ ಶಕ್ತಿ ಕೂಡ ಇತ್ತು. ಒಳ್ಳೆಯ ಗ್ರೇಡಿನಲ್ಲಿ ಪಾಸಾದರೆ ಸ್ಕಾಲರ್‌ಶಿಪ್ ಸಿಗುತ್ತೆ ಅನ್ನೋ ವಿಶ್ವಾಸವೂ ಇತ್ತು. ಆದರೂ ಒಂದು ವರ್ಷದ ಕೋರ್ಸು ಮುಗಿಸಲು ಇತರ ಖರ್ಚುಗಳೇ ಎಂಟು ಹತ್ತು

ಲಕ್ಷವಾದರೂ ಬೇಕಾಗುತ್ತಿತ್ತು. ಅದನ್ನು ಹೊಂದಿಸಬೇಕೆಂದರೆ ಸಾಲ ಮಾಡಬೇಕಿತ್ತು. ಅವರಪ್ಪ ಆಗಲೇ ಅಜ್ಜಿಯ ಆಸ್ಪತ್ರೆ ಖರ್ಚುಗಳಿಗೆ ಸಾಲಗಳನ್ನು ಮಾಡಿದ್ದರು. ಅವರಿಗೆ ಇದ್ದ ಇಬ್ಬರು ಅಕ್ಕ–ತಂಗಿಯರೂ ಯುಎಸ್ಸಿನಲ್ಲಿ ಇದ್ದರಂತೆ. ಆದರೆ ಇವರಪ್ಪನಿಗೆ ಅವರ ಹತ್ತಿರ ಸಹಾಯ ಕೇಳೋಕೆ ಸ್ವಾಭಿಮಾನ ಅಡ್ಡಿಯಾದ್ದರಿಂದ ಅವರೇನೂ ಮಾಡುವ ಹಂತದಲ್ಲಿರಲಿಲ್ಲ. ಮನೆ ಮಾರೋಣ ಎಂದರೆ ಅಜ್ಜಿ ತಮ್ಮ ಗಂಡ ಮಾಡಿದ ಆಸ್ತಿಯನ್ನು ಮಾರಲು ಒಪ್ಪಲಿಲ್ಲವಂತೆ. ಇನ್ನು ಅವರು ಒಪ್ಪದೇ ಇದ್ದದ್ದಕ್ಕೆ ಇವರೇ ಮಾಡಿದ ಜೆ.ಪಿ.ನಗರದ ಮನೆಯನ್ನು ಮಾರಲು ಇವರಮ್ಮ ತಗಾದೆ ತೆಗೆದರಂತೆ, 'ನಾಳೆ ಆನ್ಸೆಸ್ಟ್ರಲ್ ಪ್ರಾಪರ್ಟಿ ಅಂತ ಎಲ್ಲರೂ ಇದ್ರಲ್ಲಿ ಹಕ್ಕು ಕೇಳ್ತಾರೆ. ಅವರು ಕೇಳದೇ ಇದ್ರೂ ಕೊಡಬೇಕಾದ್ದು ನಮ್ಮ ಧರ್ಮ ಆಗುತ್ತೆ. ಆಗ ನಮಗೆ ಉಳಿಯೋದು ಅರ್ಧ ಸೈಟು ಅಷ್ಟೇ. ಅದರಲ್ಲಿ ಇರೋಕಾ ನಾವಿಷ್ಟೆಲ್ಲಾ ಮಾಡಿದ್ದು?' ಎಂದರಂತೆ. ಒಟ್ಟಿನಲ್ಲಿ 'ಇದರ ಮಧ್ಯೆ ನನ್ನ ಎಜುಕೇಶನ್ನಿಗೆ ಲೋನೆಲ್ಲ ಮಾಡೋದು ಇಂಪಾಸಿಬಲ್ ಅಂತ ನನಗೇ ಅನ್ನಿಸಿದೆ' ಎಂದು ಬೇಸರ ತೋಡಿಕೊಂಡಳು.

ನನಗೆ ಏನು ಹೇಳಬೇಕು ಗೊತ್ತಾಗಲಿಲ್ಲ. 'ಇಟ್ಸ್ ಓಕೆ, ಎಲ್ಲಾ ಸರಿ ಹೋಗುತ್ತೆ' ಅಂತ ಸಮಾಧಾನ ಮಾಡೋಕೆ ಯತ್ನಿಸಿದೆ. ಅವಳು ಇದ್ದಕ್ಕಿದ್ದಂತೆ ರೇಗಿಹೋದಳು.

'ಯೂ ಸ್ಟುಪಿಡ್. ಏನು ಸರಿ ಹೋಗುತ್ತೆ? ಐ ಯಾಮ್ ಸ್ಟೂಡ್. ಈ ಟೈಂ ಬಂದಾಗ ಎಲ್ಲಾ ಸರಿ ಹೋಗುತ್ತೆ ಅಂತ ಕಾಯೋದಿದ್ಯಲ್ಲಾ ದಟ್ಸ್ ಡಿಸ್ಗಸ್ಟಿಂಗ್. ಅದನ್ನೇ ಮಿಡ್ಲ್‌ಕ್ಲಾಸ್ ಮಾಡೋದು ಯಾವಾಗ್ಲೂ' ಎಂದು ಸುಮ್ಮನಾಗಿಬಿಟ್ಟಳು. ನನಗೆ ಏನು ಹೇಳಬೇಕು ಗೊತ್ತಾಗಲಿಲ್ಲ. 'ಐ ಯಮ್ ಸಾರಿ' ಎಂದೆ. ಏನೂ ಉತ್ತರ ಬರಲಿಲ್ಲ. ಕೋಪ ಬಂದಿರಬಹುದು ಅಥವಾ ಬೇಜಾರಾಗಿರಬಹುದು ಸ್ವಲ್ಪ ಹೊತ್ತಾದ ಮೇಲೆ ಮಾತಾಡ್ತಾಳೆ ಅಂತ ಕಾದೆ. ಎಷ್ಟು ಹೊತ್ತಾದರೂ ಏನೂ ಸುಳಿವಿಲ್ಲ. ಗುಡ್ ನೈಟ್ ಕಳಿಸಿ ಮಲಗಿದೆ.

ರಾತ್ರಿ ಎಲ್ಲ ನಿದ್ದೆ ಬರಲಿಲ್ಲ. ಎಲ್ಲಿ ಅವಳ ಮಿಡ್ಲ್‌ಕ್ಲಾಸಿನ ಡಿಸ್ಗಸ್ಟಿಂಗ್ ಲಿಸ್ಟಿನಲ್ಲಿ ನಾನೂ ಸೇರಿಕೊಂಡುಬಿಟ್ಟೆನೋ ಎನ್ನುವ ಅನುಮಾನ ಕಾಡುತ್ತಿತ್ತು. ಹಾಗಿದ್ದರೆ ನಾನೇನು ಎಂದು ಕೇಳಿಕೊಂಡೆ. ಐ ಯಾಮ್ ಆಲ್ಸೋ ನಥಿಂಗ್ ಬಟ್ ಮಿಡ್ಲ್‌ಕ್ಲಾಸ್. ನನಗೆ ನನ್ನದಾದ ಕನಸಿದೆಯೇ? ನನ್ನ ಕನಸಿನಲ್ಲೂ ಲೋಕದ ಹಂಗು ಹೀಗೆ ತುಂಬಿಕೊಂಡಿದೆಯೇ? ಲೋಕವಿಲ್ಲದೇ ತುಂಬಿಕೊಂಡ ಕನಸಿಗೆ ಅರ್ಥವಿದೆಯೇ? ಅದು ಅಪ್ಪಟ ಸ್ವಾರ್ಥವಾಗಲ್ಲವೇ? ಸ್ವಾರ್ಥವೇ ಇರಬಹುದು, ಆದರೆ ನನ್ನ ಕನಸಿನಲ್ಲಿ ಅವಳಿರಬೇಕು ಎನಿಸಿತ್ತು.

ಬೆಳಗಿನ ಜಾವ ನಾಲ್ಕಕ್ಕೆ ಮತ್ತೆ ಎಚ್ಚರವಾಯಿತು. ಮತ್ತೆ ನೋಡಿದೆ, ಯಾವುದೂ ಮೆಸೇಜು ಇರಲಿಲ್ಲ. ನನಗೆ ಮನಸ್ಸು ತಡೆಯಲಿಲ್ಲ. 'ನಾನೇನಾದರೂ ನಿನಗೆ

ಬೇಜಾರು ಮಾಡಿಸಿದ್ದರೆ ಸಾರಿ. ನನಗೆ ಏನು ಹೇಳಬೇಕು ಗೊತ್ತಾಗಲಿಲ್ಲ. ಪ್ಲೀಸ್ ಮಾತಾಡ್ತೀಯಾ?' ಎಂದು ಮತ್ತೆ ಮೆಸೇಜು ಮಾಡಿ ಕಾದೆ. ನನ್ನ ಮೆಸೇಜಿನ ದನಿ ಬೇಡುವ ದೈನ್ಯಕ್ಕೆ ಇಳಿದದ್ದು ನನಗೂ ಕೇಳಿಸುತ್ತಿತ್ತು. ಬೆಳಗಾಗುತ್ತ ಬಂದಂತೆಲ್ಲಾ ಮತ್ತೂ ಚಡಪಡಿಸಿದೆ. ಆರಕ್ಕೆ ಎಂದಿನ ಅಲಾರ್ಮ್ ಹೊಡೆದಾಗ ಮತ್ತೆ ಗುಡ್ ಮಾರ್ನಿಂಗ್ ಕಳಿಸಿದೆ. ಸ್ಕೂಲಿಗೆ ಹೋಗಬೇಕಿತ್ತು. ರೆಡಿಯಾಗಿ ಹೊರಟೆ.

ಸಂಜೆಯಾದರೂ ಅವಳಿಂದ ಮೆಸೇಜು ಬರಲಿಲ್ಲ. ಏನೋ ಗಾಬರಿ, ಏನೋ ಕಳವಳ. ಎಷ್ಟೋ ಸಾರಿ ನನ್ನನ್ನೇ ಬೈದುಕೊಂಡೆ ಆಫ್ಟರ್ ಆಲ್ ಒಬ್ಬ ಚಿಕ್ಕ ಹುಡುಗಿಯನ್ನು ಇಷ್ಟೆಲ್ಲಾ ಹಚ್ಚಿಕೊಳ್ಳುವುದೇ? ಶಿ ಈಸ್ ಅ ಟೀನೇಜರ್. ಅವಳ ಮನಸ್ಸು ಯಾವಾಗ ಏನು ಯೋಚಿಸುತ್ತದೋ ಯಾರಿಗೆ ಗೊತ್ತು? ಸ್ಕೂಲಿನ ತೊಂಭತ್ತು ಪ್ರತಿಶತ ಪೋಷಕರು ಪೇರೆಂಟ್ ಟೀಚರ್ ಮೀಟಿಂಗಿಗೆ ಬಂದಾಗ ಒಂಥರಾ ಅಪರಾಧಿ ಮುಖ ಹಾಕಿಕೊಂಡು ನಿಲ್ಲೋದು ಯಾಕೆ ಅಂತ ಅರ್ಥವಾಗಹತ್ತಿತು. ಓಕೆ ಮೊದಲಿನಂತೆ ಇಗ್ನೋರ್ ಮಾಡಿದರಾಯ್ತು ಎಂದುಕೊಂಡು ಎರಡೆರಡು ಸಿಗರೇಟು ಸೇದಿದೆ. ಮತ್ತೆ ಮನೆಗೆ ಬಂದು ಕುಳಿತರೆ ಅವಳದೇ ನೆನಪಾಯಿತು. ಸ್ವಲ್ಪ ಹೊತ್ತಿಗೆ ಅದು ಕೋಪಕ್ಕೆ ತಿರುಗಿತು, ಗಾಂಚಲಿ ಅಂತ. ಮತ್ತೆ ಸ್ವಲ್ಪ ಹೊತ್ತಿಗೆ ಮರುಕವಾಯಿತು, ಅಯ್ಯೋ ಏನಾಗಿದೆಯೋ ಅಂತ. ಒಟ್ಟಿನಲ್ಲಿ ಇದ್ದಕ್ಕಿದ್ದಂತೆ ಕದಡಿದ ಸರೋವರವಾಗಿದ್ದೆ. ತುಂಬಿ ಹರಿಯುವ ಮಳೆ ಬಾರದೆ ಇದು ತಿಳಿಯಾಗದು ಅನ್ನಿಸುತ್ತಿತ್ತು. ಮಳೆಗೆ ಕಾಯುತ್ತ ಕುಳಿತದ್ದೇ ಬಂತು, ಮಳೆ ಬರಲಿಲ್ಲ.

ಹೀಗೇ ಎರಡು ದಿನ ಕಳೆದವು. ನನಗೆ ಮೊದಲಿನ ಕಾತರ ಕಳೆದು ಒಂದು ಬಗೆಯ ವಿಷಾದ ತುಂಬಿಕೊಂಡಿತು. ನಾವು ಮಾತನಾಡಿದ ಏನೇನೋ ನೆನಪು ಬರತೊಡಗಿದವು. ಅಷ್ಟಕ್ಕೂ ನಾನು ಹೇಳಿದ್ದರಲ್ಲಿ ಅವಳಿಗೆ ಅಫೆಂಡ್ ಆಗುವಂಥದ್ದು ಏನೂ ಇರಲಿಲ್ಲ. ಅವಳಿಗೆ ಮಿಡ್ಲ್‌ಕ್ಲಾಸಿನ ಬಗ್ಗೆ ಅನಾದರವಿದ್ದರೆ ದಟ್ಸ್ ನನ್ ಆಫ್ ಮೈ ಬ್ಯುಸಿನೆಸ್. ನನ್ನ ಹತ್ತಿರ ಹೇಳಿಕೊಂಡದ್ದಕ್ಕೆ ನಾನು ಸಮಾಧಾನ ಮಾಡಲಷ್ಟೇ ಪ್ರಯತ್ನಿಸಿದ್ದು. ಅಷ್ಟಕ್ಕೆ ನನ್ನ ಬಗ್ಗೆ ತಪ್ಪು ತಿಳಿದುಕೊಂಡಳಾ? ತಪ್ಪೆಂದರೆ ಏನು? ನಾನೂ ಅದೇ ಮಿಡ್ಲ್‌ಕ್ಲಾಸಿನ ಮನಸ್ಥಿತಿಯವನು ಎಂದಾ? ಇರಬಹುದು. ಅದಕ್ಕೆ ಅವಳಿಗೇನಾಗಬೇಕು. ಇಟ್ಸ್ ವಾಟ್ ಐ ಯಾಮ್.

ಆದರೂ ಮತ್ತೆ ಅನಿಸುತ್ತಿತ್ತು, ನಾನೆಲ್ಲಾದರೂ ಅವಳೊಂದಿಗೆ ಮಾತನಾಡುತ್ತ ನನ್ನ ಬಗ್ಗೆ ಬೇರೆ ಥರ ನಿರೀಕ್ಷೆ ಕಟ್ಟಿಕೊಟ್ಟೆನಾ ಅಂತ. ಅಲ್ಲವೇ ಮತ್ತೆ, ಅವಳು ಅವರಪ್ಪ-ಅಮ್ಮನನ್ನು ಇವರು ಮಿಡ್ಲ್‌ಕ್ಲಾಸ್ ಮೈಂಡ್ಸ್, ಆವರೇಜ್, ಡ್ರೀಮ್‌ಲೆಸ್ ಅಂತೆಲ್ಲಾ ಅಂತಿದ್ದರೆ ಸುಮ್ಮನೇ ನಕ್ಕು ನಾನದಲ್ಲ ಎಂದು ಸಾಧಿಸಿಬಿಟ್ಟೆನಾ? ಡಿಡ್ ಐ ಟ್ರೈ ಟು ಇಂಪ್ರೆಸ್ ಹರ್? ಕಡೆಗೆ ನಾನೂ ಹಾಗೇ ಮಾತನಾಡೋದು ಕಂಡು

ಬೇಸತ್ತಳಾ? ಐ ವಾಸ್ ನಾಟ್ ಶೂರ್. ಆದರೆ ಹೀಗೆ ಅನಿಸಿದಾಗೆಲ್ಲಾ ನಾನು ಇನ್ನೂ ಕುಸಿದುಹೋಗ್ತಿದ್ದೆ.

ಆದರೆ ನಾನು ಇನ್ನೇನು ಮಾಡಬಹುದಿತ್ತು ಅವಳು ಬೈಯುವಾಗ? ಬುದ್ಧಿ ಹೇಳಬೇಕಿತ್ತಾ? ಬಹುಶಃ ಆಗ ಇಷ್ಟು ದಿನವೂ ಮಾತಾಡುತ್ತಿರಲಿಲ್ಲ ಎನಿಸುತ್ತದೆ. ಆದರೂ ಹಾಗೆ ಮಾಡಬಹುದಿತ್ತು. ಬಟ್ ಐ ಡಿಂಟ್. ಬಹುಶಃ ನನಗೆ ಅವಳು ಹಾಗೆ ಬೈಯುವಾಗೆಲ್ಲಾ ನನ್ನನ್ನು ಅದರಿಂದ ಹೊರಗೆ ಕಲ್ಪಿಸಿಕೊಳ್ಳುತ್ತಿದ್ದಾಳೆ ಅಂತ ಅರಿವಾಗಲೇ ಇಲ್ಲವೋ ಏನೋ... ಯಾವಾಗಲೂ ಹಾಗೇ ನೋಡು ನಮಗಿಂತ ನಮ್ಮ ಪ್ರತಿಬಿಂಬವೇ ಗಟ್ಟಿಯಾಗಿ ನಿಂತುಬಿಡೋದು. ಬಹುಶಃ ಅದಕ್ಕೇ ಲೋಕ ಇಮೇಜಿನ ಬಗ್ಗೆ ತುಂಬಾ ತಲೆಕೆಡಿಸಿಕೊಳ್ಳುತ್ತದೆ. ಈಗೀಗ ಇಮೇಜ್ ಬ್ಯುಲ್ಡಿಂಗ್ ಒಂದು ಅನಿವಾರ್ಯ ಅನ್ನೋಕೆ ಶುರುಮಾಡಿದಾರೆ. ಬಹುಶಃ ನಾನೂ ಅಂತಹದ್ದೊಂದು ಇಮೇಜು ಕಟ್ಟಿದೆ ಅವಳ ಮನಸ್ಸಿನಲ್ಲಿ. ವಿಪರ್ಯಾಸ ಅಂದರೆ ಇಮೇಜು ಯಾವಾಗಲೂ ನಮ್ಮ ವಿರುದ್ಧವಾಗಿಯೇ ಇರುತ್ತದೆ.

ಮೂರ್ನಾಲ್ಕು ದಿನದಲ್ಲಿ ನಾನು ಮತ್ತೆ ಅದೇ ಹಳೆಯ ರಿಷಿಯಾಗಿದ್ದೆ. ಸ್ಕೂಲು, ಮಕ್ಕಳು, ಬಂದಮೇಲೆ ಒಂದೆರಡು ಸಿಗರೇಟು, ಅಡಿಗೆ, ಊಟ, ಆಗಾಗ ಶ್ರೀನಾಥರ ಜೊತೆ ಡ್ರಿಂಕ್, ಆದರೆ ಎಲ್ಲವೂ ಇದ್ದಕ್ಕಿದ್ದಂತೇ ಸಪ್ಪೆಯಾಗಿಬಿಟ್ಟಿದ್ದವು. ಆಶಿಕಾ ಸಿಕ್ಕಾಗ ನಾನು ಗೂಡಿನಿಂದ ಹೊರಗೇನೋ ಬಂದಿದ್ದೆ. ಆದರೆ ಚಿಟ್ಟೆಯಾಗುವ ಬದಲು ಒಂಥರಾ ಸೂತ್ರವಿರದ ಪಟವಾಗಿಬಿಟ್ಟೆ. ಸೂತ್ರವಿರದ ಪಟಕ್ಕೆ ಯಾವ ಹಂಗೂ ಇರುವುದಿಲ್ಲ ನೋಡು. ಆದರೆ ಪ್ರಾಯಃ ಹಂಗು ಹರಿದು ನಿಂತಾಗಲೇ ಲೋಕದ ಎಲ್ಲದರ ಹಂಗೂ ನಮ್ಮೊಳಗೆ ಕೆಲಸ ಮಾಡೋದು ನಮಗೆ ಗೊತ್ತಾಗೋದು ಅನ್ಸುತ್ತೆ.

ಇರು ಮಾರಾಯ ಎದೆಭಾರ ಆಗ್ತಿದೆ. ಹೇ ಬೇಜಾರೆಲ್ಲ ಅಲ್ಲ. ನಾನು ಅಷ್ಟೆಲ್ಲಾ ಸೆಂಟಿಮೆಂಟಲ್ ಅಲ್ಲ. ತುಂಬಾ ಹೊತ್ತು ಮಾತಾಡಿದ್ಕೆ ಇರ್ಬೇಕು ಅಷ್ಟೇ. ಯೂ ವಾಂಟು ಟು ಸ್ಮೋಕ್?

5

ಹೆಸರಿಲ್ಲದ ಅಲೆ

ಈ ಲೋಕದಲ್ಲಿ ಯಾವುದಕ್ಕೂ ಒಂದು ನಿಶ್ಚಿತ ತರ್ಕವಿಲ್ಲ. ನಾವು ಎಲ್ಲವನ್ನೂ ಒಂದು ಸರಣಿಯಲ್ಲಿ ನೋಡೋಕೆ ಪ್ರಯತ್ನ ಪಡ್ತೀವಿ ಅಷ್ಟೇ. ಜಗತ್ತಿನಲ್ಲಿ ಯಾವುದಕ್ಕೂ ನಾವು ನಿಖರವಾದ ಕಾರ್ಯಕಾರಣ ಸಂಬಂಧವನ್ನು ಸ್ಥಾಪಿಸೋದಕ್ಕೆ ಸಾಧ್ಯವಿಲ್ಲ. ನಮ್ಮ ಸಮಾಧಾನಕ್ಕೆ ಒಂದಷ್ಟು ಥಿಯರಿಗಳನ್ನು ಕಟ್ಟಿಕೊಂಡು ಮಾತನಾಡಬಹುದು. ಇದು ಹೀಗೇ ಆದದ್ದು, ಇದಕ್ಕೆ ಇದೇ ಕಾರಣ ಎಂದೆಲ್ಲಾ ನಂಬಿಕೊಳ್ಳಬಹುದು. ಆದರೆ ಕಡೆಗೂ ಅದು ನಂಬಿಕೆಯಷ್ಟೇ, ಸತ್ಯವಲ್ಲ. ಏಕೆಂದರೆ ಸತ್ಯವೂ ಒಂದು ಸೋಪಾಧಿಕವಾದ ನಂಬಿಕೆಯಷ್ಟೇ. ನಿರುಪಾಧಿಕ ಸತ್ಯ ಅನ್ನೋದೆಲ್ಲಾ ನಮ್ಮ ಕಲ್ಪನೆ ಅಂತ ಅನ್ಸುತ್ತೆ. ನೀವೇ ನೋಡಿ ಇಷ್ಟು ಸಹಸ್ರಮಾನಗಳಲ್ಲಿ ಮನುಷ್ಯ ಕಾಲಕಾಲಕ್ಕೆ ಏನೇನನ್ನೆಲ್ಲಾ ಸತ್ಯ ಎಂದು ನಂಬಿಕೊಂಡು ಬಂದಿದ್ದ ಎಂದು. ಕೆಲವು ಬುಡಕಟ್ಟು ಜನಾಂಗಗಳಿಗೆ ಸತ್ತ ತಮ್ಮ ಪೂರ್ವಜರೆಲ್ಲಾ ತಮ್ಮ ಊರ ಸುತ್ತಲೇ ಇರುತ್ತಾರೆ, ಅವರೇ ನಮ್ಮನ್ನು ಖಾಯಿಲೆ ಕಸಾಲೆಗಳಿಂದ ಕಾಯುವುದು ಎಂದೆಲ್ಲಾ ನಂಬಿಕೆಯಿತ್ತು. ನಮ್ಮಲ್ಲೇ ಮೂರ್ನಾಲ್ಕು ಶತಮಾನಗಳ ಹಿಂದಷ್ಟೇ ರಾಜನೇ ಪ್ರತ್ಯಕ್ಷ ದೇವತೆ ಎಂದೆಲ್ಲಾ ನಂಬಿಸಿರಲಿಲ್ಲವೇ? ಹಾಗೇ ನಾವೀಗ ಪ್ರಜೆಯೇ ಪ್ರಭು ಎಂದೂ ನಂಬಿದ್ದೇವೆ! ಇದೆಲ್ಲಾ ಸತ್ಯ ಎಂದರೆ ನಿಮಗೆ ನಗು ಬರೋದಿಲ್ಲವೇ? ಹಹ ಎಕ್ಸಾಕ್ಟ್ಲೀ, ಐ ನೋ ಯು ಗಾಟ್ ಮೈ ಪಾಯಿಂಟ್.

ನಿನಗೆ ಯಾಕೆ ಇದೆಲ್ಲಾ ಹೇಳಿದೆ ಅಂದರೆ ನನಗೀಗಲೂ ನಂಬಲಾರದ ಏನೇನೋ ಈ ಹಂತದಲ್ಲಿ ನಡೆದುಹೋಯಿತು. ಇಷ್ಟೆಲ್ಲಾ ಕಥೆ ಕೇಳಿದ ಮೇಲೆ ನಿನಗೆ ಗೊತ್ತಾಗಿದೆ ನಾನೊಬ್ಬ ಹೈಲೀ ಅನ್‌ಪ್ರೆಡಿಕ್ಟಬಲ್ ವ್ಯಕ್ತಿ ಅಂತ. ನೀನು ಬೈದುಕೊಂಡೂ ಇರಬಹುದು. ಆದರೆ ಮನುಷ್ಯ ಇರೋದೇ ಹಾಗಲ್ಲವಾ? ನಾವು ಮಲಗಿದವರು ದಿನವೂ ಒಂದೇ ಥರದ ವ್ಯಕ್ತಿಯಾಗಿ ಏಳುತ್ತೇವೆ ಅನ್ನೋ ಖಾತ್ರಿ

ಯಾರಿಗಿದೆ? ನಾನೂ ಒಂದು ದಿನ ಹಾಗೇ ಎದ್ದೆ. ಎದ್ದವನ ಮನಸ್ಸಿನಲ್ಲೇ ಏನೋ ನಿಶ್ಚಯ ಮೂಡಿತ್ತು. ಅಷ್ಟರಲ್ಲಾಗಲೇ ನಾನು–ಆಶಿಕಾ ಮಾತನಾಡಿ ಒಂದು ವಾರದ ಮೇಲಾಗಿತ್ತು. ರೆಡಿಯಾಗಿ ಸ್ಕೂಲಿಗೆ ಹೊರಟವನು 'ನನಗೆ ಹುಷಾರಿಲ್ಲ, ಒಂದು ದಿನ ರಜೆ ಬೇಕು' ಎಂದು ಫೋನು ಮಾಡಿದೆ. ಆಮೇಲೆ ಗಾಂಧಿ ಬಝಾರಿನ ಎಸ್.ಎಲ್.ವಿ.ಯಲ್ಲಿ ತಿಂಡಿ ತಿಂದು, ಕಾಫಿ ಕುಡಿದೆ. ಅಲ್ಲಿಂದ ಸೀದಾ ಆಶಿಕಾಳ ಕಾಲೇಜಿನ ಬಳಿ ಹೋದೆ.

ಅವಳು ದಿನವೂ ಎಂಟೂವರೆಗೆ ಕಾಲೇಜಿಗೆ ಬರುತ್ತಾಳೆ, ಬಿ.ಎಂ.ಟಿ.ಸಿ ಬಸ್ಸಿನಲ್ಲಿ ಎಂದು ಗೊತ್ತಿತ್ತು. ಕಾಲೇಜಿನ ಪಕ್ಕದ ರಸ್ತೆಯಲ್ಲಿ, ಸರಿಯಾಗಿ ಬಸ್ ಸ್ಟಾಪಿನಿಂದ ಬರುವ ದಾರಿಯಲ್ಲಿ ಒಂದು ಟೀ ಅಂಗಡಿಯ ಬಳಿ ಕಾಯುತ್ತ ನಿಂತೆ. ಸತ್ಯ ಸೋಪಾಧಿಕ ಅಂದೆನಷ್ಟೇ. ಅದರಲ್ಲಿ ಒಂದು ಉಪಾಧಿ ನಾವೇ. ಎಲ್ಲ ಅನುಭವದ ಹಿಂದೆಯೂ ಅನುಭವಿಸುವವನ ಮನಸ್ಸು ಕೆಲಸ ಮಾಡುತ್ತದೆ ನೋಡು. ಆ ಮನಸ್ಸು ಎಲ್ಲಕ್ಕೂ ತನ್ನ ಬಣ್ಣ ಬಿಡುವುದಿಲ್ಲ ಅಂತ ಏನು ಗ್ಯಾರಂಟಿ? ಅಲ್ಲಿ ನಿಂತ ನನಗೂ ಹಾಗೇ ಆಗಿದ್ದು. ಕಾಲೇಜಿಗೆ ಹೋಗುತ್ತಿರುವವರೆಲ್ಲ ನನ್ನನ್ನೇ ನೋಡುತ್ತಿರುವಂತೆ ಅನಿಸುತ್ತಿತ್ತು. ಅವರೆಲ್ಲರಿಗೂ ನನ್ನ ಮೇಲೆ ಏನೋ ಗುಮಾನಿ ಇರುವಂತೆ. ನಾನೂ ಅಷ್ಟೇ ಯಾರು ಅತ್ತ–ಇತ್ತ ತಿರುಗಿದರೂ ಅವರನ್ನೇ ಗಮನಿಸುತ್ತಿದ್ದೆ. ಎಷ್ಟು ಹೊತ್ತಾದರೂ ಅವಳು ಕಾಣಿಸಲೇ ಇಲ್ಲ. ನನಗೆ ಇನ್ನೊಂದು ಭಯ, ಎಲ್ಲಿ ಬೇರೆ ಯಾರಾದರೂ ನನ್ನ ಸ್ಟೂಡೆಂಟ್ಸ್ ಬಂದು ಮಾತನಾಡಿಸುತ್ತಾರೋ ಅಂತ. ಅಫ್ ಕೋರ್ಸ್, ನಾನೇನೂ ಕಳ್ಳತನ ಮಾಡುತ್ತಿರಲಿಲ್ಲ ಅಲ್ಲಿ. ಆದರೂ ಮನಸ್ಸಿಗೆ ಹಾಗೆ ಅನ್ನಿಸಿದರೆ ಅದರ ಪರಿಣಾಮ ಕಾಣಿಸಿಯೇ ಕಾಣಿಸುತ್ತೆ. ಅದಕ್ಕೇ ನನಗೆ ಕಳ್ಳತನ ಇರೋದು ಹೊರಗೋ ಮನಸ್ಸಿನಲ್ಲೋ ಅನ್ನೋ ಬಗೆಹರಿಯದ ಪ್ರಶ್ನೆಯಿದೆ. ನನಗೂ ಸ್ವಲ್ಪ ಹೊತ್ತಿಗೆ ಅಲ್ಲಿನ ಹತ್ತಾರು ಮುಖಗಳಲ್ಲಿ ಯಾರ್‍ಯಾರೋ ಪರಿಚಯದ ಮುಖಗಳು ಎಂದೆಲ್ಲಾ ಭ್ರಮೆಯಾಗಿ ಅಲ್ಲಿ ನಿಲ್ಲಲಾರದೇ ಬಸ್‌ಸ್ಟಾಂಡಿನ ಕಡೆಗೆ ಹೊರಟೆ.

ಅವಳೇನಾದರೂ ನಾನು ಬರೋದಕ್ಕೆ ಮೊದಲೇ ಬಂದುಬಿಟ್ಟಳಾ ಎನ್ನುವ ಅನುಮಾನ ಇನ್ನೊಂದು ಕಡೆ ಇದ್ದೇ ಇತ್ತು. ಮತ್ತೆ ಮತ್ತೆ ಟೈಮು ನೋಡಿಕೊಂಡೆ. ಎಂಟೂ ಮುಕ್ಕಾಲಾದರೂ ಅವಳು ಬಂದಂತೆ ಕಾಣಿಸಲಿಲ್ಲ. ಅಥವಾ ಅವಳು ಬಂದು ನಾನೇ ನೋಡದೇ ಹೋದೆನೇ? ಇಲ್ಲ ಅವಳೇ ನನ್ನನ್ನು ತಪ್ಪಿಸಿ ಹೋಗಿಬಿಟ್ಟಳೇ? ತಲೆ ಚಿಟ್ಟುಹಿಡಿದಂತಾಯ್ತು. ಸಿಗರೇಟು ಸೇದೋಣ ಎಂದರೆ ಇನ್ನೇನು ಬಂದುಬಿಡಬಹುದು ಎನ್ನುವ ಅಳುಕು ಬೇರೆ. ಕಡೆಗೆ ಬಸ್‌ಸ್ಟಾಪಿನ ಪಕ್ಕದಲ್ಲೇ ಒಂದು ಕಾಂಡಿಮೆಂಟ್ಸಿನಲ್ಲಿ ಮತ್ತೊಂದು ಕಾಫಿ ಕುಡಿಯುತ್ತ ನಿಂತೆ. ಇನ್ನೇನು ಒಂಭತ್ತಕ್ಕೆ ಕಾಲೇಜು ಶುರುವಾಗುವುದಿತ್ತು. ರಸ್ತೆಯಲ್ಲಿದ್ದ ಎಲ್ಲ ಹುಡುಗರೂ ಕ್ಯಾಂಪಸ್ಸಿನ ಒಳಗೆ

ಓಡುತ್ತಿದ್ದರು. ಮೇ ಬಿ ಐ ಮಿಸ್‌ಡ್ ಹರ್ ಎಂದುಕೊಂಡೆ. ಆದರೆ ಈಗ ಮನೆಗೆ ಹೋಗಿ ಇಡೀ ದಿನ ಮನೆಯಲ್ಲಿ ಏನು ಮಾಡುವುದು ಗೊತ್ತಾಗಲಿಲ್ಲ. ಸ್ಕೂಲಿಗೆ ಹೋಗಲು ಹುಷಾರಿಲ್ಲ ಅಂತ ನಾನೇ ಹೇಳಿದ್ದೇನೆ. ಇದೊಳ್ಳೆ ಪೇಚಿಗೆ ಬಂತು ಎಂದುಕೊಂಡು ಇನ್ನೇನು ಅಲ್ಲಿಂದ ಹೊರಡಬೇಕು ಅಂತ ಗಾಡಿಯ ಬಳಿ ಬಂದೆ. ಗಾಡಿಯ ಪಾಕೆಟ್ಟಿನಲ್ಲೊಂದು ಚೀಟಿಯಿತ್ತು. 'ವಿಲ್ ಮೀಟ್ ಅಟ್ ಥ್ರೀ, ಬ್ಯೂಗಲ್ ರಾಕ್' ಎಂದಿತ್ತು. ನಿನ್ನ ಶರೀರದಲ್ಲಿ ರಕ್ತ ಹರಿಯೋದು ನಿನಗೆ ಯಾವಾಗಾದರೂ ಅನುಭವಕ್ಕೆ ಬಂದಿದೆಯಾ? ಐ ಮೀನ್, ಎಲ್ಲ ರಕ್ತನಾಳಗಳಲ್ಲಿ ಕ್ಷಣಕ್ಷಣಕ್ಕೂ ಒಂದು ಪ್ರವಾಹ ಹರೀತಾ ಇರೋದು? ನನಗೆ ಆ ಕ್ಷಣ ಇದು ಅನುಭವವಾಯ್ತು...

ಸರಿಯಾಗಿ ಮೂರು ಘಂಟೆಗೆ ಬ್ಯೂಗಲ್ ರಾಕಿನ ಗೇಟಿನ ಬಳಿಯಿದ್ದೆ. ಮೂರೂ ಹತ್ತಕ್ಕೆ ಒಂದು ಆಟೋದಲ್ಲಿ ಅವಳು ಬಂದಳು. ನಾವಿಬ್ಬರೂ ಮಾತಾಡೋಕೆ ಶುರುವಾದ ಮೇಲೆ ಮುಖತಃ ಭೇಟಿಯಾಗಿದ್ದು ಇದೇ ಮೊದಲು. ಇಬ್ಬರ ಮುಖವೂ ಆರಕ್ತವಾಗಿತ್ತು. ವಿ ಸ್ಟ್ರಾಂಗ್ಲೀ ಫೆಲ್ಟ್ ಲೈಕ್ ಹಗ್ಗಿಂಗ್ ಈಚ್ ಅದರ್. ಅದು ಇಬ್ಬರ ಕಣ್ಣಲ್ಲೂ ಕಾಣುತ್ತಿತ್ತು. ಆದರೆ ನನಗೆ ಅಲುಗಾಡಲೂ ಆಗಲಿಲ್ಲ. ಸುಮ್ಮನೇ ಅವಳನ್ನು ನೋಡುತ್ತಿದ್ದೆ. ಅವಳ ಪ್ರತಿ ಉಸಿರಾಟವೂ ನನಗೆ ಕೇಳಿಸುತ್ತಿದೆ ಎನಿಸುತ್ತಿತ್ತು. ಒಳಗೆ ಹೋಗುವಾಗ ಅವಳೇ ನನ್ನ ಕೈಹಿಡಿದುಕೊಂಡಳು. ನನ್ನ ಮೈ ಅದುರಿತು ಎನಿಸುತ್ತದೆ. ಅವಳು ಚಕ್ಕನೆ ತಿರುಗಿ ನೋಡಿದಳು. ಸುಮ್ಮನೇ ಪೆಚ್ಚುನಗೆ ನಕ್ಕೆ. ಐ ಹ್ಯಾಡ್ ನೆವರ್ ಫೆಲ್ಟ್ ಲೈಕ್ ದಟ್ ಬಿಫೋರ್.

ಓ ನೀನು ತಪ್ಪು ತಿಳಿದುಕೊಳ್ಳೋಕೆ ಮುಂಚೆ ಹೇಳಿಬಿಡುತ್ತೇನೆ. ನನಗೇನೂ ಹುಡುಗಿಯರ ಸಖ್ಯ ಹೊಸದಲ್ಲ. ನನ್ನ ಹೈಸ್ಕೂಲು ಸಾಹಸ ನಿನಗೆ ಗೊತ್ತೇ ಇದೆ. ಆಮೇಲೆ ಪಿ.ಯು ನಲ್ಲೇ ನಾನು ಗರ್ಲ್‌ಫ್ರೆಂಡ್ ಮಾಡಿಕೊಂಡಿದ್ದೆ. ಎಂಜಿನಿಯರಿಂಗಿನಲ್ಲೂ ಅಂದರೆ ಚಿರು ಜೊತೆ ಇರೋಕೆ ಶುರುವಾದಾಗಿನಿಂದ ನಾವಿಬ್ಬರೂ ಎಂದೂ ಒಬ್ಬೊಬ್ಬರೇ ಇದ್ದದ್ದೇ ಇಲ್ಲ. ನಾವೆಲ್ಲಿಗೇ ಹೋದರೂ ಇಬ್ಬರಾದರೂ ಹುಡುಗಿಯರು ನಮ್ಮ ಗುಂಪಿನಲ್ಲಿ ಇದ್ದೇ ಇರುತ್ತಿದ್ದರು. ಸಿನೆಮಾ, ಪಾರ್ಟಿ, ಔಟಿಂಗ್ ಎಲ್ಲಿಗೇ ಆದರೂ ಹಾಸ್ಟೆಲ್ಲಿನ ಹುಡುಗಿಯರು ಜೊತೆಗೆ ಸಿಗುತ್ತಿದ್ದರು. ಇಬ್ಬರಿಗೂ ಆಗಲೇ ಒಂದಾದ ಮೇಲೆ ಒಂದು ಅಫೇರ್‌ಗಳಾದದ್ದು. ಆಗ ಯಾರಿಗೂ ಜೀವನದ ಬಗ್ಗೆ ಅಂಥಾ ಸೀರಿಯಸ್ ಐಡಿಯಾಗಳಿರಲಿಲ್ಲ ಅನ್ನು.

ಆದರೆ ಇವಳು ನನಗೆ ಏನು ಮಾಡಿದಳು ಅಂತ ಹೇಗೆ ಹೇಳಲಿ? ಹಾಗೆ ನೋಡಿದರೆ ನಾವಿಬ್ಬರೂ ಒಂದು ನಿಖರವಾದ ರಿಲೇಷನ್‌ಶಿಪ್ಪಿಗೆ ಬರುವ ಯಾವ ಸಾಧ್ಯತೆಯೂ ಇರಲಿಲ್ಲ. ಅವಳು ಇನ್ನೂ ಹದಿನೆಂಟರ ಹುಡುಗಿ, ನನಗಾಗಲೇ ಇಪ್ಪತ್ತೈದು ನಡೆಯುತ್ತಿತ್ತು. ಅಲ್ಲದೇ ಅವಳು ನನ್ನ ಸ್ಟೂಡೆಂಟ್. ಹಾಗೊಮ್ಮೆ ನಾವು

ರಿಲೇಶನ್‌ಗೆ ಬಿದ್ದರೆ ಹೆಸರು ಕೆಡಿಸಿಕೊಳ್ಳೋಕೆ ಇದಕ್ಕಿಂತಾ ಒಳ್ಳೆಯ ಮಾರ್ಗ ಇರಲಿಲ್ಲ. ಇದೆಲ್ಲಾ ನನಗೆ ತೀರಾ ಸ್ಪಷ್ಟವಾಗಿ ಗೊತ್ತಿತ್ತು. ಆದರೂ ಐ ಕುಡ್ ನಾಟ್ ಸಿಂಪ್ಲಿ ರೆಸಿಸ್ಟ್ ಹರ್.

ಒಳಗೆ ಹೋಗಿ ಪಾರ್ಕಿನ ಹಿಂಭಾಗದ ಕಲ್ಲುಬಂಡೆಗಳ ಮೇಲೆ ಕುಳಿತೆವು. ಅವಳು ಮೊದಲು ಹೇಳಿದ್ದೇ 'ಯು ಲುಕ್ ಲೈಕ್ ಟಾಮ್ ಕ್ರೂಝ್' ಅಂತ. ನನಗೆ ನಗು ಬಂದಿತು. 'ಅವನಿಗೀಗ ಐವತ್ತೈದು ವರ್ಷ' ಎಂದೆ. ಅವಳೂ ನಕ್ಕಳು.

ಸ್ವಲ್ಪ ಹೊತ್ತಿನ ಮೇಲೆ ಏನೇನಾಯ್ತು ಹೇಳಿದಳು. ನಾನಂದುಕೊಂಡಂತೆ ಅವಳಿಗೆ ನನ್ನ ಮೇಲೆ ಯಾವ ಬೇಜಾರೂ ಆಗಿರಲಿಲ್ಲ. ಇವಳು ಯಾರದೋ ಜೊತೆಗೆ ರಾತ್ರಿ ತುಂಬಾ ಹೊತ್ತಿನವರೆಗೆ ಮಾತಾಡುತ್ತಾ ಇರುತ್ತಾಳೆ ಅನ್ನೋದನ್ನ ಅವರಮ್ಮ ಗಮನಿಸಿದ್ದರಂತೆ. ರಾತ್ರಿ ಎಷ್ಟೊತ್ತಿಗೋ ಮಲಗೋದು, ಬೆಳಿಗ್ಗೆ ಲೇಟಾಗಿ ಏಳೋದು ನೋಡಿರ್ತಾರೆ. ಅಲ್ಲದೇ ಅಮ್ಮಂದಿರಿಗೆ ಇದೆಲ್ಲಾ ಬೇಗ ಗೊತ್ತಾಗಿಬಿಡುತ್ತೆ. ಆವತ್ತು ನನ್ನ ಜೊತೆ ಮುನಿಸಿಕೊಂಡು ಅಳುತ್ತಾ ಮಲಗಿಬಿಟ್ಟಳಂತೆ. ನಾನು ಬೆಳಗಿನ ಜಾವ ಮಾಡಿದ ಮೆಸೇಜನ್ನು ಇವಳನ್ನು ಎಬ್ಬಿಸಲು ಬಂದ ಅವರಮ್ಮ ನೋಡಿದರಂತೆ. ಅಷ್ಟೇ ಮನೆಯಲ್ಲಿ ದೊಡ್ಡ ರಾದ್ಧಾಂತವಾಗಿದೆ. ಅವರಪ್ಪ ನನ್ನ ಹೆಸ್ರಿಗೆ ಮಸಿ ಬಳಿಯೋಕೇ ಹುಟ್ಟಿದೀಯ ನೀನು, ರಂಡೆ ಅಂತೆಲ್ಲಾ ಬಾಯಿಗೆ ಬಂದಂತೆ ಬೈದರಂತೆ. ಅವರಮ್ಮ ಇವಳ ಹತ್ತಿರ ಮಾತು ಬಿಟ್ಟರಂತೆ. ಮೊಬೈಲು ಕಸಿದುಕೊಂಡರಂತೆ. 'ಫಕಿಂಗ್ ಮಿಡ್ಲ್‌ಕ್ಲಾಸ್ ಪ್ಯೂರಿಟನಿಸಂ' ಎಂದು ಬೈದುಕೊಂಡಳು.

ನನಗೆ ಇದನ್ನೆಲ್ಲಾ ಕೇಳಿ ಏನನಿಸಿರಬೇಕು? ನಗು ಬಂದುಬಿಟ್ಟಿತು. ಬಟ್ ಯಾ, ಅವರಿಗೆ ನಾನು ಯಾರು ಗೊತ್ತಾಯ್ತಾ ಅಂತ ಕೇಳೋದನ್ನ ಮರೆಯಲಿಲ್ಲ. ಅವಳಿಗೆ ನನ್ನ ಉದ್ದೇಶ ಅರ್ಥವಾಯ್ತು 'ಸೋ ಸೆಲ್ಫಿಶ್ ಯೂ ಆರ್' ಎಂದು ಮುನಿಸಿಕೊಂಡಳು. ಇಷ್ಟು ದಿನ ಆದ ಮೇಲೆ ಸಿಕ್ಕರೆ ನಗು, ಮುನಿಸು, ಕೋಪ, ಹತಾಶೆ ಎಲ್ಲವೂ ಸಂಭ್ರಮವಾಗಲ್ಲವೇ? ನಾನೂ ಹಾಗೇ ಎಂಜಾಯ್ ಮಾಡಿದೆ. ನನ್ನ ಹೆಸರನ್ನು ಓಶನ್ ಎಂದು ಸೇವ್ ಮಾಡಿದ್ದಳಂತೆ. ಯಾಕೆ ಹಾಗೆ ಎಂದೆ, ನಿಮ್ಮನ್ನು ದಾಟೋದು ಕಷ್ಟ ಎಂದು ನಕ್ಕಳು.

ಕಡೆಗೆ ನಾನೇ ಸಮಾಧಾನ ಮಾಡಿದೆ. 'ನಿನಗೆ ಇಲ್ಲಿಂದ ಹಾರೋ ಆಸೆಗಳು ಇರಬಹುದು, ಆದರೆ ಎಲ್ಲಾ ಮನೆಯಲ್ಲೂ ತಮ್ಮ ಮಕ್ಕಳನ್ನು ಗೂಡಿನಲ್ಲಿ ಕಾಪಾಡೋ ಆಸೆ ಇದ್ದೇ ಇರುತ್ತೆ. ಅದಕ್ಕೆ ಯಾವ ಕ್ಲಾಸಿಲ್ಲ. ಎಲ್ಲರಿಗೂ ತಮ್ಮ ಇಮೇಜು ಎಲ್ಲಿ ಹಾಳಾಗಿಬಿಡುತ್ತೋ ಅನ್ನೋ ಭಯ ಇರುತ್ತೆ. ಯೂ ಶುಡ್ ಅಂಡರ್‌ಸ್ಟಾಂಡ್' ಅಂತ.

'ಸ್ಟುಪಿಡ್ ಇಮೇಜ್. ಏನು ನಾನು ನಿಮ್ಮ ಜೊತೆ ಮಾತಾಡಿಬಿಟ್ಟರೆ ನಿಮ್ಮ ಜೊತೆ ಓಡೋಗ್ಬಿಡ್ತೀನಾ? ಡು ಐ ಲುಕ್ ಲೈಕ್ ಅನ್ ಈಡಿಯಟ್ ಫಾರ್ ದೆಮ್?

ಡಿಸ್ಗಸ್ಟಿಂಗ್' ಎಂದಳು. ನಾನಿದಕ್ಕೆ ಏನು ಹೇಳಬೇಕು? ನಿನಗೆ ಆದಂತೆಯೇ ನನಗೂ ಶಾಕ್ ಆಯ್ತು. ಸಾರಿ, ಅವಳು ನನ್ನ ಜೊತೆ ಓಡಿಬರಲ್ಲ ಅಂತ ಅಲ್ಲ, ಆದರೆ ಇಷ್ಟು ಸ್ಪಷ್ಟವಾಗಿ ಹೇಳಿದಳಲ್ಲ ಅಂತ. 'ಐ ಡೋಂಟ್ ವಾಂಟ್ ಟು ಫಕ್ ಯೂ. ವೈ ಕಾಂಟ್ ವಿ ಬಿ ಜಸ್ಟ್ ಫ್ರೆಂಡ್ಸ್? ಈಸ್ ಇಂಟ್ ದಟ್ ಮೋರ್ ಮೀನಿಂಗ್‌ಫುಲ್ ದ್ಯಾನ್ ದಿಸ್ ಫಕಿಂಗ್ ರಿಲೇಶನ್‌ಶಿಪ್?'. ನನಗೆ ಎ ಫ್ಯೂ ಗುಡ್ ಮೆನ್ನಿನಲ್ಲಿ ಜ್ಯಾಕ್ ನಿಕಲ್ಸನ್ ಹೇಳೋ ಮಾತು ನೆನಪಾಯಿತು 'ಯೂ ಕಾನ್ಟ್ ಹ್ಯಾಂಡಲ್ ದ ಟ್ರೂತ್' ಅಂತ. ನಾನು ಮನಸ್ಸಿನಾಳದಿಂದ ಒಮ್ಮೆ ಮುಗುಳ್ನಕ್ಕೆ.

'ನೋಡು ನಿನಗೆ ಈ ಇಮೇಜ್ ಎಲ್ಲಾ ಸ್ಟುಪಿಡ್ ಅನ್ನಿಸಬಹುದು. ಆದರೆ ಅವರು ಅದನ್ನ ಸತ್ಯ ಅಂತ ನಂಬ್ತಾರೆ. ಎಷ್ಟರ ಮಟ್ಟಿಗೆ ಅಂದ್ರೆ ಅದು ಅವರಿಗೇ ನೋವು ಕೊಡ್ತಾ ಇದ್ದರೂ ಅದನ್ನ ಬಿಡೋಕೆ ಅವರಿಗಾಗಲ್ಲ. ದಟ್ಸ್ ವಾಟ್ ಮಿಡ್ಲ್‌ಕ್ಲಾಸ್ ಈಸ್ ಟ್ರೈನ್ಡ್ ಫಾರ್. ಚಿಲ್' ಎಂದು ಸಮಾಧಾನ ಮಾಡಿದೆ. ಮತ್ತೆ ಅವಳು ಬೇಗ ಹೊರಡಬೇಕಿತ್ತು. ನಾನೇ ಸ್ವಲ್ಪ ದೂರ ಡ್ರಾಪ್ ಮಾಡಿದೆ.

'ನೆಕ್ಸ್ಟ್ ಟೈಂ ಕಾಲೇಜ್ ಹತ್ರ ಎಲ್ಲಾ ಬರಬೇಡಿ. ನಾನೇ ಕಾಲ್ ಮಾಡ್ತೀನಿ ಆದಾಗ' ಎಂದಳು. ಅಷ್ಟರಲ್ಲಿ ಬಸ್ಸು ಬಂದಿತು, ಹೋಗುವಾಗ 'ಐ ಲೈಕ್ ಟಾಮ್ ಕ್ರೂಝ್' ಎಂದು ನಕ್ಕು ಹೋದಳು. ಐ ವಾಸ್ ಹ್ಯಾಪಿ ಎಂದು ಬೇರೆ ಹೇಳಬೇಕೇ?

ಮುಂದೆ ನಾವು ಹೀಗೆ ತುಂಬ ಸಾರಿ ಭೇಟಿಯಾದೆವು. ಒಮ್ಮೊಮ್ಮೆ ಅವಳು ಇದ್ದಕ್ಕಿದ್ದಂತೆ ಬೆಳಿಗ್ಗೆ ಮನೆಯಿಂದ ಹೊರಟಮೇಲೆ ಫೋನು ಮಾಡುತ್ತಿದ್ದಳು 'ಈಗ ಸಿಗ್ತೀರಾ?' ಎಂದು. ನಾನು ಸ್ಕೂಲಿನಲ್ಲಿ ಏನೋ ಸುಳ್ಳು ಹೇಳಬೇಕಾಗುತ್ತಿತ್ತು. ಒಮ್ಮೊಮ್ಮೆ ಅವೆಲ್ಲಾ ತುಂಬಾ ಬಾಲಿಶವಾಗಿರುತ್ತಿದ್ದವು. ಅದು ನನಗೂ ಗೊತ್ತಿರುತ್ತಿತ್ತು. ಆದರೆ ಅವಳು ಕರೆದಾಗ ಇಲ್ಲ ಎನ್ನಲು ಎಂದೂ ಮನಸ್ಸು ಬರಲೇ ಇಲ್ಲ. ಅವಳೂ ನನಗಾಗಿ ಕಾಲೇಜು ತಪ್ಪಿಸುತ್ತಿದ್ದಳು. ಡಿಗ್ರಿ ಸೇರಿದ ಮೇಲಂತೂ ಅವಳು ಜೆ.ಪಿ.ನಗರದ ಮನೆಯಲ್ಲಿ ಇರೋದಕ್ಕೆ ಶುರುಮಾಡಿದಳು. ಅಲ್ಲೇ ಕಾಲೇಜಿಗೆ ಹತ್ತಿರ ಎಂದು. ಜೊತೆಗೆ ತಾನು ಯೂರೋಪಿಗೆ ಹೋಗಿ ಓದುವುದರ ಬಗ್ಗೆ ತುಂಬಾ ಗಂಭೀರವಾಗಿ ತಯಾರಿ ನಡೆಸಿದ್ದಳು. ಆಗೆಲ್ಲಾ ನಾನು ಯಾರೂ ಇಲ್ಲದಾಗ ಅವರ ಮನೆಗೇ ಹೋಗುತ್ತಿದ್ದೆ. ಇಬ್ಬರೂ ಎಷ್ಟೊಂದು ವಿಷಯಗಳ ಬಗ್ಗೆ ಮಾತಾಡುತ್ತಿದ್ದೆವು. ಅವಳಿಗೆ ಇಷ್ಟವಾದ ಟಾಮ್ ಕ್ರೂಝ್ ಮೂವೀ ನೋಡುತ್ತಿದ್ದೆವು. ಇಬ್ಬರೂ ಜೊತೆಗೆ ಮಿಲನ್ ಕುಂದೇರಾ, ಮುರಾಕಾಮಿಯನ್ನು ಓದುತ್ತಿದ್ದೆವು.

ಆಗಲೇ ಒಂದು ದಿನ ನಾನು ಬಹಳ ದಿನಗಳಿಂದ ಬರೆಯಬೇಕೆಂದುಕೊಂಡಿದ್ದ ಕಥೆಯನ್ನು ಅವಳಿಗೆ ಹೇಳಿದ್ದು. ಅದೊಂದು ಕಲ್ಪಿತ ಮಹಾನಗರದ ಹೆಣ್ಣೊಬ್ಬಳ ಮಿಡ್ ಲೈಫ್ ಕ್ರೈಸಿಸ್ಸಿನ ಕಥೆ. ಅವಳಿಗೆ ತುಂಬಾ ಇಷ್ಟವಾಯಿತು. ನಾನು ಅದರ ಬಗ್ಗೆ

ಸ್ವಲ್ಪ ಸ್ವಲ್ಪವೇ ವಿವರಗಳನ್ನು ತುಂಬಿ ಅವಳು ಸಿಕ್ಕಾಗಲೆಲ್ಲಾ ಚರ್ಚಿಸುತ್ತಿದ್ದೆ. ಅವಳು ಅದಕ್ಕೆ ಇನ್ನಷ್ಟು ಜೀವ ತುಂಬುತ್ತಿದ್ದಳು. ವರ್ಷಗಟ್ಟಲೆ ಹೀಗೆ ಸುಮ್ಮನೇ ಅದೇ ಕಥೆಯನ್ನು ಬೆಳೆಸಿದೆವು ಎಂದರೆ ನೀನು ನಂಬ್ತೀಯಾ? ಕಥೆ ಬೆಳೆಯುತ್ತ ಹೋದಂತೆ ಇಬ್ಬರಿಗೂ ಪರಸ್ಪರ ಆಪ್ತತೆಯೂ ಬೆಳೆಯುತ್ತ ಹೋಯಿತು. ಒಮ್ಮೊಮ್ಮೆ ಮೈಮರೆತು ಚರ್ಚೆ ಮಾಡುತ್ತ ಟೈಮನ್ನೇ ಮರೆತುಬಿಡುತ್ತಿದ್ದೆವು.

ಒಂದು ದಿನ ಹೀಗೇ ಚರ್ಚೆ ಮಾಡುತ್ತಿರಬೇಕಾದರೆ ಇದ್ದಕ್ಕಿದ್ದಂತೆ ಮನೆಯ ಡೋರ್ ಬೆಲ್ ರಿಂಗ್ ಆಯಿತು. ಇಬ್ಬರಿಗೂ ಒಮ್ಮೆ ಕರೆಂಟು ಶಾಕ್ ಕೊಟ್ಟಂತಾಯಿತು. ನಾನು ಟೈಮು ನೋಡಿದೆ, ಇನ್ನೂ ಆರು ಘಂಟೆಯಾಗಿತ್ತು. ಅವರಮ್ಮ ಬರಲು ಇನ್ನೂ ಒಂದು ಘಂಟೆ ಕಾಲವಿತ್ತು. ಆದರೆ ಇದ್ದಕ್ಕಿದ್ದಂತೇ ಬಂದುಬಿಟ್ಟರೇ?! ಒಂದು ನಿಮಿಷ ಇಬ್ಬರಿಗೂ ಕೈಕಾಲು ಆಡಲಿಲ್ಲ. ಮತ್ತೆ ಬೆಲ್ ರಿಂಗ್ ಆಯಿತು. ಅವಳೇ ಎದ್ದು ಸೀದಾ ಬಾಗಿಲ ಬಳಿ ಹೋದಳು. ಹೆದರಿಕೊಂಡೇ ತೆಗೆದಳು. ಅವರಮ್ಮ ಆರ್ಡರ್ ಮಾಡಿದ ಯಾವುದೋ ಡೆಲಿವರಿ ಬಂದಿತ್ತು. ತೆಗೆದುಕೊಂಡು ಒಳಗೆ ತಂದು ಇಟ್ಟಳು. ಇವಳು ಆಚೆ ಹೋಗಿ ಬಾಗಿಲು ತೆಗೆದಾಗ ಎದುರು ಮನೆಯವರು ಇತ್ತಲೇ ನೋಡುತ್ತಿದ್ದುದನ್ನು ನಾನು ನೋಡಿದೆ. ಒಳಗೆ ಬಂದು ಬಾಗಿಲು ಹಾಕಿದವಳು ಬಂದು ನನ್ನನ್ನು ತಬ್ಬಿಕೊಂಡುಬಿಟ್ಟಳು. ನಾವಿಬ್ಬರೂ ಮೈಮುಟ್ಟಿಕೊಂಡ ಒಂದೇ ಕ್ಷಣ ಅದು. ಇಬ್ಬರಿಗೂ ಒಂದು ನಿಮಿಷ ನಿಂತ ಉಸಿರು ಮತ್ತೆ ಬಂದಂತಾಯ್ತು. ಇಬ್ಬರಿಗೂ ಇದ್ದ ಭಯವೆಂದರೆ ನಾವಿಬ್ಬರೂ ಇಲ್ಲಿ ಮನೆಯಲ್ಲಿ ಹೀಗೆ ಇರೋದು ನೋಡಿದರೆ ಯಾರಿಗಾದರೂ ಅನುಮಾನ ಬಾರದೇ ಇರುತ್ತದೆಯೇ ಅನ್ನೋದು. ನನಗೆ ತಪ್ಪು ಮಾಡಿದೆ ಎನಿಸಿತು. ಆದರೆ ಅಲ್ಲಿ ಏನೂ ಹೇಳಲಿಲ್ಲ. ಇನ್ನು ಸ್ವಲ್ಪ ಹೊತ್ತು ಮಾತಾಡಿ ಅಲ್ಲಿಂದ ಹೊರಟುಬಿಟ್ಟೆ. ಆಮೇಲೆ ನಾನು ಆ ಮನೆಗೆ ಎಂದೂ ಹೋಗಲಿಲ್ಲ. ಇಬ್ಬರೂ ಹೊರಗೆ ಕಾಫಿ ಡೇಯಲ್ಲೋ, ಥಿಯೇಟರಿನಲ್ಲೋ, ರಂಗಶಂಕರದಲ್ಲೋ ಭೇಟಿಯಾಗುತ್ತಿದ್ದೆವು.

ಆದರೂ ಆವತ್ತು ನಾನು ಬಂದಮೇಲೆ ಅವರಮ್ಮನಿಗೆ ಎದುರು ಮನೆಯವರು ಚಾಡಿ ಹೇಳಿದ್ದರಂತೆ. ಆಸ್ ಎಕ್ಸ್‌ಪೆಕ್ಟೆಡ್. ಮತ್ತೊಮ್ಮೆ ಇವರಪ್ಪ ಬಾಯಿಗೆ ಬಂದಂತೆ ಬೈದರಂತೆ. ಒಂದು ದಿನ ಬೇಜಾರು ಮಾಡಿಕೊಂಡು ಹೇಳಿದಳು 'ಹಿ ಕಾಲ್ಡ್ ಮಿ ವ್ಹೋರ್' ಅಂತ. ನನಗೂ ಬೇಜಾರಾಯಿತು. ನಾವು ಮನುಷ್ಯನಿಗೆ ಶಿಕ್ಷಣ ಕೊಟ್ಟು ಅವನ ಮನಸ್ಥಿತಿ ಬದಲಾಯಿಸ್ತೀವಿ ಅಂದುಕೋತೀವಿ. ಇದೂ ಇನ್ನೊಂದು ನಂಬಿಕೆ ಅಷ್ಟೇ.

ಸ್ವಲ್ಪ ದಿನಕ್ಕೆ ಹೇಳಿದಳು ಅವರಪ್ಪ ಸಾಲ ಮಾಡಿ ಯೂರೋಪಿಗೆ ಕಳಿಸೋದಕ್ಕೆ ಒಪ್ಪಿದ್ದಾರೆ ಅಂತ. ಅವಳ ವಿದ್ಯಾಭ್ಯಾಸಕ್ಕಾಗಿ ಅನ್ನೋದು ತೋರಿಕೆಯ ಕಾರಣ.

ನನ್ನಿಂದ ದೂರ ಇಡೋಕೆ ಅನ್ನೋದು ಒಳಗಿನ ಕಾರಣ. ಆದರೆ ಅವಳಿಗೆ ಖುಷಿಯಾಯ್ತು. ಅವಳ ಕನಸು ನನಸಾಗುತ್ತಲ್ಲಾ ಅಂತ ನನಗೂ ಖುಷಿಯಾಯ್ತು. ಆಮೇಲೆ ಇನ್ನೊಂದು ವರ್ಷಕ್ಕೆ ಅವಳು ಇಂಗ್ಲೆಂಡಿಗೆ ಹೋದಳು, ಕಲ್ಚರಲ್ ಸ್ಟಡೀಸ್‌ನಲ್ಲಿ ಎಮ್.ಎಸ್. ಮಾಡಲು.

ಅವಳು ಹೋದಮೇಲೆ ನಾನು ನಾವಿಬ್ಬರೂ ಹೆಣೆದಿದ್ದ ಪುಸ್ತಕ ಬರೆಯೋಕೆ ಶುರು ಮಾಡ್ದೆ. ಆದರೆ ಆ ಮಿಡ್‌ಲೈಫ್ ಕ್ರೈಸಿಸ್ ನನಗೇ ಬಂದಂತೆ ಆಗಿಹೋದೆ. ಪುಸ್ತಕದ ಪ್ರತಿ ಪುಟದಲ್ಲೂ ನನ್ನೊಳಗಿನ ಒಂಟಿತನವೇ ಕಾಣುತ್ತಿದೆ ಎನಿಸುತ್ತಿತ್ತು. ಆಗಾಗ ಮೇಲ್ ಮಾಡುತ್ತಿದ್ದಳು, ಇಲ್ಲ ವೀಡಿಯೋ ಕಾಲ್ ಮಾಡುತ್ತಿದ್ದಳು. ಮಾಡಿದಾಗಲೆಲ್ಲಾ ಇಲ್ಲಿ ಕೋರ್ಸ್ ಎಷ್ಟು ಚೆನ್ನಾಗಿದೆ, ಕಾಲೇಜ್ ಎಷ್ಟು ಚೆನ್ನಾಗಿದೆ, ಈ ದೇಶದಲ್ಲಿ ಇರೋದೇ ಒಂದು ಖುಷಿ ಅನ್ನೋಳು. ನಾನು ಸುಮ್ಮನೇ ನಗುತ್ತಾ ಕೇಳಿಸಿಕೊಳ್ಳುತ್ತಿದ್ದೆ. ತುಂಬಾ ಪ್ರೆಸೆಂಟೇಶನ್ಸ್ ಇರುತ್ತೆ ಅಂತಿದ್ಲು. ಕಲಿತರೆ ಹೀಗೆ ಕಲೀಬೇಕು ಅನ್ನೋಳು. ನನಗದು ಅವಳಿಗೆ ಈ ದೇಶದ ಬಗ್ಗೆ ಇದ್ದ ಅಸಡ್ಡೆಗೆ ಅನ್ನಿಸುತ್ತಿದ್ದುದೋ, ನಿಜವಾಗಿ ಹಾಗೇ ಇದೆಯೋ ಗೊತ್ತಾಗುವ ಸಾಧ್ಯತೆಯಿರಲಿಲ್ಲ. ಅಲ್ಲದೇ ಎಲ್ಲವನ್ನೂ ಹೇಳಲು ಅವಳಿಗೆ ಸಮಯವೂ ಇರುತ್ತಿರಲಿಲ್ಲ. ಬರುಬರುತ್ತಾ ನಾವು ಮಾತಾಡುವುದೂ ಕಡಿಮೆಯಾಯ್ತು. ನಾನು ಮತ್ತೆ ನನ್ನ ಒಂಟಿತನದ ಗೂಡೊಳಗೆ ಬಂಧಿಯಾದೆ.

ಮಹಾನಗರದ ಒಂಟಿತನವಿದೆ ನೋಡು ಅದಕ್ಕೊಂದು ಸೂತಕದ ಛಾಯೆಯಿರುತ್ತೆ. ಅದು ಹುಟ್ಟಿನದ್ದೋ ಸಾವಿನದ್ದೋ ಕಡೆಗೂ ನಮಗೆ ಗೊತ್ತೇ ಆಗುವುದಿಲ್ಲ. ಇಲ್ಲಿ ಹುಟ್ಟೂ, ಸಾವೂ ಲೆಕ್ಕವಿಲ್ಲದೇ ಆಗುತ್ತಲೇ ಇರುತ್ತವೆಯಲ್ಲವೇ? ಈ ಒಂಟಿತನ ನನ್ನಿಂದ ಏನೇನೋ ಮಾಡಿಸಿದೆ. ಕೆಲವು ಹೇಳಿಕೊಳ್ಳಬಹುದಾದವು, ಕೆಲವು ಹೇಳಲಾರದವು. ಆದಷ್ಟು ಹೇಳುತ್ತೇನೆ, ಆದರೆ ಅಗೈನ್ ನೀನು ನನ್ನನ್ನ ಜಡ್ಜ್ ಮಾಡಬಾರದು. ನಾನು ಇಮೇಜಿನ ಬಗ್ಗೆ ಏನೇ ಹೇಳಿರಬಹುದು, ಆದರೆ ನನಗೂ ಒಂದು ಇಮೇಜಿದೆ. ಐ ಹ್ಯಾವ್ ಟು ಲಿವ್ ಅಪ್ ಟು ಇಟ್.

ನನಗ್ಗೊತ್ತು ಇಂಥಾ ಜನಸಾಗರದ ನಡುವೆ ಒಂಟಿಯಾಗಿರೋದು ಅನ್ನೋದೇ ಒಂದು ಪ್ಯಾರಡಾಕ್ಸ್ ಅನ್ಸುತ್ತೆ ಅಂತ. ಆದರೆ ಇದು ನಿಜ. ನೀವು ಒಂಟಿಯಾಗಿ ಇರದೇ ಇರಬಹುದು, ನಿಮ್ಮ ಜೊತೆ ನಿಮ್ಮ ಕುಟುಂಬವೋ, ಸ್ನೇಹಿತರೋ ಇರಬಹುದು. ಆದರೆ ನಿಮ್ಮೊಳಗೆ ಒಂಟಿತನ ಇರುತ್ತೆ. ಇನ್ ಫ್ಯಾಕ್ಟ್ ಈ ಜನಸಾಗರದ ಮಧ್ಯೆ ಇರೋದೇ ಒಂದು ಒಂಟಿತನ ಸೃಷ್ಟಿ ಮಾಡುತ್ತೆ. ಯಾಕೆಂದರೆ ಮನೆಯಿಂದ ಆಚೆ ಬಂದರೆ ನಿನಗೆ ಅನ್ನಿಸುತ್ತೆ ನಾನಿಲ್ಲಿ ಒಂದು ಅನಾನಿಮಸ್ ಕ್ರೀಚರ್ ಅಂತ. ಒಂದು ಹೆಸರಿಲ್ಲದ ಹುಳ ಅಂತ. ನನಗೂ ಹಾಗೇ ಆಗುತ್ತಿದ್ದುದು. ಆಗೆಲ್ಲಾ ನಾವು ನಮ್ಮನ್ನು

ಮತ್ತೆ ಮತ್ತೆ ಇತರರ ಎದುರಿಗೆ ಪ್ರತಿಷ್ಠಾಪಿಸಿಕೊಳ್ಳೋಕೆ ಟ್ರೈ ಮಾಡ್ತೀವಿ, ಬೈ ಎನಿ ಮೀನ್ಸ್.

ಇದಕ್ಕೇ ನಾವು ಜಗತ್ತಿನಲ್ಲಿ ನಮಗೆ ಬೇಕಿಲ್ಲದೇ ಇರೋ ವಿಷಯಕ್ಕೆಲ್ಲಾ ನಮ್ಮ ಒಪೀನಿಯನ್ ಕೊಡ್ತೀವಿ. ಅದು ಸೋಷಿಯಲ್ ಮೀಡಿಯಾದಲ್ಲಿ ಇರಬಹುದು, ಇನ್ನೊಬ್ಬರ ಜೊತೆ ಮಾತಾಡೋದ್ರಲ್ಲಿ ಇರಬಹುದು, ಸುಮ್ಮನೇ ತುಂಬಿದ ಒಂದು ಥಿಯೇಟರಿನಲ್ಲಿ ಇರಬಹುದು. ನಿನಗೆ ಸಿನೆಮಾ ಅರ್ಥವಾಗಿದೆಯೋ ಇಲ್ಲವೋ, ನಿನಗೆ ಅರ್ಥವಾಗಿದ್ದು ಸರಿಯೋ ತಪ್ಪೋ ಅದೆಲ್ಲಾ ಆಮೇಲಿನ ವಿಷಯ. ಆದರೆ ನಿನಗೆ ಒಂದು ಒಪೀನಿಯನ್ ಕೊಡಬೇಕಾಗಿರುತ್ತೆ. ನಮಗೆ ಬೇಕಾಗಿರೋದು ಒಂದು ಅಟೆನ್ಶನ್ ಅಷ್ಟೇ. ವಿ ವಾಂಟ್ ಟು ಬ್ರೇಕ್ ದ ಅನನಿಮಿಟಿ. ವಿಚಿತ್ರ ಅಂದರೆ ಈ ಜನಸಾಗರದ ಒಪೀನಿಯನ್ನುಗಳ ಸಾಗರದಲ್ಲಿ ಮತ್ತೆ ನಾವು ಅದೇ ಅನಾನಿಮಸ್ ಅಲೆಯಾಗಿ ಹೋಗ್ತೀವಿ. ಆಗ ಇದ್ದಕ್ಕಿದ್ದಂತೇ ನಮ್ಮ ಧ್ವನಿ ಜೋರಾಗುತ್ತೆ. ನಮ್ಮ ಟಿ.ವಿ ಆಂಕರುಗಳನ್ನು ನೋಡು ನಿನಗೇ ಗೊತ್ತಾಗುತ್ತೆ. ಅವರು ಅಷ್ಟು ಕಿರುಚೋದು ಯಾಕೆ ಗೊತ್ತಾ? ಟು ಬ್ರೇಕ್ ದಿಸ್ ಅನನಿಮಿಟಿ.

ಒಮ್ಮೊಮ್ಮೆ ರಸ್ತೆಯಲ್ಲಿ ಹೋಗುವಾಗ ನೋಡು ಸುಮ್ಮನೇ ಹಾರ್ನ್ ಮಾಡ್ತೀವಿ. ನಾನು ಮೊದಲೇ ಎಫ್.ಝೀಯಲ್ಲಿ ಹೋಗುತ್ತಿದ್ದವನು ಎಂಥಾ ಜಾಮಿನಲ್ಲೂ ನುಗ್ಗಿಸಿಕೊಂಡು ಹೋಗೋದು ಟೂವೀಲರ್‌ನವರು ನಮಗೆ ಅಭ್ಯಾಸವಾಗಿ ಹೋಗಿರುತ್ತೆ. ಅದನ್ನ ಸುಮ್ಮನೇ ನೋಡಿದರೇ ಸಾಕು, ಕಾರಿನಲ್ಲಿ ಕುಳಿತಿರೋರಿಗೆ ಮೈಯುರಿಯುತ್ತೆ. ಇದು ಶ್ರೀಮಂತರ ಚಾಳಿ ಅಂದುಕೋಬೇಡ. ಇಲ್ಲಿ ವಾಸ್ತವವಾಗಿ ಈ ಕ್ಲಾಸ್ ಡಿಫರೆನ್ಸ್ ಎಲ್ಲಾ ಮ್ಯಾಟರ್ರೇ ಆಗಲ್ಲ. ವಿ ಆರ್ ಆಲ್ ಕಾಟ್ ಇನ್ ದಿಸ್. ಒಮ್ಮೊಮ್ಮೆ ನಾನು ಚಿರು ಜೊತೆ ಕಾರಿನಲ್ಲಿ ಹೋಗುವಾಗ ನನಗೂ ಹೀಗೇ ಎನ್ನಿಸಿದೆ.

ಇದು ಸಾಲದು ಅಂತ ನಾನು ರಸ್ತೆಯಲ್ಲಿ ಹೋಗ್ತಾ ಇರೋ ಎಲ್ಲರನ್ನೂ ಬೈದುಕೋತೀನಿ. ಸ್ವಲ್ಪ ಒರಟೊರಟಾಗಿ ಗಾಡಿ ಓಡಿಸಿಕೊಂಡು ಹೋದರೆ, ಜಾಗವಿದ್ದೂ ಸೈಡು ಕೊಡದೇ ಇದ್ದರೆ, ನನ್ನ ಹಾರ್ನಿಗೆ ಸ್ವಲ್ಪವೂ ರೆಸ್ಪಾಂಡ್ ಮಾಡದೇ ಇದ್ದರೆ ಬಾಯಿಗೆ ಬಂದಂತೆ ಬೈದುಕೋತೀನಿ. ಸಾರಿ ಅದೆಲ್ಲಾ ನಿನಗೆ ಹೇಳೋಕಾಗಲ್ಲ, ಅಸಹ್ಯ ಅಂತೀಯ. ಬಟ್ ಇಟ್ಸ್ ಟ್ರೂ, ಐ ಪ್ರಾಮಿಸ್.

ಒಮ್ಮೆ ಒಬ್ಬ ಆಟೋದವನಿಗೆ ಹೀಗೇ ಕೈತೋರಿಸಿ ಬೈದುಬಿಟ್ಟೆ. ಅವನು ಮುಂದಿನ ಸಿಗ್ನಲ್ಲಿನಲ್ಲಿ ಬಂದು ಗಾಡಿ ಪಕ್ಕಕಾಕೋ ಅಂದ. ಇಳಿದು ಬಂದು ನನ್ನ ಮೇಲೆ ರೇಗಾಡಿದ. ನಾನೂ ರೇಗಿದೆ. ಇನ್ನೇನು ಹೊಡೆದಾಡುವ ಹಂತಕ್ಕೂ ಹೋಯ್ತು. ಅವನು ಹೊಡೆದಿದ್ದರೆ ಖಂಡಿತ ನಾನವನ ಮೇಲೆ ಕೈಯೆತ್ತುತ್ತಿರಲಿಲ್ಲ. ನನಗದು ಸಾಧ್ಯವೇ ಇಲ್ಲ. ನಮ್ಮದೇನಿದ್ದರೂ ಕೈಲಾಗದ ಅಗ್ರೆಷನ್. ಪುಣ್ಯಕ್ಕೆ ಅಷ್ಟರಲ್ಲಿ ಅಕ್ಕಪಕ್ಕದ

ಜನ ಇಬ್ಬರಿಗೂ ಸಮಾಧಾನ ಮಾಡಿದರು. ವಾಸ್ತವವಾಗಿ ರಸ್ತೆಯಲ್ಲಿ, ಯಾವುದೋ ಕ್ಷಣ ಮಾತ್ರದಲ್ಲಿ ಆಗಿಹೋದ ಘಟನೆಯಲ್ಲಿ ಯಾರದು ತಪ್ಪು ಅಂತೆಲ್ಲಾ ಹಾಗೆ ಯಾರಾದರೂ ನಿಖರವಾಗಿ ಹೇಳಲು ಸಾಧ್ಯವೇ? ತೊಂಭತ್ತು ಕೇಸುಗಳಲ್ಲಿ ಇದು ಅಸಾಧ್ಯ. ಅದಕ್ಕೇ ಎಲ್ಲೇ ಜಗಳ ಆದರೂ ಜನ ಸುಮ್ಮನೇ ಸಮಾಧಾನ ಮಾಡುತ್ತಾರೆ, ದಟ್ಸ್ ಕ್ವೈಟ್ ನ್ಯಾಚುರಲ್ ಅಂಡ್ ಸೇಫ್.

ಎಲ್ಲ ಮುಗಿದ ಮೇಲೆ ನನಗೆ ಕೆಟ್ಟ ಅಸಹ್ಯವಾಗೋಯ್ತು. ನಾನ್ಯಾಕೆ ಅವನ ಜೊತೆ ಜಗಳಕ್ಕೆ ಹೋದೆ ಅಂತ. ನನ್ನದೇ ತಪ್ಪು ಇರಬಹುದೋ ಏನೋ ಅಂತ. ಬಟ್ ಐ ಸ್ಟಿಲ್ ಡು ದಿಸ್. ಈಗಲೂ ನಾನು ಬೈಯೋದು ಬಿಟ್ಟಿಲ್ಲ. ಆವತ್ತಿನಿಂದ ಕೈತೋರಿಸಲ್ಲ ಅಷ್ಟೇ. ಆದರೆ ಆ ಜಗಳದಲ್ಲಿ ಕಡೆಗೆ ಸ್ವಲ್ಪ ನನ್ನ ಕೈಯೇ ಮೇಲಾಯ್ತು ಅಂತ ನನಗೆ ಸಮಾಧಾನವಾಯ್ತು. ಐ ಸಕ್ಸೆಸ್‌ಫುಲಿ ಬ್ರೋಕ್ ದ ಅನನಿಮಿಟಿ ಫಾರ್ ಒನ್ಸ್. ನನಗ್ಗೊತ್ತು ನಿನಗೂ ಇಂಥವೇ ಹತ್ತಾರು ಅನುಭವ ಆಗಿರ್ತಾವೆ. ಇದು ನಮ್ಮ ಬುದ್ಧಿಗೆ ನಿಲುಕುವ ಕಾರಣವನ್ನು ಮೀರಿ ಆಗಿರುತ್ತೆ. ಇದೇ ಸಮಯಕ್ಕೆ ಅವಳು ನನ್ನ ಹೆಸರನ್ನು ಓಶನ್ ಅಂತ ಸೇವ್ ಮಾಡಿದ್ದೂ ನನಗೆ ಅಣಕ ಎನಿಸಿಬಿಟ್ಟಿತು ಗೊತ್ತಾ? ಬಟ್ ವಾಟ್ ಕೆನ್ ಯೂ ಡೂ. ಐ ವಾಸ್ ಜಸ್ಟ್ ಪಿಸ್ಸ್‌ಡ್. ಇನ್ನೊಬ್ಬ ಆಟೋದವನನ್ನು ಬೈತೀನಿ ಅಷ್ಟೇ. ಇಟ್ಸ್ ಕ್ರೇಝೀ ಬಟ್ ಇಟ್ ಹ್ಯಾಪನ್ಸ್ ಫಾರ್ ರಿಯಲ್. ಫಕ್! ನಾನು ಇದಕ್ಕೇ ಪುಸ್ತಕ ಬರೆದೆನಾ ಅನ್ನೋ ಗುಮಾನಿ ಕೂಡ ಬರುತ್ತಿದೆ.

ಇದ್ದಕ್ಕಿದ್ದಂತೇ ನನಗೆ, ಏನೇ ಆಗಲಿ ಆ ಪುಸ್ತಕ ಬರೆದು ಮುಗಿಸಬೇಕು ಅನ್ನೋ ಹುಚ್ಚು ತುಂಬಿಕೊಂಡಿತು. ಪುಸ್ತಕ ಬರೆಯೋದಕ್ಕೆ ಅಂತ ರಜೆ ಕೇಳಿದೆ. ಸ್ಕೂಲಿನವರು ಹಾಗೆಲ್ಲಾ ಕೊಡೋ ವ್ಯವಸ್ಥೆ ಇಲ್ಲ ಎಂದರು. ಸ್ಕೂಲುಗಳೂ ನಿಧಾನವಾಗಿ ಕಾರ್ಪೊರೇಟನ್ನು ಇಮಿಟೇಟ್ ಮಾಡೋದಕ್ಕೆ ಶುರುಮಾಡಿ ಬಹಳ ಕಾಲವೇ ಆಯ್ತು. ಅಲ್ಲೂ ಈಗೆಲ್ಲಾ ಬ್ಲೇಝರ್ಸ್, ಬಯೋಮೆಟ್ರಿಕ್ಸ್, ರಿವ್ಯೂ ಶೀಟ್ಸ್, ರೇಟಿಂಗ್ಸ್, ಪರ್ಫಾರ್ಮೆನ್ಸ್ ಅನಾಲಿಸಿಸ್, ಫಕಿಂಗ್ ವಾಟ್ ನಾಟ್! ಎಲ್ಲಾ ಸೇರಿಕೊಂಡಿವೆ. ಅವರೂ ಈಗ ಕಾರ್ಪೊರೇಟಿನವರ ಥರ ಸೂಕ್ಷ್ಮವಾಗಿ ಹೆದರಿಸಿ ಇಟ್ಟಿರ್ತಾರೆ ಎಲ್ಲರನ್ನೂ. ನನ್ನ ಸ್ಥಿತಿಯನ್ನೇ ನೋಡು. ನಾನು ಕೇಳಿದಾಗ ಆಗಲೇ ಮಕ್ಕಳಿಗೆ ಪರೀಕ್ಷೆಗಳು ಮುಗಿದು, ಫಲಿತಾಂಶ ಕೊಟ್ಟು ಎಲ್ಲವೂ ಆಗಿತ್ತು. ಆದರೂ ನಾವು ಸುಮ್ಮನೇ ಹೋಗಿ ಕೂರಬೇಕಿತ್ತು. ಸಿ.ಸಿ.ಟಿ.ವಿ ಹಾಕಿರುವ ಸ್ಟಾಫು ರೂಮಿನಲ್ಲಿ ನಾವು ಇಡೀ ದಿನ ಏನು ಮಾಡ್ತೇವೆ ಎನ್ನುವುದನ್ನು ನೋಡಿ ರಿಪೋರ್ಟ್ ಮಾಡೋಕೆ ಒಬ್ಬರು ಎಚ್.ಆರ್ ಅಸಿಸ್ಟೆಂಟ್ ಇದ್ದರು ಅಂದರೆ ಊಹಿಸಿಕೋ!

ನನಗೆ ತಲೆಯ ತುಂಬೆಲ್ಲಾ ಪುಸ್ತಕವೇ ತುಂಬಿಕೊಂಡಿತ್ತು. ಎರಡು ದಿನದ ಮೇಲೆ ಸಹಿಸೋಕೆ ಆಗಲಿಲ್ಲ. ನನಗೆ ಈ ವರ್ಕ್‌ಲೆಸ್ ವರ್ಕಿಂಗ್ ಡೇಸ್ ಮಾಡೋಕೆ

ಆಗಲ್ಲ ಎಂದು ಮೇಲು ಹಾಕಿ ಸುಮ್ಮನಾಗಿಬಿಟ್ಟೆ. ಮನೆಯಲ್ಲೇ ಕುಳಿತು ಒಂದು ತಿಂಗಳು ಬರೆದೆ. ತಿಂಗಳಾದ ಮೇಲೆ ನೋಡಿದರೆ ನನಗೆ ಸಂಬಳವೇ ಬರಲಿಲ್ಲ, ನಾನು ಕೆಲಸ ಮಾಡಿದ್ದಕ್ಕೂ ಕೂಡ. ರಜೆ ಮುಗಿದರೂ ಪುಸ್ತಕವೂ ಮುಗಿಯಲಿಲ್ಲ. ಬೇರೆ ದಾರಿಯಿಲ್ಲದೇ ಮತ್ತೆ ಸ್ಕೂಲಿಗೆ ಹೋದೆ. ನಾನು ಹೋದದ್ದು ನೋಡಿ ಮುಂದಿನ ತಿಂಗಳಿನ ಸಂಬಳ ಹಾಕಿದರು. ಅಷ್ಟರಲ್ಲಿ ನನಗೆ ಅದರ ಮೇಲೆ ಬೇಸರ ಬಂದುಬಿಟ್ಟಿತು. ಕಡೆಗೆ ನನಗಿದು ಆಗಲ್ಲ ಎಂದು ರಿಸೈನ್ ಮಾಡಿಬಿಟ್ಟೆ. ಆದರೆ ಆಮೇಲೆ ಗೊತ್ತಾಯ್ತು ನಾನು ಮತ್ತೊಂದು ತಪ್ಪು ಮಾಡಿದ್ದೆ.

ನಾನು ಸ್ಕೂಲು ನಡೆಯುವಾಗ ಮಧ್ಯೆ ರಿಸೈನ್ ಮಾಡಿದ್ದು ಮಕ್ಕಳಿಗೆಲ್ಲಾ ಗೊತ್ತಾಗೋಯ್ತು. ಕೆಲವರು ಫೋನು ಮಾಡಿ ನನ್ನನ್ನೇ ಕೇಳಿದರು, ಹೌದು ಎಂದೆ. ಬಿಡಬೇಡಿ ಸರ್ ಎಂದೆಲ್ಲಾ ಕೇಳಿಕೊಂಡರು ನನಗೆ ಏನು ಹೇಳಬೇಕು ಗೊತ್ತಾಗಲಿಲ್ಲ. ಐ ವಾಂಟ್ ಟು ಡೂ ಸಮ್‌ಥಿಂಗ್ ಎಲ್ಸ್ ಎಂದೆ ಸುಮ್ಮನೇ. ಆದರೆ ನಾನು ಹೀಗೆ ಹಾರಿಕೆಯ ಉತ್ತರ ಕೊಟ್ಟದ್ದಕ್ಕೋ ಅಥವಾ ಅವರಿಗೆ ಸ್ಕೂಲಿನ ಯಾರಾದರೂ ಹೇಳಿದರೋ ಗೊತ್ತಿಲ್ಲ, ನನಗೂ ಮ್ಯಾನೇಜ್‌ಮೆಂಟಿನವರಿಗೂ ಏನೋ ಮನಸ್ತಾಪ ಬಂದಿದೆ ಅಂತ ಎಲ್ಲರಿಗೂ ಪ್ರಚಾರವಾಗಿ ಹೋಯ್ತು. ಒಂದು ವಾರದ ನಂತರ ನಾನು ನನ್ನ ಡಾಕ್ಯುಮೆಂಟ್ಸ್ ತೆಗೆದುಕೊಳ್ಳಲು ಹೋದಾಗಲೇ ನನಗಿದು ಗೊತ್ತಾಗಿದ್ದು.

ನಾನು ಹೋದದ್ದೇ ಹುಡುಗರು ನನ್ನನ್ನು ಮುತ್ತಿಕೊಂಡುಬಿಟ್ಟರು. ಕ್ಲಾಸುಗಳಿಗೂ ಹೋಗದೇ ನನ್ನ ಸುತ್ತಲೇ ನಿಂತುಕೊಂಡು ಅಳೋದಕ್ಕೆ ಶುರುಮಾಡಿದರು. ಯಾರ್‍ಯಾರೋ ಟೀಚರುಗಳು ಬಂದು ಹೇಳಿದರು, ಗದರಿದರು ಏನು ಮಾಡಿದರೂ ಅವರು ಜಗ್ಗಲಿಲ್ಲ. ಒಂದು ಕ್ಲಾಸಿನವರು ಹೋದರೆ ಮತ್ತೊಬ್ಬರು ಬರುತ್ತಿದ್ದರು. ಕ್ಲಾಸ್‌ರೂಮಿನ ಒಳಗೆ ಕುಳಿತಿದ್ದವರೂ ಎಲ್ಲ ಇತ್ತಲೇ ನೋಡುತ್ತಿದ್ದರು. ಸ್ಟಾಫ್‌ರೂಮಿನ ಎದುರಿಗೆ ಒಂದು ದಂಡೇ ನಿಂತುಕೊಂಡು ಸುಮ್ಮನೇ ಅಳುತ್ತಿದ್ದರು. ಉಳಿದ ಟೀಚರುಗಳೂ ಮನಸ್ಸು ತಡೆಯಲಾರದೇ ಎಲ್ಲರನ್ನೂ ಆಚೆ ಬಿಟ್ಟುಬಿಟ್ಟರು. ನಾನು ಆದಷ್ಟು ಬೇಗಬೇಗ ಅಲ್ಲಿಂದ ಹೊರಡಲು ಪ್ರಯತ್ನ ಪಡುತ್ತಿದ್ದೆ. ಅರ್ಧ ಘಂಟೆಯಲ್ಲಿ ಇಡೀ ಸ್ಕೂಲಿನ ಅರ್ಧ ಮಕ್ಕಳು ಹೊರಗೆ ಗುಂಪುಕಟ್ಟಿ ನಿಂತುಬಿಟ್ಟಿದ್ದರು. ನಾನು ಆಫೀಸಿಗೆ ಹೋಗಿ ಹೊರಬರುವಷ್ಟರಲ್ಲಿ ಹೆಜ್ಜೆ ಇಡಲೂ ಜಾಗವಿಲ್ಲದಂತೆ ಮಕ್ಕಳು ತುಂಬಿಕೊಂಡರು. ಹೂ ಕುಡ್ ಹ್ಯಾವ್ ಎಕ್ಸ್‌ಪೆಕ್ಟೆಡ್ ದಿಸ್? ಅವರ ಅಳುವಿಗೆ ನನ್ನ ಮಾತು ನಿಂತುಹೋಗಿ, ಕೈಕಾಲು ಅದುರಿ, ಸುಮ್ಮನೇ ಮಕ್ಕಳನ್ನು ತಬ್ಬಿಕೊಂಡು ಮಗುವಿನಂತೆ ಅತ್ತುಬಿಟ್ಟೆ. ಅಷ್ಟು ಮಕ್ಕಳ ಮಧ್ಯದ ಅನಾನಿಮಸ್ ಕ್ರೈ ಅದು.

ಅವರ ಪ್ರೀತಿಗೆ ಅತ್ತೆನೋ, ನನ್ನ ಅಸಹಾಯಕತೆಗೆ ಅತ್ತೆನೋ, ಬದುಕಿನ ಕ್ರೌರ್ಯಕ್ಕೆ ಅತ್ತೆನೋ ಗೊತ್ತಿಲ್ಲ. ಆದರೆ ಹುಚ್ಚು ಹಿಡಿದವನಂತೆ ಅತ್ತುಬಿಟ್ಟೆ. ನನಗೆ

ಗೊತ್ತಿದ್ದ ಒಬ್ಬರು ಮೇಷ್ಟ್ರು ಸಮಯಪ್ರಜ್ಞೆಯಿಂದ ಹೋಗಿ ಒಂದು ಆಟೋ ತಂದರು, ನನ್ನನ್ನು ಅಲ್ಲಿಂದ ದಾಟಿಸಿ, ಅದರಲ್ಲಿ ಕೂರಿಸಿ, 'ನಿಮ್ಮ ಗಾಡಿ ಕೀ ಕೊಡಿ. ಸಂಜೆ ನಾನೇ ತರ್ತೀನಿ' ಎಂದು ಕೀ ತೆಗೆದುಕೊಂಡು ಕಳಿಸಿಕೊಟ್ಟರು. ಮನೆಗೆ ಬಂದಿಳಿದು, ಆಟೋದವನಿಗೆ ದುಡ್ಡು ಕೊಟ್ಟು, ಮೇಲೆ ರೂಮಿಗೆ ಬಂದರೂ ನಾನಿನ್ನೂ ಅಳುತ್ತಲೇ ಇದ್ದೆ ಅನಿಸುತ್ತಿತ್ತು. ಐ ವಾಸ್ ಎಗ್ಸಾಸ್ಟೆಡ್ ಟು ಡಸ್ಟ್.

ಮನೆಗೆ ಬಂದು ಮಲಗಿದವನು ಒಂದು ವಾರ ಮೇಲೆ ಏಳಲಿಲ್ಲ. ಮೂರು ದಿನ ಸುಡುವ ಜ್ವರವಿತ್ತಂತೆ. ಶ್ರೀನಾಥರು ಹೇಳಿದರು. ಮತ್ತೆ ಮೂರು ದಿನ ಏಳಲಾಗದಷ್ಟು ಸುಸ್ತು. ಯಾರಿಗಾದರೂ ಇದನ್ನೆಲ್ಲಾ ಅರಗಿಸಿಕೊಳ್ಳೋಕೆ ಸಾಧ್ಯಾನಾ? ನನಗೆ ಗೊತ್ತಿಲ್ಲ. ನನಗೆ ಆಗಲಿಲ್ಲ. ಆಫ್ಟರ್ ಆಲ್ ಐ ವಾಸ್ ನಾಟ್ ಅ ಗ್ರೇಟ್ ಟೀಚರ್. ಅಲ್ಲಿ ಹತ್ತಿಪ್ಪತ್ತು ವರ್ಷ ಅನುಭವವಿದ್ದ ತುಂಬಾ ಒಳ್ಳೇ ಶಿಕ್ಷಕರಿದ್ದರು. ಅವರ ಮುಂದೆ ನಾನೇನೂ ಅಲ್ಲ. ಆದರೆ ನಾನು ಮಕ್ಕಳ ಜೊತೆಯಲ್ಲಿ ಸ್ನೇಹದಿಂದಿದ್ದೆ ಅಷ್ಟೇ. ಮಕ್ಕಳಿಗೆ ಏನಾದರೂ ಹೇಳಿಕೋಬೇಕು ಅನ್ನಿಸಿದರೆ ನನ್ನ ಹತ್ರ ಹೇಳ್ತಿದ್ರು, ನಾನು ನನಗೆ ತಿಳಿದ ಬುದ್ಧಿ ಹೇಳ್ತಿದ್ದೆ, ಅಷ್ಟೇ.

ನಾನು ಹುಷಾರಾದ ಮೇಲೆ ಮಕ್ಕಳು ನನಗೆ ಹೊರಗೆ ಪಾರ್ಟಿ ಎಲ್ಲಾ ಕೊಟ್ಟರು. ಅಫ್ ಕೋರ್ಸ್ ಹೈಸ್ಕೂಲು ಮಕ್ಕಳ ಪಾರ್ಟಿ. ಆಗ ಅರ್ಥವಾಯ್ತು ನನಗೆ, ಯಾಕೆ ಮಕ್ಕಳಿಗೆ ನಾನು ಅಷ್ಟು ಮುಖ್ಯವಾದೆ ಅಂತ. ದೆ ವಾಂಟ್ ಫ್ರೆಂಡ್ ಇನ್ ಅ ಟೀಚರ್. ನೋಡಪ್ಪಾ, ಇದಕ್ಕೆ ಯಾವ ಥಿಯರಿಯಿಂದ ಸಮಾಧಾನ ಹೇಳೋಕೆ ಸಾಧ್ಯ? ನಮ್ಮಪ್ಪ ತಾನು ಮೇಷ್ಟ್ರು ಅನ್ನೋದನ್ನ ಊರಿನಲ್ಲಿ, ಮಕ್ಕಳಲ್ಲಿ ಸ್ಥಾಪಿಸಿದ್ದೇ ತಮ್ಮ ಗತ್ತಿನಿಂದ. ಅಂಥಾ ಪುಂಡ ಮೇಷ್ಟ್ರುಗಳನ್ನೇ ಬಗ್ಗಿಸಿದವರು ನಮ್ಮನ್ನು ಬಿಡ್ತಾರಾ? ನಾವೂ ಅವರಿಗೆ ಹೆದರುತ್ತಿದ್ದೆವು. ಹೆದರಿದರೂ ಅವರ ಬಗ್ಗೆ ಏನೋ ಒಂದು ಗೌರವವೂ ಇತ್ತು. ಆದರೆ ಅದೆಲ್ಲಾ ಹಳೆಯ ಕಾಲವಾಯ್ತು. ಈಗ ಮಕ್ಕಳಿಗೆ ಮೇಷ್ಟರಲ್ಲಿ ಫ್ರೆಂಡ್ಸ್ ಬೇಕಿದ್ದಾರೆ. ಇದು ಈ ಕಾಲದ ಸತ್ಯ ಅಷ್ಟೇ.

ಆದರೆ ಇದೆಲ್ಲಾ ಆದಮೇಲೆ ನನಗೊಂದು ವಿಷಯ ಹೊಳೆಯಿತು. ನಾನಿದನ್ನೆಲ್ಲಾ ನನ್ನ ಅನನಿಮಿಟಿಯನ್ನ ಬ್ರೇಕ್ ಮಾಡೋಕೇ ಮಾಡಿದೆನಾ ಅಂತ! ಫಕಿಂಗ್ ಕ್ರೇಜೀ... ಇದು ನಿಜವೋ ಅಲ್ಲವೋ ನನಗಿನ್ನೂ ಅರ್ಥವಾಗಿಲ್ಲ. ಆದರೆ ನನಗೆ ಇದನ್ನು ನೆನೆಸಿಕೊಂಡರೆ ಈಗಲೂ ಹೊಟ್ಟೆ ತೊಳೆಸುತ್ತೆ ಗೊತ್ತಾ?

ಆ ವೀಕೆಂಡಿನಲ್ಲಿ ಚಿರು ಬಂದಿದ್ದ. 'ನಿನಗೆ ಯಾಕೋ ಇದೆಲ್ಲಾ? ಸುಮ್ನೇ ಕಾರ್ಪೊರೇಟಿಗೆ ಬಾರೋ. ಈ ಎಮೋಶನಲ್ ಅಟ್ಯಾಚ್‌ಮೆಂಟ್ ಎಲ್ಲಾ ಅಲ್ಲಿ ಬೇಕಂದ್ರೂ ಇರಲ್ಲ' ಎಂದು ನಗೆಯಾಡಿದ. ಬೈ ದ ವೇ ಅವನು ಸೀಮಾಳನ್ನು ಮದುವೆಯಾಗುವವನಿದ್ದ. ಅದನ್ನ ಹೇಳೋಕೇ ಬಂದದ್ದು. ತನ್ನ ಮನೆಯಲ್ಲಿ

ಏನೇನೋ ಸಾಹಸ ಮಾಡಿ ಒಪ್ಪಿಸಿದ್ದ. ಅವರಪ್ಪ ಮೊದಲು ಇವನು ವಿಷಯ ಹೇಳಿದಾಗ ಮಾತೇ ಬಿಟ್ಟಿದ್ದರಂತೆ. ಇವರಿಬ್ಬರ ಹಟವನ್ನು ಆರು ತಿಂಗಳು ನೋಡಿ ಕಡೆಗೆ ಒಪ್ಪಿಕೊಂಡರಂತೆ. ಅವರಮ್ಮನಿಗೆ ನಾನೇ ಫೋನು ಮಾಡಿದೆ. 'ನೀವೇನೂ ಬೇಜಾರಾಗ್ಬೇಡಿ. ಇವ್ನ್ ಚೆನ್ನಾಗಿರ್ತಾನೆ. ಇಬ್ಬರೂ ಐದು ವರ್ಷದಿಂದ ಪರಿಚಯ ಇರೋರು. ಹೊಂದಿಕೊಂಡು ಹೋಗ್ತಾರೆ. ಹೀಗೆ ಹೊಂದಿಕೊಳ್ಳೋ ಅಂಥಾ ಹುಡುಗೀನಾ ಈ ಕಾಲದಲ್ಲಿ ನೀವೆಲ್ಲಿ ಹುಡುಕ್ತೀರ?' ಅಂತೆಲ್ಲಾ ಸಮಾಧಾನ ಮಾಡಿದೆ. 'ಏನೋ ಅವರವರ ಇಷ್ಟಾನಪ್ಪಾ. ಅವರು ಚೆನ್ನಾಗಿದ್ರೆ ಆಯ್ತು. ನಮಗಿನ್ನೇನು ಊರು ಹೋಗು ಅನ್ನುತ್ತೆ ಕಾಡು ಬಾ ಅನ್ನುತ್ತೆ' ಎಂದು ನಿಟ್ಟುಸಿರೆಳೆದರು. ಕಡೆಗೆ ಚಿರುವಿಗೆ ಕಾಫಿಯಲ್ಲೇ ಅಭಿನಂದಿಸಿ ಕಳಿಸಿದೆ. ಪಾರ್ಟಿ ಮಾಡ್ತೀನಿ ಅಂದಿದ್ರೆ ಶ್ರೀನಾಥ್ ಮನೆಯಿಂದ ಆಚೆ ಹಾಕ್ತಿದ್ರು. ಎಷ್ಟೇ ಆದರೂ ಡಾಕ್ಟರು ನೋಡು.

ಆವತ್ತು ಆಶಿಕಾಳ ಜೊತೆ ಮಾತಾಡೋಕೆ ತುಂಬಾ ಟ್ರೈ ಮಾಡಿದೆ. ಅವಳು ಸಿಗಲೇ ಇಲ್ಲ. ಸಮುದ್ರದ ಅಲೆಗೆ ಒಂದು ನಿರಂತರತೆ ಇರುತ್ತೆ ನೋಡು, ಒಂದು ಮೆಥಾಡಿಕಲ್ ಆದ ನಿರಂತರತೆ. ಆ ನಿರಂತರತೆಯೇ ಅಲೆಯನ್ನ ಅನಾನಿಮಸ್ ಆಗಿ ಮಾಡುತ್ತೆ. ಕಾಲವೂ ಹಾಗೇ. ತನ್ನ ನಿರಂತರತೆಯಿಂದಲೇ ನಮ್ಮೆಲ್ಲಾ ದೊಡ್ಡ ದೊಡ್ಡ ಕಲ್ಪನಾಗೋಪುರಗಳನ್ನು ಉರುಳಿಸಿಕೊಂಡು ಹೋಗ್ತಾ ಇರುತ್ತೆ. ಅಲ್ಲಿಯವರೆಗೂ ಕಾಲದ ಪ್ರವಾಹದಲ್ಲಿ ನಾವೊಂದು ನಟ್ಟ ನಡುಗಡ್ಡೆ ಎಂದುಕೊಂಡಿರುತೀವಿ. ಅದು ಮುಂದೆ ಹೋದ್ಮೇಲೇ ನಮಗೆ ನಮ್ಮ ಬೆಲೆ ಎಷ್ಟು ಕ್ಷುಲ್ಲಕ ಅಂತ ಗೊತ್ತಾಗೋದು. ಅವಳ ಕಾಲ ನನ್ನನ್ನು ಹಿಂದಿಕ್ಕಿ ಹೋಗಿತ್ತು.

6

ಟೂರಿಸ್ಟ್ ಸ್ಪೋಲ್

'ನಿಮ್ಮ ಕರಿಯರಿನಲ್ಲಿ ಕನ್ಸಿಸ್ಟೆನ್ಸಿ ಇಲ್ಲ ನೋಡಿ'ಹೀಗಂದದ್ದು ಒಂದು ಕಂಪೆನಿಯ ಎಚ್.ಆರ್. ಹುಚ್ಚ ಅಂದುಕೊಂಡೆ ಮನಸ್ಸಿನಲ್ಲೇ. ಜಗತ್ತಿನಲ್ಲಿ ಯಾವುದಕ್ಕೆ ಕನ್ಸಿಸ್ಟೆನ್ಸಿ ಇದೆಪಾ? ಕಾಲಕ್ಕಾ, ದೇಶಕ್ಕಾ, ಮಾತಿಗಾ, ನೀತಿಗಾ, ಜೀವಕ್ಕಾ... ನನಗಂತೂ ಹಾಗೆ ಯಾವುದೂ 'ನಿತ್ಯ' ಅಂತ ಅನಿಸಿಲ್ಲ. ಆದರೂ ಹೀಗೆ ಅನ್ನಿಸಿಕೊಂಡು ಬಂದೆ ಅಂದರೆ ನಿನಗೆ ಏನನಿಸುತ್ತೆ?

ಬೈ ದ ವೇ ಆದದ್ದಿಷ್ಟು. ಕೆಲಸ ಇದ್ದಾಗ ಬಹಳ ಸಲೀಸಾಗಿ ಕಂಪೆನಿಯನ್ನು, ಮ್ಯಾನೇಜರ್‌ನನ್ನು, ಸಂಬಳವನ್ನೂ ಬೈದುಕೊಳ್ಳುವ ನಾವು ಕೆಲಸವಿಲ್ಲದೇ ಕುಳಿತಾಗ ಅದೇನೋ ಇದ್ದಕ್ಕಿದ್ದಂತೇ ಲೋಕವೆಲ್ಲ ಕತ್ತಲಾದಂತೆ ಹೆದರಿಬಿಡುತ್ತೇವೆ ನೋಡು. ಇದ್ದಕ್ಕಿದ್ದಂತೇ ನಮ್ಮ ಮೇಲೇ ನಮಗೇ ಅನುಮಾನಗಳು ಬರಲು ಶುರುವಾಗುತ್ತವೆ. ಈ ಲೋಕದಲ್ಲಿ ಬದುಕುವ ಯೋಗ್ಯತೆಯನ್ನು ಕಳೆದುಕೊಂಡುಬಿಟ್ಟೆವೋ ಎನ್ನುವಂತೆ. ಸುಮ್ಮನೇ ರಸ್ತೆಯಲ್ಲಿ ನಡೆದಾಡುವಾಗಲೂ ಜಗತ್ತೆಲ್ಲ ನಮ್ಮನ್ನು ನೋಡುತ್ತಿರುವಂತೆ, ನೋಡಿ ನಕ್ಕಂತೆ ಏನೇನೋ ಅನಿಸುತ್ತದೆ. ನಿಮ್ಮ ಬಳಿ ಎಷ್ಟೇ ದುಡ್ಡಿದ್ದರೂ ಕೂಡ ನಿಮ್ಮ ಅಳುಕು ನಿಮ್ಮನ್ನು ಸುಮ್ಮನಿರಲು ಬಿಡುವುದಿಲ್ಲ. ಅದೇ ನನಗೂ ಆಗಿದ್ದು.

ನಾನು ಕೆಲಸ ಬಿಟ್ಟಿದ್ದು ಚಿರುವಿಗೆ ಗೊತ್ತಾಗಿ ಅಲ್ಲಿ ಇಲ್ಲಿ ರೆಫರ್ ಮಾಡಿದ. ನನಗೆ ಮತ್ತೆ ಕಾರ್ಪೊರೇಟಿಗೆ ಪ್ರವೇಶ ಮಾಡುವುದು ಬೇಕಿರಲಿಲ್ಲ. ಆದರೆ ನನ್ನ ಖರ್ಚಿಗೆ ಆಗಾಗ ದುಡ್ಡು ಕೊಡುತ್ತಿದ್ದವನು ಅವನೇ ಆದ್ದರಿಂದ ಸುಮ್ಮನೇ ಇಂಟರ್‌ವ್ಯೂಗೆ ಹೋಗಿ ಬಂದೆ. ಅದಾಗಲೇ ಅವರಿಗೆ ಬೇಕಾದ್ದು ನನಗೆ ಗೊತ್ತಿರಲಿಲ್ಲ. ನಾನು ಕೆಲಸ ಮಾಡಿದ ಮಾದರಿಗಳು ಆಗಲೇ ಬದಲಾಗಿದ್ದವು. ಕೆಲವು ಕಂಪೆನಿಗಳಲ್ಲಿ ಇದ್ದರೂ

ಅದಕ್ಕೆ ಅಂಟಿಕೊಂಡ ಹಳಬರೂ ಸಾಕಷ್ಟು ಇದ್ದರು. ಆಗೆಲ್ಲಾ ಶ್ರೀನಾಥರ ಮಾತೇ ನನಗೆ ನೆನಪಾಗುತ್ತಿತ್ತು. ಈ ಪ್ರಪಂಚದ ಸ್ಪೀಡಿಗೆ ಓಡೋದು ಅಷ್ಟು ಸುಲಭವಿಲ್ಲ ಅಂತ. ಕಡೆಗೊಂದು ಎಚ್.ಆರ್. ಕಂಪೆನಿಗೆ ರೆಫರ್ ಮಾಡಿ, ತಪ್ಪದೇ ಹೋಗಬೇಕು ಅಂತ ಫೋನು ಮಾಡಿದ. ನಾನು ಅವನ ಮಾತು ತಪ್ಪಿಸಲಾರದೆಯೋ ಅಥವಾ ಆದರೆ ಆಗಲಿ ಕೆಲಸ ಮಾಡೋಣ ಎನಿಸಿಯೋ ಹೋದೆ. ಅಷ್ಟರಲ್ಲಾಗಲೇ ಕೆಲಸ ಬಿಟ್ಟು ಎರಡು ತಿಂಗಳಾಗಿತ್ತು.

ಎಚ್.ಆರ್.ಕಂಪೆನಿಯಲ್ಲಿ ನನ್ನ ಎಂಜಿನಿಯರಿಂಗಿಗೆ ಕೆಲಸ ಕೊಡುತ್ತಾರೋ ಇಲ್ಲವೋ ಅನ್ನುವ ಅನುಮಾನ ನನಗೆ ಮೊದಲೇ ಇತ್ತು. ಆದರೆ ಈ ಕಂಪೆನಿಯವರು ಯಾವಯಾವುದೋ ಟ್ರಸ್ಟುಗಳ, ವಿದ್ಯಾಸಂಸ್ಥೆಗಳ ಕೆಲಸಗಳನ್ನು ತೆಗೆದುಕೊಳ್ಳುತ್ತಿದ್ದರಾದ್ದರಿಂದ ಇವರಿಗೆ ಮುಖ್ಯವಾಗಿ ಸ್ಮಾರ್ಟ್ ಆದ ಜನ ಬೇಕಿತ್ತು. ಹಾಗೆಂದು ಅದರ ಸೀನಿಯರ್ ಎಮ್.ಡಿ. ಹೇಳಿದ್ದರಂತೆ. ನಾನು ಮೊದಲು ಅವರನ್ನೇ ಭೇಟಿಯಾಗಿ ನನ್ನ ಕಥೆ ಹೇಳಿದೆ. ಎಲ್ಲಾ ಕೇಳಿ 'ಐ ಲೈಕ್ ಯುವರ್ ಟ್ರಾನ್ಸ್‌ಪರೆನ್ಸಿ ಅಂಡ್ ಕರೇಜ್' ಎಂದರು. ನನಗೆ ಸಧ್ಯ ಇವರಿಗೆ ಅರ್ಥವಾಯಿತಲ್ಲ ಎನ್ನುವ ಸಣ್ಣ ಸಮಾಧಾನವಾಯಿತು. ಆಮೇಲೆ ನಮ್ಮ ಎಚ್.ಆರನ್ನು ಭೇಟಿ ಮಾಡಿ, ನಾನವರಿಗೆ ಹೇಳ್ತೀನಿ ಎಂದು ಕಾಯಲು ಹೇಳಿದರು. ಆ ಎಚ್.ಆರ್. ಪುಣ್ಯಾತ್ಮ ನನ್ನನ್ನು ಒಂದು ಛೇಂಬರಿನಲ್ಲಿ ಕೂರಿಸಿ ಹೋದವನು ಬರೋಬ್ಬರಿ ಎರಡು ಘಂಟೆಯಾದರೂ ಬರಲಿಲ್ಲ. ನಾನು ಸುಮ್ಮನೇ ಕಾಯುತ್ತಲೇ ಇದ್ದೆ. ಆಮೇಲೆ ಬಂದವನು ಮತ್ತೆ ನನ್ನ ಕಥೆ ಕೇಳಿದ. ಎಲ್ಲಾ ಕೇಳಿದ ಮೇಲೆಯೇ ನಾನು ಮೇಲೆ ಹೇಳಿದ ಮಾತು ಹೇಳಿದ್ದು, ನಿಮಗೆ ಕನ್ಸಿಸ್ಟೆನ್ಸಿ ಇಲ್ಲ ಅಂತ. ನನಗೆ ಆ ಕ್ಷಣ ನಗು ಬಂದುಬಿಟ್ಟಿತು. ನಾನು ನಕ್ಕದ್ದು ಅವನಿಗೆ ಪೆಚ್ಚಾಯಿತು. 'ಬೇರೆ ಬೇರೆ ಫೀಲ್ಡಲ್ಲಿ ಕೆಲಸ ಮಾಡಿದೀನಿ ಅಂದ್ರೆ ಬೇರೆಬೇರೆ ಸ್ಕಿಲ್ ಸೆಟ್ ಇದೆ ಅಂತ ಗುರು, ನಿನಗಿದೆಲ್ಲ ಅರ್ಥ ಆಗೋ ಹಂಗೆ ಕಾಣಲ್ಲ ಬಿಡು' ಎಂದು ಎದ್ದುಬಂದುಬಿಟ್ಟೆ. ಇದು ಚಿರುವಿಗೆ ಮುಟ್ಟಿ, ಅವನು ಫೋನು ಮಾಡಿ ನನ್ನ ಮೇಲೆ ರೇಗಿದ. 'ನಿನಗೆ ಕೆಲಸ ಇಷ್ಟ ಇಲ್ಲ ಅಂದ್ರೆ ಸುಮ್ನೆ ಬರ್ಬೇಕು ತಾನೇ? ಅವ್ನಿಗೇನು ಹಂಗೆಲ್ಲಾ ಅನ್ನೋದು?' ಅಂದ. ನನಗೆ ಒಳಗೇ ನನ್ನನ್ನ ಎರಡು ಘಂಟೆ ಕಾಯಿಸಿದ್ದಕ್ಕೆ ಸರಿಯಾಗಿ ಉರಿಸಿದ್ದೇನೆ ಅನ್ನುವ ವಿಕೃತ ಸಮಾಧಾನವಾಯ್ತು.

ಮತ್ತೆ ಚಿರು 'ಈಗೇನು ಮಾಡ್ತೀಯ?' ಅಂದ 'ಗೊತ್ತಿಲ್ಲ, ಯೋಚನೆ ಮಾಡ್ತೀನಿ' ಅಂದೆ. 'ನಿನ್ನ ಯೋಚನೆ ಬಹಳ ಕಾಸ್ಟ್ಲಿ ಆಗೋಯ್ತು ಮಾರಾಯ' ಅಂದ. ನನಗೆ ಒಮ್ಮೆಗೇ ಚೇಳು ಕುಟುಕಿದಂತಾಯ್ತು. ಈ ಮಾತನ್ನು ಅವನು ಯೋಚಿಸಿ ನನಗೆ ಚುಚ್ಚಬೇಕು ಅಂತಲೇ ಹೇಳಿದನೋ ಅಥವಾ ಸುಮ್ಮನೇ ಹಾಗೇ ಅಂದನೋ ನನಗೆ ಗೊತ್ತಿಲ್ಲ, ಆದರೆ ಆಮೇಲೆ ಎಂದೂ ನಾನವನನ್ನು ದುಡ್ಡು ಕೇಳಲಿಲ್ಲ. ನನಗೆ

ಯಾವುದಾದರೂ ದುಡ್ಡು ಬಂದ ಕೂಡಲೇ ಅವನ ಹತ್ತಿರ ತಗೊಂಡ ದುಡ್ಡನ್ನು ಅವನಿಗೆ ಕೊಟ್ಟುಬಿಡಬೇಕು ಎಂದುಕೊಂಡೆ. ಅಷ್ಟೇ ಅಲ್ಲದೇ ಛಲಕ್ಕೆ ಬಿದ್ದವನಂತೆ ಆಪ್ ಡಿಸೈನಿಂಗ್ ಕಲಿತುಕೊಂಡೆ.

ಆಗ ಮತ್ತೆ ಅಪ್ಪ ನೆನಪಾದರು. ಆದರೆ ಅಪ್ಪ ಅದೇ ತಾನೇ ರಿಟೈರ್ ಆಗಿದ್ದರು. ಪೆನ್ಶನ್ನಿನ ಮೇಲೆ ಊರಿನಲ್ಲಿ ಒಂಟಿಬಾಳು ಸಾಗಿಸುತ್ತಿದ್ದರು. ಅಮ್ಮ ಹೋದಮೇಲೆ ಇಷ್ಟು ವರ್ಷದಲ್ಲಿ ನಾನು ಊರಿಗೆ ಹೋದದ್ದೇ ಒಂದೆರಡು ಸಲವಷ್ಟೇ. ಹೋದಾಗಲೂ ನನಗೂ ಅಪ್ಪನಿಗೂ ಮಾತಾಗುತ್ತಿರಲಿಲ್ಲ. ಮನೆಗೆ ಬಂದ ಊರಿನ ಸಮಸ್ತರೊಂದಿಗೂ ಹರಟುವ ಅಪ್ಪ ನನ್ನನ್ನು ಹೇಗಿದ್ದೀಯಾ? ಹೇಗಿದೆ ಕೆಲ್ಸ? ಅಂತ ಕೂಡ ಕೇಳಲಿಲ್ಲ. ಮಾತು ತಿಳಿಯದ ಮೂಕನಂತೆ ಮನೆಯಲ್ಲಿ ಇರಲಾರದೇ ನಾನು ಚಿಕ್ಕಪ್ಪನ ಮನೆಗೆ ಹೋಗಿ ಕೂರುತ್ತಿದ್ದೆ. ನನ್ನ ಬಗ್ಗೆ ಆಗಾಗ್ಗೆ ವಿಚಾರಿಸುತ್ತಿದ್ದುದು ನಮ್ಮ ಚಿಕ್ಕಪ್ಪನೇ. ಈಗ ನನಗೆ ದುಡ್ಡು ಬೇಕು ಎಂದು ಹೋಗಿ ಯಾರನ್ನು ಕೇಳಲಿ? ಅಪ್ಪ ಕೊಟ್ಟಾರು, ಆದರೆ ನಾನು ಕೇಳದೇ ಕೊಡುವವರಲ್ಲ. ನಾನು ಕೇಳಲು ಹೋದರೆ ಕೆಲಸ ಯಾಕೆ ಬಿಟ್ಟೆ, ಈಗೇನು ಮಾಡುತ್ತಿದ್ದೀನಿ ಎಲ್ಲವನ್ನೂ ಹೇಳಲೇಬೇಕು. ಅಷ್ಟಕ್ಕೂ ಅಮ್ಮ ಹೋದಮೇಲೆ ನೀನೇನು ಮಾಡಿಕೊಂಡಿದ್ದೀಯ, ಹೇಗಿದ್ದೀಯ ಎಂದೂ ಕೇಳದ ಅಪ್ಪನಿಗೆ ಇದೆಲ್ಲಾ ಯಾಕೆ ಹೇಳಬೇಕು? ರೇಜಿಗೆಯೆನಿಸಿ ಸುಮ್ಮನಾಗಿಬಿಟ್ಟೆ.

ಆಗಲೇ ನನಗೆ ಟೂರಿಸ್ಟ್ ಸೋಲ್ ಅನ್ನೋ ಬುಲೆಟೀಯರ್ಸ್ ಗುಂಪು ಪರಿಚಯವಾಗಿದ್ದು. ಬೆಂಗಳೂರಿನಲ್ಲಿ ಬೈಕ್ ರೈಡಿಂಗ್ ಹುಚ್ಚಿರುವವರಿಗಾಗಿ ರೈಡ್ಸ್ ಪ್ಲ್ಯಾನ್ ಮಾಡ್ತಾ ಇದ್ದ ಒಂದು ಗುಂಪದು. ಸುಮಾರು ಹತ್ತು ವರ್ಷಗಳಿಂದ ಕೆಲಸ ಮಾಡುತ್ತಿದ್ದ ಗುಂಪಿನಲ್ಲಿ ಐನೂರು ಜನ ಖಾಯಂ ಸದಸ್ಯರಿದ್ದರು. ಅದಕ್ಕಾಗಿ ಅವರಿಗೆ ತಮ್ಮದೇ ಗುಂಪಿನ ನಿರ್ವಹಣೆಗೆ ಒಂದು ಆಪ್ ಬೇಕಿತ್ತು. ಗುಂಪಿನ ಎಲ್ಲ ಸದಸ್ಯರೂ ಸದಾ ಕನೆಕ್ಟೆಡ್ ಆಗಿರುವಂತಹ, ಸುಲಭವಾಗಿ ಎಲ್ಲರನ್ನೂ ಸಂಪರ್ಕಿಸಿ ಹೊಸ ಹೊಸ ಕಾರ್ಯಕ್ರಮಗಳನ್ನು ಆಯೋಜಿಸುವಂತಹ ಸಿಂಪಲ್ ಅಪ್ಲಿಕೇಷನ್ ಅಷ್ಟೇ. ನನ್ನ ಸ್ಟೂಡೆಂಟ್ ಒಬ್ಬನ ಕಡೆಯಿಂದ ನನಗೀ ಆಫರ್ ಬಂದಾಗ ಸಂತೋಷವಾಗಿ ಮಾಡಿಕೊಟ್ಟೆ. ಒಂದೇ ವರ್ಷದಲ್ಲಿ ಅವರ ಸದಸ್ಯರ ಸಂಖ್ಯೆ ಮೂರು ಪಟ್ಟಾಗೋಯ್ತು. ಕಾರಣ ಅಲ್ಲಿಯವರೆಗೆ ಮೆಕ್ಯಾನಿಕಲ್ ಎಕ್ಸಲೆನ್ಸಿಯನ್ನೇ ನೆಚ್ಚಿಕೊಂಡಿದ್ದ ಬುಲೆಟ್ ಕಂಪೆನಿ ಅದೇ ತಾನೇ ಸ್ವಲ್ಪ ಸುಧಾರಿತವಾದ ಮಾಡೆಲ್‌ಗಳನ್ನು ಬಿಡುಗಡೆ ಮಾಡುತ್ತಿತ್ತು. ಇಡೀ ಬೆಂಗಳೂರಿಗೆ ಬುಲೆಟ್ಟಿನ ಹುಚ್ಚು ಹತ್ತಿಕೊಂಡಿತು. ರೈಡಿಂಗ್ ಟ್ರಿಪ್‌ಗಳು ಪ್ರತೀ ವಾರವೂ ನಡೆಯುವ ಹಾಗಾಯ್ತು. ಬರುಬರುತ್ತಾ ಇದೇ ರೀತಿಯ ಹೊಸ ಹೊಸ ಗುಂಪುಗಳೂ ಹುಟ್ಟಿಕೊಂಡವು. ಅವುಗಳ ಜೊತೆ ಸ್ಪರ್ಧಿಸಬೇಕು ಅಂತ ಮತ್ತೆ ತಮ್ಮ ಆಪ್ ಅಪ್‌ಗ್ರೇಡ್ ಮಾಡಿಸಬೇಕಿತ್ತು.

ಅಷ್ಟರಲ್ಲಿ ನಾನು ಒಂಥರಾ ಅವರ ಖಾಯಂ ಸದಸ್ಯನೇ ಆಗಿಹೋಗಿದ್ದೆ. ಅದಕ್ಕೆ ಒಂದು ಕಾರಣ ಎಂದರೆ, ಅದೇ ಗುಂಪಿನ ಇನ್ನು ಕೆಲವು ಬ್ಯುಸಿನೆಸ್ಸಿನವರು ಮತ್ತು ಆಂತ್ರಪ್ರೆನರುಗಳೂ ನನಗೆ ಕ್ಲೈಂಟುಗಳಾಗಿದ್ದರು. ನನಗೆ ಇದನ್ನು ಫುಲ್‌ಟೈಂ ಉದ್ಯೋಗ ಮಾಡಿಕೊಳ್ಳುವ ಇರಾದೆಯಿಲ್ಲದ್ದರಿಂದ ನಾನು ಬೇರೆ ಕಂಪೆನಿಗಳಂತೆ ಚಾರ್ಜು ಮಾಡುತ್ತಿರಲಿಲ್ಲ. ನನಗೆ ಆದಾಗ ಆದಷ್ಟು ಮಾಡಿಕೊಡುತ್ತಿದ್ದೆ. ಇನ್ನೊಂದು ಮುಖ್ಯ ಕಾರಣ ಅಷ್ಟರಲ್ಲಿ ನಾನೂ ಒಂದು ಬುಲೆಟ್ ತೆಗೆದುಕೊಂಡು ಅವರ ಎಲ್ಲಾ ಟ್ರಿಪ್ಪುಗಳಲ್ಲಿ ಲೀಡ್ ಮಾಡತೊಡಗಿದ್ದೆ. ಕಡೆಗೆ ಬರಿಯ ಆಪ್ ಮಾಡಿದ್ದಷ್ಟೇ ಅಲ್ಲದೇ ಇಡಿಯ ಗುಂಪಿನ ಅಧಿಕೃತ ಕಮ್ಯುನಿಕೇಷನ್ ಪಾಯಿಂಟ್ ನಾನೇ ಆಗಿಹೋದೆ.

ಆಶಿಕಾ ನನ್ನ ಬದುಕಿನಿಂದ ಥಟ್ಟನೇ ಮಿಂಚಿಹೋಗಿದ್ದಳು. ಒಂದೇ ಕ್ಷಣವಾದರೂ ಕಣ್ಣು ಕೋರೈಸಿ ಹೋದ ಆ ಬೆಳಕನ್ನು ಮರೆಯುವುದು ಅಷ್ಟು ಸುಲಭವಾಗಿರಲಿಲ್ಲ. ಆಗ ರೈಡಿಂಗ್ ನನಗೆ ಒಂದು ವರವಾಗಿ ಒದಗಿ ಬಂದಿತ್ತು. ಒಮ್ಮೊಮ್ಮೆ ಹೊರಟರೆ ಊರಿಂದೂರಿಗೆ ಸುತ್ತುತ್ತಾ ಒಂದು, ಎರಡು ವಾರಗಳಾದರೂ ವಾಪಸ್ಸು ಬರುವ ಮನಸ್ಸಾಗುತ್ತಿರಲಿಲ್ಲ. ಮಜಾ ಎಂದರೆ, ಒಮ್ಮೆ ಹೋದ ದಾರಿಯಲ್ಲಿ ಹಿಂತಿರುಗಿ ಬರುವುದು ನನಗೆ ಇಷ್ಟವಾಗುತ್ತಿರಲಿಲ್ಲ. ಅದಕ್ಕಾಗಿ ಯಾವಯಾವುದೋ ಕೊಂಪೆಯ ದಾರಿಗಳನ್ನೆಲ್ಲಾ ನಾನು ಶೋಧಿಸಿದ್ದಿದೆ. ಒಮ್ಮೊಮ್ಮೆ ಹಾಗೆ ಹೋದಾಗ ಇಲ್ಲಿಗೆ ಯಾಕಾದರೂ ಬಂದೆನಪ್ಪಾ ಅನಿಸುವಂತಹ ಕೆಟ್ಟ ರಸ್ತೆಗಳು, ಹಾಳುಬಿದ್ದ ಊರುಗಳ ಸರವೇ ಎದುರಾಗುತ್ತಿದ್ದವು. ಇನ್ನು ಕೆಲವೊಮ್ಮೆ ಅನಿರೀಕ್ಷಿತ ಅಚ್ಚರಿಗಳೂ ಕಾದಿರುತ್ತಿದ್ದವು, ಇಂಥಾ ಜಾಗಗಳು ಹುಡುಕಿದರೆ ಸಿಗುವುದಿಲ್ಲ ಎನ್ನುವಂತೆ! ಬಹುಶಃ ಈ ಅನಿರೀಕ್ಷಿತಗಳೇ ನಾನು ಪ್ರತಿಬಾರಿಯೂ ಹೊಸದಾರಿಯನ್ನು ಹುಡುಕುವಂತೆ ಮಾಡುತ್ತಿದ್ದುದು.

ನಾನು ಹೊಸ ಹೊಸ ಜಾಗಗಳನ್ನು ಹುಡುಕಿದಾಗ ಯಾವುದಾದರೂ ಚೆನ್ನಾಗಿದೆ ಎನ್ನಿಸಿದರೆ ಅದನ್ನು ನಮ್ಮ ಟೂರಿಸ್ಟ್ ಸೋಲ್‌ನ ನೆಕ್ಸ್ಟ್ ರೈಡ್ ಆಗಿ ಪ್ಲ್ಯಾನ್ ಮಾಡುತ್ತಿದ್ದೆ. ಬರುಬರುತ್ತಾ ನಾನೊಂಥರಾ ಹೊಸ ಅಡ್ವೆಂಚರುಗಳನ್ನು ಹುಡುಕಿ ತರೋ ಎಕ್ಸ್‌ಪೆಡಿಷನಿಸ್ಟ್ ಆಗಿಹೋದೆ. ಅದಕ್ಕೆ ನಾನೆಲ್ಲಾದರೂ ಹೊರಟೆ ಎಂದರೆ ನಮ್ಮ ಕೋರ್‌ಟೀಮಿನ ಹುಡುಗರು ನನಗೆ ಬೇಕಾದಷ್ಟು ಜಾಯಿಂಟ್ ಮಾಡಿಕೊಡುತ್ತಿದ್ದರು. ಓ ಸಾರಿ, ನನಗೆ ಈ ಜಾಯಿಂಟ್ ರೂಢಿಯಾಗಿದ್ದು ನಮ್ಮ ಟೂರಿಸ್ಟ್ ಸೋಲ್‌ನಿಂದಲೇ. ಆದರೆ ನಾನು ಗಾಡಿಯ ಮೇಲಿದ್ದಾಗ ಅಥವಾ ಮುಂದೆ ಇನ್ನೂ ಜರ್ನಿ ಇದ್ದಾಗ ಜಾಯಿಂಟ್ ಹಚ್ಚೋದಿಲ್ಲ. ಅದೇನಿದ್ದರೂ ತಲುಪಬೇಕಾದ ಊರು ತಲುಪಿದ ಮೇಲೆ. ರಸ್ತೆಯಲ್ಲಿ ಏನಿದ್ದರೂ ಟೀ, ಸಿಗರೇಟುಗಳು ಅಷ್ಟೇ. ಊರು ತಲುಪಿ, ರಾತ್ರಿ ಊಟವಾದ ಮೇಲೆ ಜಾಯಿಂಟ್ ಹೊಡೆದು ಬೆಳಗಿನಿಂದ

ಗೋಪ್ರೋನಲ್ಲಿ ಮಾಡಿದ್ದ ವೀಡಿಯೋಗಳನ್ನ ನೋಡುತ್ತಾ ಮಲಗೋದೊಂದು ನನ್ನ ಅಭ್ಯಾಸ. ಅದರಲ್ಲಿ ಚೆನ್ನಾಗಿದ್ದ ಕ್ಲಿಪ್ಪುಗಳನ್ನು ಮಾತ್ರ ಸೇವ್ ಮಾಡಿಕೊಂಡು, ನಮ್ಮ ವೆಬ್ ಕಂಟೆಂಟಿಗೆ ಹಾಕುತ್ತಿದ್ದೆ. ಅದೂ ನಮ್ಮ ಹುಡುಗರ ಒತ್ತಾಯಕ್ಕೆ ಅಷ್ಟೇ. ನನ್ನನ್ನೇ ಕೇಳಿದರೆ ಸುಮ್ಮನೇ ರೈಡ್ ಮಾಡುವುದೇ ನನಗಿಷ್ಟ. ಗಾಡಿ ಹತ್ತಿದ ಕೂಡಲೇ ಮುಖಕ್ಕೆ ಗಾಳಿ ಬೀಸೋಕೆ ಶುರುವಾಗುತ್ತೆ ನೋಡು ಅದು ನನಗೆ ಯಾವ ಜಾಯಿಂಟ್‌ಗಿಂತ ಹೆಚ್ಚು ಥ್ರಿಲ್ ಕೊಡುತ್ತೆ. ಸ್ವಚ್ಛಂದತೆಯ ಉತ್ತುಂಗ ಅದು. ಆ ಗಾಳಿಯಲ್ಲಿ ನೂರು ವಾಸನೆಗಳು ಬೆರೆತುಕೊಂಡಿರುತ್ತೆ. ಆದರೆ ಅದಕ್ಕೆ ಮಾತ್ರ ಯಾವುದರ ಬಗ್ಗೆ ಇಷ್ಟವೂ ಇರಲ್ಲ ಅನಿಷ್ಟವೂ ಇರಲ್ಲ. ಬಂದದ್ದನ್ನೆಲ್ಲಾ ಸುಮ್ಮನೇ ತನ್ನೊಳಗು ಮಾಡಿಕೊಳ್ಳುತ್ತೆ. ಆಗೆಲ್ಲಾ ಬದುಕು ಹೀಗೇ ಇರಬೇಕು ಅನಿಸುತ್ತೆ. ಯಾವುದಕ್ಕೂ ಅಂಟದಂತೆ, ಎಲ್ಲಿಯೂ ನಿಲ್ಲದಂತೆ ಸುಮ್ಮನೇ ಹೋಗುತ್ತಿರಬೇಕು ಅಂತ. ಎಟರ್ನಲ್ ಜರ್ನಿಯಂತೆ.

ಎಲ್ಲಿಯೂ ನಿಲ್ಲದಂತೆ, ನಿಂತರೆ ಎಲ್ಲಿ ಬೇರುಗಳು ನೆಲಕ್ಕೆ ಊರಿಬಿಡುತ್ತಾವೋ ಎಂಬಂತೆ ಸುತ್ತುವುದೇ ನನ್ನ ಸ್ವಭಾವವಾಗೋಯ್ತು. ನನ್ನ ಕ್ಲೈಂಟ್ಸ್ ಕೂಡ ಏನಾದರೂ ಕೆಲಸವಿದ್ದರೆ ಫೋನು ಮಾಡಿ ಮೊದಲು ಕೇಳುತ್ತಿದ್ದುದು 'ಎಲ್ಲಿದ್ದೀರಿ?' ಅಂತಲೇ... ನಾನು ಎಲ್ಲಿದ್ದೇನೆ ಎನ್ನುವುದರ ಮೇಲೆ ಅವರ ಸಮಯಕ್ಕೆ ಕೆಲಸ ಆಗುತ್ತದೆಯೇ ಇಲ್ಲವೇ ಎನ್ನುವುದು ಅವಲಂಬಿಸಿರುತ್ತಿದ್ದುದು ಅವರಿಗೂ ಗೊತ್ತಿತ್ತು. ಆಗಲೇ ಅಲ್ಲಿಯವರೆಗೆ ಜೋಕಾಲಿಯಂತಿದ್ದ ನನ್ನ ಬದುಕು ರೋಲರ್ ಕೋಸ್ಟರ್ ಆಗಿದ್ದು.

ಇಷ್ಟು ಸ್ವಚ್ಛಂದವಾಗಿ ಓಡಾಡುತ್ತಿದ್ದವನು ಬೆಂಗಳೂರಿಗೆ ಬಂದೆನೆಂದರೆ ಏನೋ ಉಸಿರುಗಟ್ಟಿದಂತೆ ಆಗೋದು. ಇದು ಎಲ್ಲರಿಗೂ ಆಗುತ್ತೆ ಬಿಡು, ಬೆಂಗಳೂರು ಬ್ರಾಂಕೈಟಿಸನ್ನು ಬಹುಶಃ ತನ್ನ ಉಸಿರಿನಲ್ಲೇ ಇಟ್ಟುಕೊಂಡಿದೆ ಅನ್ನುತ್ತೆ. ಇಲ್ಲಿಗೆ ಬಂದ ಒಂದು ದಿನ ಕಣ್ತುಂಬ ನಿದ್ದೆ ಮಾಡುತ್ತಿದ್ದೆ. ಎರಡನೇ ದಿನ ನಮ್ಮ ಹುಡುಗರ ಜೊತೆ ಪಾರ್ಟಿ ಮಾಡ್ತಿದ್ದೆ. ಮೂರನೆಯ ದಿನ ದಿಕ್ಕೆಟ್ಟಂತೆ ಆಗೋಗುತ್ತಿದ್ದೆ. ಒಂದೊಂದು ಸಾರಿ ಅನಿಸುತ್ತಿತ್ತು, ನಾನು ನಿಂತ ನಿಲುವನ್ನು ಸಹಿಸಲಾರದೇ ಹೀಗೆ ಓಡ್ತಾ ಇದ್ದೀನಾ, ನನ್ನ ಬದುಕು ಹೇಗಿದೆಯೋ ಹಾಗೆ ಒಪ್ಪಿಕೊಳ್ಳೋಕೆ ಆಗದೇ ತಪ್ಪಿಸಿಕೊಳ್ತಾ ಇದೀನಾ ಅಂತ. ಆದರೆ ಇರೋದನ್ನ ಒಪ್ಪಿಕೊಳ್ಳೋದು ಬಹುಶಃ ನನ್ನ ಜಮಾನಕ್ಕೆ ಬರೋದಿಲ್ಲ ಅನ್ನುತ್ತೆ. ಯಾಕೆ ಅಂದರೆ ಕನಸು ಕಾಣೋದೇ ಬದುಕು ಅಂತಲೇ ನಮಗೆ ಹುಟ್ಟಿನಿಂದ ಹೇಳಿಕೊಟ್ಟಿರೋದು. ನಾನಂತೂ ಕನಸುಗಳಲ್ಲೇ ಬಿಂಜ್ ಮಾಡಿದ್ದೇನೆ. ಅಂದರೆ ಎಷ್ಟೋ ಕಾಲ ಒಂದು ಕನಸಿನಿಂದ ಇನ್ನೊಂದು ಕನಸಿಗೆ ಹಾರುತ್ತಲೇ ಬದುಕಿದ್ದೇನೆ.

ಅದಾಗಲೇ ನಾನು ಡಾಕ್ಟರ ಮನೆಯ ಆ ರೂಮನ್ನು ಬಿಟ್ಟು ಕೋರಮಂಗಲದ ಒಂದು ಫ್ಲ್ಯಾಟಿಗೆ ಶಿಫ್ಟ್ ಆಗಿದ್ದೆ. ಅದೂ ಒಂದು ವಿಚಿತ್ರ ಕನಸಿನಂತೆಯೇ ಅನಿಸುತ್ತೆ ನನಗೆ. ನಿನಗೆ ಆಗಲೇ ಹೇಳಿದೆ ನೆನಪಿದೆಯಾ? ಡಾಕ್ಟರ ಮಗಳು ಕೌಮುದೀ

ಸಿ.ಎ ಆರ್ಟಿಕಲ್‌ಶಿಪ್ ಮಾಡುತ್ತಿದ್ದಳು ಅಂತ. ತುಂಬಾ ಬುದ್ಧಿವಂತ ಹುಡುಗಿ. ನಾನು ಡಾಕ್ಟರ ಮನೆಯನ್ನು ಬಿಡುವ ಆರೇಳು ತಿಂಗಳ ಮುಂಚೆ ಇರಬೇಕು, ನನಗೆ ಮೆಸೇಜು ಮಾಡಿದಳು. ಅಷ್ಟರಲ್ಲಾಗಲೇ ನಾನು ಡಾಕ್ಟರ ಮನೆಗೆ ಬಂದು ಮೂರು ವರ್ಷಗಳಿಗೂ ಹೆಚ್ಚಾಗಿತ್ತು. ಎಂದೂ ನನ್ನನ್ನು ಮಾತನಾಡಿಸಿದವಳಲ್ಲ. ನಾನು ಅವರ ಮನೆಗೆ ಹೋಗುತ್ತಿದ್ದುದು ಅಪರೂಪ. ಅವರ ಮನೆಯವರೂ ಯಾರೂ ಎಂದೂ ಮೇಲೆ ಬಂದದ್ದು ಕಡಿಮೆ. ಕೆಲಸದಾಕೆ ಬಂದು ಬಟ್ಟೆ ಒಣಗಿಸಿ ಹೋದರೆ, ಸಂಜೆ ಡಾಕ್ಟರೇ ಅದನ್ನು ಎತ್ತಿಕೊಂಡು ಹೋಗುತ್ತಿದ್ದರು. ಇನ್ನು ವೀಕೆಂಡಿನಲ್ಲಿ ಡಾಕ್ಟರೇ ಮೇಲೆ ಬರುತ್ತಿದ್ದರು. ನನಗೆ ಸ್ವಲ್ಪ ಅನುಮಾನವಾದರೂ ಏನೂ ತೋರಗೊಡದೇ ಮಾತನಾಡಿಸಿದೆ. ಏನೋ ಬೇಸರದಲ್ಲಿದ್ದಳು. ಸ್ಟಡೀಸ್, ಕೆಲಸ ಎಲ್ಲಾ ಬೋರ್ ಆಗ್ತಿದೆ ಎಂದಳು. ಒಂದಷ್ಟು ಸಿನೆಮಾ ಸಜೆಸ್ಟ್ ಮಾಡಿದೆ. ನನ್ನ ಹತ್ತಿರ ಒಂದು ರಾಶಿ ಸಿ.ಡಿಗಳಿದ್ದವು. ಅವೇ ನನ್ನ ಏಕಾಂತದ ಸಂಗಾತಿಗಳಾಗಿದ್ದು. ನಾನು ಸಜೆಸ್ಟ್ ಮಾಡಿದ ಸಿ.ಡಿಯನ್ನು ಅವಳೇ ಬಂದು ತೆಗೆದುಕೊಂಡು ಹೋಗಲು ಶುರುವಾದಳು. ಸಿನೆಮಾ ನೋಡಿದ ಮೇಲೆ ಅದು ಚೆನ್ನಾಗಿದೆ ಅಲ್ಲಾ, ಇದು ಚೆನ್ನಾಗಿಲ್ಲ ಎಂದೆಲ್ಲಾ ಮೆಸೇಜಿನಲ್ಲಿ ಚರ್ಚೆ ಮಾಡುತ್ತಿದ್ದಳು. ಡಾಕ್ಟರ ಮಗಳೆಂಬ ಕಾರಣಕ್ಕಾಗಿಯೇ ನಾನು ಎಲ್ಲಕ್ಕೂ ಉತ್ತರ ನೀಡಿದರೂ ಅದೇ ಕಾರಣಕ್ಕಾಗಿ ಮಾತು ಯಾವ ವೈಯಕ್ತಿಕ ವಿಷಯಗಳಿಗೂ ಬಾರದಂತೆ ಮುಗಿಸಿಬಿಡುತ್ತಿದ್ದೆ.

ಇಂಥದ್ದೇ ಒಂದು ದಿನ ಸಿ.ಡಿ ತೆಗೆದುಕೊಳ್ಳಲು ರೂಮಿಗೆ ಬಂದಳು. ಹಿಂದಿನ ದಿನವಷ್ಟೇ ದಿ ಬಿಗ್ ಶಾರ್ಟ್ ಕೊಟ್ಟಿದ್ದೆ. ಅದು ಈ ಶತಮಾನದ ಅತಿ ದೊಡ್ಡ ಬ್ಯಾಂಕ್ ಫ್ರಾಡಿನ ಕಥೆಯಾದ್ದರಿಂದ ಅದನ್ನೇ ಮಾತನಾಡುತ್ತಾ ಸ್ವಲ್ಪ ಹೊತ್ತು ನಿಂತಳು. ತಮ್ಮ ಫರ್ಮಿನಲ್ಲಿ ಎಂತೆಂಥಾ ಕಂಪೆನಿಗಳು ಬರುತ್ತವೆ, ಅವುಗಳ ಒಳಗುಟ್ಟುಗಳೇನು, ಟ್ಯಾಕ್ಸ್ ಹೇಗೆ ಫ್ರಾಡ್ ಮಾಡುತ್ತಾರೆ, ಇನ್ಶೂರೆನ್ಸ್ ಎಂಬುದೇ ಹೇಗೆ ಒಂದು ದೊಡ್ಡ ಫ್ರಾಡ್ ಅಂತೆಲ್ಲಾ ಹೇಳಿದಳು. ಆಮೇಲೆ ಯಾವ ಸಿ.ಡಿ ಕೊಡುವುದು ನನಗೆ ತತ್‌ಕ್ಷಣಕ್ಕೆ ಗೊತ್ತಾಗಲಿಲ್ಲ, ಮಸಾಣ್ ಆಗ ತಾನೇ ಬಂದಿತ್ತು, ಅದನ್ನೇ ಕೊಟ್ಟೆ. ಮತ್ತೆ ಎರಡು ದಿನ ಅವಳು ಬರಲಿಲ್ಲ.

ಮುಂದಿನ ಶುಕ್ರವಾರ ಮೆಸೇಜು ಮಾಡಿದಳು, 'ನಾಳೆ ಫ್ರೀ ಇದೀರಾ?' ಅಂತ.

'ಯಾಕೆ ಸಿ.ಡಿ ಬೇಕಿತ್ತಾ? ಯಾವಾಗಾದ್ರೂ ತಗೊಂಡು ಹೋಗಿ ನೋ ಪ್ರಾಬ್ಲಮ್'

'ಅದಕ್ಕಲ್ಲ, ಆಚೆ ಎಲ್ಲಾದ್ರೂ ಸಿಗ್ತೀರಾ?'

ನಾನು ಒಂದು ಕ್ಷಣ ಅಳುಕಿದೆ. ಆದರೆ ಮತ್ತೆ ಏನೋ ಹೇಳಿಕೊಳ್ಳೋದು ಇರ್ಬೇಕು ಎನಿಸಿ 'ನೋ ಪ್ರಾಬ್ಲಮ್' ಎಂದೆ.

'ಅಷ್ಟೇನಾ?'

'ಓಕೆ... ಮೈ ಪ್ಲೆಷರ್'

'ಥ್ಯಾಂಕ್ಯೂ' ಜೊತೆಗೊಂದು ಬಿಗ್ ಹಾರ್ಟ್ ಇತ್ತು.

ಮಾರನೆಯ ದಿನ ಅವಳೇ ಮೆಸೇಜು ಮಾಡಿದಳು 'ಯು.ಬಿ.ಸಿಟಿ, ಸಂಜೆ ನಾಲ್ಕಕ್ಕೆ' ಅಂತ. ನಾನಾಗಲೇ ಸ್ಕೂಲು ಬಿಟ್ಟಿದ್ದೆ. ಹಾಗಾಗಿ ಅಷ್ಟೇನೂ ಕೆಲಸವಿರಲಿಲ್ಲ. ಮೂರು ಮುಕ್ಕಾಲಿಗೇ ಅಲ್ಲಿಗೆ ತಲುಪುವಂತೆ ಹೋದೆ, ಹುಡುಗಿಯನ್ನು ಕಾಯಿಸುವುದು ಬೇಡ ಅಂತ. ಅವಳ ಆಫೀಸು ಇದ್ದುದು ರಿಚ್‌ಮಂಡ್ ಸರ್ಕಲ್ ಬಳಿ. ಮುಗಿಸಿಕೊಂಡು ಬಂದಳು. ಆದರೆ ಅವಳ ಕಾಸ್ಟ್ಯೂಮು ನೋಡಿ ನನಗೆ ಇವಳು ಈಗ ತಾನೇ ಅಲಂಕೃತಳಾಗಿ ಬಂದಿದ್ದಾಳೆ ಎನಿಸಿತು, ಅಷ್ಟು ಫ್ರೆಶ್ ಆಗಿ ಕಾಣುತ್ತಿದ್ದಳು. ಇಬ್ಬರೂ ಹೆಚ್ಚೂಕಡಿಮೆ ಒಂದು ಘಂಟೆ ಮಾತಾಡಿದೆವು. ನನಗ್ಯಾಕೋ ಮಧ್ಯೆಮಧ್ಯೆ ಏನೋ ರೆಸ್ಟ್‌ಲೆಸ್ ಆಗುತ್ತಿದ್ದಾಳೆ ಎನಿಸುತ್ತಿತ್ತು.

'ಯಾಕೆ ಏನು ಸಮಾಚಾರ?' ಎಂದೆ. 'ನನಗೆ ಇಲ್ಲೇನೋ ಸರಿ ಅನ್ನಿಸ್ತಿಲ್ಲ. ಬೇರೆ ಎಲ್ಲಾದ್ರೂ ಹೋಗೋಣ?' ಎಂದಳು. ಬಹುಶಃ ಇವಳೂ ಪಾರ್ಟಿಗರ್ಲ್ ಅಲ್ಲವೇನೋ, ನನ್ನಂತೆಯೇ ಎನಿಸಿ, ನಕ್ಕು ಎದ್ದು ಹೊರಟೆ. ಕೆಳಗೆ ಬಂದಾಗ ಅವಳೇ ತನ್ನ ಸ್ಕೂಟಿಯಲ್ಲಿ ಲೀಡ್ ಮಾಡಿಕೊಂಡು ಹೋದಳು. ಮಿಲ್ಲರ್ಸ್ ರೋಡಿನಿಂದಾಚೆಗೆ ಹೊಸೂರು ರಸ್ತೆ ಕಡೆಗೆ ಹೋಗುವುದಕ್ಕೆ ಮುಂಚೆ ಒಂದು ಒಂಟಿಯಾದ ಅಪಾರ್ಟ್‌ಮೆಂಟ್ ಬಳಿ ನಿಲ್ಲಿಸಿದಳು.

'ಮೈ ಫ್ರೆಂಡ್ಸ್ ಫ್ಲ್ಯಾಟ್. ಗಲಾಟೆ ಇರಲ್ಲ' ಎಂದಳು. ನಾನು ತಲೆಯಾಡಿಸಿದೆ. ಗ್ರೌಂಡ್ ಫ್ಲೋರಿನ ಒಂದು ಫ್ಲ್ಯಾಟಿಗೆ ಅವಳನ್ನೇ ಹಿಂಬಾಲಿಸಿದೆ. ಅವಳ ಬಳಿಯೇ ಕೀ ಇತ್ತು, ತೆಗೆದು ಒಳಗೆ ಕರೆದುಕೊಂಡಳು. ಇಟ್ ವಾಸ್ ಅ ಮೆಸ್ಸಿ ಅಪಾರ್ಟ್‌ಮೆಂಟ್. ಬಹುಶಃ ಹುಡುಗಿಯರೇ ಇರುವುದು ಇರಬೇಕು, ಅಲ್ಲಲ್ಲಿ ಬಟ್ಟೆಗಳು, ತಿಂಡಿ ಕವರುಗಳು ಬಿದ್ದಿದ್ದವು. ಒಂದೆರಡು ಖಾಲಿ ಬಿಯರು ಬಾಟಲಿಗಳು ಬಾಗಿಲ ಹಿಂದಿದ್ದವು. ನಾನು ಅವನ್ನೇ ಗಮನಿಸುತ್ತಿದ್ದೆ.

ಅವಳು ಬಾಗಿಲು ಹಾಕಿ ಬಂದವಳು 'ಒನ್ ಸೆಕೆಂಡ್' ಎಂದು ವಾಶ್‌ರೂಮಿಗೆ ಹೋದಳು. ನಾನು ಅಲ್ಲಿ ಗೋಡೆಯ ಮೇಲೆ ಹಾಕಿದ್ದ ಫೋಟೋಗಳನ್ನು ನೋಡುತ್ತಿದ್ದೆ. ಒಂದಿಬ್ಬರು ಹುಡುಗಿಯರ ಸೆಲ್ಫೀಗಳಿಗೆ ಫ್ರೇಮು ಹಾಕಿಸಿದ್ದರು. ಓ ಕಮಾನ್, ಹುಡುಗೀರು ಚೆನ್ನಾಗಿದ್ರು ನೋಡ್ತಾ ಇದ್ದೆ ಅಷ್ಟೇಪಾ...

ವಾಶ್‌ರೂಮಿನ ಬಾಗಿಲು ಸದ್ದಾಯಿತು. ತಿರುಗಿ ನೋಡುವುದು ಸಭ್ಯತೆಯಲ್ಲ ಅಂತ ಇತ್ತ ಫೋಟೋವನ್ನೇ ನೋಡುತ್ತಿದ್ದೆ. ನನ್ನ ಹಿಂದೆ ಅವಳು ಬಂದ ಸದ್ದಾದಂತಾಯ್ತು. ಹಿಂದೆ ತಿರುಗಬೇಕು ಎನ್ನುವಷ್ಟರಲ್ಲಿ ಹಿಂದಿನಿಂದ ನನ್ನನ್ನು ತಬ್ಬಿಕೊಂಡುಬಿಟ್ಟಳು. ಐ ವಾಸ್ ಶಾಕ್ಡ್ ಅ ಬಿಟ್. ಮನಸ್ಸು ನೂರು ಸಂಗತಿಗಳನ್ನು

ಕಲ್ಪಿಸುತ್ತಿದ್ದರೂ ಅವಳು ಡಾಕ್ಟರ ಮಗಳಾದ್ದರಿಂದಲೋ ಏನೋ ಯಾವುದನ್ನೂ ನಂಬಲು ನಾನು ಸಿದ್ಧನಿರಲಿಲ್ಲ. ಮೆಲ್ಲಗೆ ಸುಧಾರಿಸಿಕೊಳ್ಳುತ್ತಾ ಹಿಂದೆ ತಿರುಗಿದೆ. ಶಿ ವಾಸ್ ಇನ್ ಅ ಲೇಸ್ಡ್ ಲಾಂಜರೇ! ಅವಳನ್ನು ಅಷ್ಟು ದಿನದಿಂದ ನೋಡುತ್ತಿದ್ದರೂ ಅವಳ ದೊಡ್ಡ ದೊಡ್ಡ ಕಣ್ಣುಗಳನ್ನು ಬಿಟ್ಟು ಬೇರೇನನ್ನೂ ಹಾಗೆ ಗಮನಿಸಿರಲಿಲ್ಲ. ಅದು ಸಭ್ಯವಲ್ಲ ಎನ್ನುವುದಷ್ಟೇ ಅಲ್ಲ, ಅವಳ ಕಣ್ಣುಗಳು ಬೇರೇನನ್ನೂ ನೋಡಲು ಬಿಡುವಂತೆಯೇ ಇರಲಿಲ್ಲ. ಅಷ್ಟು ಆರ್ದ್ರವಾಗಿದ್ದವು, ಭಾವವನ್ನು ಇನ್ನೇನು ತುಳುಕಿಸಿಬಿಡುತ್ತವೆಯೋ ಎನ್ನುವಂತೆ.

ಈಗ ನೇವೀ ಬ್ಲೂ ಲೇಸಿನ ಲ್ಯಾಂಜರೇಯಲ್ಲಿ ಅವಳ ಶರೀರ ಒಮ್ಮೆಗೇ ಎದೆಯಲ್ಲಿ ಬೆಂಕಿ ಹುಟ್ಟಿಸುವಂತಿತ್ತು. ಕಾಡಿಗೆ ಹಚ್ಚಿದ ದೊಡ್ಡ ಕಣ್ಣುಗಳಂತೆಯೇ ಇದ್ದ ಎದೆ, ಕುಳಿತು ದಿನಗಟ್ಟಲೇ ಓದುವ ಅಭ್ಯಾಸಕ್ಕೋ ಏನೋ ಸ್ವಲ್ಪ ಸ್ಥೂಲವಾದ ಮೈ, ನನ್ನ ಭಾವಸಮಸ್ತವನ್ನೂ ಒಳಗೆ ಸೆಳೆದುಕೊಳ್ಳುವಂತಿದ್ದ ಆಳವಾದ ನಾಭಿ... ನನ್ನ ಕಣ್ಣಲ್ಲಿ ಆಶ್ಚರ್ಯವೇನು ದಿಗ್ಭ್ರಮೆ ಕಂಡಿರಬೇಕು. ಒಂದು ಕ್ಷಣ ಅವಳೂ ಸುಮ್ಮನೇ ನಿಂತಳು.

'ವಾಟ್ ಆರ್ ಯೂ ಡೂಯಿಂಗ್?' ಎಂದೆ. ನನ್ನ ದನಿ ಹೊರಗೆ ಬಾರದೇ ಹುಗಿದುಕೊಂಡಿತ್ತು.

'ಕಾನ್ಟ್ ಯು ಸೀ?' ಎಂದಳು, ಅವಳ ಧ್ವನಿಯಲ್ಲಿ ಸ್ವಲ್ಪ ಕಿರಿಕಿರಿ ಕಾಣಿಸುತ್ತಿತ್ತು.

'ವೆಯ್ಟ್... ವೆಯ್ಟ್... ಐ ಡೋಂಟ್ ಅಂಡರ್‌ಸ್ಟ್ಯಾಂಡ್. ನೀನು ನಾವು ಮೀಟ್ ಆಗ್ಬೇಕು ಅಂದಿದ್ದು ಇದಕ್ಕಾ?'

ಅವಳ ತುಂಬಿದ ಕಣ್ಣಲ್ಲಿ ಥಟ್ಟನೆ ನೀರು ತುಂಬಿಕೊಂಡಿತು. ನಾನು ಇದಕ್ಕಾ ಎಂದು ಹೇಳಿದ್ದು ಅವಳಿಗೆ ಹೇಗೆ ಕೇಳಿಸಿತೋ ಏನೋ ಎಂದು ನನಗೆ ದಿಗಿಲಾಗೋಯ್ತು.

'ಹೇ... ಹೇ... ಸಾರಿ ಸಾರಿ... ಐ ಡಿಂಟ್ ಎಕ್ಸ್‌ಪೆಕ್ಟ್ ದಿಸ್ ಅಷ್ಟೇ. ಅದಕ್ಕೇ ಸ್ವಲ್ಪ ಭಯ ಆಯ್ತು' ಎಂದು ಮರುಕ್ಷಣವೇ ತಬ್ಬಿಕೊಂಡು ಸಂತೈಸುತ್ತಿದ್ದೆ. ಅವಳ ತೆರೆದ ಮೈ ನನ್ನನ್ನು ಕ್ಷಣಕ್ಷಣವೂ ಚೋದಿಸುತ್ತಿತ್ತು.

ಸ್ವಲ್ಪ ಸುಧಾರಿಸಿಕೊಂಡು 'ವೈ ಡಿಡ್ ಯು ಗಿವ್ ದಟ್ ಮೂವೀ?' ಎಂದಳು. ನನಗೆ ನಗು ಬಂದಿತು.

'ನಾನು ಇದಕ್ಕಾಗಿ ಕೊಟ್ಟೆ ಅಂದುಕೊಂಡೆಯಾ?' ಎಂದೆ ನಗುತ್ತಲೇ. ಮತ್ತೆ ಒಂದು ಕ್ಷಣ ಸುಮ್ಮನಾದಳು. ಇಬ್ಬರ ಮೈಗಳೂ ಮೆಲ್ಲಗೆ ತಮ್ಮ ಕೆಲಸ ಶುರುಮಾಡಿದ್ದವು.

'ಅಂಡ್ ಯೂ ಶೋಡ್ ಅಪ್ ಅರ್ಲಿ...' ಎಂದಳು ಕಿವಿಯಲ್ಲಿ.

ನನಗೆ ಹೇಗನಿಸಿರಬೇಡ... . ಅದೇ ಕೊನೆ ಮಾರಾಯ, ಇನ್ನ್ಯಾವ ಡೇಟಿಗೂ ನಾನು ಎಂದೂ ಮುಂಚೆ ಹೋಗಲೇ ಇಲ್ಲ ಗೊತ್ತಾ? ಹೇಳಿದ ಸಮಯಕ್ಕಿಂತ ತಡವಾಗೇ ಹೋಗೋದು ನಾನು, ಹುಡುಗಿಯರು ಬೈಕೊಂಡ್ರೂ ಪರವಾಗಿಲ್ಲ ಅಂತ.

ಇನ್ನು ಸ್ವಲ್ಪ ಹೊತ್ತಿಗೆ ಇಬ್ಬರೂ ಸೋಫಾದ ಮೇಲಿದ್ದೆವು, ಮುದ್ದಿಡುತ್ತಾ. ನನಗೆ ಮತ್ತೆ ಡಾಕ್ಟರ ನೆನಪಾಯಿತು. 'ಡೋಂಟ್ ಯೂ ಥಿಂಕ್ ಇಟ್ಸ್ ರಾಂಗ್?' ಎಂದೆ. ಅವಳು ತಬ್ಬಿಕೊಂಡು ತುಟಿ ಕಚ್ಚಿಬಿಟ್ಟಳು, ನಾನು ಕಿರುಚಿಕೊಳ್ಳುವಂತೆ! ಚಕಚಕನೇ ನನ್ನ ಬಟ್ಟೆಗಳನ್ನು ಕಳಚತೊಡಗಿದಳು. ನಾನು ಮತ್ತೊಮ್ಮೆ ಹೇಳಿದೆ 'ಆರ್ ಯೂ ಶೂರ್? ದಿಸ್ ಮೈಟ್ ಗೆಟ್ ಕಾಂಪ್ಲಿಕೇಟೆಡ್' ಎಂದೆ. ಅವಳು ಒಮ್ಮೆಗೇ ಸಿಟ್ಟಾಗಿ 'ಐ ವಾಂಟ್ ಟು ಡೂ ಇಟ್... . ರ್‍ಯಾಸ್ಕಲ್... ಡೋಂಟ್ ಯೂ ಅಂಡರ್‌ಸ್ಟಾಂಡ್... ಐ ನೀಡ್ ಟು ಡೂ ಇಟ್' ಎಂದು ಕಿರುಚಿಬಿಟ್ಟಳು. ನಾನು ಒಂದು ಕ್ಷಣ ಸ್ತಬ್ಧನಾದೆ.

ನೋಡು, ಇಷ್ಟೆಲ್ಲಾ ಹೇಳಿದ್ದು ನಾನೇನೋ ತುಂಬಾ ಸಂಯಮಸ್ಥ ಎಂದೆಲ್ಲಾ ತೋರಿಸಿಕೊಳ್ಳಲು ಅಲ್ಲ. ಐ ಯಾಮ್ ನಾಟ್ ಒನ್. ನಾನು ಆ ಕ್ಷಣ ಹೆದರಿದ್ದೆ ಅಷ್ಟೇ. ಮೊತ್ತಮೊದಲಿಗೆ ನನಗೆ ಈ ಸಂಯಮದಲ್ಲೆಲ್ಲಾ ನಂಬಿಕೆಯಿಲ್ಲ. ಅಷ್ಟು ಸೆಕ್ಸಿ ಆಗಿರೋ ಹುಡುಗಿ ಎದುರಿಗೇ ನಿಂತು ಕೇಳುತ್ತಿದ್ದಾಗ ಸುಮ್ಮನಿರುವಂತಹ ಆಸಾಮಿ ಖಂಡಿತ ಅಲ್ಲ. ನನ್ನ ಮನಸ್ಸನ್ನು ಕಾಡುತ್ತಿದ್ದುದು ಡಾಕ್ಟರರ ಮುಖ. ಆದರೆ ಒಂದೇ ನಿಮಿಷದಲ್ಲಿ ನಾನೇ ಮುಂದಾಗಿ ಅವಳನ್ನೂ ಬೆತ್ತಲಾಗಿಸಿದ್ದೆ. ಅಷ್ಟೇ ಇಬ್ಬರ ಮೈಯಲ್ಲೂ ಒಂದು ಲೋಕವನ್ನು ಆಹುತಿ ತೆಗೆದುಕೊಳ್ಳುವಷ್ಟು ಬೆಂಕಿಯಿತ್ತು. ಅದು ಉರಿದು ಯಜ್ಞವಾಗಿತ್ತು. ಆಮೇಲೆ ನಾನೇ ಕೆಳಗೆ ಹೋಗಿ ಇಬ್ಬರಿಗೂ ಒಂದೊಂದು ಬಿಯರು, ಇನ್ನೆರಡು ಕಾಂಡೂಮು ತಂದಿದ್ದೆ. ನಾವು ಅಲ್ಲಿಂದ ಹೊರಟಾಗ ರಾತ್ರಿ ಒಂಭತ್ತೂವರೆ. ಅವಳು ಹೋದಮೇಲೆ ನಾನು ಮತ್ತೆ ಯು.ಬಿ ಸಿಟಿಗೆ ಹೋಗಿ ಇನ್ನೊಂದು ಘಂಟೆ ಕಾಲಕಳೆದು ಆಮೇಲೆ ಹೋದೆ. ರಾತ್ರಿ ಮನೆ ತಲುಪಿದಾಗ ಹನ್ನೊಂದಾಗಿತ್ತು. 'ಇಟ್ ವಾಸ್ ಗ್ರೇಟ್' ಎಂಬ ಅವಳ ಮೆಸೇಜಿತ್ತು. ಐ ವಾಸ್ ಹೈ, ಗುಡ್ ನೈಟ್ ಹೇಳಿ ಮಲಗಿಬಿಟ್ಟೆ. ಕನಸಲ್ಲೆಲ್ಲಾ ಅವಳೇ, ಅವಳ ಮೈಯೇ, ನಡುವೆ ಸುರಿದ ಹವಿಸ್ಸೇ ತುಂಬಿಕೊಂಡಿತ್ತು.

ಮಾರನೆಯ ದಿನ ಎದ್ದಾಗ ಎಲ್ಲವೂ ನೆನಪಾಗಿ ಇದ್ದಕ್ಕಿದ್ದಂತೇ ಏನೋ ಅಳುಕು ಶುರುವಾಯಿತು. ಬೆಳಿಗ್ಗೆ ಅವಳು ಆಫೀಸಿಗೆ ಹೋಗುವಾಗ ಗಾಡಿ ತೆಗೆದು, ಅವರಮ್ಮನಿಗೆ ಬಾಯ್ ಹೇಳುವಾಗ ನಾನು ದಡದಡನೆ ಓಡಿಹೋಗಿ ಅವಳನ್ನು ನೋಡಿದೆ. ಅವಳ ಮುಖದಲ್ಲಿ ಯಾವ ಬದಲಾವಣೆಯೂ ಕಾಣಿಸಲಿಲ್ಲ. ಮೇಲೆ ಟೆರೇಸಿನಲ್ಲಿದ್ದ ನನ್ನ ಕಡೆಗೆ ತಿರುಗಿಯೂ ನೋಡದೇ ಹೊರಟುಹೋದಳು. ಅವರಮ್ಮ ಬಾಗಿಲಿನಲ್ಲಿರಬೇಕು ಎಂದುಕೊಂಡೆ. ಮತ್ತೆ ನಾನಾಗಿ ಅವಳಿಗೆ ಮೆಸೇಜು ಮಾಡಲಿಲ್ಲ. ನನಗೆ ಇಡೀ ಘಟನೆಯನ್ನು ಹೇಗೆ ಎಕ್ಸ್‌ಪ್ಲೈನ್ ಮಾಡಿಕೊಳ್ಳುವುದು ಅಂತಲೇ ಗೊತ್ತಾಗುತ್ತಿರಲಿಲ್ಲ. ಐ ವಾಸ್ ಕನ್‌ಫ್ಯೂಸ್ಡ್. ಒಳಗೇ ಒದ್ದಾಡುತ್ತಿದ್ದೆ. ಶ್ರೀನಾಥರನ್ನು ಎರಡು ದಿನ ಮಾತಾಡಿಸಲೇ ಇಲ್ಲ.

ಅತ್ತ ಇನ್ನೆರಡು ದಿನಕ್ಕೆ ಮತ್ತೆ ಸಿ.ಡಿ ತೆಗೆದುಕೊಳ್ಳಲು ಬಂದಳು. ನನಗೆ ಹೇಗೆ ಮಾತಾಡಿಸಬೇಕು ಅನ್ನೋದೇ ಗೊತ್ತಾಗಲಿಲ್ಲ. ನನಗೆ ಹುಡುಗಿಯರ ಮುಂದೆ ಯಾವತ್ತೂ ಹೀಗೆ ಆದದ್ದೇ ಇಲ್ಲ. ಐ ಹ್ಯಾವ್ ಆಲ್ವೇಸ್ ಹ್ಯಾಡ್ ಗುಡ್ ಲಕ್ ವಿತ್ ಗರ್ಲ್ಸ್. ಅವಳೇ ಮಸಾಣ್ ಬಗ್ಗೆ ಸ್ವಲ್ಪ ಮಾತಾಡಿದಳು. ಆಮೇಲೆ ಮೆಲ್ಲಗೆ ಹೇಳಿದಳು 'ನೀನು ಅಪ್ಪನ ಜೊತೆ ಮಾತಾಡ್ದೆ ಇದ್ರೆ ಅವರಿಗೆ ಡೌಟು ಬರಲ್ವಾ? ಡೋಂಟ್ ಡೂ ದಿಸ್ ಟು ಮಿ ಪ್ಲೀಸ್... ಬಿ ನಾರ್ಮಲ್' ಎಂದು ಮತ್ತೊಂದು ಸಿ.ಡಿ ತಗೊಂಡು ಹೋದಳು.

ಮುಂದಿನ ಮೂರ್ನಾಲ್ಕು ತಿಂಗಳಲ್ಲಿ ನಾವು ಎರಡು ಮೂರು ಬಾರಿ ಸೇರಿದ್ದೆವು. ಆದರೆ ಮೊದಲ ಬಾರಿಯಂತೆ ಅಷ್ಟು ಬಿಡುವಾಗಿ ಅಲ್ಲ. ಅವಳ ಆ ಫ್ಲ್ಯಾಟಿನ ಫ್ರೆಂಡ್ ಬೇಗ ಬರುತ್ತಾಳೆ ಅಂತಲೋ, ತಾನು ಬೇಗ ಮನೆಗೆ ಹೋಗಬೇಕು ಅಂತಲೋ ಏನೋ ಒಂದು ಕಾರಣಕ್ಕೆ ಒಂಥರಾ ಆತುರದಲ್ಲಿ, ಗೊಂದಲದಲ್ಲೇ ಎಲ್ಲವೂ ಮುಗಿದುಹೋದಂತೆ ಅನ್ನಿಸೋದು. ಒಂಥರಾ ಗೈ ರಿಚಿಯ ಸಿನೆಮಾಗಳಂತೆ! ಪ್ರತೀ ಬಾರಿ ನಾನೊಂಥರಾ ಅಪೂರ್ಣನಾಗಿ ಬರುತ್ತಿದ್ದೆ.

ಮುಖ್ಯವಾಗಿ ಇದನ್ನು ಒಂದು ಅಫೇರ್ ಅಂದುಕೊಳ್ಳಲೋ, ರಿಲೇಶನ್‌ಶಿಪ್ ಎಂದುಕೊಳ್ಳಲೋ ಎಂತಲೇ ನನಗೆ ದ್ವಂದ್ವಗಳಿದ್ದವು. ಅಕಸ್ಮಾತ್ ಇದನ್ನು ಗಂಭೀರವಾದ ಸಂಬಂಧವಾಗಿ ಬೆಳೆಸುವ ಉದ್ದೇಶವಿದ್ದಲ್ಲಿ ನಾವಿಬ್ಬರೂ ಎಷ್ಟೊಂದು ಸಂಗತಿಗಳನ್ನು ಮಾತಾಡಿಕೊಳ್ಳಬೇಕಿತ್ತು. ನಮಗೇ ನಾವಿಬ್ಬರೂ ಜೊತೆಗೆ ಬದುಕುತ್ತೇವೆ ಎನ್ನುವ ಖಾತ್ರಿಯಾಗಬೇಕಿತ್ತು. ಅದಕ್ಕೆ ಡಾಕ್ಟರ ಸಮ್ಮತಿ, ಅವರ ಹೆಂಡತಿ, ಮಗ ಶ್ರೀಕಾಂತ ಎಲ್ಲರೂ ಏನೆಂದುಕೊಳ್ಳುವರೋ ಸಾವಿರ ಸಂದಿಗ್ಧಗಳಿದ್ದವು. ಎಲ್ಲಕ್ಕಿಂತ ಮುಖ್ಯವಾಗಿ ನಾನವಕ್ಕೆಲ್ಲಾ ತಯಾರಿರಲಿಲ್ಲ.

ನೋಡು ಈ ಕಮಿಟ್‌ಮೆಂಟ್ ಅನ್ನೋದು ತುಂಬಾ ಟ್ರಿಕ್ಕಿಯಾದ ವಿಚಾರ. ಮೊದಮೊದಲು ನಾವದನ್ನ ಆಯ್ಕೆ ಮಾಡ್ಕೋತಾ ಇದೀವಿ ಅನಿಸುತ್ತೆ. ಆದರೆ ಸ್ವಲ್ಪ ದಿನವಾದ ಮೇಲೆ ಗೊತ್ತಾಗುತ್ತೆ, ಅದೇ ನಮ್ಮನ್ನ ಆಯ್ದುಕೊಂಡಿದೆ ಅಂತ. ವಿ ಹ್ಯಾವ್ ಬೀನ್ ಚೂಸನ್ ಅಂತ. ಆಗ ಇದಕ್ಕೆಲ್ಲಾ ಉತ್ತರ ಹುಡುಕುವ ಸಾಧ್ಯತೆಗಳೇ ಮುಚ್ಚಿಹೋಗಿರುತ್ತವೆ. ಐ ವಾಸ್ ನೆವರ್ ರೆಡಿ ಫಾರ್ ದಟ್. ಹಾಗೆಂದು ಸುಮ್ಮನಿರುವ ಹಾಗೂ ಇರಲಿಲ್ಲ. ನಾನು ಮನಸ್ಸಿನಲ್ಲೇ ಹಲವು ಬಾರಿ ಯೋಚಿಸಿದ್ದಿದೆ. ಒಂದು ವೇಳೆ ಅವಳೇನಾದರೂ ರಿಲೇಷನ್‌ಶಿಪ್‌ಗೆ ತಯಾರಾಗಿದ್ದರೆ ಏನು ಮಾಡಬೇಕು? ಏನೇನು ಮಾತಾಡಬೇಕು? ಅದರಿಂದ ಅವಳನ್ನು ಹೇಗೆ ತಪ್ಪಿಸಬೇಕೆಂದು ಸಾವಿರ ಬಗೆಯಲ್ಲಿ ಹೊಂಚುಹಾಕುತ್ತಿದ್ದೆ. ಆದರೂ ನಾನಾಗಿ ರಿಲೇಷನ್‌ಶಿಪ್ಪಿನ ಮಾತು ಎತ್ತುವುದಕ್ಕೂ ಅಳುಕಿತ್ತು. ಅವಳು ಯೂ ಶೋಡ್ ಅಪ್ ಅರ್ಲಿ ಎಂದಿದ್ದು ನನಗಿನ್ನೂ ನೆನಪಿತ್ತು.

ಆಗಲೇ ಒಂದು ವೀಕೆಂಡ್ ರೆಸಾರ್ಟಿಗೆ ಹೋಗೋಣ ಎಂದಳು. ನಾನು ಇದಕ್ಕಾಗಿಯೇ ಕಾಯುತ್ತಿದ್ದೆ. ಅಲ್ಲಾದರೂ ಸ್ವಲ್ಪ ವಿರಾಮವಾಗಿ ಮಾತಾಡೋಣ ಎಂದು ಪ್ಲ್ಯಾನ್ ಮಾಡಿಕೊಂಡೆ. ಮಧ್ಯಾಹ್ನ ರೆಸಾರ್ಟಿಗೆ ಹೋಗಿ ಚೆಕ್‌ಇನ್ ಆದ ಕೂಡಲೇ, ವಿ ಜಂಪ್ಡ್ ಇನ್ ಟು ದ ಶವರ್. ನಾವು ಮೀಟ್ ಆಗಿ ತಿಂಗಳ ಮೇಲಾಗಿತ್ತು ಅಂಡ್ ವಿ ಹ್ಯಾಡ್ ನೆವರ್ ಡನ್ ಇಟ್ ಇನ್ ದ ಶವರ್... ಸೋ

ಆಮೇಲೆ ಮಲಗಿ ಎದ್ದಿದ್ದು ಸಂಜೆಗೇ. ಸಂಜೆ ಒಳ್ಳೇ ವೀಕೆಂಡ್ ಪಾರ್ಟಿಯಿತ್ತು. ಒಂದೆರಡು ರೌಂಡ್ ಡ್ರಿಂಕ್, ಕೋಕ್ ಮತ್ತು ಡ್ಯಾನ್ಸ್ ಫ್ಲೋರ್ ಆದ ಮೇಲೆ ಕೈಯಲ್ಲಿ ಒಂದೊಂದು ಬಿಯರ್ ಹಿಡಿದು ರೂಮಿಗೆ ಬಂದೆವು. ಇಬ್ಬರಿಗೂ ಊಟ ಬೇಕಿರಲಿಲ್ಲ. ಅವಳು ರೂಮಿಗೇ ಒಂದು ಪ್ಲೇಟ್ ನ್ಯಾಚೋಸ್ ತರಿಸಿಕೊಂಡಳು. ಅವನು ತಂದಿಟ್ಟು ಹೋದದ್ದೇ ನಾವಾಗಲೇ ಹಾಸಿಗೆಯಲ್ಲಿದ್ದೆವು. ಮೊದಲ ಬಾರಿ ಅವಳನ್ನು ಸೇರಿದಾಗಲೇ ನನಗೆ ಇವಳಿಗೆ ಇದು ಮೊದಲ ಅನುಭವವಲ್ಲ ಎಂದು ಗೊತ್ತಾಗಿತ್ತು. ಆದರೂ ಪ್ರತಿಬಾರಿಯೂ ಅವಳು ಇದನ್ನು ಹೊಸದಾಗಿ ಕಂಡವಳಂತೆ ಸವಿಯೋದು ಕಂಡು ನನಗೂ ನನ್ನನ್ನು ಹೊಸದಾಗಿ ಶೋಧಿಸಿಕೊಂಡಂತೆ ಅನಿಸೋದು.

ಎಲ್ಲ ಮುಗಿಸಿ ತಂದಿದ್ದ ಬಿಯರು ಹಿಡಿದು ನಮ್ಮ ಕೌಂಟಿಯ ಲೌಂಜಿನಲ್ಲಿ ಕೂತಾಗ ನನಗೆ ಮತ್ತದೇ ಪ್ರಶ್ನೆಗಳ ನೆನಪಾಯಿತು. ಆದರೆ ಹೇಗೆ ಕೇಳಬೇಕು ಗೊತ್ತಾಗಲಿಲ್ಲ. ಸುಮ್ಮನೇ ಒಂದಾದ ಮೇಲೊಂದು ಸಿಗರೇಟು ಸೇದುತ್ತಿದ್ದೆ. ಅವಳೇ ಕೇಳಿದಳು 'ವೈ ಆರ್ ಯೂ ಆಫ್?' ಅಂತ. ನಾನು ಹಾಗೇನಿಲ್ಲ, ನಾನು ಆರಾಮಿದ್ದೇನೆ ಇತ್ಯಾದಿ ಪೀಠಿಕೆಗಳನ್ನು ಹಾಕುತ್ತಲೇ ವಿಷಯಕ್ಕೆ ಬಂದೆ 'ನಾವಿಬ್ಬರೂ ಹೀಗಿರೋದು ನಿಮ್ಮನೆಯಲ್ಲಿ ಗೊತ್ತಾದ್ರೆ?' ಅಂತ.

'ಹೇಗೆ ಗೊತ್ತಾಗುತ್ತೆ? ನೀನು ಹೇಳಬೇಕು ಇಲ್ಲ ನಾನು ಹೇಳಬೇಕು. ನಮ್ಮನೇಲಿ ಯಾರೂ ನನ್ನ ಫೋನೆಲ್ಲಾ ಚೆಕ್ ಮಾಡಲ್ಲ. ಮಾಡೋಕೂ ಆಗಲ್ಲ'.

'ಒಂದು ವೇಳೆ ನಿನಗೇ ಹೇಳಬೇಕು ಅನಿಸಿದರೆ?'

'ವಾಟ್ ಆರ್ ಯೂ ಟಾಕಿಂಗ್ ಅಬೌಟ್? ಯೂ ಡೋಂಟ್ ಟ್ರಸ್ಟ್ ಮಿ?'

'ಹೇ ಹಾಗಲ್ಲ... ಬಟ್ ಸಮ್‌ಟೈಮ್ಸ್ ವಿ ಫೀಲ್ ದಟ್. ನಿನಗೆ ಗೊತ್ತಿಲ್ಲ ಚಿಕ್ಕವಳು, ನಿನಗೆ ಅಂಥ ಪರಿಸ್ಥಿತಿ ಬಂದಿರಲಿಕ್ಕಿಲ್ಲ. ಬಟ್ ನನಗೆ ಗೊತ್ತಿದೆ'

'ಗೊತ್ತಾದ್ರೆ ಏನಾಗುತ್ತೆ? ನನ್ ಮದ್ವೆ ಮಾಡ್ತಾರೆ ಅಷ್ಟೇ' ಅವಳು ಸಲೀಸಾಗಿ ಹೇಳಿದಳು.

'ನಿನಗೆ ಮದುವೆ ಮಾಡ್ಕೋಬೇಕು ಅಂತಿದ್ರೆ ಯಾಕೆ ಮನೇಲಿ ಅದನ್ನೇ ಮಾತಾಡಬಾರ್ದು. ವೈ ಆರ್ ಯೂ ಡೂಯಿಂಗ್ ದಿಸ್?'

ಅವಳು ಸ್ವಲ್ಪ ಹೊತ್ತು ಮೌನವಾದಳು. ಒಂದೆರಡು ಗುಟುಕು ಬಿಯರು ಕುಡಿದಳು.

ನನ್ನತ್ತ ಕೈನೀಡಿದಳು, ನನಗೆ ಮೊದಲು ಗೊತ್ತಾಗಲಿಲ್ಲ, ಆಮೇಲೆ ಸಿಗರೇಟು ಅಂತ ಗೊತ್ತಾಗಿ ಹಚ್ಚಿಕೊಟ್ಟೆ. ಸುಮ್ಮನೇ ಅರ್ಧ ಸಿಗರೇಟು ಸೇದಿದಳು. ಆಮೇಲೆ ತನಗೆ ತಾನೇ ಹೇಳಿಕೊಳ್ಳುತ್ತಿರುವಂತೆ ಹೇಳೋಕೆ ಶುರುಮಾಡಿದಳು.

'ಐ ಹ್ಯಾವ್ ನೋ ಐಡಿಯಾ, ವೈ ಐ ಯಾಮ್ ಡೂಯಿಂಗ್ ದಿಸ್. ಆದರೆ ಇಷ್ಟಂತೂ ಸತ್ಯ, ಇದರಿಂದ ನನಗೇನೋ ಸಿಗ್ತಿದೆ. ನಿನ್ನ ಜೊತೆ ಇರೋದು, ಸೆಕ್ಸ್ ಇಷ್ಟು ಮಾತ್ರದಿಂದ್ಲೇ ಅಲ್ಲ. ನಾವು ಈ ಥರ ಕದ್ದುಮುಚ್ಚಿ ಭೇಟಿ ಆಗ್ತಿರೋದೂ ನನಗೇನೋ ಒಂದು ಐಡೆಂಟಿಟಿ ಕೊಡ್ತಿದೆ.

'ನನಗೆ ಬುದ್ಧಿ ಬಂದಾಗಿಂದ ಒಂಥರಾ ಮನೇಲೇ ಬೆಳೆದೆ. ಚೆನ್ನಾಗಿ ಓದ್ತಿದ್ದೆ, ರ್‍ಯಾಂಕ್ ಬರ್ತಿದ್ದೆ ಅಂತ ಎಲ್ರೂ ಹೊಗಳೋರು. ನನಗೂ ಖುಷಿ ಆಗ್ತಿತ್ತು. ಆ ಖುಶಿಗೋ ಅಥವಾ ಬೇರೇನೂ ಮಾಡೋದಕ್ಕೆ ಗೊತ್ತಾಗದೇನೋ ಸುಮ್ಮನೇ ಯಾವಾಗ್ಲೂ ಓದ್ತಿದ್ದೆ. ನಾನು ತುಂಬಾ ಜನ ಫ್ರೆಂಡ್ಸ್‌ನ ಮಾಡಿಕೊಳ್ಳಲಿಲ್ಲ. ನನಗಿದ್ದ ಫ್ರೆಂಡ್ಸ್ ಕೂಡ ನನ್ನಂಥೋರೇ, ನರ್ಡ್ಸ್. ನಮ್ಮದೊಂದು ಕನ್‌ಫೈನ್ಡ್ ವರ್ಲ್ಡ್ ಅಂತ ಆಮೇಲಾಮೇಲೆ ಅನಿಸೋಕೆ ಶುರುವಾಯ್ತು. ಆದರೆ ಏನು ಮಾಡಬೇಕು ಅಂತ ನನಗೆ ಆಗಲೂ ಗೊತ್ತಾಗಲಿಲ್ಲ. ಐ ಕೆಪ್ಟ್ ಆನ್ ಸ್ಟಡೀಯಿಂಗ್...

'ನಾನು ಕೆಲಸಕ್ಕೆ ಸೇರಿದಾಗ್ಲೇ ನನಗೆ ನಾನೆಷ್ಟು ಸಣ್ಣ ಪ್ರಪಂಚದಲ್ಲಿ ಇದೀನಿ ಅಂತ ಅರ್ಥವಾಗೋಕೆ ಶುರುವಾಗಿದ್ದು. ಆಗ ನನ್ನ ಜೊತೆ ಇದ್ದೋರು ಏನು ಮಾಡ್ತಿದ್ರೋ ನಾನು ಅದನ್ನೇ ಮಾಡ್ದೆ ಅಷ್ಟೇ. ಬಟ್ ಇಟ್ ಈಸ್ ಅ ನೆಸೆಸಿಟಿ ಫಾರ್ ಮಿ ನೌ ಯೂ ನೋ... ದಿಸ್ ಅಡ್ವೆಂಚರ್'

ನನಗೆ ಅವಳು ಹೇಳ್ತಾ ಇರೋದರ ಕಾರ್ಯಕಾರಣ ಏನೂ ಅರ್ಥವಾಗದೇ ಇದ್ದರೂ ಒಂದು ಭಾವ ಅರ್ಥವಾಯ್ತು, ಶಿ ಈಸ್ ಆಲ್ಸೋ ಲಾಸ್ಟ್ ಲೈಕ್ ಮಿ ಅಂತ. ಅವಳಿಗೆ ಇದನ್ನು ಒಂದು ರಿಲೇಷನ್‌ಶಿಪ್ ಮಾಡಿಕೊಳ್ಳಲು ಇಷ್ಟವಿಲ್ಲ ಅಂತ ಅರ್ಥವಾದ ಮೇಲಂತೂ ತುಂಬಾ ನಿರಾಳವಾದೆ. ಅದೇ ಖುಷಿಗೋ ಅಥವಾ ಇನ್ಯಾವ ಹುಂಬತನಕ್ಕೋ, ಹಿಂದೆಯೇ ಒಂದು ಕೇಳಬಾರದ ಪ್ರಶ್ನೆಯನ್ನು ಕೇಳಿಬಿಟ್ಟೆ. 'ಇಸ್ ಇಟ್ ಓನ್ಲಿ ವಿತ್ ಮೈಸೆಲ್ಫ್?'

ಈ ಪ್ರಶ್ನೆ ಬಾಯಿಂದ ಬಂದ ಮೇಲೆಯೇ ಇದರ ಅರ್ಥಗಳು ನನಗೆ ಥಟ್ಟನೆ ಹೊಳೆದದ್ದು. ಶಿಟ್ ಎಂದುಕೊಂಡೆ ಒಮ್ಮೆ. ಆದರೆ ಮಾತು ಆಚೆ ಬಿದ್ದಾಗಿತ್ತು. ಐ ರಿಗ್ರೆಟ್ ದಟ್ ಈವನ್ ಟುಡೇ... ಅವಳ ಮುಖದ ಮೇಲೊಂದು ಸಣ್ಣ ವ್ಯಂಗ್ಯದ ನಗು ಬಂದಿತು. 'ಮೇ ಬೀ... ಮೇ ಬಿ ನಾಟ್' ಎಂದಳು. ಇದು ಪ್ರಾಮಾಣಿಕವಾದ ಉತ್ತರವಾ ಅಥವಾ ನನ್ನನ್ನು ಚುಚ್ಚಲೆಂದೇ ಹೇಳಿದ್ದಾ ಅಂತ ನನಗೀಗಲೂ ಪ್ರಶ್ನೆಯಿದೆ. ಯಾಕೆಂದರೆ ಅದೇ ಕೊನೆಯ ಬಾರಿ ನಾವಿಬ್ಬರೂ ಭೇಟಿಯಾಗಿದ್ದು.

ಆಮೇಲೆ ಅವಳು ನನ್ನನ್ನ ಇನ್‌ವೈಟ್ ಮಾಡೋದನ್ನು ಬಿಟುಬಿಟ್ಟಳು. ನಾನು ಆ ಮನೆಯನ್ನೇ ಬಿಟ್ಟುಬಿಟ್ಟೆ. ಆಮೇಲೂ ಡಾಕ್ಟರು ಆಗಾಗ ಫೋನು ಮಾಡುತ್ತಿದ್ದರು. ಅವರು ಮಾತನಾಡಿಸಿದಾಗ ಬಹಳ ಖುಷಿಯಿಂದಲೇ ಮಾತನಾಡುತ್ತೇನೆ ನಾನೂ. ಅವರದು ನಿಷ್ಕಲ್ಮಷ ಮನಸ್ಸು, ಅದಕ್ಕೆ ಫಾಸಿ ಮಾಡೋಕೆ ನನಗಿಷ್ಟ ಇಲ್ಲ. ಆದರೆ ಫೋನಿಟ್ಟ ಕೂಡಲೇ ಒಂದು ಅಸಂಗತ ಲೋಕ ಹೊಕ್ಕಂತಾಗುತ್ತೆ. ಅದರಿಂದ ಬಿಡುಗಡೆಯೇ ಇಲ್ಲದಂತೆ ದಿನವೆಲ್ಲಾ ಅಥವಾ ರಾತ್ರಿಯೆಲ್ಲಾ ಒದ್ದಾಡಿಸುತ್ತೆ. ಆಗೆಲ್ಲಾ ಗಾಡಿ ಹತ್ತಿಕೊಂಡು ಎಲ್ಲಾದರೂ ಹೋಗಬೇಕನಿಸುತ್ತೆ. ಮತ್ತೆ ಓಡೋಕೆ ಶುರುಮಾಡ್ತೀನಿ. ನಾನು ಹೇಳಿದ್ನಲ್ಲಾ ನಿಂತರೆ ಎಲ್ಲಿ ಬೇರು ಬಿಡುತ್ತದೋ ಅಂತ ಅದು ಬರೀ ಅಲಂಕಾರಕ್ಕೆ ಹೇಳಿದ್ದಲ್ಲ. ಆ ಭಯ ನನ್ನಲ್ಲಿ ಒಂಥರಾ ಜೀವಂತವಾಗಿ ನಿಂತುಬಿಟ್ಟಿತ್ತು.

ಕೋರಮಂಗಲಕ್ಕೆ ಬಂದ ಸ್ವಲ್ಪ ದಿನ ನನಗೆ ನಿಜವಾಗಲೂ ನನ್ನ ಬದುಕು ಏನಾಗುತ್ತಿದೆ ಎನ್ನುವುದು ಕಲ್ಪನೆಗೂ ಸಿಗುತ್ತಿರಲಿಲ್ಲ. ನನ್ನ ಮೊದಲಿನ ಸಮಾಧಾನ ಕದಡಿ ಹೋಗಿತ್ತು. ನನಗೆ ಏನಾದರೂ ಮಾಡಿ ನಡೆದದ್ದನ್ನೆಲ್ಲಾ ಮರೆಯಬೇಕಿತ್ತು. ರೈಡಿಂಗ್ ಇದ್ದೇ ಇತ್ತು, ಆದರೆ ಒಂದೇ ಔಷಧಿ ಎಲ್ಲ ಖಾಯಿಲೆಗೂ ತಾಗೋದಿಲ್ಲ ನೋಡು, ಏನು ಮಾಡೋದು... ರಾತ್ರಿ ನಿದ್ರೆ ಬರ್ತಾ ಇರ್ಲಿಲ್ಲ ಅಂತ ಹಗಲೆಲ್ಲಾ ನಿದ್ದೆ ಮಾಡ್ತಿದ್ದೆ. ರಾತ್ರಿ ಸ್ವಲ್ಪ ಹೊತ್ತು ಕೆಲಸ ಮಾಡಿ ಮತ್ತೆ ಮಲಗಿದರೆ ನಿದ್ರೆ ಬಾರದೇ ಯಾವುದಾದರೂ ಸಿನೆಮಾ ನೋಡುತ್ತಿದ್ದೆ ಅಥವಾ ಪೋರ್ನ್. ಇದಕ್ಕಿಂತಾ ಅಡಿಕ್ಟಿವ್ ಆದ, ಸರ್ವರಿಗೂ ಲಭ್ಯವಿರುವ ಸಾಧನ ಮತ್ತಾವುದಿದೆ ಮಾರಾಯ. ಫೈನಲಿ ವಿ ಹ್ಯಾವ್ ಕ್ರಿಯೇಟೆಡ್ ಅ ಪ್ಲೆಷರ್ ಪಿಲ್ ಫಾರ್ ಆಲ್! ಇದೂ ಸಾಕಾಗದಿದ್ದರೆ ಒಂದು ಜಾಯಿಂಟ್ ಹೊಡೆದು ಪೋರ್ನ್ ಹಾಕಿಕೊಂಡು ಕೂತರೆ, ಕಾಲದ ಅರಿವೇ ಮಾಯವಾಗುತ್ತೆ. ಪೋರ್ನೋಗ್ರಫಿಯ ಸ್ಟ್ರ್ಯಾಟೆಜಿ ಕೂಡ ಅದೇ ನೋಡು, ಮನುಷ್ಯನಿಗೆ ತೀರಾ ಅಗತ್ಯವಾದ ಲೈಂಗಿಕ ಸುಖವನ್ನು ಭ್ರಮಾತ್ಮಕವಾಗಿ ತೋರಿಸೋದು. ಆಧುನಿಕ ಜಗತ್ತಿನಲ್ಲಿ ಇದಕ್ಕಿಂಥಾ ಯಶಸ್ವಿಯಾದ ಇಂಡಸ್ಟ್ರಿ ಇನ್ನೊಂದು ಇದ್ದರೆ ಅದು ರಾಜಕೀಯ ಮಾತ್ರ! ನನ್ನಂಥವರಿಗೆ ರಾಜಕೀಯ ತಲೆನೋವು ಬರಿಸುತ್ತೆ ಮಾರಾಯ, ಸೋ ಉಳಿದದ್ದು ಇದೊಂದೇ.

ನಾನಂತೂ ಮೊದಮೊದಲು ಸಿಕ್ಕ ಸಿಕ್ಕ ಡೇಟಿಂಗ್ ಸೈಟುಗಳಿಗೆಲ್ಲಾ ಲಾಗಿನ್ ಆಗುತ್ತಿದ್ದೆ. ಆಮೇಲೆ ನಮ್ಮ ಹುಡುಗರು ಕೆಲವು ಪ್ರೈವೇಟ್ ಗ್ರೂಪುಗಳನ್ನು ಹುಡುಕಿಕೊಟ್ಟರು. ನಮ್ಮ ರೈಡಿಂಗ್ ತಂಡದ ಅರ್ಧದಷ್ಟು ಜನ ಇನ್ನೂ ಕಾಲೇಜುಗಳಲ್ಲಿ ಓದುತ್ತಿದ್ದವರು. ಇಂಥಾ ವಿಷಯಗಳಲ್ಲಿ ಅವರಿಗಿರುವ ನೈಪುಣ್ಯ ಬೇರೆ ಯಾರಿಗೂ ಬರೋದಿಲ್ಲ. ಆಗಲೇ ಸೀರೀಸ್ ಆಫ್ ಡೇಟಿಂಗ್ಸ್ ಶುರುವಾದದ್ದು

ಮತ್ತು ಒಂದಕ್ಕಿಂತ ಒಂದು ರೋಚಕವಾಗುತ್ತಾ ಹೋದದ್ದು. ಹೇಳಿದೆನಲ್ಲಾ, ರೋಲರ್ ಕೋಸ್ಟರ್...

ಐ ಕಾಂಟ್ ಟೆಲ್ ಎವೆರಿಥಿಂಗ್ ಟು ಯೂ. ಹೇಳಬಾರದು ಅಂತಲ್ಲ ಮಾರಾಯ. ಹೇಳೋಕೆ ಕೇಳೋಕೆ ರೋಚಕವಾಗಿರುತ್ತೆ ಅಂತ ನಂಗೊತ್ತು. ಬಟ್, ಅದೆಲ್ಲಾ ಮುಗಿದು ನಾನಿರೋ ಈ ಹಂತದಲ್ಲಿ ನನಗದೆಲ್ಲಾ ಬೇರೆ ಥರಾ ಕಾಣ್ಸುತ್ತೆ. ಎಲ್ರಿಗೂ ಹಾಗೇ ನೋಡು, ಶಕ್ತಿ ಇರೋ ಕಾಲದಲ್ಲಿ ಎಗ್ಗಿರಲ್ಲ ಆಮೇಲೆ ದೊಡ್ಡ ಮಾರಲಿಸ್ಟುಗಳಾಗಿ ಹೋಗ್ತೀವಿ. ಈಗ ನಾನು ಮಾರಲಿಸ್ಟ್ ಥರ ಮಾತಾಡಿದ್ರೆ ನನಗೇ ಫೇಕ್ ಅನ್ಸುತ್ತೆ, ಅದಕ್ಕಷ್ಟೇ.

ಆದರೆ ಒಂದು ಗಮನಿಸು ನೀನು ಈ ಜಗತ್ತು ಇರುವುದೇ ಭೋಗಕ್ಕಾಗಿ ಅಂತ ತಾನೇ ನಾವು ನಂಬಿರೋದು. ವರ್ಕ್ ಹಾರ್ಡ್ ಪಾರ್ಟಿ ಹಾರ್ಡ್... ಇದೇ ನಮ್ಮ ಸ್ಲೋಗನ್ನು. ಹಿಂದಿನ ಕಾಲ ಬಿಡು, ಈಗ ನಾವೇನು ಯೋಚನೆ ಮಾಡ್ತಿದೀವಿ ಹೇಳು... ಹೌದು ತಾನೇ? ಹಾಗಿದ್ದ ಮೇಲೆ ಇದೊಂದು ಆ ನಂಬಿಕೆಯಿಂದ ಬೇರೆ ಹೇಗಾಗುತ್ತೆ? ಬೈ ದ ವೇ ಇದೇನೋ ನಮ್ಮ ಜೆನರೇಷನ್ ಹುಟ್ಟುಹಾಕಿದ್ದಲ್ಲ, ಆದರೆ ಇದನ್ನು ನಮ್ಮ ದೇಶದಲ್ಲೂ ತರಬೇಕಾದರೆ ನಮ್ಮ ಜೆನರೇಷನ್ ಬರಬೇಕಾಯ್ತು ಅಷ್ಟೇ. ವಿ ಬ್ರಾಟ್ ಓರ್ಜೀಸ್, ಬಿ.ಡಿ.ಎಸ್.ಎಂ ಕ್ಲಬ್ಸ್, ರೇವ್ ಪಾರ್ಟೀಸ್ ಎಟ್ಸೆಟ್ರಾ ಎಟ್ಸೆಟ್ರಾ... ಆಫ್ಟರ್ ಆಲ್ ಬದುಕೊಂದು ಟೂರು ಅಂದುಕೊಂಡರೆ, ಇಲ್ಲಿಗೆ ಬರುವುದೇ ಎಲ್ಲೋ ಸಿಗದ ಸಂತೋಷವನ್ನು ಹುಡುಕಿಕೊಂಡೇ ತಾನೆ?

ನಾನು ಎಲ್ಲೋ ಓದಿದ್ದೆ, 'ಕಾಮವೆಂದರೆ ಅವ್ಯಕ್ತವನು ಹೊಗುವ ಕಲಶಕ್ರೀಡೆ. ಅವ್ಯಕ್ತವು ವ್ಯಕ್ತವಾಗಲು ಬಯಸುವ ಲೀಲಾವಿನೋದ. ಸುಮ್ಮನೇ ಇದ್ದವನಿಗೆ ಬಹುವಾಗುವ ಬಯಕೆ ತಂದದ್ದು ತಾನೇ ಕಾಮ?' ಅಂತ. ಬಹುವಾಗುವುದು ಎಂದರೆ ಅಹಂಕಾರದ ವಿಲಯವಲ್ಲವೇ? ಹಾಗಲ್ಲದೇ ಕಾಮವನ್ನು ಬಹುತ್ವದ ಐಕ್ಯಸ್ಥಾನವೆಂದು ನೋಡಿದರೂ ಕೂಡ ಅಲ್ಲಿರುವುದು ತನ್ನತನದ ಲಯವೇ ತಾನೇ? ಐಕ್ಯವೆಂದರೆ ಲಯವೂ ಹೌದಷ್ಟೇ. ಎಲ್ಲಿಯೂ ತನ್ನಹಂಕಾರದ ವಿರಾಮಕ್ಕೆ ತಾವೇ ಇಲ್ಲದ ಆಧುನಿಕ ಮನುಷ್ಯನಿಗಂತೂ ಕಾಮವೊಂದೇ ಅಂತಹ ವಿಲಯಸ್ಥಾನವಾಗಿದೆ.

7

ಅನವಸ್ಥಾ

ಒಮ್ಮೆ ಬೇರು ಕಿತ್ತ ಗಿಡಕ್ಕೆ ಅದರ ಮೂಲಮಣ್ಣಿನ ಗಂಧದ ನೆನಪು ಮಾಸಿ ಹೋಗಲು ಬಹಳ ಸಮಯ ಬೇಕಿಲ್ಲ ನೋಡು. ಇನ್ನೊಂದು ನೆಲದ ಸತ್ತ್ವ ಸಿಕ್ಕ ಕೂಡಲೇ ಅದು ಆ ಗಂಧಗುಣಕ್ಕೆ ಅನುಗುಣವಾಗಿ ಬೆಳೆಯಲು ಶುರುಮಾಡಿ ಬಿಡುತ್ತೆ. ಆದರೆ ಮನುಷ್ಯನಿಗೆ ಇದು ಅಷ್ಟು ಸುಲಭವಿಲ್ಲ. ಕಾರಣ ಅವನಿಗೆ ಸ್ಮೃತಿಯಿದೆ. ಈ ಸ್ಮೃತಿ ನಾವು ಬೇರೆ ನೆಲಕ್ಕೆ ಬಂದು ಬೇರೂರಲು ನಿರ್ಧರಿಸಿದಾಗ್ಯೂ ನಮ್ಮ ಆಯ್ಕೆಯ ಒಂದು ಪ್ರಧಾನ ಧಾರೆಯಾಗಿ ಕೆಲಸ ಮಾಡುತ್ತಿರುತ್ತೆ. ಅದು ಎಷ್ಟೋ ಬಾರಿ ಗೊತ್ತೇ ಆಗದಂತೆ ನಮ್ಮ ವ್ಯಕ್ತಿತ್ವದ ತೀರಾ ಆಳವಾದ ಪದರಗಳಲ್ಲಿ ಬಚ್ಚಿಟ್ಟುಕೊಂಡಿರುತ್ತೆ. ಒಮ್ಮೊಮ್ಮೆ ಅದು ಅನಿರೀಕ್ಷಿತ ಘಳಿಗೆಗಳಲ್ಲಿ ಪ್ರಕಟವಾಗಿಬಿಡುತ್ತೆ, ನಮಗೇ ಆಶ್ಚರ್ಯವಾಗುವಂತೆ. ಇಲ್ಲದಿದ್ದರೆ ಇಂಥಾ ಬೆಂಗಳೂರಿನಲ್ಲಿ ಇದ್ದಕ್ಕಿದ್ದಂತೇ ಹುಟ್ಟಿಕೊಂಡ ಹಳ್ಳಿತಿಂಡಿಗಳು, ನಾಟಿಮನೆಗಳು, ಮನೆಯೂಟಗಳು ಇವಕ್ಕೆಲ್ಲಾ ಏನು ಕಾರಣ ಅಂತೀಯ? ಇಷ್ಟೆಲ್ಲಾ ಪೀಠಿಕೆಗೆ ಕಾರಣ ನಾನು ಇಷ್ಟು ವರ್ಷಗಳ ನಂತರ ಮತ್ತೆ ಊರಿಗೆ ಹೋಗಬೇಕಾಗಿ ಬಂದದ್ದು.

ಅಪ್ಪನಿಗೆ ಆರೋಗ್ಯ ಸರಿಯಿರಲಿಲ್ಲ. ಅಮ್ಮ ಹೋದ ಮೇಲೆ ಅಪ್ಪ ಸ್ವಯಂಪಾಕ ಮಾಡಿಕೊಂಡಿದ್ದರು. ಸ್ವಯಂಪಾಕ ಅಂದರೇನು ಅನ್ನ ಮಾಡಿಕೊಳ್ಳುತ್ತಿದ್ದರು ಅಷ್ಟೇ, ಉಳಿದದ್ದು ಚಿಕ್ಕಪ್ಪನ ಮನೆಯಿಂದ ಬರುತ್ತಿತ್ತು. ಬೆಳಿಗ್ಗೆ ತಿಂಡಿ ಒಬ್ಬರಿಗೆ ಇನ್ನೇನು ಮಾಡಿಕೊಳ್ಳುತ್ತಾರೆ? ರಾತ್ರಿಗೆ ಒಂದು ಮುದ್ದೆ ತೊಳಸಿಕೊಂಡರೆ ಆಯ್ತು. ಏನೇ ಜಗಳ, ಮನಸ್ತಾಪಗಳಿದ್ದರೂ ಚಿಕ್ಕಪ್ಪನಿಗೆ ಅಪ್ಪನ ಮೇಲೆ ಅಕ್ಕರೆಯಿದ್ದೇ ಇತ್ತು. ಅಪ್ಪನಿಗೇ ಸೆಡವು ಜಾಸ್ತಿ. ಆದರೂ ವಿಧಿಯಿಲ್ಲದ್ದಕ್ಕೆ ಯಾರ ಅಭಿಪ್ರಾಯ ವಿನಿಮಯವಾಗದೇ

ಇದೊಂದು ವ್ಯವಸ್ಥೆ ಇಬ್ಬರ ಮನೆಗಳ ನಡುವೆ ನಿರ್ಮಾಣವಾಗಿತ್ತು. ಆದರೂ ಅಪ್ಪ ಯಾರಾದರೂ ನೆಂಟರೋ ಇಷ್ಟರೋ ಕೇಳಿದರೆ ಹೇಳುತ್ತಿದ್ದುದು ಸ್ವಯಂಪಾಕ ಅಂತಲೇ! ನಮ್ಮಪ್ಪನ ಛಲಕ್ಕೆ ಏನು ಕೊಟ್ಟರೂ ಸಾಲದು ಬಿಡು.

ರಿಟೈರ್‌ಮೆಂಟಿನ ನಂತರ ಬಿಡುವಾಗಿದ್ದ ಅಪ್ಪ ನಮ್ಮೂರಿನಿಂದ ಐದು ಕಿಲೋಮೀಟರು ದೂರದಲ್ಲಿದ್ದ ದೇವಾಲಯವೊಂದಕ್ಕೆ ಟ್ರಸ್ಟಿಯಾದರು. ಅದೇನೋ ಐತಿಹಾಸಿಕ ಸ್ಥಳವಂತೆ. ನನಗಷ್ಟು ಅದರ ಬಗ್ಗೆಯೆಲ್ಲಾ ಗೊತ್ತಿಲ್ಲ. ಚಿಕ್ಕಪ್ಪ ಹೇಳಿದ್ದು, ಯಾವುದೋ ಪಾಳೆಯಗಾರಿಕೆಯ ಕಾಲದಲ್ಲಿ ಕಟ್ಟಿದ ದೇವಸ್ಥಾನ ಈಗ ಭಗ್ನಾವಸ್ಥೆಗೆ ಬಂದು ನಿಂತಿತ್ತು. ಅದನ್ನು ನೋಡಿಕೊಳ್ಳೋಕೆ ಒಬ್ಬರು ಅರ್ಚಕರ ಕುಟುಂಬವಿದ್ದರೂ, ದೇವಸ್ಥಾನಕ್ಕೆ ಯಾವ ಆದಾಯವಿಲ್ಲದ್ದರಿಂದ ಅವರು ತಮ್ಮ ಕೈಯಿಂದ ಹಾಕಿಕೊಂಡು ಪೂಜೆಗೀಜೆ ಮಾಡ್ತಾ ಇದ್ದರಂತೆ. ಅದೇ ಸಮಯಕ್ಕೆ ಊರಿನ ನಾಲ್ಕಾರು ಜನ ಸೇರಿ ಅದರ ಜೀರ್ಣೋದ್ಧಾರ ಮಾಡಬೇಕು ಅಂತ ಮನಸ್ಸು ಮಾಡಿ, ಒಂದು ಟ್ರಸ್ಟ್ ಮಾಡಿದ್ದರು. ಅದಕ್ಕೆ ಅಲ್ಲಿನ ತಹಶೀಲ್ದಾರರನ್ನೂ ಸೇರಿಸಿಕೊಂಡು ಸರ್ಕಾರ ಮತ್ತು ಸಮಾಜದ ಒಟ್ಟು ನಡೆಯಲ್ಲಿ ಏನೋ ವ್ಯವಸ್ಥೆ ಮಾಡಿಕೊಂಡಿದ್ದರಂತೆ. ಅಪ್ಪ ಅದರ ಕಾರ್ಯದರ್ಶಿಯಾಗಿದ್ದರು. ಬಿಡುವಾಗಿದ್ದದ್ದಕ್ಕೋ ಅಥವಾ ಅದರಲ್ಲಿ ನಿಜವಾಗಿ ಆಸಕ್ತಿ ಹುಟ್ಟಿಯೋ ಕಳೆದ ಆರೇಳು ವರ್ಷಗಳಲ್ಲಿ ಅಪ್ಪ ಅದನ್ನು ಚೆನ್ನಾಗೇ ಡೆವೆಲಪ್ ಮಾಡಿದ್ದರು.

ದೇವಸ್ಥಾನದ ಪೌಳಿಯಾದರೂ ಜನ ಅಲ್ಲಿ ಮಾಡದ ಕೆಲಸವಿರಲಿಲ್ಲವಂತೆ. ಬಹಳ ವರ್ಷಗಳಿಂದ ದನಕರು ಕಟ್ಟುವುದು, ಇಸ್ಪೀಟು–ಚೌಕಾಬಾರ ಆಡೋದು ಇತ್ಯಾದಿ ಎಲ್ಲಾ ನಡೆಯುತ್ತಿತ್ತಂತೆ. ಊರ ಮಧ್ಯದಲ್ಲಿ ಬರೋಬ್ಬರಿ ಅರ್ಧ ಎಕರೆ ವಿಸ್ತೀರ್ಣದ ಜಾಗವಾದ್ದರಿಂದ ಒಬ್ಬೊಬ್ಬರು ಒಂದೊಂದು ಬಗೆಯಲ್ಲಿ ಒತ್ತುವರಿ ಕೂಡ ಮಾಡಿಕೊಂಡಿದ್ದರಂತೆ. ಅಲ್ಲಲ್ಲಿ ಒಂದೆರಡು ಕೊಪ್ಪಲುಗಳು, ತಿಪ್ಪೆಗಳು ಎಲ್ಲವೂ ಇದ್ದವಂತೆ. ಅರ್ಚಕರು ಇದನ್ನೆಲ್ಲಾ ಗಮನಿಸಿದರೂ ಏನು ಮಾಡುವಂತಿತ್ತು? ವರ್ಷಕ್ಕೊಮ್ಮೆ ನಡೆಯುವ ದೇವರ ಜಾತ್ರೆ ಇದೇ ಜನರ ಔದಾರ್ಯದ ಮೇಲೆ ನಿಂತಿತ್ತು. ನಮಗೆ ದೇವರನ್ನು ಪಳಗಿಸಿಕೊಳ್ಳೋದು ಬಹಳ ಚೆನ್ನಾಗಿ ಗೊತ್ತಿದೆ ನೋಡು! ಕಡೆಗೆ ದೇವಸ್ಥಾನದ ಎದುರು ಸ್ವಲ್ಪ ಜಾಗವನ್ನು ಮಾತ್ರ ಅವರು ಅಚ್ಚುಕಟ್ಟು ಮಾಡಿಕೊಂಡು ತಮ್ಮೆಲ್ಲಾ ಕೆಲಸಗಳನ್ನು ಮಾಡಿಕೊಳ್ಳುತ್ತಿದ್ದರಂತೆ. ಅಪ್ಪ ಮೊದಲು ಅದರ ಪರಿಸರವನ್ನು ಊರಿನವರನ್ನೆಲ್ಲಾ ಸೇರಿಸಿಕೊಂಡು ಸ್ವಚ್ಛಗೊಳಿಸಿ, ಆಮೇಲೆ ಸುತ್ತ ಮುಳ್ಳುತಂತಿ ಹಾಕಿಸಿ ಬಂದೋಬಸ್ತು ಮಾಡಿಸಿದರಂತೆ. ಕಂದಾಯ ಇಲಾಖೆಯಲ್ಲಿ ಅದರ ಕಾಗದ ಪತ್ರಗಳನ್ನು ತೆಗೆಸಿ, ಒತ್ತುವರಿಗಳನ್ನು ತೆರವುಗೊಳಿಸುವುದೇ ಒಂದು ವರ್ಷವಾಯ್ತಂತೆ. ಆಮೇಲೆ ಎರಡು ವರ್ಷ ಊರೂರು ಅಲೆದು ಚಂದಾ ಎತ್ತಿ,

ದೇವಾಲಯದ ಜೀರ್ಣೋದ್ಧಾರ ಮಾಡಿಸಿದರಂತೆ. ಆಮೇಲೆ ದೇವಸ್ಥಾನಕ್ಕೆ ನಿಯಮಿತವಾದ ಕೆಲಸಗಾರರನ್ನು ನೇಮಿಸಿ, ನಿತ್ಯವೂ ಸ್ವಚ್ಛ ಮಾಡುವಂತೆ, ನಿರಂತರವಾಗಿ ಪೂಜೆಪುನಸ್ಕಾರಗಳು, ವ್ರತಕತೆಗಳು, ಕುಂಕುಮಾರ್ಚನೆ, ಅಭಿಷೇಕ ಇತ್ಯಾದಿ ಸಕಲ ಚಟುವಟಿಕೆಗಳೂ ಸಾಂಗವಾಗಿ ಆಗುವಂತೆ ವ್ಯವಸ್ಥೆ ಮಾಡಿಸಿದರಂತೆ.

ನಮ್ಮಪ್ಪನ ಸ್ವಭಾವ ಗೊತ್ತಿದ್ದ ನನಗೆ ಇದೇನು ದೊಡ್ಡದು ಅನಿಸಲಿಲ್ಲ ಬಿಡು. ಅವರಿಗೆ ಎಲ್ಲವೂ ಸುವ್ಯವಸ್ಥಿತವಾಗಿ ನಡೆಯಬೇಕು. ಮನೆಯೂ ಅಷ್ಟೇ ಯಾವಾಗ ಒಳಗೆ ಬಂದರೂ ತೊಳೆದಿಟ್ಟಂತೆ ಕ್ಲೀನಾಗಿರಬೇಕು. ಅಲ್ಲಿ ಇಲ್ಲಿ ವಸ್ತುಗಳು ಹರಡಿ ಬಿದ್ದಿರೋದು, ಬಟ್ಟೆಬರೆ ಇಟ್ಟಾಡೋದು ಎಲ್ಲ ಕಂಡರೆ ಕೆಂಡವಾಗುತ್ತಿದ್ದರು. ಅಮ್ಮನಿಗೆ ಈ ಕೆಲಸವೇ ಮೂರು ಹೊತ್ತೂ ಆಗುತ್ತಿತ್ತು. ಊರಲ್ಲಿ ಎಲ್ಲರೂ ವಾರಕ್ಕೆರಡು ದಿನ ನೆಲ ಒರೆಸಿದರೆ, ನಮ್ಮಲ್ಲಿ ದಿನವೂ ನೆಲ ಒರೆಸಬೇಕು. ಆವತ್ತಿನ ಬಟ್ಟೆಬರೆ ಆವತ್ತೇ ಒಗೆದು ಬಿಡಬೇಕು. ರಾತ್ರಿ ಕೂಡ ಅಮ್ಮ ಪಾತ್ರೆಗಳನ್ನು ಬಿಟ್ಟು ಮಲಗುತ್ತಿರಲಿಲ್ಲ. ಚಿಕ್ಕಪ್ಪನೂ ಸೇರಿದಂತೆ ಹಲವರು ಇದನ್ನೇ ಅಫಿಷಿಯಲ್ ಲೈಫ್ ಎಂದು ಆಡಿಕೊಳ್ಳುತ್ತಿದ್ದರು ಕೂಡ. ಆದರೂ ಎಲ್ಲದರಲ್ಲೂ ವ್ಯವಸ್ಥಿತತೆಗೆ ಮನಸೋತವರು ಅಪ್ಪ.

ಅಪ್ಪನ ಈ ಉತ್ಸಾಹಕ್ಕೆ ಜೊತೆಯಾಗಿದ್ದವನು ಆ ದೇವಸ್ಥಾನದ ಅರ್ಚಕರ ಮಗ ಮನೋಜ. ಅವನು ನಮ್ಮೂರಿನ ಹೈಸ್ಕೂಲಿನಲ್ಲಿಯೇ ಅಪ್ಪನ ಗರಡಿಯಲ್ಲಿ ಓದಿದವನು. ನನಗಿಂತ ಎರಡು ವರ್ಷ ಚಿಕ್ಕವನು. ಓದಿನ ದಾರಿ ದಕ್ಕದೇ ಐದು ವರ್ಷ ತುಮಕೂರಿನ ಹತ್ತಿರದ ಯಾವುದೋ ಮಠದಲ್ಲಿ ಪೌರೋಹಿತ್ಯ ಕಲಿತಿದ್ದ. ಈಗ ಅವನನ್ನು ನೋಡಿದರೆ ಅದೂ ಏನು ದಕ್ಕಿದಂತೆ ಕಾಣಿಸೋದಿಲ್ಲ. ನಮ್ಮ ಸುತ್ತಲಲ್ಲಿ ಅವರ ಜಾತಿಯವರಿದ್ದದ್ದು ಬಹಳ ಕಡಿಮೆ, ಅಂಥದ್ದರಲ್ಲಿ ಇವನ ಪೌರೋಹಿತ್ಯಕ್ಕೆ ಮಾರ್ಕೆಟ್ ಎಲ್ಲಿ ಸಿಗಬೇಕು. ಪೌರೋಹಿತ್ಯಕ್ಕೂ ಮಾರ್ಕೆಟ್ ಇರುವುದು ಬೆಂಗಳೂರಿನಲ್ಲೇ ಅಲ್ಲವೇ? ಆದರೆ ಬೆಂಗಳೂರು ಅವನಿಗೆ ಒಗ್ಗಲಿಲ್ಲ. ಬೆಂಗಳೂರೇ ಹಾಗೆ ಏನು ಮಾಡೋದು ಹೇಳು... ಇಲ್ಲಿರುವವರಿಗೆಲ್ಲಾ ಅದು ಒಗ್ಗಿರುತ್ತೆ ಅಂತೇನಲ್ಲ. ಆದರೂ ಇರುತ್ತೇವೆ, ಬೇರೆ ದಾರಿಯಿಲ್ಲದೇ.

ಇದೇ ಸಮಯಕ್ಕೆ ಅಪ್ಪನ ದೇವಸ್ಥಾನದ ಡೆವಲಪ್‌ಮೆಂಟ್ ಪ್ರಾಜೆಕ್ಟ್ ಶುರುವಾಗಿದ್ದರಿಂದ ಮನೋಜನಿಗೆ ಒಂದೊಳ್ಳೆ ದಾರಿಯಾಗಿತ್ತು. ಅವರಪ್ಪನ ಪೌರೋಹಿತ್ಯವನ್ನು ಅವನೇ ವಹಿಸಿಕೊಂಡು ಮನೋಜ್ ಜೋಯಿಸ್ ಆದ. ವಹಿಸಿಕೊಂಡ ಅಂದರೇನು, ಅವನಪ್ಪನ ಹೆಸರಿನ ಜಾಗದಲ್ಲಿ ಇವನ ಹೆಸರು ಕೂತಿತು. ಪೂಜೆ ಮಾಡುತ್ತಿದ್ದವರು ಮಾತ್ರ ಅವರಪ್ಪನೇ. ಇದು ನಿಧಾನವಾಗಿ ಒಂದು ಐತಿಹಾಸಿಕ ಮನ್ನಣೆಯ ಸ್ಥಳವಾಗಿ, ನೋಡಲು ಚೆಂದವಾಗಿ ಅಚ್ಚುಕಟ್ಟಾಗಿ ರೆಡಿಯಾಗಿದ್ದರಿಂದ ದಿನವೂ ಅಲ್ಲಿಗೆ ಎಲ್ಲೆಲ್ಲಿಂದಲೋ ಭಕ್ತಾದಿಗಳು ಬರೋದಕ್ಕೆ

ಶುರುವಾದರು. ಯಾರುಯಾರೋ ಇದು ನಮ್ಮ ಮನೆದೇವರು ಬಹಳ ವರ್ಷಗಳಿಂದ ಬಂದಿರಲಿಲ್ಲ ಎಂದೆಲ್ಲಾ ಹೇಳಿಕೊಂಡು ಬಂದರಂತೆ, ಮರೆತುಹೋಗಿದ್ದ ದೇವರನ್ನು ಹುಡುಕಿಕೊಂಡು. ಬಂದವರು ಕೆಲವರು ಅಲ್ಲೇ ಉಳಿದು, ನಾಮಕರಣ, ಚೌಲ ಇತ್ಯಾದಿ ಸಣ್ಣಪುಟ್ಟ ಕಾರ್ಯಕ್ರಮಗಳನ್ನೂ ಮಾಡಿಕೊಳ್ಳುತ್ತಿದ್ದರಂತೆ. ಬರುಬರುತ್ತಾ ಈ ಬೇಡಿಕೆಗಳು ಹೆಚ್ಚಾದವು. ಇವರೆಲ್ಲರ ಅನುಕೂಲಕ್ಕಾಗಿ ಮನೋಜ ಜೋಯಿಸ ತನ್ನ ಹಳೆಮನೆಯನ್ನು ಒಂದು ಹೋಂ ಸ್ಟೇಯನ್ನಾಗಿ ಪರಿವರ್ತಿಸಿದನಂತೆ. ಈಗ ದೇವಸ್ಥಾನಕ್ಕೆ ಬಾರದವರೂ ಹೋಂ ಸ್ಟೇಗೆ ಬರುತ್ತಾರೆ ಎಂದು ಚಿಕ್ಕಪ್ಪ ವ್ಯಂಗ್ಯವಾಡುತ್ತಾರೆ. ನನಗೆ ಈ ಎರಡರಲ್ಲೂ ಯಾಕೆ ವ್ಯತ್ಯಾಸವಿರಬೇಕು ಅಂತ ಅನ್ನಿಸುತ್ತೆ. ಅದಕ್ಕೇ ಈ ದೇವಸ್ಥಾನಕ್ಕೆ ಒಂದು ವೆಬ್‌ಸೈಟು ಮಾಡಿಕೊಡುವಂತೆ ಒಮ್ಮೆ ಮನೋಜ ನನ್ನನ್ನು ಕೇಳಿದಾಗ ದೂಸ್ರಾ ಮಾತಿಲ್ಲದೇ ಮಾಡಿಕೊಟ್ಟದ್ದು.

ಆದರೆ ಅವರಪ್ಪ ರಾಜೇಂದ್ರ ಜೋಯಿಸರಿಗೆ ಇದೆಲ್ಲಾ ಯಾಕೋ ಸರಿಬರಲಿಲ್ಲ ಎನಿಸುತ್ತದೆ. ಅವರು ಮಗನ ಈ ಕಾರಭಾರಕ್ಕೆ ಹೆಗಲು ಕೊಡುವುದು ಬಿಟ್ಟು ಜಗಳ ಮಾಡಿಕೊಂಡು ತೋಟದ ಮನೆಯಲ್ಲಿ ಇರೋಕೆ ಶುರುಮಾಡಿದ್ದರಂತೆ. ಅಲ್ಲಿಂದಲೇ ಮಡಿಯುಟ್ಟುಕೊಂಡು ಬಂದು ದಿನವೂ ದೇವರ ಪೂಜೆ ಮಾಡುತ್ತಿದ್ದರಂತೆ, ಅಷ್ಟೇ. ಪೂಜೆ ಮಾಡಿ ತೀರ್ಥ, ಪ್ರಸಾದ ಕೊಟ್ಟು ಮತ್ತೆ ಸೈಕಲ್ಲು ಹತ್ತಿಕೊಂಡು ತೋಟದ ಮನೆಗೆ ಹೋಗುತ್ತಿದ್ದರಂತೆ. ಯಾರಾದರೂ ಮಾತನಾಡಿಸಿದರೂ ಮಾತಾಡುತ್ತಿರಲಿಲ್ಲವಂತೆ, ಮನೆಯವರೊಂದಿಗೂ ಕೂಡ. ಊರವರೆಲ್ಲಾ ಅವರಿಗೆ ಅರಳುಮರಳೋ ಏನೋ ಅಂತಲೇ ಅಂದುಕೊಂಡಿದ್ದಾರಂತೆ, ಚಿಕ್ಕಪ್ಪ ಹೇಳಿದ್ದು.

ಇಷ್ಟೆಲ್ಲಾ ಆಗುವಷ್ಟರಲ್ಲಿ ಅಪ್ಪನ ಆರೋಗ್ಯ ಕೈಕೊಟ್ಟಿತ್ತು. ನಿನಗೆ ಗೊತ್ತೇ ಇದೆ, ಇಷ್ಟು ವರ್ಷಗಳ ಅಪ್ಪನ ಬದುಕಿನಲ್ಲಿ ಒಂದು ದುರಭ್ಯಾಸವಿರಲಿಲ್ಲ. ಆದರೂ ಸಣ್ಣಗೆ ಶುರುವಾದ ಕೆಮ್ಮು ಬರುಬರುತ್ತಾ ಜೋರಾಗಿತ್ತು. ದಿನವೂ ಸಂಜೆಯಾದರೆ ಜ್ವರ ಬರುತ್ತಿತ್ತಂತೆ. ಬರುಬರುತ್ತಾ ತುಂಬಾ ಕೃಶವಾಗುತ್ತಿದ್ದರು. ಆಗಲೇ ಚಿಕ್ಕಪ್ಪ ನನಗೆ ಫೋನು ಮಾಡಿದ್ದು 'ಬೆಂಗಳೂರಿಗೆ ಕರೆದುಕೊಂಡು ಹೋಗಾದರೂ ತೋರಿಸು' ಅಂತ. ಬೆಂಗಳೂರಿಗೆ ಕರೆದುಕೊಂಡು ಬಂದರೆ ಅವರನ್ನು ನೋಡಿಕೊಳ್ಳುವವರು ಯಾರು? ಅಲ್ಲದೇ ನನ್ನ ಬದುಕೇ ಊರ್ಧ್ವಮೂಲಂ ಅಧಃಶಾಖಂ ಆಗಿ ಕೂತಿತ್ತು. ಅದಕ್ಕಾಗಿ ನಾನೇ ಹೋದೆ ಊರಿಗೆ. ಅಲ್ಲಿಂದಲೇ ಒಂದೆರಡು ಬಾರಿ ತುಮಕೂರಿಗೆ ಕರೆದುಕೊಂಡು ಹೋಗಿ ತೋರಿಸಿದೆ, ಟ್ಯುಬರ್‌ಕ್ಯುಲೋಸಿಸ್ ಎಂದರು. ಆರು ತಿಂಗಳ ಕಟ್ಟುನಿಟ್ಟಿನ ಪಥ್ಯ ಹೇಳಿ, ಔಷಧಿಗಳನ್ನು ಕೊಟ್ಟರು. ಆದರೆ ಆ ಸ್ಥಿತಿಯಲ್ಲಿ ಅಪ್ಪನನ್ನು ಬಿಟ್ಟು ಬರುವಂತಿರಲಿಲ್ಲ. ಯೂ ಕೆನ್ ಇಮ್ಯಾಜಿನ್ ಮೈ ಸಿಚುಯೇಷನ್...

ನನಗೂ ಅಪ್ಪನಿಗೂ ಧ್ರುವಗಳಷ್ಟು ಅಂತರ. ನನ್ನ ಅವರ ಜೀವನಶೈಲಿ, ಲೋಕದೃಷ್ಟಿ ಎಲ್ಲಾ ಬಿಡು. ಸರಳವಾಗಿ ನೋಡಿದರೂ, ಅವರು ಅಷ್ಟು ಕ್ಲೀನ್ ಆದರೆ, ನಾನು ತಿಂಗಳಿಗೊಮ್ಮೆ ನನ್ನ ರೂಮನ್ನು ಜೋಡಿಸಿದರೆ ಹೆಚ್ಚು. ಅವರಿಗೆ ಯಾವ್ಯಾವ ವಸ್ತು ಎಲ್ಲಿರಬೇಕೋ ಬಳಸಿದ ಮೇಲೆ ಅಲ್ಲೇ ಇಡಬೇಕು. ನಾನಾದರೋ ಈವತ್ತು ಬಿಸಾಕಿದ್ದನ್ನು ನನ್ನದೇ ರೂಮಿನಲ್ಲಿ ಹುಡುಕಿ ತೆಗೆಯಲಾರದೇ ಇನ್ನೊಂದು ಕೊಂಡುಕೊಳ್ಳುತ್ತಿದ್ದವನು. ಇಬ್ಬರಿಗೂ ಎಲ್ಲಿಂದ ತಾಳೆಯಾಗಬೇಕು? ಆಗೆಲ್ಲಾ ನನ್ನನ್ನು ಕಾಪಾಡಿದ ಏಕಮಾತ್ರ ರಕ್ಷಾಕವಚವೆಂದರೆ ಇಬ್ಬರಿಗೂ ಪರಸ್ಪರ ಮಾತಾಡಿಸೋದು ಇಷ್ಟವಿಲ್ಲದ್ದು! ಅದರಲ್ಲೂ ಅಪ್ಪನಿಗೆ ಇಷ್ಟವಿಲ್ಲದ್ದು. ಆದರೂ ಅಪ್ಪ ತಮ್ಮ ಅಸಮಾಧಾನವನ್ನು ಹೇಗಾದರೂ ಮಾಡಿ ಹೊರಗೆ ಹಾಕಿಕೊಳ್ಳುತ್ತಿದ್ದರು. ಅದಕ್ಕವರು ಏನೇನೆಲ್ಲಾ ಉಪಾಯಗಳನ್ನು ಬಳಸುತ್ತಿದ್ದರು ಎಂದರೆ ನಾನು ಒಮ್ಮೊಮ್ಮೆ ಈಗ ಏನು ಮಾಡ್ತಾರೆ ನೋಡೋಣ ಅಂತ ಕಾಯುತ್ತಿದ್ದೆ. ನಾನು ಏನಾದರೂ ಕುಳಿತಲ್ಲೇ ಬಿಟ್ಟು ಹೋದರೆ ತಮ್ಮ ಕೈಲಾಗದಿದ್ದರೂ ಎದ್ದು ಅದನ್ನು ಸಶಬ್ದವಾಗಿ ಅದೇ ಜಾಗದಲ್ಲಿ ಇಡುವುದು. ನಾನೊಂದು ಪಾತ್ರೆ ತೊಳೆಯದೇ ಬಿಟ್ಟರೆ ಬೇಕಂತಲೇ, ಅಡುಗೆಮನೆಯಲ್ಲಿ ನೀರಿದ್ದರೂ ಹಿತ್ತಿಲಿಗೆ ಹೋಗಿ ಅವರಿವರು ನೋಡುವಂತೆ ಅದನ್ನು ತೊಳೆದು ತಂದಿಡುವುದು. ಒಮ್ಮೆ ನಾನು ವಾರವಾದರೂ ಬಟ್ಟೆ ಒಗೆದಿಲ್ಲ ಅಂತ ತಾವೇ ಹಿತ್ತಿಲಲ್ಲಿ ಒಗೆಯುವಂತೆ ಕುಳಿತಿದ್ದರು. ನಮ್ಮ ಚಿಕ್ಕಮ್ಮ ಅದನ್ನು ನೋಡಿ 'ಅಯ್ಯೋ ನೀವ್ಯಾಕೆ ಕೂತಿದೀರಿ, ಕೊಡಿ ನಾನು ಒಗೀತೀನಿ' ಅಂತ ತಗೊಂಡು ನಮ್ಮ ಮನೆ ಹಿತ್ತಿಲಿನಲ್ಲಿಯೇ ಒಗೆದುಹಾಕಿ ಬಂದಿದ್ದರು! ಯೂ ನೋ ವಾಟ್, ಈ ವ್ಯವಸ್ಥಿತತೆ ಇದೆ ನೋಡು ಅದಕ್ಕೆ ಮಾತ್ರ ಈ ಥರ ತಣ್ಣಗಿನ ಕ್ರೌರ್ಯ ಸಾಧ್ಯವಾಗೋದು. ನಮ್ಮಪ್ಪನಿಗೆ ನನಗೆ ಹೇಳಿ ಸುಧಾರಿಸೋದಕ್ಕಿಂತ ನನ್ನನ್ನು ಹೀಗೆ ಸೈಲೆಂಟಾಗಿ ಚುಚ್ಚುವ ಕ್ರೌರ್ಯವೇ ಇಷ್ಟ ಅನಿಸುತ್ತೆ. ಇದೇನೋ ಡೆಸ್ಪರೇಟ್ ಆರ್ಗ್ಯೂಮೆಂಟ್ ಅಂದುಕೋಬೇಡ... ಇಲ್ಲದಿದ್ದರೆ ನಾನು ಆ ಹುಡುಗೀಗೆ ಲೆಟರ್ ಕೊಟ್ಟಾಗ ನನಗದರ ಬಗ್ಗೆ ಒಂದು ಸುಳಿವೂ ಕೊಡದೇ ಅವರ ಮನೆಯಲ್ಲಿ ನನ್ನ ಮಾನವನ್ನ ತಣ್ಣಗೆ ಹರಾಜು ಹಾಕಿದ್ದರಲ್ಲ, ಅದನ್ನು ಬಹುಶಃ ಮಾಡ್ತಿರಲಿಲ್ಲ ಅನ್ಸುತ್ತೆ. ಒಂದು ವೇಳೆ, ನಮ್ಮಪ್ಪನ ಜಾಗದಲ್ಲಿ ಚಿಕ್ಕಪ್ಪ ಇದ್ದರೆ ಏನು ಮಾಡ್ತಿದ್ದರು ಅಂತ ನಾನು ಯಾವಾಗಲೂ ಊಹೆ ಮಾಡ್ಕೋತೀನಿ.

ಒಂದು ದಿನ ಊಟಕ್ಕೆ ಹೋಗಿದ್ದಾಗ ಚಿಕ್ಕಮ್ಮ ಹೇಳಿದರು 'ನೀನ್ಯಾಕೆ ಅಲ್ಲಿ ಬೆಂಗ್ಳೂರಲ್ಲಿ ಒಬ್ನೇ ಇರ್ತೀಯೋ, ಒಂದು ಮದ್ವೆಗಿದ್ವೆ ಆಗಿ ಇಲ್ಲೇ ಆರಾಮಾಗಿ ಇರಬಾರ್ದಾ? ಇಷ್ಟು ತೋಟ ಇದೆ, ನಿಮ್ಮಪ್ಪ ಚೆನ್ನಾಗಿ ಆಬಾದು ಮಾಡಿದಾರೆ. ಸುಮ್ನೇ ಅದರ ಆದಾಯಾನೇ ಸಾಕು ಜೀವನಕ್ಕೆ...' ಅಂತ. ಪಕ್ಕದಲ್ಲಿದ್ದ ಚಿಕ್ಕಪ್ಪನೂ

ಅದೇ ರಾಗ ಹಿಡಿದರು, ಸುಮ್ನೇ ಬಂದುಬಿಡೋ ಅಂತ. ಅವರಿಗೆ ಏನು ಹೇಳಬೇಕು ಅಂತ ಗೊತ್ತಾಗಲಿಲ್ಲ, ಸುಮ್ಮನೇ ಏನೇನೋ ಮಾತಾಡಿ ಮರೆಸಿದೆ. ಇನ್ ಫ್ಯಾಕ್ಟ್, ನನಗೇ ಯಾಕೆ ಬರೋಕಾಗಲ್ಲ ಅಂತ ಸರಿಯಾದ ಕಾರಣ ಕೊಟ್ಟುಕೊಳ್ಳೋಕಾಗಲ್ಲ. ಇದು ನನ್ನೊಬ್ಬನದೇ ಸಮಸ್ಯೆ ಅಲ್ಲ ನೋಡು, ಊರುಬಿಟ್ಟು ಹೋಗೋ ಎಲ್ಲರದೂ ಕೂಡ. ಎಲ್ಲರೂ ಮೊದಲು ಅಂದುಕೊಳ್ಳೋದು ನಾವು ದುಡಿಯೋದಕ್ಕೆ ಊರುಬಿಟ್ಟು ಹೋಗ್ತಾ ಇದೀವಿ ಅಂತಲೇ. ಆದರೆ ಅತ್ತ ಸ್ವಲ್ಪ ದಿನಕ್ಕೆ ಅದು ಬೇರೇನೇನೋ ಆಗಿ ಹೋಗಿರುತ್ತೆ, ಅದು ನಮಗೂ ಸ್ಪಷ್ಟವಾಗಿ ಇದೇ ಅಂತ ಹೇಳೋಕಾಗದಂಥಾ ವಿಚಿತ್ರ. ಎಲ್ಲಕ್ಕೂ ಕಾರಣಗಳನ್ನು ಬಿಡಿಸ್ತಾ ಹೋದರೆ ಈರುಳ್ಳಿ ಸಿಪ್ಪೆ ಸುಲಿದಂತೆ ಕಡೆಗೆ ಕಾರಣವೇ ಇರೋಲ್ಲ. ಆದರೂ ನಮಗೆ ವಾಪಾಸು ಬರೋಕಾಗಲ್ಲ, ಇದಕ್ಕೆ ಏನು ಹೇಳೋದು! ನನ್ನನ್ನೇ ನೋಡು, ನಾನೇನು ಅಲ್ಲಿ ದುಡಿದು ದಬ್ಬಾಕ್ತಾ ಇರಲಿಲ್ಲ, ನನ್ನ ಖುಷಿಗೆ ಬೇಕಾದಷ್ಟು ಮಾಡಿಕೋತಾ ಇದ್ದೆ ಅಷ್ಟೆ. ಅದರ ಎರಡರಷ್ಟು ಇಲ್ಲಿ ಸುಮ್ಮನೇ ಓಡಾಡಿಕೊಂಡು ದುಡೀಬಹುದು. ಹೋಗಲಿ, ಅಲ್ಲಿ ಒಂದೊಳ್ಳೆ ಸೋಷಿಯಲ್ ಲೈಫ್ ಕಟ್ಟಿಕೊಂಡಿದ್ದೀನಾ ಎಂದರೆ, ಅದು ಇಲ್ಲಿರುವುದಕ್ಕಿಂಥಾ ಚೆನ್ನಾಗಿದೆ ಅಂತ ನಾನು ಎಂದಿಗೂ ಸಾಧಿಸಲಾರೆ. ಬೈ ದ ವೇ, ನಾನಲ್ಲಿ ಹೋಗಿ ಇದ್ದ ಮೂರು ತಿಂಗಳಿಗೇ ಬೀದೀಲಿ ಹೋಗೋರೆಲ್ಲಾ ಊಟ ಆಯ್ತಾ ಅಂತಲೋ, ಆರಾಮ ಅಂತಲೋ ಎಂಥದೋ ವಿಚಾರಿಸ್ತಿದ್ದರು. ಅದು ತೀರಾ ಬೂಟಾಟಿಕೆ ಇರಬಹುದು, ಆದರೆ ಅದು ಬೇಕಂದ್ರೂ ಬೆಂಗಳೂರಲ್ಲಿ ನನಗೆ ಸಿಗೋದಿಲ್ಲ. ನನ್ನ ಬ್ಯುಸಿನೆಸ್ ಕ್ಲೈಂಟ್ಸನ್ನೋ, ಹಳೇ ಕಲೀಗ್ಸನ್ನೋ ನೆನೆಸಿಕೊಂಡರೆ ಇದಕ್ಕಿಂತಾ ಅದು ಸಾಚಾ ಅಂತೇನೂ ನನಗೆ ಅನಿಸೋದಿಲ್ಲ. ಯಾರೋ ಚಿರು, ಡಾಕ್ಟರು ಇಂಥವರು ನಾಲ್ಕು ಜನ ಇರಬಹುದು ಹಾಗೆ ಸಾಚಾ ಆಗಿ. ಕಡೆಗೆ ನಾವು ಬದುಕೋದು, ಬದುಕನ್ನು ಸೀರಿಯಸ್ಸಾಗಿ ಹಂಚಿಕೊಳ್ಳೋದು ಬೆರಳೆಣಿಕೆಯಷ್ಟೇ ಜನರ ಜೊತೆ ತಾನೇ? ಇಷ್ಟಾದರೂ ಅಲ್ಲಿ ಬಿಟ್ಟು ಇಲ್ಲಿ ಬಂದಿರೋದು ಸುಲಭವಲ್ಲ ನನಗೆ...

ಯಾಕೆ ಸುಲಭವಲ್ಲ ಎಂಬುದಕ್ಕೆ ಏನು ಕಾರಣ ಕೊಟ್ಟುಕೊಳ್ಳಲಿ? ಅಲ್ಲಿರೋ ಐಷಾರಾಮ ಇಲ್ಲಿಲ್ಲ ಅಂತಲೇ? ವಾರಕ್ಕೊಂದು ಸಿನೆಮಾ, ದಿನಾ ಸಂಜೆ ಎಣ್ಣೆ, ಬೇಕೆಂದಾಗ ಸಿಗರೇಟು, ಡೇಟಿಂಗ್ ಸೈಟುಗಳು, ರಂಗುರಂಗಿನ ಬದುಕು... ಇತ್ಯಾದಿ ಇತ್ಯಾದಿ? ಅದೆಲ್ಲವೂ ಸಿಲ್ಲಿ ಅಂತ ನನಗೆ ಗೊತ್ತಿದೆ... ಆದರೂ ಇದನ್ನೆಲ್ಲಾ ಆಗು ಮಾಡುವ ಸ್ವಾತಂತ್ರ್ಯ ಇದೆ ನೋಡು, ಅದನ್ನ ಬೆಂಗಳೂರಲ್ಲದೇ ಬೇರೆ ಯಾರೂ ಕೊಡೋಕಾಗಲ್ಲ. ಅಷ್ಟೇ... ಅಷ್ಟೇ ನನಗಿರುವ ಕಾರಣ. ಎಲ್ಲರಿಗೂ ಇಂಥದೇ ಏನೋ ಹಿಡಿದಿಟ್ಟಿರುತ್ತೆ ಅನ್ಸುತ್ತೆ. ಯೂರೋಪಿಗೆ ಓದೋಕೆ ಹೋದ ಆಶಿಕಾ ವಾಪಸ್ಸು ಬರಲೇ ಇಲ್ಲ. ಮದುವೆ ಆದ ಮೇಲೆ ಕೂಡ, ಒಂದು ಮಗು ಆದ ಮೇಲೆ ಊರಿಗೆ

ಹೋಗ್ತೀನಿ ಮಗಾ, ಆರಾಮಾಗಿ ಇರ್ತೀನಿ ಅಂತಿದ್ದ ಚಿರು ಕೂಡ ಈಗೀಗ ಅದೆಲ್ಲಾ ಮಾತೇ ಆಡಲ್ಲ. ಯು ಕೆನ್ ಸೇ ದಿಸ್ ಟು ಅಲ್‌ಮೋಸ್ಟ್ ಎನಿಬಡಿ...

ಅಲ್ಲಿದ್ದ ಆರು ತಿಂಗಳು ದಿನವೂ ಎರಡು ಬಾರಿ ತೋಟಕ್ಕೆ ಹೋಗ್ತಿದ್ದೆ. ಅಪ್ಪನಿಗೆ ಹೋಗೋಕೆ ಆಗ್ತಿರಲಿಲ್ಲ ಅಂತಲ್ಲ, ಊರಲ್ಲಿ ಮೇಷ್ಟ್ರ ಮಗನಿಗೆ ಸಿಗರೇಟು ಸೇದೋಕೆ ಇದ್ದ ಒಂದೇ ರಹಸ್ಯ ಜಾಗ ಅದು. ನಮ್ಮ ತೋಟದ ಪಕ್ಕದಲ್ಲೇ ನಾನು ಹೇಳಿದ ದೇವಸ್ಥಾನದ ಅರ್ಚಕರು, ರಾಜೇಂದ್ರ ಜೋಯಿಸರ ತೋಟ ಇದ್ದದ್ದು. ಅವರು ಅಲ್ಲೇ ಇರುತ್ತಾರೆ ಅಂತ ಕೇಳಿದ್ದೆ, ಆದರೆ ಎಂದೂ ಮಾತಾಡಿಸಿರಲಿಲ್ಲ. ಅವರ ತೋಟದಲ್ಲಿ ಒಂದು ತೋತಾಪುರಿ ಮಾವಿನಮರವಿತ್ತು. ಅಲ್ಲಿ ಸುತ್ತೆಲ್ಲೂ ತೋತಾಪುರಿಯಂಥ ಸಿಹಿಯಾದ ಮಾವಿನಕಾಯಿ ಸಿಗುತ್ತಿರಲಿಲ್ಲ. ನಾನು ಚಿಕ್ಕವನಿದ್ದಾಗ ಆಗಾಗ ಅದರಲ್ಲಿ ಕಾಯಿ ಕದಿಯುತ್ತಿದ್ದೆ, ತಿನ್ನಲು. ಒಂದು ದಿನ ಹೀಗೇ ಮಾವಿನಕಾಯಿ ಕೀಳಲು ಮರಹತ್ತಿದ್ದಾಗ ಇದ್ದಕ್ಕಿದ್ದಂತೇ ಜೋಯಿಸರು ಬಂದುಬಿಟ್ಟಿದ್ದರು. ನನ್ನ ಜೊತೆಯ ಹುಡುಗರೆಲ್ಲಾ ಅವರನ್ನು ದೂರದಲ್ಲೇ ನೋಡಿ ಪರಾರಿಯಾಗಿದ್ದರು. ಸಿಕ್ಕಿಹಾಕಿಕೊಂಡದ್ದು ಮರದ ಮೇಲಿದ್ದ ನಾನೇ! ನನ್ನ ಆಶ್ಚರ್ಯಕ್ಕೆ ಅವರು ನನ್ನನ್ನು ಬೈಯದೇ ನಾನು ಕಿತ್ತಿದ್ದ ಕಾಯಿಗಳನ್ನೂ ನನಗೇ ಕೊಟ್ಟು, 'ಹುಡುಗ್ರನ್ನ ಕಟ್ಕೊಂಡೆಲ್ಲಾ ಬರ್ಬೇಡ ಆಯ್ತಾ, ನಿನಗೆ ಬೇಕಾದಾಗ ಬಂದು ನನ್ನೇ ಕೇಳು' ಅಂತ ಹೇಳಿದ್ದರು. ಆವಾಗಿನಿಂದ ನಾನು ತೋಟಕ್ಕೆ ಬಂದಾಗ ಅವರು ಬರುವವರೆಗೂ ಕಾದು, ಅವರ ಕೈಯಲ್ಲೇ ಮಾವಿನಕಾಯಿ ಕೀಳಿಸಿಕೊಂಡು ತಿನ್ನುತ್ತಿದ್ದೆ. ಅದೆಲ್ಲಾ ಹಳೇ ಕಥೆ ಬಿಡು.

ಒಂದು ದಿನ ಹಾಗೇ ಆ ಕಡೆ ಓಡಾಡಿಕೊಂಡು ಹೋದಾಗ ಎದುರಿಗೆ ಸಿಕ್ಕರು. ತುಂಬಾ ಮಾಗಿಬಿಟ್ಟಿದ್ದರು. ತಲೆಯ ಕೂದಲು ಸುಮಾರು ಖಾಲಿಯಾಗಿ ಬೊಕ್ಕ ಮಂಡೆಯಾಗಿತ್ತು. ಹಲ್ಲುಗಳು ಒಂದೂ ಕಾಣಿಸಲಿಲ್ಲ. ಕಣ್ಣೂ ಮಂಜಾಗಿತ್ತು ಎನಿಸುತ್ತೆ, ಎದುರಿಗೆ ಬಂದ ನನ್ನನ್ನು ಗುರುತು ಹಿಡಿಯಲಿಲ್ಲ. ಸುಮ್ಮನೇ ಹಣೆಯ ಮೇಲೆ ಕೈಯಿಟ್ಟುಕೊಂಡು ನೋಡುತ್ತಾ ನಿಂತರು. ನಾನೇ ಹತ್ತಿರ ಹೋಗಿ 'ತಾತಾ... ಮಾವಿನಕಾಯಿ ಕಿತ್ಕೊಡಿ' ಎಂದೆ. ಗುರುತು ಹತ್ತಿ 'ಓಹೋಹೋಹೋ... ಶೃಂಗಾ ಏನಪ್ಪಾss? ಎಷ್ಟು ವರ್ಷವಾಯ್ತು ನೋಡಿ ಹ್ಞಾ... ಹೇಗಿದೀಯಪ್ಪಾ?' ಎಂದು ಬೊಚ್ಚುಬಾಯಿ ಬಿಟ್ಟು ನಕ್ಕರು. ಯಾರೋ ನನ್ನನ್ನ ಶೃಂಗ ಅಂತ ಕರೆದೇ ಹನ್ನೆರಡು ವರ್ಷವಾಗಿತ್ತು! ಇಟ್ ಸೀಮ್ಡ್ ಸಿಲ್ಲಿ... ಆದರೆ ಆ ಕ್ಷಣ ಕಣ್ಣು ತೇವವಾಗೋಯ್ತು... ಸಾರಿ, ಅದು ಬಿಡು, ಐ ನೋ ಇಟ್ ವಾಸ್ ಅ ವೀಕ್ ಮೊಮೆಂಟ್...

ಅವರನ್ನು ಮಾತಾಡಿಸಿಕೊಂಡು ಅವರ ತೋಟದ ಮನೆಯವರೆಗೂ ಹೋದೆ. ಒಂದೇ ಅಂಕಣದ ಅದನ್ನು ಮನೆ ಅನ್ನೋದಕ್ಕೂ ಸಾಧ್ಯವಿರಲಿಲ್ಲ. ಆದರೆ ಡೈಮೆನ್ಶನ್ ಕಟ್ಟಿಕೊಂಡು ನಮಗಿಬ್ಬರಿಗೂ ಏನೂ ಆಗಬೇಕಿರಲಿಲ್ಲ ನೋಡು. ಅಲ್ಲೊಂದು ಕಡೆ

ಒಂದು ದಿವಾನ್ ಕಾಟ್ ಇತ್ತು. ಅದರ ಆ ಕಡೆ ಮೂಲೆಯಲ್ಲೊಂದು ಹಳೆಯ ಟೇಬಲ್, ಅದರ ಮೇಲೆ ಒಂದಷ್ಟು ಪುಸ್ತಕಗಳು ತೆರೆದು ಚೆಲ್ಲಿದ್ದವು. ಒಂದು ಹಳೇ ಕಬ್ಬಿಣದ ಖುರ್ಚಿ. ಈ ಕಡೆಗೆ ಅವರ ಊಟದ ಡಬ್ಬಿಗಳು, ಒಂದು ತಟ್ಟೆ, ಒಂದೆರಡು ಕಂಚಿನ ಲೋಟಗಳು ಎಲ್ಲಾ ಒಂದು ಹಲಗೆಯ ಮೇಲಿದ್ದವು. ಮೂಲೆಯಲ್ಲೊಂದು ಒಲೆಯೂ ಇತ್ತು.

'ನೀವೇ ಅಡಿಗೆ ಮಾಡ್ಕೋತೀರಾ?' ಎಂದೆ ಕುತೂಹಲವಾಗಿ.

'ಇಲ್ಲಪ್ಪಾ, ಬರ್ತಾ ಮನೇಲಿ ಕಟ್ಟಿಕೊಡ್ತಾರೆ. ದೇವ್ರಿಗೆ ತಳಿಗೆ ಒಂದು ನಾನೇ ಮಾಡಿಕೊಂಡು ಹೋಗ್ತೀನಿ. ಉಳಿದಂತೆ ಸಂಜೆ ಒಂದು ಕಾಪಿ ಬೇಡ್ವೇ...' ಎಂದು ನಕ್ಕರು. ನನಗೆ ಅದನ್ನು ನೋಡಿ ನಾನು ಡಾಕ್ಟರ ಮನೆಯ ಮೇಲಿದ್ದ ರೂಮು ನೆನಪಾಯಿತು.

'ಬಿಂದಾಸ್ ಲೈಫ್ ತಾತ ನಿಮ್ಮದು' ಎಂದೆ ಖುಷಿಯಾಗಿ.

ಅವರು ನನ್ನ ಜೊತೆ ಮಾತಾಡುತ್ತಲೇ ದೇವರ ಪಾತ್ರೆಗಳನ್ನು ಒಂದು ಬಿದಿರಿನ ಕುಕ್ಕೆಗೆ ಹಾಕಿ, ತಳಿಗೆಯ ಡಬ್ಬಿ ತೆಗೆದು ಒಂದು ಬಾಳೆಲೆಯ ಮೇಲೆ ನನಗೊಂದಿಷ್ಟು ಹಾಕಿ ಕೊಟ್ಟರು. ಆಮೇಲೆ ತಮ್ಮ ಹಲ್ಲು ಸೆಟ್ ಹಾಕಿಕೊಂಡು, ಒಂದು ಸಿಗಿದ ಅಡಕೆಪಟ್ಟೆಯ ಮೇಲೆ ಮನೆಯಿಂದ ಕೊಟ್ಟುಕಳಿಸಿದ್ದ ಮುದ್ದೆ, ಮೊಸಪ್ಪು ಹಾಕಿಕೊಂಡರು.

'ಊಟವಾಯ್ತೇ? ಮಾಡ್ತೀಯಾ ಸ್ವಲ್ಪ?' ಎಂದರು. ನಾನು ಊಟ ಮಾಡಿ, ಸಿಗರೇಟು ಸೇದಲು ಬಂದದ್ದು.

'ನಂದಾಯ್ತು, ನೀವು ಮಾಡಿ ಮಾಡಿ' ಎಂದು ಅಲ್ಲೇ ಹೊರಗೆ ಪ್ರಸಾದ ತಿನ್ನುತ್ತ ಕುಳಿತೆ. ಅರ್ಧ ಮುದ್ದೆಗೆ ಮುಗಿಸಿ, ಉಳಿದ ಮೊಸಪ್ಪಿಗೆ ಸ್ವಲ್ಪ ಅನ್ನ ಹಾಕಿಕೊಂಡು ತಿಂದರು. ಇನ್ನೊಂದು ಡಬ್ಬಿಯಲ್ಲಿದ್ದ ಮಜ್ಜಿಗೆಯನ್ನು ನಾನು ಬೇಡ ಬೇಡ ಎಂದರೂ ಒಂದು ಕಂಚಿನ ಗ್ಲಾಸಿನಲ್ಲಿ ಹಾಕಿಕೊಟ್ಟರು. ಊಟವಾಗಿ ಪಾತ್ರೆಗಳನ್ನು ಎದುರಿಗಿದ್ದ ತೊಟ್ಟಿಯ ನೀರಿನಲ್ಲಿ ತೊಳೆದಿಟ್ಟ ಮೇಲೆ 'ಹೇಗಿದೀಯಪ್ಪಾ? ಏನು ಮಾಡಿಕೊಂಡಿದೀಯಾ?' ಎಂದು ವಿಚಾರಿಸಿದರು. ಒಂದು ಕ್ಷಣ ನನಗೆ ಏನು ಹೇಳುವುದು ಅಂತಲೇ ತೋಚಲಿಲ್ಲ. ಅದೇ ಪ್ರಶ್ನೆಯನ್ನು ಬೇರೆ ಯಾರಾದರೂ ಕೇಳಿದ್ದರೆ ಬಹಳ ಸಲೀಸಾಗಿ ಇರುವುದು, ಇಲ್ಲದ್ದು ಎಲ್ಲ ಸೇರಿಸಿ ಹೇಳಿಬಿಡುತ್ತಿದ್ದೆ. ಅದೇನೋ ಆ ಜಾಗದಲ್ಲಿ, ಅಷ್ಟು ಮಾಗಿದ ಪ್ರೀತಿ ತೋರಿಸುತ್ತಿದ್ದವರ ಮುಂದೆ ನನಗೆ ಚೆನ್ನಾಗಿದ್ದೀನಿ ಅನ್ನಲಾಗಲಿಲ್ಲ. 'ಏನೋ ಇದೀನಿ ತಾತ... ನೀವ್ಯಾಕೆ ಇಲ್ಲಿ ಒಬ್ಬರೇ ಇದೀರ? ಅದನ್ನ ಹೇಳಿ ಮೊದಲು' ಎಂದೆ, ತಾಕೀತು ಮಾಡುವವನಂತೆ.

'ಕಾಲ ಉರುಳುತ್ತಾ ಇರುತ್ತಲ್ಲಪ್ಪಾ... ಉರುಳಿದಂಗೆ ನಮ್ಮನ್ನೂ ತಳ್ಳಿಕೊಂಡು

ಇಂಥಾ ಕಡೆಗೆ ತರುತ್ತೆ' ಎಂದರು ಎಲ್ಲೋ ನೋಡುತ್ತಾ. ನನಗೆ ಅವರು ತಮ್ಮೊಳಗೇ ನೋಡಿಕೊಳ್ಳುತ್ತಿದ್ದಾರೇನೋ ಎನಿಸುತ್ತಿತ್ತು. ಸ್ವಲ್ಪ ಹೊತ್ತು ಸುಮ್ಮನೇ ಅಡಿಕೆ ಸೊಸಿಯ ನೆತ್ತಿ ನೋಡ್ತಾ ಕುಳಿತರು. ಮತ್ತೆ ನಿಟ್ಟುಸಿರು ಬಿಟ್ಟು 'ಆದರೂ ನಿಮ್ಮಪ್ಪ ಭಾಳ ಛಲಗಾರ ಶೃಂಗ. ಕಡೆಗೂ ನನ್ನ ಮನೆ ಬಿಡುಸ್ಬುಟ್ಟ' ಎಂದರು. ಅವರ ಮುಖದಲ್ಲಿ ಕಹಿಗಿಂತ ಒಂದು ನಿರ್ಲಿಪ್ತ ತಕರಾರಿತ್ತು. ನನಗೆ ಆಶ್ಚರ್ಯವಾಗೋಯ್ತು, ಇವರು ಮನೆ ಬಿಡೋದಕ್ಕೂ ನಮ್ಮಪ್ಪನಿಗೂ ಏನು ಸಂಬಂಧ ಅಂತ. ಅಲ್ಲದೇ ಐ ವಾಸ್ ಕ್ಯೂರಿಯಸ್ ಅಂತ ಬೇರೆ ಹೇಳ್ಬೇಕಾ? ಸ್ವಲ್ಪ ಕೆದಕಿ ಕೇಳಿದೆ 'ಅಂದರೆ ನಮ್ಮಪ್ಪ ದೇವಸ್ಥಾನದ ಟ್ರಸ್ಟಿಯಾಗಿದ್ಕೇ ನೀವು ಮನೆ ಬಿಟ್ಟದ್ದು ಅಂತೀರಾ?'

'ಯಾವಯಾವುದಕ್ಕೆ ಯಾವಯಾವ ಸಂಬಂಧ ಇರುತ್ತೋ ನಮಗೆ ಕಾಣುತ್ತಾ ಮಗಾ... ಕಂಡದ್ದಕ್ಕೆ ಆರೋಪ ಮಾಡೋದು ನಮ್ಮ ಪ್ರಕೃತಿ ಅಷ್ಟೇ. ಅದ್ನೇನೂ ಹಚ್ಕೋಬೇಡ ಬಿಡು' ಎಂದರು.

'ಇಲ್ಲ ಹೇಳಿ, ಪರವಾಗಿಲ್ಲ... ನಂಗೇನು ಮುಜುಗರ ಎಲ್ಲ ಏನಾಗಲ್ಲ'

'ನಿಮ್ಮಪ್ಪ ಒಳ್ಳೇದ್ನೇ ಮಾಡೋಕೆ ಬಂದದ್ದು ಪಾಪ... ಆದರೆ ನಾವು ಒಳ್ಳೇದು ಅಂದುಕೊಂಡಿದ್ದೆಲ್ಲಾ ಪೂರ್ತಾ ಒಳ್ಳೇದೇ ಆಗಿರುತ್ತೆ ಅಂತ ಹೇಳೋಕೆ ಬರೋದಿಲ್ಲ ಮಗಾ. ಅದು ನಿಮ್ಮಪ್ಪಂಗೆ ಅರ್ಥ ಆಗಲಿಲ್ಲ ಅಷ್ಟೇ. ದೇವಸ್ಥಾನ ಕಟ್ಟುದ್ರು, ಅಚ್ಚುಕಟ್ಟು ಮಾಡ್ಸುದ್ರು ಎಲ್ಲಾ ಸರಿ. ಆದ್ರೆ ಈಗ ಅಲ್ಲಿಗೆ ಭಕ್ತರೇ ಬರಲ್ಲ, ಬರೋವೆಲ್ಲ ಪೋಟ ತಕ್ಕೋಳೋಕೆ ಬರ್ತಾವೆ'

'ಅಯ್ಯೋ ತೆಗೀಬೇಡಿ ಅಂತ ಒಂದು ಬೋರ್ಡು ಹಾಕಿದ್ರೆ ಆಯ್ತಪ್ಪಾ. ಅದ್ಕೆಲ್ಲಾ ಬೇಡ ಅಂತಾರಾ?'

'ಸಮಸ್ಯೆ ಅದಲ್ಲ ಮಗ... ನಾನು ಒಂದಿಬ್ಬರಿಗೆ ಹಾಗೆ ಬೈದೆ. ನಮ್ಮ ಮನೋಜಂಗೂ ಹೇಳ್ದೆ. ಆಮೇಲೆ ಒಂದಿನ ಯಾರೋ ದೇವ್ರಿಗೆ ದೊಡ್ಡ ಹಾರಗಳು ತಂದುಕೊಟ್ಟು ಎಲ್ಲರೂ ನಿಂತ್ಕಂಡು ತೆಗುಸ್ಕಂಡು ಹೋದ್ರು, ನಮ್ಮ ಮನೋಜನೇ ತೆಗೆದ... ಇದಕ್ಕೆ ಏನನ್ನದು? ಸ್ವಾಮಿ ಪೂಜೆ ಮಾಡ್ಬೇಕಿದ್ದ ಅವನು ಅದೆಂಥದೋ ಹೋಂಸ್ಟೇ ಅಂತ ಮಾಡ್ಕಂಡು ಜನರ ಎಂಜಲೆತ್ತುತಾ ಇದಾನೆ. ಮೊದಲಿನ ಜನಕ್ಕೆ ಅಚ್ಚುಕಟ್ಟು ಎಲ್ಲಾ ಗೊತ್ತಿರ್ಲಿಲ್ಲ ದಿಟವೇ, ಆದರೆ ದೇವರು ಬೇಕಿತ್ತು. ಇವಕ್ಕೆ ಅದೇ ಬೇಕಿಲ್ಲ. ಅದೇನು ಜನವೇ ಬದಲಾದರೋ, ಕಾಲವೇ ಬದಲಾಯ್ತೋ... ನನಗೆ ಅರ್ಥವಾಗಲ್ಲ ಮಗಾ... ಅಲ್ಲಿದ್ರೆ ಏನೋ ಒಂಥರಾ ಆಗುತ್ತೆ ಅಂತ ಇಲ್ಲಿರ್ತೀನಿ ಅಷ್ಟೇ' ಎಂದು ಮೌನವಾದರು.

ನನಗೆ ಮತ್ತೇನೂ ಕೇಳುವ ಮನಸ್ಸಾಗಲಿಲ್ಲ. ಸ್ವಲ್ಪ ಹೊತ್ತು ಅಲ್ಲೇ ಕುಳಿತಿದ್ದು ನಾಳೆ ಬರ್ತೀನಿ ಅಂತ ಹೇಳಿ ಹೊರಟೆ. ಹೊರಟಾಗ ಮತ್ತೆ ಹಣೆಗೆ ದೇವರ ಕುಂಕುಮ ಇಟ್ಟರು. ಮನೆಗೆ ಬಂದಾಗ ಚಿಕ್ಕಮ್ಮ 'ಏನೋ ದೇವಸ್ಥಾನಕ್ಕೆ ಹೋಗಿದ್ಯಾ?' ಎಂದರು

ಆಶ್ಚರ್ಯದಿಂದ. 'ಇಲ್ಲವ್ವಾ... ಜೋಯಿಸರು ಸಿಕ್ಕಿದ್ದರು ತೋಟದ ಹತ್ರ ಮಾತಾಡ್ತಾ ಇದ್ವಿ' ಅಂದೆ. ಅದನ್ನು ಕೇಳಿ ಅವರ ಆಶ್ಚರ್ಯ ದುಪ್ಪಟ್ಟಾಗೋಯ್ತು 'ಜೋಯಿಸ್ರು ಮಾತಾಡ್ಸುದ್ರಾ? ನಿನ್ನ? ಅವರು ಯಾರ ಹತ್ರಾನೂ ಮಾತೇ ಆಡೋದಿಲ್ಲ ಅಂತಾರೆ ಕಣೋ, ವರ್ಷಗಳೇ ಆದ್ವೇನೋಪಾ ಅವರು ಮಾತಾಡಿದ್ದು ಜನ ನೋಡಿ. ಎಲ್ರೂ ಅವ್ರಿಗೆ ಏನೋ ಹುಚ್ಚು ಅಂತಾರೆ... ನಿನ್ನ ಜೊತೆ ಮಾತಾಡಿದ್ದು ಆಶ್ಚರ್ಯವೇ ಬಿಡಪ್ಪಾ' ಎಂದರು, ಹುಚ್ಚು ಎನ್ನುವಾಗ ಧ್ವನಿ ತಗ್ಗಿಸಿದ್ದರು. ನನಗೇನು ಆಶ್ಚರ್ಯವಾಗಲಿಲ್ಲ, ಬಹುಶಃ ಅವರಿಗೆ ಈ ಊರಿನ ಜನರ ಬಗ್ಗೆಯೇ ಬೇಸರವಿರಬಹುದು. ಅದಕ್ಕೇ ಯಾರನ್ನೂ ಮಾತಾಡಿಸಲ್ವೇನೋ... ನಾನು ಇಲ್ಲಿರೋನಲ್ಲ ಅನಿಸಿ ಮಾತಾಡಿದರೋ ಏನೋ ಅಂದುಕೊಂಡೆ.

ಮಾರನೆಯ ದಿನ ಅವರ ಪೂಜೆಯ ಸಮಯಕ್ಕೆ ನಾನೇ ದೇವಸ್ಥಾನಕ್ಕೆ ಹೋದೆ. ನಾನು ಅದನ್ನು ನೋಡಿ ಬಹಳ ವರ್ಷಗಳೇ ಆಗಿದ್ದವು. ಹಳೆಯ ಕೆತ್ತನೆಯ ಕಂಬಗಳು, ಮಾಡು ಎಲ್ಲಾ ಉಳಿಸಿಕೊಂಡಿದ್ದರೂ ನೆಲಕ್ಕೆ ಗ್ರಾನೈಟು ಹಾಕಿಸಿದ್ದರು, ಫಳಫಳನೆ ಹೊಳೆಯುವಂಥದು. ಅದನ್ನು ಯಾರಾದರೂ ಆರ್ಕಿಟೆಕ್ಟಿಗೆ ತೋರಿಸಿದರೆ ನಮ್ಮಪ್ಪನ ಜೆನರೇಷನ್ನಿನ ಎಡಬಿಡಂಗಿ ಕೆಲಸ ಇದು ಎಂದು ಮೂದಲಿಸುವುದು ಖಾತ್ರಿಯಿತ್ತು. ಜೋಯಿಸರ ಪೂಜೆ ತುಂಬಾ ಹೊತ್ತು ನಡೆಯಿತು. ಆದರೂ ಬೆಂಗಳೂರಿನ ಅದ್ದೂರಿ ದೇವಸ್ಥಾನಗಳ ಪೂಜೆಯ ವಿಜೃಂಭಣೆಯನ್ನು ನೋಡಿದ ನನಗೆ ಇದು ತೀರಾ ಸಿಂಪಲ್ ಆಗೇ ಕಂಡಿತು. ಎಲ್ಲ ಮುಗಿದ ಮೇಲೆಯೇ ಅವರು ತೀರ್ಥ, ಪ್ರಸಾದ ಹಿಡಿದು ಹೊರಗೆ ಬಂದಿದ್ದು. ಅದೇ ಹೊತ್ತಿಗೆ ಮನೋಜ ಅಲ್ಲಿಗೆ ಬಂದ. ಅವನೊಂದಿಗೆ ಒಂದು ಮೂರ್ನಾಲ್ಕು ವರ್ಷದ ಮಗು ಕೂಡ ಬಂದಿತು, ಅವನ ಮಗನಿರಬೇಕು ಎಂದುಕೊಂಡೆ. ಜೋಯಿಸರು ತೀರ್ಥ, ಪ್ರಸಾದದ ತಟ್ಟೆಯನ್ನು ಹೊಸ್ತಿಲ ಮೇಲಿಟ್ಟು ಒಳಗೆ ಹೋದರು. ಮನೋಜನೇ ಅಲ್ಲಿದ್ದವರಿಗೆ ಕೊಟ್ಟ. ನನ್ನನ್ನು ನೋಡಿ ನಕ್ಕು ಸ್ವಾಗತಿಸಿದ. ಜೋಯಿಸರು ಅತ್ತ ಸ್ವಲ್ಪ ಹೊತ್ತಿಗೇ ಒಂದು ಚೀಲವನ್ನು ಸೈಕಲ್ಲಿಗೆ ಹಾಕಿಕೊಂಡು ಹೊರಟಾಗಿತ್ತು. ನನ್ನನ್ನು ಕಂಡರೂ ಮಾತಾಡಿಸಲಿಲ್ಲ. ನನಗೆ ಚಿಕ್ಕಮ್ಮ ಹೇಳಿದ್ದು ನಿಜವೇ ಇರಬೇಕು ಎನಿಸಿತು, ನಿನ್ನೆ ತಾನೇ ಅಷ್ಟು ಚೆನ್ನಾಗಿ ಮಾತಾಡಿದವರು ಈವತ್ತು ತಿರುಗಿಯೂ ನೊಡದೇ ಹೋದರೆ ಏನಂದುಕೊಳ್ಳಬೇಕು. ಅವರು ಹೋದಮೇಲೆ ಮನೋಜನೇ ಬಂದು ಮಾತನಾಡಿಸಿದ. ಬೇಡವೆಂದರೂ ತನ್ನ ಮನೆಗೆ ಕರೆದುಕೊಂಡು ಹೋಗಿ, ಟೀ ಕುಡಿಸಿ, ಅವನ ಹೋಂಸ್ಟೇಯನ್ನೂ ತೋರಿಸಿದ. ಯಾರಾದ್ರೂ ಬರೋರಿದ್ರೆ ಹೇಳಿ ಎನ್ನಲು ಮರೆಯಲಿಲ್ಲ. ಇದೆಲ್ಲಾ ನೋಡಿ ನನಗೆ ಬಹುಶಃ ಈ ಲೋಕದಲ್ಲಿ ಅವರಿಗೆ ನೆಮ್ಮದಿ ಕೊಡುತ್ತಿದ್ದುದು ಆ ದೇವರ ಪೂಜೆಯೊಂದೇ ಅನಿಸಿತ್ತು.

ಅಲ್ಲಿಂದ ಹೊರಟವನು ಮಧ್ಯಾಹ್ನ ಊಟ ಮಾಡಿಕೊಂಡು ಮತ್ತೆ ತೋಟಕ್ಕೆ ಹೋದೆ. ಆಗಲೇ ಜೋಯಿಸರು ಊಟ ಮುಗಿಸಿ ಕುಳಿತಿದ್ದರು. ಅವರು ತಮ್ಮ ಕೈಯಲ್ಲೊಂದು ಹಳೆಯ ಪುಸ್ತಕದ ಪ್ರಿಂಟೆಡ್ ಪ್ರತಿಯನ್ನು ಹಿಡಿದು ಏನೋ ನೋಟ್ ಮಾಡುತ್ತಿದ್ದರು. ನನ್ನನ್ನು ನೋಡಿ ನಕ್ಕರು.

'ಏನೋ ಓದ್ತಾ ಇದೀರ...' ಅಂದೆ, ಮಾತು ಸಿಗದಿದ್ದಕ್ಕೆ.

'ಹ್ಞೂ... ಇದೊಂದು ಹಳೇ ಲಕ್ಷಣ ಶಾಸ್ತ್ರದ ಗ್ರಂಥ. ನಮ್ಮನೇಲೇ ಇತ್ತು ಬಹಳಾ ವರ್ಷದಿಂದ ಓದೋಕೆ ಆಗಿರಲಿಲ್ಲ. ಆ ಮೋಡಿಲಿಪಿ, ಸಣ್ಣಚ್ಚು ಸರಿಯಾಗಿ ಕಾಣುಸ್ತಾ ಇರಲಿಲ್ಲ'

'ಮತ್ತೆ ಪ್ರಿಂಟ್ ಯಾರು ಮಾಡಿಕೊಟ್ರು ನಿಮಗೆ?'

'ನಮ್ಮ ಮನೋಜ ಮನೆಗೆ ಕಂಪ್ಯೂಟರು ತಂದ ಮೇಲೆ ಒಂದಿನ ಕೇಳಿದ್ದೆ. ಈಗ ಒಂದು ವಾರದಲ್ಲಿ ಮಾಡಿಕೊಟ್ಟ ನೋಡು. ಅವನು ಒಳ್ಳೇ ಕೆಲ್ಸ ಅಂತ ಮಾಡಿದ್ದು ಇದೊಂದೇ...' ಎಂದು ನಕ್ಕರು.

'ನನಗೇನೋ ಅವನು ಒಳ್ಳೆಯವನೇ ಅನ್ಸುತ್ತೆ ತಾತ. ನಿಮಗೆ ನಾನು ಬದುಕ್ತಿರೋ ಪ್ರಪಂಚ ಗೊತ್ತಾದ್ರೆ ಏನಂತೀರೋ' ಎಂದು ನಾನೂ ನಕ್ಕೆ.

ಅವರು ಥಟ್ಟನೆ ಗಂಭೀರವಾದರು. ಸ್ವಲ್ಪ ಹೊತ್ತಾದ ಮೇಲೆ ಎಂದರು 'ಎಲ್ರೂ ಅವರವರ ಪ್ರಕೃತಿಗೆ ಅನುಗುಣವಾಗಿ ವರ್ತಿಸ್ತಾರೆ. ನಾವದನ್ನ ಬದಲಾಯ್ಸೋಕೆ ಆಗುತ್ತಾ ಮಗಾ...' ಎಂದು ನನ್ನನ್ನೇ ಕುತೂಹಲದಿಂದ ನೋಡಲಾರಂಭಿಸಿದರು. ನಾನು ಎತ್ತಲೋ ನೋಡುತ್ತ ಕುಳಿತಿದ್ದವನು ಇದ್ದಕ್ಕಿದ್ದಂತೆ ಕಾನ್ಶಿಯಸ್ ಆಗೋದೆ.

'ಯಾಕೆ ತಾತ, ಯಾವತ್ತೂ ನೋಡದೇ ಇರೋರ ಥರ ನೋಡ್ತಿದೀರ?' ಎಂದೆ ನಗುತ್ತಾ.

'ನಿನ್ನಿಂದ ನನಗೊಂದು ಉಪ್ಕಾರ ಆಗಬೇಕಲ್ಲಾ... ಕೇಳಿದ್ರೆ ಮಾಡಿಕೊಡ್ತೀಯಾ?' ಎಂದರು. ನನಗೆ ನಗು ಬಂದಿತು.

'ಅಯ್ಯೋ ನಾನು ಉಪ್ಕಾರ ಮಾಡೋ ಅಷ್ಟೆಲ್ಲಾ ದೊಡ್ಡೋನಲ್ಲ ತಾತ. ಹೇಳಿ ಅದೇನು. ಯಾಕೆ ಸಂಕೋಚ ಮಾಡ್ಕೋತೀರ. ನಾನೇನು ಬೇರೆಯವನಾ...' ಎಂದೆ. ಮತ್ತೆ ಸುಮ್ಮನಾದರು, ಒಂದೆರಡು ಕ್ಷಣ ನನ್ನನ್ನೇ ದಿಟ್ಟಿಸಿದರು. ಆಮೇಲೆ ಸ್ವಲ್ಪ ಮುಜುಗರದಿಂದಲೇ ಕೇಳಿದರು.

'ಈ ಗ್ರಂಥದಲ್ಲಿ ಒಂದು ಲಕ್ಷಣ ಹೇಳಿದಾರೆ. ನನಗೆ ಅವೆಲ್ಲಾ ನಿನ್ನಲ್ಲಿ ಕಾಣ್ತಾ ಇದಾವೆ. ನಿನ್ನನ್ನ ಒಮ್ಮೆ ಪರೀಕ್ಷೆ ಮಾಡಬೇಕಲ್ಲ... ಅಲ್ಲ ನೀನು ಒಪ್ಪಿಕೊಂಡ್ರೆ ಮಾತ್ರ...' ಎಂದರು ಸಂಕೋಚದಿಂದಲೇ.

ನನಗೆ ಸ್ವಲ್ಪ ಗೊಂದಲವಾಯಿತು. ನನ್ನಲ್ಲಿ ಯಾವ ಅಧ್ವಾನದ ಲಕ್ಷಣಗಳಿದ್ದಾವು

ಎಂದು ಒಂದುಕಡೆ ನಗು ಬಂದರೆ, ಇನ್ನೊಂದು ಕಡೆ ಇದೆಲ್ಲಾ ನಂಬಬಹುದಾ ಅನ್ನುವ ಅನುಮಾನವೂ. ಅದನ್ನು ಕಂಡವರಂತೆ ಅವರು 'ನಿನಗೆ ಮನಸ್ಸಿಲ್ಲದಿದ್ರೆ ಬೇಡ ಬಿಡು...' ಎಂದರು.

'ಅಯ್ಯೋ ಅದಕ್ಕೇನು ಮಾಡಿ. ನಮ್ಮ ಸ್ಕೂಲು ಕಾಲೇಜ್ ಥರ ಎಲ್ಲ ಪರೀಕ್ಷೆ ಮಾಡಬೇಡಿ ಅಷ್ಟೇ. ನಾನು ಪಾಸೇ ಆಗಲ್ಲ ಆಮೇಲೆ' ಎಂದು ನಕ್ಕುಬಿಟ್ಟೆ. ಅವರು ಕೇಳಿದಾಗ ಇಲ್ಲ ಎನ್ನುವ ಮನಸ್ಸಾಗಲಿಲ್ಲ ನೋಡು. ಜೊತೆಗೆ ಅವರು ಅವರ ಜ್ಞಾನಕ್ಕೆ ಪರೀಕ್ಷೆ ಮಾಡಿಕೊಂಡರೆ ನಾನೇನೂ ಕಳೆದುಕೊಳ್ಳುವುದು ಇರಲಿಲ್ಲ.

ಆಮೇಲೆ ರೂಮಿನ ಒಳಗೆ ಕರೆದುಕೊಂಡು ಹೋದರು. ಬಾಗಿಲು ಮುಚ್ಚಿ, ಲೈಟು ಹಾಕಿ ನನ್ನನ್ನು ಆ ಖುರ್ಚಿಯ ಮೇಲೆ ಕೂರಿಸಿದರು. ನಾನು 'ನೀವು ಕೂತ್ಕೊಳ್ಳಿ, ನಾನು ನಿಂತ್ಕೋತೀನಿ ಪರವಾಗಿಲ್ಲ' ಎಂದರೂ ಕೇಳಲಿಲ್ಲ 'ಇದು ಸ್ವಲ್ಪ ಸಮಯ ತಗೊಳುತ್ತೆ. ನಿಂತಿರೋದು ಕಷ್ಟ. ಕೂತ್ಕೋ ಪರವಾಗಿಲ್ಲ' ಎಂದು ಅವರು ದಿವಾನದ ಮೇಲೆ ಕೈಯಲ್ಲಿ ಒಂದು ಪೆನ್ನು, ಪೇಪರು ಹಿಡಿದು ಕುಳಿತರು. ಅವರ ಎಡಗಡೆ ಆ ಪ್ರಿಂಟೆಡ್ ಪುಸ್ತಕದ ಯಾವುದೋ ಭಾಗವನ್ನು ತೆರೆದಿಟ್ಟುಕೊಂಡರು.

ಆಮೇಲಿನದೆಲ್ಲಾ ನನಗೊಂಥರಾ ವಿಚಿತ್ರ ಅನುಭವ. ನಿನಗೂ ಹಾಗೇ ಅನಿಸುತ್ತೆ ಅಂತ ನನಗ್ಗೊತ್ತು, ಅದಕ್ಕೇ ಸಂಕ್ಷಿಪ್ತವಾಗಿ ಹೇಳ್ತೀನಿ. ನನ್ನ ಕಣ್ಣು, ಮೂಗು, ಕಿವಿ, ಹಣೆ, ಮುಖದ ಅಳತೆಗಳನ್ನು ಅಂಗುಷ್ಟದಲ್ಲಿ ಅಳೆದು ಬರೆದುಕೊಂಡರು. ನನ್ನ ಶರ್ಟು ಬಿಚ್ಚಿಸಿದರು. ಮತ್ತೆ ಕೈ, ಎದೆ, ಹೊಟ್ಟೆಗಳನ್ನು ಗಮನಿಸಿ, ಅಳೆದು ಬರೆದುಕೊಂಡರು. ಹಿಂದೆ ತಿರುಗಲು ಹೇಳಿ ಸೊಂಟ, ಬೆನ್ನನ್ನು ಹಾಗೇ ಕೈಯಲ್ಲಿ ಅಳೆದುಕೊಂಡರು.

ಆಮೇಲೆ 'ನಿನಗೆ ಸಂಕೋಚ ಇಲ್ಲ ಅಂದರೆ ಪ್ಯಾಂಟು ಬಿಚ್ಚುತೀಯಾ?' ಎಂದರು. ನನಗೆ ಮುಜುಗರವಾದರೂ ಅವರ ಮುಂದೆ ಏನು ಸಂಕೋಚ ಅಂತ ಬಿಚ್ಚಿದೆ. ಚಡ್ಡಿಯನ್ನೂ ಬಿಚ್ಚಿಸಿದರು. ಮತ್ತೆ ಕಾಲು, ಬೆರಳುಗಳು, ಮೊಣಕಾಲು, ತೊಡೆ ಎಲ್ಲ ಅಳೆದುಕೊಂಡರು. ಸಾರಿ, ಅವರು ಅಳೆದುಕೊಂಡದ್ದಷ್ಟೇ ನನಗೆ ಗೊತ್ತಾಗಿದ್ದು. ಅದಕ್ಕೇ ಅಷ್ಟನ್ನೇ ಹೇಳುತ್ತಿದ್ದೇನೆ. ಅವರು ಬೇರೆ ಏನೇನೆಲ್ಲಾ ಗಮನಿಸಿದರು ನನಗೆ ಹೇಗೆ ಗೊತ್ತಾಗಬೇಕು?

ಆಮೇಲೆ ಒಂದೆರಡು ಹೆಜ್ಜೆ ಓಡಾಡು ಎಂದರು. ನಾನು ಅಲ್ಲೇ ನಾಲ್ಕು ಹೆಜ್ಜೆ ಹಾಕಿದೆ. ಆಮೇಲೆ ಕೂತ್ಕೋ ಎಂದು ಮತ್ತೆ ಖುರ್ಚಿಯ ಮೇಲೆ ಕೂರಿಸಿದರು. ಸ್ವಲ್ಪ ಹೊತ್ತು ಏನೇನೋ ತಾಳೆ ಹಾಕಿದರು.

ಆಮೇಲೆ ತಲೆಯೆತ್ತಿ 'ಹ್ಞೂ... ಇದು ಲಕ್ಷಣವಾಯ್ತು. ಈಗ ಒಂದಷ್ಟು ಪ್ರಶ್ನೆ ಕೇಳಬೇಕು. ನೀನು ಸಂಕೋಚವಿಲ್ಲದೇ ಉತ್ತರ ಕೊಡಬೇಕು. ಹಾಗಿದ್ರೆ ಕೇಳ್ತೀನಿ' ಎಂದರು. ನಾನು ಅರ್ಧದಾರಿ ನಡೆದಾಗಿತ್ತು, ಒಪ್ಪಿಕೊಂಡೆ. ಒಂದಷ್ಟು ಪ್ರಶ್ನೆಗಳನ್ನು

ಕೇಳಿದರು, ಒಂಥರಾ ಬಿಹೇವಿಯರಲ್ ಸೈಕಾಲಜಿಗೆ ಸಂಬಂಧಿಸಿದ್ದು ಎನ್ನಬಹುದು. ಆಮೇಲೆ ಮತ್ತೆ ಎಲ್ಲವನ್ನೂ ತಾಳೆಹಾಕಿ, ಕಡೆಗೊಮ್ಮೆ ಆ ಆವೇಶದಿಂದ ಹೊರಗೆ ಬಂದವರಂತೆ ಸಣ್ಣಗೆ ನಕ್ಕರು. ನಾನು ಬರಿಮೈಯಲ್ಲಿ ಸುಮ್ಮನೇ ಕುಳಿತೇ ಇದ್ದೆ.

'ನೋಡು ಇದರಲ್ಲಿ ಒಂದೊಳ್ಳೆ ಲಕ್ಷಣ ಸಿಕ್ಕಿತ್ತು ಓದುವಾಗ. ಒಟ್ಟು ಇಪ್ಪತ್ತನಾಲ್ಕು ಲಕ್ಷಣಗಳನ್ನು ಹೇಳ್ತಾರೆ ಇಲ್ಲಿ. ಮತ್ತೆ ಒಂದೊಂದರಲ್ಲಿ ಎರಡು ಮೂರು ವಿಧಗಳನ್ನ ಹೇಳ್ತಾರೆ. ನಿನ್ನನ್ನ ನೋಡಿದ ಕೂಡಲೇ ಇದು ನೆನಪಾಯ್ತು ನೋಡು. ಬಹಳ ಹೋಲಿಕೆ ಸಿಕ್ತು. ಅದಕ್ಕೇ ಕೇಳ್ದೆ, ಈಗ ನಾನು ಇದರ ಪ್ರಕಾರ ನಿನ್ನ ಸ್ವಭಾವ ಏನು, ಗುಣಧರ್ಮ ಏನು ಅಂತ ಹೇಳ್ತೀನಿ, ಸರಿ ಇದ್ರೆ ಸರಿ ಅನ್ನು ತಪ್ಪಿದ್ರೆ ಹೇಳು ಆಯ್ತಾ...' ಎಂದು ಶುರುಮಾಡಿದರು. ನಾನು ಹ್ಞೂ ಅಂದೆ.

'ನಿನ್ನ ಮೂಗು ತೀಕ್ಷ್ಣವಾಗಿದೆ, ಒಳ್ಳೇ ಬುದ್ಧಿವಂತ, ಅಂದರೆ ಚುರುಕು. ಯಾವುದನ್ನೂ ಬೇಗ ಕಲೀತೀಯ'

'ಹೌದು ಬಿಡಿ, ಹಾಗೇ ಮರೀತೀನಿ ಕೂಡ'

'ಹ್ಞಾ... ಅದೂ ಗೊತ್ತಾಗುತ್ತೆ. ನಿನ್ನ ಕಣ್ಣಲ್ಲಿ ತೀಕ್ಷ್ಣತೆ ಇದ್ದಂಗೇ ಸ್ವಲ್ಪ ಮ್ಲಾನತೆಯೂ ಇದೆ. ಅಂದರೆ ಒಳಗೆಲ್ಲೋ ಹೊಕ್ಕಂಡಂತೆ ಕಾಣ್ತವೆ. ಅದು ಅದೇ ಲಕ್ಷಣ. ನಿನ್ನ ಹಣೆ ವಿಶಾಲವಾಗಿದೆ, ಉದಾರಿ. ಕೈಯಲ್ಲಿ ಏನೂ ನಿಲ್ಲೋದಿಲ್ಲ'

'ಹಹಾ... ನಿಜ ನಿಜ. ಕಳೆಯೋಕೆ ತುಂಬಾ ದಾರಿ ಇವೆ ನೋಡಿ'

'ಕಳೆಯೋ ದಾರಿ ಇಲ್ಲದೇ ಇದ್ರೂ ನೀನು ಹುಡುಕ್ಕೋತೀಯ. ಯಾಕಂದರೆ ನಿನ್ನದು ಹನ್ನೆರಡು ಗುಣ ಶೃಂಗಾರ ಪ್ರಕೃತಿ' ಎಂದು ನಕ್ಕರು.

'ಅಂದರೆ ರೊಮ್ಯಾಂಟಿಕ್ ಫೆಲೋ ಅಂತಾನಾ? ನಾನು ತುಂಬಾ ರಿಯಲಿಸ್ಟಿಕ್ ತಾತ...'

'ಅದಕ್ಕೆ ಇಂಗ್ಲೀಷಲ್ಲಿ ನೀವೇನಂತೀರೋ ನಂಗೊತ್ತಿಲ್ಲಪ್ಪ... ನಿನಗೆ ಆಗಲೇ ಸ್ತ್ರೀಪ್ರಾಪ್ತಿ ಆಗಿದೆ ಅಲ್ವಾ?' ಎಂದರು. ಈಗ ನನಗೆ ಸ್ವಲ್ಪ ಪೆಚ್ಚಾಯ್ತು. ಇವರಿಗೆ ಹ್ಞೂ ಎನ್ನಲೇ, ಇಲ್ಲ ಎನ್ನಲೇ? ಅವರನ್ನು ನೋಡಿದರೆ ಯಾವುದನ್ನೂ ಮುಚ್ಚಿಡುವ ಸಾಧ್ಯತೆಗಳಿರಲಿಲ್ಲ. ಎಲ್ಲಕ್ಕಿಂತ ಮುಖ್ಯವಾಗಿ ನನಗೆ ಯಾವುದನ್ನೂ ಮುಚ್ಚಿಡೋ ಅಗತ್ಯ ಕೂಡ ಇರಲಿಲ್ಲ. ಇದೇ ತನ್ನು ಒಂದು ವೇಳೆ ನಮ್ಮಪ್ಪನೇ ನೇರವಾಗಿ ಕೇಳಿದ್ದರೆ ನಾನು ನೇರವಾಗೇ ಹೌದು ಅನ್ನುತ್ತಿದ್ದೆ. ಹಾಗಾಗಿ ಹೌದು ಎಂದೆ.

ಕೈಕೊಡು ಎಂದು ಮತ್ತೆ ಕೈಹಿಡಿದು ನೋಡಿ 'ಬಹಳ ಆಗಿದೆಯಲ್ಲಪ್ಪಾ' ಎಂದರು. ಅವರ ಧ್ವನಿಯಲ್ಲಿ ಆಕ್ಷೇಪಣೆಯಿರಲಿಲ್ಲ, ಒಂಥರಾ ಕಾಳಜಿಯಿತ್ತು. ಆಮೇಲೆ ಇದೇ ವಿಷಯದ ಬಗ್ಗೆ ಒಂದಷ್ಟು ಪ್ರಶ್ನೆಗಳನ್ನು ಕೇಳಿದರು. ಕಡೆಗೆ 'ನೋಡು ಮಗಾ... ನೀನು ತುಂಬಾ ಸಂಕಟದಲ್ಲಿ ಒದ್ದಾಡಿದೀಯ. ಈಗಲೂ ಒದ್ದಾಡ್ತಿದೀಯ ಅನ್ಸುತ್ತೆ

ನನಗೆ. ಕೆಲವೆಲ್ಲಾ ನಮ್ಮ ಕೈಲಿರಲ್ಲ. ಹೇಳಿದೆನಲ್ಲಾ ಪ್ರಕೃತಿ ಸೆಳೆದುಕೊಂಡು ಹೋಗುತ್ತೆ. ಆದರೂ ಒಂದು ಉಪಾಯ ಇದೆ. ನಿನಗೆ ಸಮ್ಮತಿಯಿದೆ ಅಂದ್ರೆ ಮಾಡಬಹುದು' ಎಂದರು.

'ಏನು ಮಾಡಬೇಕು ತಾತ. ನನ್ನ ಕೈಲಾಗೋ ಹಾಗಿದ್ರೆ ಮಾಡ್ತೀನಿ' ಎಂದೆ.

'ನೋಡು ಇಷ್ಟು ಶೃಂಗಾರ ಪ್ರಕೃತಿ ಇರೋದರಿಂದಲೇ ನೀನು ಇಷ್ಟು ಬುದ್ಧಿವಂತನಾದ್ರೂ ಒಂಥರಾ ಲೋಲುಪನಾಗಿದ್ದು. ಲೋಲುಪ ಅಂದಿದ್ದಕ್ಕೆ ಬೇಜಾರು ಮಾಡಿಕೋಬೇಡ. ಶಬ್ದ ಅಷ್ಟೇ ಅದು. ಆದರೆ ಅದಕ್ಕೆಲ್ಲಾ ಉಪಾಯ ಇದೆ, ನಿನಗೆ ನಂಬಿಕೆ ಇದ್ರೆ ನಾನೊಂದು ಮಂತ್ರೋಪದೇಶ ಮಾಡ್ತೀನಿ. ದಿನಾ ಅದನ್ನ ಅನುಷ್ಠಾನ ಮಾಡ್ತ ಬಂದ್ರೆ ನಿಧಾನಕ್ಕೆ ಮನಸ್ಸು ಹತೋಟಿಯಲ್ಲಿ ಇಡೋದಕ್ಕೆ ಸಾಧ್ಯ ಆಗುತ್ತೆ.' ಎಂದರು.

ನಾನು ಒಂದು ಕ್ಷಣ ಯೋಚಿಸಿದೆ. ಬ್ರಾಹ್ಮಣರು ಅದರಲ್ಲೂ ಜ್ಯೋತಿಷಿಗಳು ಹೇಗೆಲ್ಲಾ ಜನರನ್ನು ಮರುಳು ಮಾಡ್ತಾರೆ ಅನ್ನೋದರ ಬಗ್ಗೆ ನಮ್ಮ ಕಾಲೇಜು ಮೇಷ್ಟರೊಬ್ಬರು ಹೇಳ್ತಾ ಇದ್ದದ್ದು ನೆನಪಾಯ್ತು. ಅವರನ್ನೇ ಸ್ವಲ್ಪ ಗಮನಿಸಿದೆ. ಅವರಲ್ಲಿ ನನಗ್ಯಾವ ಅಪ್ರಾಮಾಣಿಕತೆಯೂ ಕಾಣಲಿಲ್ಲ. ಅಥವಾ ನನಗೆ ಇದನ್ನು ಹೇಳಲೇಬೇಕು ಅಂತಲೋ ಮಂತ್ರೋಪದೇಶ ಮಾಡಲೇಬೇಕು ಅಂತಲೋ ಯಾವ ಛಲವಿದ್ದಂತೆ ಕೂಡ ಕಾಣಲಿಲ್ಲ. ಆದರೂ ನನಗೆ ಅದನ್ನು ಒಪ್ಪಿಕೊಳ್ಳೋದು ಸಾಧ್ಯವಿರಲಿಲ್ಲ.

'ನೋಡಿ ತಾತ, ಹೀಗೆ ಹೇಳ್ತೀನಿ ಅಂತ ಬೇಜಾರು ಮಾಡಿಕೋಬೇಡಿ. ಆದರೆ ನನಗೆ ಇದರಲ್ಲೆಲ್ಲಾ ನಂಬಿಕೆ ಬರೋದಿಲ್ಲ. ನನಗೇ ಅಲ್ಲ, ನನ್ನ ಜೆನರೇಷನ್ನಿನ ಯಾರಿಗೂ ಇದೆಲ್ಲಾ ಬೂಟಾಟಿಕೆ ಅಂತಲೇ ಅನ್ನೋದು. ತಪ್ಪು ತಿಳಕೋಬೇಡಿ... ನೀವು ನನ್ನ ಒಳ್ಳೇದಕ್ಕೇ ಹೇಳ್ತಿದೀರ ಅಂತ ನನಗೆ ಗೊತ್ತು. ಆದರೆ ಈಗ ಉಪದೇಶ ಮಾಡಿಸ್ಕೊಂಡ್ರೂ ನಾಳೆಯೇ ನನಗೆ ಇದರ ಬಗ್ಗೆ ಸಂಶಯ ಶುರುವಾಗುತ್ತೆ. ನಮ್ಮ ಕಾಲವೇ ಹಾಗೆ, ನಾವು ಯಾವುದನ್ನೂ ನಂಬೋ ಸ್ಥಿತಿಯಲ್ಲಿ ಇಲ್ಲ. ಅದೇನು ನಂಬಬಾರ್ದು ಅಂತ ನಮಗೆ ಸ್ಕೂಲುಗಳಲ್ಲಿ ಹೇಳಿಕೊಟ್ಟಿದ್ಕೋ ಅಥವಾ ನಂಬಿದ್ದೆಲ್ಲಾ ಧೋಕಾ ಅಂತ ಬದುಕು ತೋರಿಸಿಕೊಟ್ಟಿದ್ಕೋ ಒಟ್ಟಿನಲ್ಲಿ ನಮಗೆ ಇದನ್ನೇ ಅಲ್ಲ, ಯಾವುದನ್ನೂ ನಂಬೋಕಾಗಲ್ಲ.'

'ಆಯ್ತು ಮಗಾ ನಿನ್ನಿಷ್ಟ. ಇನ್ನೊಂದು ವಿಷಯ ಹೇಳ್ತೀನಿ ನೆನಪಿಟ್ಟುಕೋ. ಮನಸ್ಸನ್ನು ಹಿಡಿತದಲ್ಲಿ ಇಡೋದಕ್ಕೆ ಧೃತಿಯೇ ಮೂಲ. ಧೃತಿಯಿಂದಲೇ ಕಡೆಗೆ ಅದು ಸಾಧ್ಯವಾಗೋದು. ಈ ಮಂತ್ರ ಎಲ್ಲಾ ಅದಕ್ಕೆ ಸಹಕಾರ ಕೊಡುತ್ತೆ ಅಷ್ಟೇ. ನೀನು ನಿನ್ನ ಧೃತಿಯನ್ನೇ ಗಟ್ಟಿ ಮಾಡಿಕೋ, ತಪ್ಪೇನಿಲ್ಲ. ನಿನಗೆ ಯಾವಾಗಾದ್ರೂ

ಬೇಕು ಅನ್ನಿಸಿದ್ರೆ ಬಾ ನಾನಿರ್ತೀನಿ' ಎಂದು ಎದ್ದರು. ನಾನೂ ಬಟ್ಟೆ ಹಾಕಿಕೊಂಡು ಹೊರಗೆ ಬಂದೆ. ಆಗಲೇ ಸಂಜೆಯಾಗುತ್ತಿತ್ತು. ಬರ್ತೀನಿ ತಾತ ಅಂತ ನಾನು ಮನೆಕಡೆಗೆ ಹೊರಟೆ.

ಈಗಲೂ ನನ್ನ ತಲೆಯಲ್ಲಿ ನನ್ನದೇ ಮಾತುಗಳು ಸುತ್ತು ಹೊಡೆಯುತ್ತವೆ. ಹೌದಲ್ಲವಾ, ನಾವು ಯಾವುದನ್ನೂ ನಂಬುವ ಸ್ಥಿತಿಯಲ್ಲಿಲ್ಲ ಅಂತ. ನಮ್ಮಪ್ಪನ ಕಾಲದವರು ಇವರು ಹೇಳಿದ್ದನ್ನೆಲ್ಲಾ ಅಜ್ಞಾನ ಎಂದರು. ಈಗ ನಮಗೆ ಅವರು ಹೇಳಿದ್ದು ಅಜ್ಞಾನ ಅನಿಸೋಕೆ ಶುರುವಾಗಿದೆ. ಹೋಗಲಿ ನಮ್ಮ ಕಾಲದ ನಂಬಿಕೆಗಳೇನು ಎನಿಸಿ ಹುಡುಕೋದಕ್ಕೆ ಹೋದರೆ ನಮಗೆ ನಂಬಿಕೆಗಳೇ ಇಲ್ಲ ಅನಿಸುತ್ತೆ ನನಗೆ. ನೀನೇ ಹೇಳು, ನಮಗೆ ಏನಾದರೂ ನಂಬಿಕೆಗಳು ಅಂತ ಇದಾವಾ? ಇಂಥಾ ಪೂಜಾರಿಗಳು ಹೇಳೋ ವಿಷಯಗಳಿರಲಿ ಅಂಥಾ ಸೈನ್ಸ್ ಹೇಳ್ತಿರೋದ್ರಲ್ಲೂ ನಮಗೆ ನಂಬಿಕೆ ಇಲ್ಲ. ಯಾರಾದರೂ ಡಾಕ್ಟರು ಮೆಡಿಸನ್ ಬರೆದರೆ ನಮಗೆ ಡೌಟು ಬರುತ್ತೆ, ಒಮ್ಮೆ ಅದರ ಕಂಟೆಂಟ್ ಎಲ್ಲಾ ಚೆಕ್ ಮಾಡ್ತೀವಿ, ಸೈಡ್ ಎಫೆಕ್ಟ್ ಇದೆಯಾ ಅಂತ... ಸರ್ಕಾರ ಏನಾದ್ರೂ ಹೇಳಿದ್ರೆ ಅನುಮಾನ ಪಡ್ತೀವಿ, ಇದು ನಮ್ಮನ್ನ ಎಲ್ಲಿಗೆ ತಗೊಂಡೋಗಿ ನಿಲ್ಸುತ್ತೋ ಅಂತ... ಮೀಡಿಯಾ ಅಂತೂ ನಮಗೆ ಕಿಟ್ಚ್ ಅನ್ಸುತ್ತೆ...

ನಾವು ನಮ್ಮ ಜೊತೆಯಲ್ಲಿರೋ ಮನುಷ್ಯರನ್ನು ನಂಬಲಾರೆವು, ನಮ್ಮ ಸುತ್ತ ಇರೋ ವ್ಯವಸ್ಥೆಗಳನ್ನು ನಂಬಲಾರೆವು. ತಿನ್ನೋ ಅನ್ನವನ್ನು, ಆಡೋ ಭಾಷೆಯನ್ನು, ಕಡೆಗೆ ನಮ್ಮನ್ನೂ ಕೂಡ ಸಂಶಯಿಸೋದೇ ನಮ್ಮ ಕಾಲದ ಸತ್ಯ ಅನಿಸುತ್ತೆ. ಮನುಷ್ಯನಿರ್ಮಿತಿಯ ಯಾವುದೂ ಅಕಾರಣವಾಗಿ ಮತ್ತು ಅನಿವಾರ್ಯವಾಗಿ ನಾಶದತ್ತಲೇ ಒಯ್ಯುತ್ತೆ ಅನ್ನೋದು ಅರ್ಥವಾದಾಗಿನಿಂದ ನಮ್ಮ ನಂಬಿಕೆ ಸತ್ತುಹೋಗಿದೆ... ಶಲ್ ವಿ ಬ್ರೇಕ್?

ಓ ಅದೇನೋ ನಿಜ... ಎಲ್ಲ ಸಿದ್ಧಾಂತ, ಚಳವಳಿ, ಉದ್ಯಮದ ಪತನಕ್ಕೂ ಕಾರಣ ಹುಡುಕಬಹುದು. ಆದರೆ ಈ ನಾಶಕ್ಕೆ ಕಾರಣ ಹುಡುಕೋದಿದೆಯಲ್ಲಾ ಅದು ಒಂಥರಾ ಸಾವಿಗೆ ಕಾರಣ ಹುಡುಕಿದಂತೆ. ಅದು ಕಾರಣವೇ ಅಲ್ಲ, ನೆಪ ಮಾತ್ರ... ಇರ್ಲಿ ಬಿಡು ಮಾರಾಯ, ಬ್ರೇಕ್ ಮಾಡೋಣ. ಬಾ ದಮ್ಮು ಹೊಡಿ ಸ್ವಲ್ಪ.

8

ಕಿಂ ದಮ?

ಹೇ ವಾಟ್ ಆರ್ ಯೂ ಥಿಂಕಿಂಗ್? ಸಾರಿ ಒಂದು ಸಿಗರೇಟು ಸಾಕಾಗಲಿಲ್ಲ. ಐ ಮೇಡ್ ಯೂ ವೆಯ್ಟ್... ಐ ನೋ ನಿನಗಿನ್ನಾ ಆ ಜೋಯಿಸರ ಚಿತ್ರ ಕಾಡ್ತಾ ಇದೆ ಅಲ್ಲಾ? ನಿನ್ನೊಳಗೆ ಎಲ್ಲೋ ಈ ಸಂಪ್ರದಾಯದ ಮೋಹ ಅಡಗಿಕೊಂಡಿದೆ ಅನ್ನುತ್ತೆ... ಹಹ್ಹಹ್ಹಾ... ಒಪ್ಪಿಕೊಳ್ಳೋಕೆ ಕಷ್ಟ ಆಗ್ತಿದೆ ಅಲ್ಲಾ ಅಥವಾ ಭಯಾನೋ?

ಹೋಗ್ಲಿ ಬಿಡು, ಈ ಕಾಲಕ್ಕೇಇದೊಂದು ವಿಚಿತ್ರ ಗುಣ ಇದೆ ಮಾರಾಯ. ಎಲ್ಲವೂ ತಾವಿದ್ದಂತೆಯೇ ಇರ್ರೆಲೆವೆಂಟ್ ಆಗೋಗ್ತಾವೆ. ಸಂಪ್ರದಾಯವೊಂದೇ ಅಲ್ಲ. ಅದನ್ನ ಮುರೀಬೇಕು ಅಂತಲೇ ಕಟ್ಟಿದ ರೆಬೆಲ್ ಥಿಯರಿಗಳು ಏನಾದವು ಹೇಳು? ಒಂದು ಕಾಲದಲ್ಲಿ ಏನೇನೆಲ್ಲಾ ಅಂದವು, ತಂದವು... ಏನು ಕಥೆ... ಡೆಮಾಕ್ರಸಿ ಏನು? ಸಮಾನತೆ ಏನು? ಅಂತರ್ಜಾತೀಯ ಮದುವೆಗಳೇನು? ಲೇಬರ್ ಯೂನಿಯನ್ನುಗಳೇನು? ಎಜುಕೇಷನ್ ಏನು? ಈವತ್ತು ನೋಡು, ಎಲ್ಲವೂ ತಾವಿದ್ದಂತೆಯೇ ಇರ್ರೆಲೆವೆಂಟ್ ಆಗೋಗ್ತಿವೆ. ಎಲ್ಲವೂ ಈಗ ಕಟ್ಟುಕಥೆಗಳ ಥರ ಕಾಣ್ತಾ ಇವೆ. ಎಲ್ಲ ಬಿಡು ಅವೆಲ್ಲಾ ಹುಟ್ಟಿದ ಹಿಸ್ಟರಿಯೇ ಇರ್ರೆಲೆವೆಂಟ್ ಆಗಿಲ್ಲವೇ? ನಮ್ಮಪ್ಪ ಕಟ್ಟಿಸಿದ ಆ ದೇವಸ್ಥಾನ ಐತಿಹಾಸಿಕ ಸ್ಥಳ ಅಂತ ಹೇಳಿದ್ನಲ್ಲಾ, ಆ ಥರ ನನಗೆ ಅನ್ನಿಸಲೇ ಇಲ್ಲ ಅಲ್ಲಿ ಹೋದಾಗ! ಯಾವ ಐತಿಹಾಸಿಕ ಸ್ಥಳ ನಮಗೆ ರೆಲೆವೆಂಟ್ ಆಗಿ ಕಾಣ್ತಿದೆ ಹೇಳು? ಅದಕ್ಕೂ ನಮಗೂ ಜೈವಿಕವಾದ ಸಂಬಂಧವೇ ಉಳಿದಿಲ್ಲ. ಇಟ್ ಈಸ್ ಅನದರ್ ಕಮಾಡಿಟಿ. ಬರೀ ಪೊಲಿಟೀಷನ್ಸ್‌ಗೆ ಅಂದುಕೋಬೇಡ ಜನಕ್ಕೂ ಅಷ್ಟೇ. ಅಲ್ಲಿ ಹೋಗ್ಬೇಕು, ನೋಡಬೇಕು, ಫೋಟೋ ತಗೋಬೇಕು ಬರ್ಬೇಕು ಅಷ್ಟೇ, ವಂಡರ್ ಲಾಗೆ ಹೋದಂತೆ. ಜೋಯಿಸರು ಇರ್ರೆಲೆವೆಂಟ್ ಆಗಿದ್ದು ಸಂಪ್ರದಾಯದ ಸಾವಾದ್ರೆ

ನಮ್ಮಪ್ಪನ ಕಾಯಕಲ್ಪ ಇರ್ರೆಲೆವೆಂಟ್ ಆಗಿದ್ದು ಮಾಡರ್ನಿಟಿಯ ಸಾವಲ್ಲವೇ? ನನಗೆ ಇವೇ ಪ್ರಶ್ನೆಗಳು ತುಂಬಾ ದಿನ ಕಾಡಿದವು ಬಿಡು.

ಆಗ ನನಗೆ ಒಂದು ವಿಷಯ ಹೊಳೀತು. ನಾವು ಇವೆಲ್ಲಾ ಸತ್ಯಗಳು ಅಂದುಕೊಳ್ತೀವಲ್ಲಾ ಅಲ್ಲೇ ಸಮಸ್ಯೆ ಇದೆ. ಇವೆಲ್ಲಾ ಒಂದೊಂದು ಕಥೆಗಳು. ಸಂಪ್ರದಾಯ ಹೇಳೋದು, ಮಾಡರ್ನಿಸಂ ಹೇಳೋದು, ಸೋಷಯಲಿಸಂ ಹೇಳಿದ್ದು ಎಲ್ಲವೂ ಒಂದೊಂದು ಕಥೆಗಳು ಮಾತ್ರ. ಅದನ್ನ ನಂಬಿದವರಿಗೆ ಅದು ಸತ್ಯ ಅನ್ಸುತ್ತೆ ಅಷ್ಟೇ. ನಂಬಿಕೆ ಇಲ್ದಿದ್ರೆ ಕಥೆ... ಜನ ತಮ್ಮ ನಂಬಿಕೆ ಹೋಗಿದ್ದಕ್ಕೆ ಒದ್ದಾಡಿಕೊಳ್ಳೋದು ಅಷ್ಟೇ. ಎಲ್ಲಕ್ಕೂ ಮುಖ್ಯವಾಗಿ ಮನುಷ್ಯನಿಗೆ ತನ್ನೊಳಗೇ ಒಂದು ನಂಬಿಕೆ ಇದ್ದಾಗ ಇವೆಲ್ಲವೂ ರೆಲೆವೆಂಟ್ ಆಗಬಹುದು. ಆದರೆ ಅದೇ ಇಲ್ಲದಾಗ ಎಲ್ಲವೂ ಸಿಲ್ಲಿಯಾಗೋಗುತ್ತೆ. ಮಾಡರ್ನಿಸಂ ದೇವರಿಂದ ನಮ್ಮನ್ನ ಕಾಪಾಡಿ ಮನುಷ್ಯರಾಗಿ ದೊಡ್ಡವರಾಗಿ ಅಂತು. ಈವತ್ತು ಮನುಷ್ಯನೇ ಭೀಡಲ್ಲಿ ಕಳೆದು ಹೋಗಿದಾನೆ. ಉಳಿದಿರೋದು ಮಾಬ್ ಅಷ್ಟೇ. ಇನ್ನಾ ನಂಬಿಕೆ ಬರ್ತಿಲ್ವಾ?

ಇದು ಕೇಳು. ನಾನು ಅರ್ಧ ಬರೆದಿದ್ದೆನಲ್ಲಾ ನನ್ನ ಕಾದಂಬರಿಯನ್ನ ಅದ್ಯಾವಾಗಲೋ ಕುಳಿತು ಮುಗಿಸಿದ್ದೆ. ಬರೆದ ಮೇಲೇ ಗೊತ್ತಾಗಿದ್ದು, ಎಂಥಾ ತಪ್ಪು ಮಾಡಿದೆ ನಾನು ಅಂತ. ಮೊದಲನೇ ಪುಸ್ತಕ ಇದೆ ನೋಡು ಅದೊಂಥರ ಟೀನೇಜಿನ ಪ್ರೀತಿ ಇದ್ದಂತೆ. ನಿನಗೆ ಆಮೇಲೆ ಅಂಥವೇ ಎಷ್ಟಾದರೂ ಪ್ರಸಂಗಗಳು ಆಗಬಹುದು ಆದರೆ ಟೀನೇಜಿನ ಆ ಪ್ರೀತಿಗೆ ಏನೋ ಒಂದು ಸೆಳೆತ ಇರುತ್ತೆ. ದಟ್ಸ್ ಸ್ಟುಪಿಡ್. ಅದು ಎಲ್ರಿಗೂ ಗೊತ್ತಿರುತ್ತೆ, ಆದರೂ ಅದು ಕಾಡುತ್ತೆ. ನಾನೂ ಅದಕ್ಕೇ ಸುಮ್ಮನಿರಲಾರದೆ ಒಂದಿಬ್ಬರು ಪ್ರಕಾಶಕರಿಗೆ ತೋರಿಸಿದೆ. 'ಒಬ್ಬರು ಈಗೆಲ್ಲಾ ಕಾದಂಬರಿ ಯಾರು ಓದ್ತಾರೆರೀ? ಅದೂ ಹೊಸಬರು ಬರೆದಿದ್ದು, ಕನ್ನಡದಲ್ಲಿ!' ಎಂದರು, ಒಂದೊಂದು ಶಬ್ದವನ್ನೂ ಒತ್ತುತ್ತಾ. ಇನ್ನೊಬ್ಬರು 'ಚೆನ್ನಾಗಿದೆ, ಆದ್ರೆ ನಿಮ್ಮ ಹೆಸರೇ ಯಾರಿಗೂ ಗೊತ್ತಿಲ್ವಲ್ರೀ. ಒಂದೇ ಸರಿ ಪುಸ್ತಕ ಮಾಡಿದ್ರೆ ಯಾರೂ ತಗೊಂಡು ಓದಲ್ಲರೀ. ನೀವೊಂದು ಕೆಲಸ ಮಾಡಿ ಯಾವ್ದಾದ್ರೂ ಮ್ಯಾಗಜ಼ೀನ್‌ನಲ್ಲಿ ಧಾರಾವಾಹಿ ಥರ ಬರೋ ಹಾಗೆ ಮಾಡಿದ್ರೆ ಆಮೇಲೆ ಪ್ರಿಂಟ್ ಮಾಡಬಹುದು' ಎಂದು ಸಲಹೆ ಕೊಟ್ಟರು. ನಾನು ಕನ್ನಡದಲ್ಲಿದ್ದ ಮೂರು ಮತ್ತೊಂದು ಮ್ಯಾಗಜ಼ೀನುಗಳನ್ನು ಒಂದೊಂದೇ ಎಡತಾಕಲು ಶುರುಮಾಡಿದೆ. ಒಂದು ಮ್ಯಾಗಜ಼ೀನ್‌ನವರು ಎರಡು ತಿಂಗಳು ಟೈಂ ತಗೊಂಡು ಹೇಳಿದರು 'ನೋಡಿ ಈ ಥೀಮೆಲ್ಲಾ ಮ್ಯಾಗಜ಼ೀನಲ್ಲಿ ಯಾರೂ ಓದಲ್ಲ. ನೀವೊಂದು ಥ್ರಿಲ್ಲರ್ ಬರೀರಿ, ನಾವು ಖಂಡಿತ ಹಾಕ್ತೀವಿ. ಈಗೆಲ್ಲ ಮ್ಯಾಗಜ಼ೀನಿಗೆ ಬರೆಯೋರು ಕಡಿಮೆ ಆಗ್ತಿದಾರೆ, ನೀವು ಬರೆದ್ರೆ ಒಳ್ಳೇ ಚಾನ್ಸ್ ಇದೆ ನಿಮಗೆ' ಅಂತ.

ಇದನ್ನ ನೀನು ತಪ್ಪು ಅಂತೀಯಾ? ಪೇಟ್ರನ್ನುಗಳ ಆಶ್ರಯದಲ್ಲಿದ್ದ ಕಲೆ ಬೀದಿಗೆ ಬಿದ್ದಾಗ ಅದು ತನ್ನನ್ನ ತಾನು ಮಾರಿಕೊಂಡೇ ಬದುಕಬೇಕು ಅನ್ನೋದು ವಾಸ್ತವ. ಯಾವುದು ಮಾರಾಟ ಆಗುತ್ತೋ ಅದೇ ಸೃಷ್ಟಿಯಾಗುತ್ತೆ ಅಷ್ಟೇ. ಆದರೆ ಇದು ಸೃಷ್ಟಿಸೋ ಮಾಬ್ ಕಂಟ್ರೋಲ್ ಇದೆಯಲ್ಲಾ, ಅದು ಭಯಂಕರವಾಗಿರುತ್ತೆ. ಇದು ಈವತ್ತು ಕಲೆಯ ಆತ್ಮವನ್ನೇ ಇರ್ರೆಲವೆಂಟ್ ಆಗಿ ನೋಡ್ತಿದೆ!

ಬೈ ದ ವೇ, ಇದು ನನ್ನ ವಿಚಾರ ಅಲ್ಲ, ಮಾಯಾ ಹೇಳಿದ್ದು. ನಾನು ಕಾದಂಬರಿ ಬರೆದದ್ದಕ್ಕೆ ಆದ ಒಂದೇ ಒಂದು ಪ್ರಯೋಜನ ಅಂದರೆ ಮಾಯಾ ಪರಿಚಯವಾಗಿದ್ದು. ಇಟ್ಸ್ ಪ್ರೆಟಿ ಇಂಟೆರೆಸ್ಟಿಂಗ್ ಹೌ ಐ ಮೆಟ್ ಹರ್... ಏನಾಗಿದೆ ಗೊತ್ತಾ? ಆ ಮ್ಯಾಗಜ಼ೀನ್‌ನವರು ನನ್ನ ಪುಸ್ತಕ ತಗೊಂಡಿದ್ರಲ್ಲಾ ಎರಡು ತಿಂಗಳು ಆಗ ಮಾಯಾಗೆ ಅದನ್ನ ರಿವ್ಯೂ ಮಾಡಿಕೊಡೋಕೆ ಕೊಟ್ಟಿದ್ರಂತೆ. ಅವಳು ಸಿನೆಮಾ, ಪುಸ್ತಕ ಎಲ್ಲಾ ರಿವ್ಯೂ ಮಾಡ್ತಿದ್ದಳು. ಅವಳೇ ಅವರಿಗೆ ಇದನ್ನ ಮ್ಯಾಗಜ಼ೀನಲ್ಲಿ ಹಾಕೋದು ಬೇಡ ಅಂದಿದ್ದಂತೆ. ಆದರೆ ಆಮೇಲೆ ನನಗೆ ಮೇಲ್ ಮಾಡಿದ್ಲು, 'ನಿಮ್ಮ ಬರವಣಿಗೆ ತುಂಬಾ ಸೂಕ್ಷ್ಮವಾಗಿದೆ. ಐ ಲೈಕ್ಡ್ ಇಟ್ ಅ ಲಾಟ್. ಆದರೆ ಮ್ಯಾಗಜ಼ೀನಿನ ಅಗತ್ಯಗಳು ಬೇರೆ. ಅದಕ್ಕೇ ನಾನೇ ನಿಮ್ಮ ಕಾದಂಬರಿಯನ್ನ ರಿಜೆಕ್ಟ್ ಮಾಡಿದ್ದು' ಅಂತ. ಹೌ ಗ್ರೇಷಿಯಸ್!

ನನಗೆ ಇದಕ್ಕೆ ಬೇಜಾರಾಗೋದರ ಬದಲು ಇಂಟರೆಸ್ಟಿಂಗ್ ಅನ್ನಿಸ್ತು, ತಿರುಗಿ ಮೇಲ್ ಮಾಡಿದೆ 'ನನಗೇ ಅದರ ಬಗ್ಗೆ ಅಷ್ಟು ನಂಬಿಕೆ ಉಳಿದಿಲ್ಲ ಬಿಡಿ. ಬರೆದದ್ದಕ್ಕೆ ಕಳಿಸಿದೆ ಅಷ್ಟೇ. ಎನಿವೇ ಥ್ಯಾಂಕ್ಯೂ' ಅಂತ. ಆಮೇಲೆ ಅವಳ ಸೋಷಿಯಲ್ ಮೀಡಿಯಾ ಅಕೌಂಟನ್ನೆಲ್ಲಾ ಜಾಲಾಡಿದೆ. ತುಂಬಾ ಪೈಂಟಿಂಗ್‌ಗಳನ್ನ ಶೇರ್ ಮಾಡಿದ್ದಳು. ಜೊತೆಗೆ ಆಗಾಗ ಯಾವಯಾವುದೋ ಪತ್ರಿಕೆಗಳಲ್ಲಿ ಬರೆದ ರಿವ್ಯೂಗಳು. ಅಷ್ಟೇ ಎಲ್ಲಕ್ಕೂ ಲೈಕು ಕೊಡುತ್ತ ಹೋದೆ. ಚಿತ್ರಗಳನ್ನು ನೀವೇ ಬರೆದದ್ದಾ ಅಂತ ಡಿ.ಎಮ್ ಮಾಡಿದೆ. 'ಆರ್ ಯೂ ಸ್ಟಾಕಿಂಗ್ ಮಿ?' ಎಂದಳು ನಗುತ್ತಾ. ಅಷ್ಟೇ, ಒಂದು ಉನ್ಮತ್ತ ಪರ್ವಕ್ಕೆ ನಾಂದಿ ಬರೆದಾಗಿತ್ತು. ನನ್ನ ಬದುಕೇ ಹೀಗೆ ಅನ್ಸುತ್ತೆ ಮಾರಾಯ. ಸ್ವಿಚ್ಚು ಒತ್ತಿದರೆ ಬೆಳಕು ಬಂದಷ್ಟೇ ಇನ್ಸ್ಟಂಟ್ ಆಗಿ ಹೊಸದೊಂದು ರಿಲೇಷನ್‌ಶಿಪ್ ಹುಟ್ಟಿಕೊಳ್ಳುತ್ತೆ. ಅಷ್ಟೇ ನಿರ್ಭಾವುಕವಾಗಿ ಕೊನೆಯಾಗುತ್ತೆ. ಆರಿದ ಮೇಲೂ ಉಳಿಯುವ ಉರಿದ ಗಾಯ ನನಗೆ ಮಾತ್ರ ಅನುಭವಕ್ಕೆ ಬರುತ್ತೆ...

ಇಬ್ಬರೂ ಟೆಕ್ಸ್ಟ್ ಮಾಡೋದಕ್ಕೆ ಶುರುವಾದೆವು. ವಿ ಮೆಟ್ ದ ನೆಕ್ಸ್ಟ್ ವೀಕೆಂಡ್. ಅವಳು ಫ್ಯಾಂಟಮ್ ಥ್ರೆಡ್ ನೋಡಬೇಕಿತ್ತು. ಇಬ್ಬರೂ ಜೊತೆಗೆ ಹೋದೆವು. ಮುಂದೆ ಇದೇ ಸಿನೆಮಾ ನಮಗೆ ರೋಲ್‌ಪ್ಲೇಯಾಗೋಯ್ತು! ನೀನು ಯಾವಾಗಾದರೂ ರೋಲ್‌ಪ್ಲೇ ಮಾಡಿದೀಯ? ರಿಲೇಷನ್‌ಶಿಪ್ಪಲ್ಲಿ? ಇಟ್ಸ್ ಅ

ಫ್ಯಾಸಿನೇಟಿಂಗ್ ಫ್ಯಾಂಟಸಿ. ಓಕೆ, ಕೇಳಿಸ್ಕೋ... ಸಿನೆಮಾ ಮುಗಿದ ಮೇಲೂ ಇಬ್ಬರೂ ಒಂದೆರಡು ನಿಮಿಷ ಸುಮ್ಮನೇ ಹಾಗೇ ಕೂತಿದ್ದೆವು. ಕ್ರೆಡಿಟ್ಸ್ ಮುಗಿಯುವವರೆಗೂ ಕುಳಿತಿದ್ದ ನಮ್ಮನ್ನು ಕ್ಲೀನ್ ಮಾಡಲು ಬಂದವರು ವಿಚಿತ್ರವಾಗಿ ನೋಡುತ್ತಿದ್ದರು. ಇಬ್ಬರೂ ಯಾರೋ ಆಚೆಗೆ ತಳ್ಳಿದವರಂತೆ ಎದ್ದು ಬಂದೆವು. ಇಬ್ಬರಿಗೂ ಏನೂ ಮಾತನಾಡಲು ಮನಸ್ಸಿರಲಿಲ್ಲ. ಅಲ್ಲಿ ಕೂರುವುದಕ್ಕೂ ಮನಸ್ಸಾಗಲಿಲ್ಲ.

'ಶಲ್ ವಿ ಗೋ ಟು ಮೈ ಫ್ಲ್ಯಾಟ್?' ಎಂದಳು. ಅವಳನ್ನೇ ಹಿಂಬಾಲಿಸಿದೆ. ಅಲ್ಲೇ ಫೋರಂ ಮಾಲಿನ ಹಿಂಭಾಗದಲ್ಲಿದ್ದ ಒಂದು ಫ್ಲ್ಯಾಟ್. ನನ್ನ ಗಾಡಿಯನ್ನೂ ಫ್ಲ್ಯಾಟಿನ ಪಾರ್ಕಿಂಗಿನಲ್ಲೇ ಹಾಕಿಸಿದಳು. ಮೇಲೆ ಆರನೇ ಮಹಡಿಗೆ ಲಿಫ್ಟಿನಲ್ಲಿ ಹೋಗುವಾಗಲೂ ನಾವು ಒಂದೂ ಮಾತಾಡಲಿಲ್ಲ. ಅವಳ ಫ್ಲ್ಯಾಟಿನ ಒಳಗೆ ಹೋದ ನನಗೆ ಮೊದಲು ಕಂಡದ್ದೇ ಬಾಗಿಲಿನ ಎದುರಿಗೆ ಚಾಚಿಕೊಂಡಿದ್ದ ಬಾಲ್ಕನಿ, ಇಡಿಯ ಕೋರಮಂಗಲದ ಆ ಕಡೆಯ ವ್ಯೂ ಕಾಣುವಂತಿದ್ದದ್ದು. ನಾನು ಸೀದಾ ಅಲ್ಲಿಗೆ ಹೋಗಿ ಕುಳಿತುಬಿಟ್ಟೆ. ಅವಳು ಫ್ರೆಶ್‌ಅಪ್ ಆಗಿ ಕೈಯಲ್ಲೆರಡು ಬಿಯರ್ ಹಿಡಿದು ಬಂದು ನನ್ನ ಪಕ್ಕ ಕುಳಿತಳು. ವಿ ಎಕ್ಸ್‌ಚೇಂಜ್ಡ್ ಅ ಸ್ಮೈಲ್ ಅಷ್ಟೇ, ಮತ್ತೆ ಸುಮ್ಮನೇ ಕುಳಿತೆವು.

ತುಂಬಾ ಹೊತ್ತಾದಮೇಲೆ ಅವಳು ಇನ್ನೂ ಆಚೆಗೇ ನೋಡುತ್ತಾ 'ಇಟ್ ಶುಕ್ ಮಿ ಟು ದ ಕೋರ್. ನಿನಗೆ ಯಾರನ್ನಾದರೂ ಹಾಗೆ ಸುಮ್ಮನೇ ಪ್ರೀತಿಸಿ ಬಿಡೋಕೆ ಆಗುತ್ತಾ? ಆಲ್ಮಾ ಥರ?' ಎಂದಳು. ಐ ವಾಸ್ ಫೀಲಿಂಗ್ ದ ಸೇಮ್. ಗಂಡು-ಹೆಣ್ಣಿನ ಪ್ರೀತಿಯನ್ನ ಸಾಂಪ್ರದಾಯಿಕರು ಸಾಮಾಜಿಕ ಜೀವನದ ನೂಲಿನಂತೆ ನೋಡಿದರು. ಮದುವೆ ಅಂದರೆ ಜನ್ಮಾಂತರಗಳ ಸಂಬಂಧ ಅನ್ನೋದೆಲ್ಲಾ ಆ ಸಾಮಾಜಿಕತೆಯನ್ನ ಕಲಿಸೋ ವಾಮಮಾರ್ಗ ಅಷ್ಟೇ. ವಾಮ ಅಂದಿದ್ದಕ್ಕೆ ಬೇಜಾರಾದ್ರೆ ದಕ್ಷಿಣಮಾರ್ಗ ಅಂದುಕೋ ಬೇಕಿದ್ರೆ! ಈ ರೊಮ್ಯಾಂಟಿಕ್‌ರು ಬಂದಮೇಲೆ ಅದಕ್ಕೆ ಅತಿಮಾನುಷವಾದ ರೂಪಗಳೆಲ್ಲಾ ಬಂದವು. ಬಹುಶಃ ನಮ್ಮ ಜೆನರೇಷನ್ನೇ ಗಂಡು-ಹೆಣ್ಣಿನ ಸಂಬಂಧದ ಸತ್ಯವನ್ನ ಇದಿಷ್ಟೇ ಅಂತ ಒಪ್ಪಿಕೊಂಡದ್ದು ಅನ್ಸುತ್ತೆ. ಅದು ಒಂಥರಾ ಗ್ರೋಸ್ ಅನ್ನಿಸಬಹುದು, ಆದರೆ ಅದು ಸತ್ಯ ಅನ್ನೋದನ್ನ ಒಪ್ಪಲೇಬೇಕಾಗುತ್ತೆ. ಸತ್ಯ ಯಾವಾಗ್ಲೂ ಸುಂದರವಾಗೇ ಇರಲ್ಲವಲ್ಲ. ಇನ್ ಫ್ಯಾಕ್ಟ್ ಇದೆಲ್ಲಾ ಮಾತಾಡುವಾಗಲೂ ನಮ್ಮ ನಡುವೆ ಆಲ್ಮಾ-ವುಡ್‌ಕಾಕ್ ಥರ ಅಂಥಾ ಸಂಬಂಧವೇನೂ ಏರ್ಪಡೋಕೆ ಸಾಧ್ಯವಿಲ್ಲ ಅನ್ನೋದು ನಮ್ಮಿಬ್ಬರಿಗೂ ತೀರಾ ಸ್ಪಷ್ಟವಾಗಿ ಗೊತ್ತಿತ್ತು. ಆದರೂ ಆ ಕ್ಷಣ ಇಬ್ಬರೂ ಅದೊಂದು ಗಾಢ ಪ್ರೀತಿಯ ಕಲ್ಪನೆಯಿದೆಯಲ್ಲಾ ಅಂಥದನ್ನ ಅನುಭವಿಸಬೇಕು ಅಂತ ಅನ್ನಿಸಿದವರಂತೆ ಮಾತಾಡುತ್ತಿದ್ದೆವು.

'ಆಲ್ಮಾ ಥರ ಅಂದರೆ ಅಷ್ಟು ಸಿನ್ಸಿಯರ್ ಆಗಿ ಅಂತಾನಾ? ಒಂದು ಗಂಡು ಅಥವಾ ಹೆಣ್ಣಿಗೆ ನಿಷ್ಠವಾಗಿ?'

'ನನಗದರಲ್ಲೆಲ್ಲಾ ನಂಬಿಕೆ ಇಲ್ಲ. ಮನಾಗಮಿ ಇಟ್‌ಸೆಲ್ಫ್ ಈಸ್ ಅನ್‌ನ್ಯಾಚುರಲ್. ಆದರೆ ಯಾರನ್ನ ಪ್ರೀತಿಸಿದರೂ ಮನಸ್ಸಿನ ಆಳದಿಂದ ಪ್ರೀತಿಸಬೇಕು. ಈ ಕ್ಷಣಕ್ಕೆ ಇದೇ ಜೀವನ, ಇದಲ್ಲದೆ ಬೇರೆ ಬದುಕೇ ಇಲ್ಲ ಅನ್ನೋ ಥರ...'

'ಬದುಕಿನುದ್ದಕ್ಕೂ ನಮ್ಮ ಜೊತೆ ಇವರು ಇರ್ತಾರೆ ಅನ್ನೋದರಿಂದ ತಾನೇ ಅಂಥಾ ಪ್ರೀತಿಯ ಕ್ಷೇಮಭಾವ ಹುಟ್ಟೋದು?'

'ಅಲ್ಲೇ ನಾವು ತಪ್ಪು ಮಾಡೋದು... ಬದುಕು ಎಷ್ಟುದ್ದ ಇದೆ ಅಂತ ನಮಗೆ ಗೊತ್ತಾ? ಬದುಕಿನಲ್ಲಿ ಮುಂದೆ ಏನೇನೆಲ್ಲಾ ಕಾದಿದೆ ಅಂತ ಗೊತ್ತಿದೆಯಾ? ನಮ್ಮ ಕಣ್ಮುಂದಿರೋದು ಸಧ್ಯ ಅಷ್ಟೇ. ಶಾಶ್ವತ ಅನ್ನೋದೇನಿದ್ದರೂ ಇಂತಹ ಅಸಂಖ್ಯ ಸಧ್ಯಗಳ ಸಮವಾಯ. ಸಧ್ಯದಲ್ಲಿ ಬದುಕೋರು ವಾಸ್ತವವಾಗಿ ಪ್ರತಿಕ್ಷಣವನ್ನೂ ಜೀವಂತವಾಗಿ ಬದುಕಬೇಕು ಅಂತ ಪ್ರಯತ್ನ ಪಡ್ತಾರೆ. ಅದಕ್ಕಿಂತ ದೊಡ್ಡ ಸೌಂದರ್ಯ ಇದೆಯಾ ಬದುಕಿಗೆ?'

'ವಾವ್! ಐ ಫೌಂಡ್ ಸಮ್‌ಒನ್' ಎಂದು ನಕ್ಕೆ. ಅವಳು ತಿರುಗಿ ನೋಡಿದಳು. 'ಎಲ್ಲರೂ ಪ್ರೀತಿಯನ್ನ ನಿಷ್ಠೆ ಜೊತೆ ಕನ್‌ಫ್ಯೂಸ್ ಮಾಡ್ಕೋತಾರೆ. ಎರಡಕ್ಕೂ ವ್ಯತ್ಯಾಸ ಗೊತ್ತಿರೋರು ಸಿಕ್ಕೋದು ಅಪರೂಪ. ಅದ್ಕೇ ಹೇಳ್ದೆ.' ನನಗೆ ಖುಷಿಯಾಗಿತ್ತು. ಅವಳು ನನ್ನನ್ನೇ ದಿಟ್ಟಿಸಿ ನೋಡಿದಳು. ಅವಳ ಕಣ್ಣಿನಲ್ಲಿ ಅಷ್ಟುದ್ದದ ಬದುಕಿಗಾಗಿ ಪ್ರೀತಿಯನ್ನು ಹುಡುಕುವ ಆರ್ತತೆಯಾಗಲಿ, ತಾನು ಪಡೆದದ್ದನ್ನು ಇನ್ನೊಬ್ಬರೊಡನೆ ಹಂಚಿಕೊಳ್ಳಲಾರದ ಸ್ವಾರ್ಥವಾಗಲಿ ಇಲ್ಲವೇ ಇಲ್ಲ ಎನ್ನಿಸಿತು. ಅವಳಿಗೆ ನನ್ನಲ್ಲಿ ಏನೇನು ಕಂಡಿತು ಈಗಲೇ ಹೇಳಲಾರೆ. ಇಬ್ಬರ ಕಣ್ಣುಗಳೂ ಏನೇನೋ ಹಂಚಿಕೊಂಡವು.

'ಯಾ... ಯೂ ಫೌಂಡ್ ಮಿ' ಎಂದು ನಕ್ಕಳು. ಇದು ಆಲ್ಮಾಳ ಮಾತು ಎಂದು ಹೊಳೆದು ನಾನು ಪುಳಕಿತನಾದೆ. ಹೊಸದೇನನ್ನೋ ಕಂಡುಕೊಂಡವನಂತೆ ಹರ್ಷಿತನಾಗಿ, ನಾನೂ ಈ ಆಟದಲ್ಲಿ ಮುಳುಗುವ ಸೂಚಕದಂತೆ 'ವಿಲ್ ಯೂ ಹೆಲ್ಪ್ ಮಿ ವಿತ್ ಸಮ್‌ಥಿಂಗ್?' ಎಂದೆ, ವುಡ್‌ಕಾಕ್‌ನನ್ನು ಅನುಸರಿಸಿ. 'ವಾಟೆವರ್ ಯೂ ಡೂ, ಡೂ ಇಟ್ ಕೇರ್‌ಫುಲಿ' ಎಂದು ತುಂಟದೊಂದು ನಗೆಯ ನಕ್ಕು, ನನ್ನ ತೊಡೆಯ ಮೇಲೆ ಕುಳಿತು ತಬ್ಬಿದಳು, ಮುದ್ದುಗರೆದಳು, ಎಲ್ಲವನ್ನೂ ತೆರೆದು ಉಣಿಸಿ, ತಣಿಸಿಕೊಟ್ಟಳು.

ಎಲ್ಲ ಮುಗಿದು, ಇನ್ನೊಂದು ಬಿಯರು ತೆಗೆದುಕೊಳ್ಳಲು ಅಡುಗೆ ಮನೆಗೆ ಅವಳನ್ನು ತಬ್ಬಿಕೊಂಡೇ ನಡೆದು ಬಂದಾಗ 'ಯೂ ಟೂ ಹ್ಯಾವ್ ಅ ಲಿಟ್ಲ್ ಬೆಲ್ಲಿ' ಎಂದೆ ಮೆಚ್ಚುತ್ತಾ. 'ಹಹಾ ಆದರೆ ನನಗೆ ಆ ಐಡಿಯಲ್ ಶೇಪ್ ಎಲ್ಲಾ ಇಲ್ಲಪ್ಪಾ' ಎಂದು ಒಂಥರಾ ತುಂಬಿ ನಕ್ಕಳು. ಅವಳು ಯಾವಾಗಲೂ ಹಾಗೇ ತನ್ನ ಬಗ್ಗೆ

ಯಾವ ಭ್ರಮೆಯಿಲ್ಲದ ಸ್ಪಷ್ಟತೆಯಿರುತ್ತಿತ್ತು ಅವಳಿಗೆ, ಬಹುಶಃ ಅವಳ ವಯಸ್ಸಿನ ಲಕ್ಷಣವೋ ಏನೋ. ಅಲ್ಲವೇ ಮತ್ತೆ, ನನಗಿಂತ ಎಂಟು ವರ್ಷಕ್ಕೆ ದೊಡ್ಡವಳು. ಮೇಲೆ ಬಹಳ ಗಂಭೀರಳಂತೆ ಅಲುಗಾಡದ ಸರಸ್ಸಿನಂತೆ ಕಾಣುತ್ತಿದ್ದಳು. ಒಳಗೆ ತನ್ನನ್ನೇ ಪ್ರತಿಕ್ಷಣ ಅನುಮಾನಿಸುವ, ತಾನು ಮಾಡಿದ್ದೆಲ್ಲವನ್ನೂ ಈಗ ನಾನು ಹೇಳುತ್ತಿದ್ದೇನಲ್ಲ ಹಾಗೆ ಯಾವುದೋ ಅಸಂಗತದಂತೆ ನೋಡುತ್ತಾ ಅರ್ಥೈಸಿಕೊಳ್ಳಲು ಹೆಣಗಾಡುತ್ತಾ ಕೂರುವ ಕುಲುಮೆಯಾಗಿರುತ್ತಿದ್ದಳು. ಇದೆಲ್ಲ ನನಗೆ ಅರ್ಥವಾಗಿದ್ದು ಆಮೇಲೆ ಅನ್ನು. ಆಗ ನಮದೊಂದು ಪ್ರತಿಬಾರಿಯೂ ಹೊಸಹೊಸ ರೂಪಗಳನ್ನು ಪಡೆದುಕೊಳ್ಳುತ್ತಾ ಹೋಗುವ ಸ್ವಾಂತಃಸ್ವಪ್ನದಂತಹ ಸಂಬಂಧವಾಗಿತ್ತು ಅಷ್ಟೇ.

ಮಾಯಾ ಚಿಕ್ಕಮಗಳೂರಿನ ಕಡೆಯವಳು. ಅವರಪ್ಪ ಅಲ್ಲಿ ಒಂದು ಕಾಫಿ ಕಂಪೆನಿಯಲ್ಲಿ ಒಳ್ಳೇ ಪೋಸ್ಟಿನಲ್ಲಿದ್ದರಂತೆ. ಇವಳು ಓದೋಕೆ ಅಂತ ಬೆಂಗಳೂರಲ್ಲಿ ಈ ಫ್ಲ್ಯಾಟ್ ಮಾಡಿಕೊಂಡದ್ದು. ಓದು ಮುಗಿದ ಮೇಲೂ ಇಲ್ಲೇ ಇದಾಳೆ, ಒಬ್ಬಳೇ. ನಾನು ಹೇಳಿದೆ ಅಲ್ವಾ ಇಲ್ಲಿ ಬಂದಮೇಲೆ ವಾಪಾಸ್ ಹೋಗೋದು ಕಷ್ಟ ಅಂತ, ಅವಳಿಗೂ ಹಾಗೇ ಅನಿಸಿತ್ತು. ಮಾಡಿದ್ದು ಎಮ್.ಎಫ್.ಎ ಆದರೂ ಈಗ ಫ್ರೀಲ್ಯಾನ್ಸರ್ ಆಗಿ ಕೆಲಸ ಮಾಡುತ್ತಿದ್ದಳು. ತನ್ನಿಷ್ಟಕ್ಕೆ ಪೇಂಟಿಂಗ್ ಮಾಡಿಕೊಳ್ಳುತ್ತಾ ಉಳಿದಂತೆ ಮೇಲೆ ಹೇಳಿದೆನಲ್ಲಾ ಪತ್ರಿಕೆಗಳಿಗೆ ಸಿನೆಮಾ ಬಗ್ಗೆ, ಪುಸ್ತಕಗಳ ಬಗ್ಗೆ ರಿವ್ಯೂ ಬರೆಯೋದು ಎಲ್ಲಾ ಮಾಡ್ತಿದ್ದಳು. ಅವಳ ಪೇಂಟಿಂಗುಗಳನ್ನು ನೋಡಿದ ನಾನು 'ಇಷ್ಟೊಳ್ಳೇ ಪ್ರತಿಭೆ ಇಟ್ಟುಕೊಂಡು ನೀನ್ಯಾಕೆ ಈ ರಿವ್ಯೂ ಎಲ್ಲಾ ಮಾಡಿಕೊಂಡು ಕೂತಿದೀಯ?' ಅಂತ ಒಮ್ಮೆ ಕೇಳಿದೆ.

'ಐ ಕುಡ್ನ್‌ಟ್ ಗೆಟ್ ಥ್ರೂ ದಟ್' ಎಂದಳು. ನನಗರ್ಥವಾಗಲಿಲ್ಲ. ಮತ್ತೆ ಕೇಳಿದ್ದಕ್ಕೆ, 'ಮೇ ಬೀ ಐ ಯಾಮ್ ಅ ಫೈಲ್ಯೂರ್... ಐ ಡೋಂಟ್ ನೋ... ನನಗೆ ಅದು ಬದುಕು ಕೊಡಲಿಲ್ಲ ಅಷ್ಟೇ' ಎಂದಳು.

'ಯೂ ಮೀನ್ ಲೈವ್ಲೀಹುಡ್?'

'ಅದೊಂದೇ ಅಲ್ಲ. ನನ್ನ ಕಲೆ ನನಗೆ ನನ್ನದಾದ ಒಂದು ಎಕ್ಸ್‌ಪ್ರೆಷನ್ ಕೊಡಬೇಕಲ್ವಾ? ಬೇರೆಯವರಿಗೂ ಒಪ್ಪಿಗೆ ಆಗುವಂಥದ್ದು. ಅದು ನನಗೆ ದಕ್ಕಲಿಲ್ಲ. ಇಟ್ಸ್ ಕಾಂಪ್ಲಿಕೇಟೆಡ್ ಬಿಡು' ಎಂದಳು. ನಾನು ಸುಮ್ಮನಾದೆ.

ಮತ್ತೆ ಊಟವಾಗಿ ನಾವು ಬಾಲ್ಕನಿಯಲ್ಲಿ ಕುಳಿತಿದ್ದಾಗ ಅವಳೇ ಹೇಳಿದಳು. 'ನೋಡು ಕಲೆಗೆ ಒಂದು ಕಾಲದಲ್ಲಿ ಪೇಟ್ರನೇಜ್ ಇತ್ತು, ಆಗ ಅದನ್ನ ಅಳೆಯೋಕೂ ನಿಖರವಾದ ಮಾನದಂಡ ಇರ್ತಿತ್ತು. ಆ ಕಾಲ ಹೋದಮೇಲೆ ಕಲೆ ಮಾರಾಟದ ವಸ್ತುವಾಯ್ತು. ಆಗಲೇಬೇಕಿತ್ತು ಅನ್ನು, ಇಲ್ಲದಿದ್ದರೆ ಕಲಾವಿದರು ಬದುಕಿಗೇನು ಮಾಡಬೇಕು? ಆದರೆ ಅಲ್ಲೊಂದು ಸೂಕ್ಷ್ಮವಾದ ಬದಲಾವಣೆಯಾಯ್ತು. ಪ್ರತೀ

ಕಲಾವಿದನಿಗೂ ತನ್ನದೇ ಒಂದು ಐಡೆಂಟಿಟಿಯನ್ನ ಕಟ್ಟಿಕೋಬೇಕಾಯ್ತು. ಅದು ಅವನದೇ ಹೊಸ ಫಾರ್ಮ್ ಇರಬಹುದು, ಟ್ರೀಟ್‌ಮೆಂಟ್ ಇರಬಹುದು ಎನಿಥಿಂಗ್. ನಾವೆಲ್ಟಿ ಬಿಕೇಮ್ ದ ಕೋರ್. ಆಗ ಅನಿವಾರ್ಯವಾಗಿ ಪ್ರತೀ ಕಲಾವಿದನೂ ಕಲೆಯ ಮೂಲಧಾತುವನ್ನ ಬದಲಾಯಿಸ್ತಾ ಹೋದ. 19, 20ನೇ ಶತಮಾನದಲ್ಲಿ ವೆಸ್ಟಲ್ಲಿ ಅಷ್ಟೊಂದು ಆರ್ಟ್ ಮೂವ್‌ಮೆಂಟ್ಸ್ ಹುಟ್ಟಿಕೊಂಡವಲ್ಲಾ ಅದಕ್ಕೆ ಇದೂ ಒಂದು ನಿಮಿತ್ತ ಕಾರಣ. ಆಶ್ಚರ್ಯ ಅಂದರೆ ಒಂದೇ ಮೂವ್‌ಮೆಂಟಿನಲ್ಲಿ ಇದ್ದವರೂ ಕೂಡ ಒಬ್ಬರಿಗೆ ಇನ್ನೊಬ್ಬರು ಭಿನ್ನವಾಗಿ ಕಾಣಿಸಿಕೊಳ್ಳಲು ಹೆಣಗುತ್ತಿದ್ದರು, ಇನೆವಿಟಬ್ಲೀ...

'ಈಗ ನಮ್ಮ ಕಾಲಕ್ಕೆ ಇದೆಲ್ಲಾ ಇನ್ನೊಂದು ಥರದ ಸಂಕಟ ತಂದೊಡ್ಡಿದೆ. ಈ ಹೊಸತನದ ಹುಚ್ಚುಹೊಳೆಯಲ್ಲಿ ಯಾವುದನ್ನೂ ಅಳೆಯೋ ಮಾನದಂಡವೇ ಕಳೆದುಹೋಗಿದೆ. ಸ್ಟಾಂಡರ್ಡ್ಸ್ ಹ್ಯಾವ್ ಬಿಕಮ್ ಇರ್‍ರೆಲೆವೆಂಟ್. ಯಾವುದು ಮಾರುಕಟ್ಟೇಲಿ ನಡೆಯುತ್ತೋ ಅದೇ ಸೃಷ್ಟಿಯಾಗುತ್ತೆ. ಇಲ್ಲಿ ಕ್ರಿಟಿಕ್ಸ್ ಕೂಡ ಇರ್‍ರೆಲೆವೆಂಟ್ ಆಗ್ತಾರೆ, ಇನ್ ಅ ಫನ್ನಿ ವೇ. ಕ್ರಿಟಿಕಲ್ ಆಗಿ ನೋಡೋ ಮೆಟೀರಿಯಲ್ ಇದ್ರೆ ತಾನೇ ಕ್ರಿಟಿಸಿಸಂ ಇರೋದು! ಅಂಥದು ಸೃಷ್ಟಿಯೇ ಆಗದೆ ಇದ್ದಾಗ, ನಾವು ಸೀನಿಗೆ ಬರ್ತೀವಿ, ರಿವ್ಯೂಯರ್ಸ್. ನಮ್ಮ ಕೆಲಸ ತುಂಬಾ ವೆಲ್ ಡಿಫೈನ್ಡ್ ಗೊತ್ತಾ? ನಾವು ಯಾವುದಕ್ಕೂ ಸ್ಟಾಂಡರ್ಡೈಸೇಷನ್ ಅನ್ನೇ ತರಲ್ಲ. ಇದು ಈ ನಿಯಮಗಳ ಪ್ರಕಾರ ಹೀಗಿದೆ ಅನ್ನೋ ಭಾಷೆಯನ್ನೇ ನಾವು ಬಳಸಲ್ಲ. ವಿ ಸ್ಪೀಕ್ ಇನ್ ದ ಲ್ಯಾಂಗ್ವೇಜ್ ಆಫ್ ರೇಟಿಂಗ್ಸ್. ಅದು ಯಾರಿಗೂ ಯಾವತ್ತೂ ಅರ್ಥವಾಗಲ್ಲ. ವಾಸ್ತವವಾಗಿ ಅದು ಯಾವ ನಿಶ್ಚಿತ ಮಾನದಂಡವನ್ನೂ ಕಟ್ಟೋ ಕ್ರಮವೇ ಅಲ್ಲ.

'ಐ ನೋ ಇಟ್ಸ್ ಅಬ್ಸರ್ಡ್ ಅಂಡ್ ಐ ಫೀಲ್ ರಿಡಿಕುಲಸ್ ಸಮ್ ಟೈಮ್ಸ್. ಆದರೆ ನಾನು ಅಷ್ಟೆಲ್ಲಾ ಕಲೆಯನ್ನ ಸ್ಟಡಿ ಮಾಡಿದ್ಕೆ ಈವತ್ತು ಲೈವ್ಲೀಹುಡ್ ಕೊಡ್ತಿರೋದು ಇದೇ. ಬೇಕಿದ್ರೆ ಐರನಿ ಅಂದುಕೋ...'

'ಅದೆಲ್ಲಾ ಸರಿ... ಅದು ಈಗಿರೋ ಪರಿಸ್ಥಿತಿ. ಅದನ್ನ ನಾವೇನೂ ಬದಲಾಯ್ಸೋಕೆ ಆಗಲ್ಲ. ಮೇ ಬೀ ಒಂದು ಕಾಲಕ್ಕೆ ಬದಲಾದರೂ ಆಗಬಹುದು, ಅದು ಬೇರೆ. ಬಟ್ ಯೂ ಕೆನ್ ಆಲ್ಸೋ ಟ್ರೈ ಟು ಬಿ ನಾವೆಲ್. ನೀನು ನಿನ್ನದೇ ಒಂದು ಫಾರ್ಮನ್ನ ಕಟ್ಟಿಕೋಬಹುದಲ್ವಾ? ಐ ಥಿಂಕ್, ಈಗ ಕ್ಲಿಕ್ ಆಗಿರೋ ಎಲ್ಲರೂ ಹಾಗೇ ಏನೋ ಹುಡುಕಿಕೊಂಡಿರ್ತಾರೆ ಅಲ್ವಾ?' ಎಂದೆ. ಅವಳು ಸಣ್ಣಗೆ ನಕ್ಕಳು.

'ಐ ಟ್ರೈಡ್... ಬಟ್ ಇಟ್ಸ್ ಮೋರ್ ಕಾಂಪ್ಲೆಕ್ಸ್. ನೀನು ಈ ಸಿನೆಮಾ ಜಗತ್ತನ್ನ ನೋಡು, ಸುಲಭವಾಗಿ ಅರ್ಥವಾಗುತ್ತೆ. ವರ್ಷಕ್ಕೆ ನೂರಿನ್ನೂರು ಸಿನೆಮಾ ಬಂದರೆ ಅದರಲ್ಲಿ ಅರ್ಧ ಜನವಾದ್ರೂ ಹೊಸ ವಸ್ತು ಅಥವಾ ಹೊಸ ವಿಧಾನದಲ್ಲಿ ಹೇಳೋಕೆ ಟ್ರೈ ಮಾಡಿರ್ತಾರೆ ಅಂತಿಟ್ಕೋ. ಆದರೆ ಅದರಲ್ಲಿ ಎಷ್ಟು ಜನರ ಗಮನ ಸೆಳೀತಾವೆ?

ಇಟ್ಸ್ ಅ ಪ್ಯೂರ್ ಚಾನ್ಸ್ ದಟ್ ಸಮ್ ಮೂವೀಸ್ ವರ್ಕ್. ಯಾವುದೋ ಒಂದೆರಡು ಈ ಹೊಸತನದಲ್ಲಿ ತುಂಬಾ ಯಶಸ್ವಿಯಾಗಬಹುದು, ಉಳಿದವರು ಜನರ ಗಮನ ಸೆಳೆಯೋಕೂ ಪಾಪ ಒದ್ದಾಡ್ತಾ ಇರ್ತಾರೆ. ಇದನ್ನೇ ನಾವು ಕಾಂಪಿಟೆಟೀವ್ ವರ್ಲ್ಡ್ ಅಂದುಬಿಟ್ಟು ಸುಮ್ಮನಾಗೋಗ್ತೀವಿ. ನನ್ನ ಪ್ರಕಾರ ನಾಳಿನ ತುಂಬಾ ದೊಡ್ಡ ಸಮಸ್ಯೆ ಇದೇ. ಮಾರ್ಕೆಟ್ಟು ಕಲೆಯ ಮಾನದಂಡ ಆಗಿರೋದು! ವಾಸ್ತವವಾಗಿ ಆತ್ಮಸಂತೋಷಕ್ಕೆ ಕಲೆ ಅನ್ನೋ ಕಾಲ ಹೊರಟೋಗಿದೆ. ಒಂದು ರಂಗೋಲಿಯಂಥ ಕಲೆಗೆ ಈ ಸ್ಟ್ರೆಸ್ ಇರಲ್ಲ ನೋಡು. ನನಗೆ ಆ ಸ್ಟ್ರೆಸ್ ಬೇರ್ ಮಾಡೋಕೆ ಆಗಲಿಲ್ಲ. ಬಿಟ್ಟುಬಿಟ್ಟೆ. ಈಗ ನನ್ನ ಸಂತೋಷಕ್ಕೆ ಪೇಂಟಿಂಗ್ ಮಾಡ್ತೀನಿ ಅಷ್ಟೇ' ಎಂದು ಏನೋ ನೆಮ್ಮದಿಯಿಂದ ಕುಳಿತಳು.

ತುಂಬಾ ಟೆಕ್ನಿಕಲ್ ಆಯ್ತು ಅನ್ನಿಸ್ತಿದೆಯಾ? ಸಾರಿ ಬೋರ್ ಆಗಿದ್ರೆ. ನಾವಿಬ್ಬರೂ ಇಂಥವೆಲ್ಲಾ ಏನೇನೋ ಮಾತಾಡಿಕೊಳ್ತಾನೇ ಇರ್ತಿದ್ವಿ. ಬಹುಶಃ ಅದೇ ನನಗೆ ಈ ರಿಲೇಷನ್‌ಶಿಪ್ಪನ್ನ ಉಳಿದವಕ್ಕಿಂತ ಬೇರೆಯಾಗಿ ಮಾಡಿಕೋಬೇಕು ಅಂತ ಅನ್ನಿಸೋಕೆ ಕಾರಣ ಅನ್ಸುತ್ತೆ. ಅದೆಲ್ಲಾ ಆಗಿದ್ದು ಆಮೇಲೆ. ಇನ್ ದ ಮೀನ್‌ಟೈಮ್ ವಿ ಕನ್ಟಿನ್ಯೂಡ್ ಟು ಹ್ಯಾವ್ ಫನ್ ಇನ್ ಅವರ್ ರೋಲ್ ಪ್ಲೇಸ್.

ಇಬ್ಬರಿಗೂ ಕ್ಲಾಸಿಕಲ್ ಏಜಿನ ಪೀರಿಯಡ್ ಡ್ರಾಮಾ ಅಂದರೆ ಇಷ್ಟವಾಗ್ತಿತ್ತು. ಥಿಯೇಟರಿನಲ್ಲಿ ಹಾಗೆ ಯಾವುದಾದರೂ ಇದ್ದರೆ ಹೋಗ್ತಾ ಇದ್ವಿ, ಇಲ್ಲದಿದ್ರೆ ಓ.ಟಿ.ಟಿ ಇದ್ದೇ ಇತ್ತು. ಪ್ರತಿಬಾರಿ ನಮ್ಮನ್ನು ನಾವು ಬೇರೆ ಪಾತ್ರದ ಕಣ್ಣಿನಲ್ಲಿ ನೋಡಿಕೊಳ್ಳೋದು ಒಂಥರಾ ಥ್ರಿಲ್ ಕೊಡ್ತಿತ್ತು. ಅದಕ್ಕಿಂತಾ ಮಜವಾದದ್ದು ಅಂದರೆ ಸಿನೆಮಾ ನೋಡಿದ ಮೇಲೆ ಅದರ ಡೈಲಾಗುಗಳನ್ನ ನಮ್ಮ ಆಟದ ಮಧ್ಯೆ ಹೇಗೆ ಕ್ರಿಯೇಟಿವ್ ಆಗಿ ಬಳಸಿಕೊಳ್ತೀವಿ ಅನ್ನೋದು. ಆಹ್... ಆ ಅನುಭವವೇ ಆರ್ಗ್ಯಾಸ್ಮಿಕ್, ಸೆಕ್ಸ್ ಅದಕ್ಕೆ ಒಂದೊಳ್ಳೆ ಮುಕ್ತಾಯವಷ್ಟೇ.

ನನಗೆ ಯಾವತ್ತಿಗೂ ನೆನಪಿರೋ ಒಂದು ರೋಲ್ ಪ್ಲೇ ಅಂದರೆ 'ದ ರೀಡರ್' ಚಿತ್ರದ್ದು. ಇಟ್ ವೆಂಟ್ ಆನ್ ಫಾರ್ ಅ ಮಂಥ್! ಆಗೆಲ್ಲಾ ನಾನು ಬರೋದರೊಳಗೆ ಅವಳು ಬಾತ್‌ರೂಮಿನಲ್ಲಿ ಇರ್ತಾ ಇದ್ದಳು. ಕೆನ್ ಯೂ ಇಮ್ಯಾಜಿನ್, ನೀನು ಮನೆಯೊಳಗೆ ಕಾಲಿಡುವಾಗ ಒಳಗೆ ಶವರಿನ ಸದ್ದು ಕೇಳಿಸ್ತಾ ಇದ್ದರೆ, ಅಲ್ಲಿ ಅವಳು ನನಗಾಗಿ ಕಾಯ್ತಾ ಇದ್ದಾಳೆ, ವಿ ಶುಡ್ ರೆಸ್ಯೂಮ್ ದ ಪ್ಲೇ ಅನ್ನೋ ಸೂಚನೆ ಅದು... ಮೊದಲೇ ಅವಳಿಗೆ ಹರಿಯೋ ನೀರು ಅಂದ್ರೆ ತುಂಬಾ ಇಷ್ಟ. ಸುಮ್ಮನೇ ಸ್ನಾನಕ್ಕೆ ಹೋದಾಗಲೂ ಬಕೆಟ್ಟಿಗೆ ನೀರು ಬಿಟ್ಟು, ಅದು ತುಂಬಿ ಹರಿದು, ನೆಲವನ್ನು ತೋಯಿಸಿ ಮೀಯಿಸಿ ಹರಿದು ಹೋಗುವುದನ್ನು ಐದು ನಿಮಿಷ ನೋಡಬೇಕು, ಆಗಲೇ ಸಮಾಧಾನ. ನದಿಯೋ ತೊರೆಯೋ ಸಿಕ್ಕರಂತೂ ಅವಳ ಉತ್ಸಾಹಕ್ಕೆ,

ಖುಷಿಗೆ ಪಾರವೇ ಇಲ್ಲದಂತಾಗುತ್ತಿತ್ತು. ಅದಕ್ಕಾಗೇ ನಾವು ರೈಡ್ ಹೋಗ್ತಾ ಇದ್ವಿ, ನದಿಗಳನ್ನ ಹುಡುಕ್ಕೊಂಡು!

ನಾನು ಒಳಗೆ ಹೋದವನು ಸ್ನಾನಕ್ಕೆ ಇಳಿಯೋಕೆ ಮುಂಚೆ ಅವಳಿಗೆ ಏನಾದರೂ ಓದಿ ಹೇಳಬೇಕು. ಅದು ರೊಮ್ಯಾಂಟಿಕ್ ಆಗೇ ಇರಬೇಕು ಅಂತೇನಿಲ್ಲ. ಒಂದು ಪದ್ಯವನ್ನ ಮನಸ್ಸಿನಲ್ಲೇ ಮೆಲುಕು ಹಾಕ್ತಾ ಮೈಮೇಲೆ ನೀರು ಹರಿದು ಹೋಗ್ತಾ ಇದ್ರೆ ಅವಳಿಗೆ ಏನನ್ನಿಸೋದು ನಾನು ಹೇಗೆ ಹೇಳಲಿ? ಬಟ್ ಫಾರ್ ಮಿ, ಇಟ್ ವಾಸ್ ಡಿವೈನ್... ಅವಳಿಗೆ ಸಾಕು ಅನ್ನಿಸಿದಾಗ ಆ ಡೈಲಾಗ್ ಹೇಳೋಳು 'ಡು ಯೂ ಆಲ್ವೇಸ್ ಟೇಕ್ ಬಾತ್ ಇನ್ ಯುವರ್ ಟ್ರೌಸರ್ಸ್?' ಅಂತ, ಹೆನ್ನಾಳ ಮಾತು... ಅದು ನಾನು ಇಳಿಯಬೇಕು ಅನ್ನೋ ಸೂಚನೆ. ಆಮೇಲೆ ನಮ್ಮ ರತಿಯುದ್ಧಕ್ಕೂ ನನ್ನನ್ನ ಕಿಡ್ ಅಂತ ಕರೆಯೋದು... ವಿ ಯೂಸ್ಡ್ ಟು ಎನ್‌ಜಾಯ್ ಆಲ್ ದಟ್ ಅ ಲಾಟ್.

ನನಗೆ ಓದು ಮತ್ತು ಅವಳು ಎರಡೂ ಸೇರಿ ನನ್ನನ್ನೇ ನಾನು ಮತ್ತೊಮ್ಮೆ ಕಂಡುಕೊಳ್ಳುವಂತೆ ಮಾಡಿಬಿಟ್ಟವು. ನಾನು ಡ್ರಗ್ಸ್ ಬಿಟ್ಟುಬಿಟ್ಟೆ ಅಂದರೆ ನಂಬ್ತೀಯಾ? ನನ್ನಾಣೆಗೂ. ಅವಳಿಂದ ನಾನೇನೋ ಪೂರ್ತಿಯಾದೆ ಅಂತಲ್ಲ, ಆದರೆ ಅವಳ ನಡೆನುಡಿ ನನಗೆ ಎಷ್ಟು ಆಪ್ಯಾಯಮಾನವಾಗಿದ್ದವು ಅಂದರೆ, ಅವು ನನ್ನವೇ ಸರಿ ಎನಿಸುವಷ್ಟು. ಯೆಸ್, ಯುವರ್ ಗೆಸ್ ಈಸ್ ಕರೆಕ್ಟ್, ಐ ಡಿಸೈಡೆಡ್ ಟು ಪ್ರೊಪೋಸ್ ಟು ಹರ್! ನಾನು ತುಂಬಾ ಯೋಚನೆ ಮಾಡ್ದೆ ಮಾರಾಯ. ಅಲ್ಲೀವರೆಗೆ ಮದುವೆ ಇರ್ಲಿ ಒಂದು ಗಟ್ಟಿಯಾದ ರಿಲೇಷನ್‌ಶಿಪ್ಪಿಗೂ ಮನಸ್ಸು ಮಾಡದವನು, ಇವಳ ಜೊತೆ ಇರಬೇಕು ಅನ್ನಿಸಿಬಿಟ್ಟಿತು. ಅವಳನ್ನು ಬಿಟ್ಟು ಬದುಕೋಕೆ ಆಗಲ್ಲ ಅಂತಲ್ಲ, ಆದರೆ ಅವಳಿದ್ದರೆ ನಾನು ಕಂಪ್ಲೀಟ್ ಅನ್ನೋ ಥರ.

ಅದೇ ಸಮಯಕ್ಕೆ ಅವಳು ಸ್ವಲ್ಪ ದಿನಗಳ ಮಟ್ಟಿಗೆ ಊರಿಗೆ ಹೋಗಬೇಕಾಗಿ ಬಂತು. ಅವರಪ್ಪ ಅವಳಿಗೊಂದು ಒಳ್ಳೆಯ ಸಂಬಂಧ ನೋಡಿದ್ದರು. ಒಳ್ಳೇ ಅನುಕೂಲಸ್ಥ ಮನೆಯವರು, ಹುಡುಗ ಪಿತ್ರಾರ್ಜಿತವಾಗಿದ್ದ ದೊಡ್ಡ ಎಸ್ಟೇಟಿನ ಒಬ್ಬನೇ ವಾರಸುದಾರ. ಇದೆಲ್ಲಾ ಅವಳು ಅಲ್ಲಿಗೆ ಹೋದಮೇಲೆ ಗೊತ್ತಾಗಿದ್ದು, ಅವಳೇ ಫೋನು ಮಾಡಿ ಹೇಳಿದಳು. ನಾನು ಒಳಗೆ ಸಂಕಟಪಟ್ಟರೂ ಕಂಗ್ರಾಟ್ಸ್ ಹೇಳಿದೆ. ಅವಳೂ ಖುಷಿಯಾಗಿ ಥ್ಯಾಂಕ್ಯೂ ಎಂದಳು. ಅತ್ತ ಎರಡೇ ದಿನಕ್ಕೆ ನಿಶ್ಚಿತಾರ್ಥವೂ ಆಗಿಹೋಯಿತು. ನನಗೆ ಫೋಟೋ ಕಳಿಸಿದಳು. ಹುಡುಗ ಸ್ವಲ್ಪ ಕಪ್ಪಾಗಿದ್ದರೂ ಚೆನ್ನಾಗಿದ್ದ. 'ಡಸ್ಕೀ ಹಾರ್ಸ್!' ಎಂದು ಕಿಚಾಯಿಸಿದೆ.

ಒಂದು ವಾರ ಅವಳು ಊರಿನಲ್ಲೇ ಉಳಿದಳು. ಅಷ್ಟೇನೂ ಮಾತಿಗೂ ಸಿಗುತ್ತಿರಲಿಲ್ಲ. ನಾನು ಒಳಗೇ ಒದ್ದಾಡುತ್ತಿದ್ದೆ. ಅವಳು ಹೊರಡೋದಕ್ಕೆ ಮೊದಲೇ

ಪ್ರೊಪೋಸ್ ಮಾಡಿಬಿಡಬೇಕಿತ್ತಾ ಅಂತನ್ನಿಸುತ್ತಿತ್ತು. ಆದರೂ ಅವಳದನ್ನ ಹೇಗೆ ತಗೋತಾಳೆ ಅನ್ನೋದೂ ನನಗೆ ಅನುಮಾನವಿತ್ತು. ಇಷ್ಟು ವರ್ಷ ಅವಳು ಯಾಕೆ ಮದುವೆಯಾಗಲಿಲ್ಲ ಅನ್ನೋದು ನಮ್ಮ ನಡುವೆ ಒಮ್ಮೆಯೂ ಚರ್ಚೆಗೇ ಬರಲಿಲ್ಲ. ಬಂದಿದ್ದರೂ ಅವಳು ಅದಕ್ಕೆ ಉತ್ತರ ಕೊಡುತ್ತಿದ್ದಳಾ, ಐ ಡೌಟ್. ಅವಳಿಗೆ ನನ್ನಂತೆ ಮದುವೆಯೇ ಇಷ್ಟವಿಲ್ಲದೆ ಇರಬಹುದು. ನಮ್ಮ ಕಾಲದ ಎಲ್ಲರಂತೆ ಕಮಿಟ್‌ಮೆಂಟ್ ಫೋಬಿಯಾ ಎಂದುಕೊಂಡೆ. ಅಥವಾ ಅವಳಿಗೆ ಹಾಗೆ ಇಷ್ಟವಾಗುವಂತಹ ಹುಡುಗ ಸಿಕ್ಕಿರಲಿಕ್ಕಿಲ್ಲ... ಇದು ಹೊಳೆದಾಗ ಮೊದಲೆಲ್ಲಾ ಅವಳು ನನ್ನನ್ನು ಖಂಡಿತಾ ಒಪ್ಪಿಕೊಳ್ಳುತ್ತಾಳೆ ಎನ್ನುವ ಹುಸಿಹುಸಿ ನಂಬಿಕೆಯೆಲ್ಲಾ ಹುಟ್ಟುತ್ತಿತ್ತು ಮನಸ್ಸಿನಲ್ಲಿ. ಈಗ ಅತಿಯಾಗಿ ಕಲ್ಪಿಸಿಕೊಂಡುಬಿಟ್ಟೆ ಎಂದು ನನ್ನ ಮೇಲೇ ಸಿಟ್ಟು ಬಂದಿತ್ತು. ಇದು ಇನ್ನು ಮುಗಿದ ಅಧ್ಯಾಯ ಎಂದುಕೊಂಡು ಸುಮ್ಮನಾಗಲು ಪ್ರಯತ್ನಿಸುತ್ತಿದ್ದೆ.

ವಾರವಾದ ಮೇಲೆ ಬೆಂಗಳೂರಿಗೆ ಬಂದರೂ ನನಗೆ ಫೋನು ಮಾಡಲಿಲ್ಲ. ಅವಳ ಯಾವುದೋ ಚೆಕಿನ್ ಸ್ಟೇಟಸ್ ನನ್ನನ್ನೂ ತಾಗಿ ಗೊತ್ತಾಗಿದ್ದಷ್ಟೇ. ಮನಸ್ಸು ಪೀಡಿಸುತ್ತಿದ್ದರೂ ನಾನಾಗಿ ಮೆಸೇಜು ಮಾಡಲಿಲ್ಲ. ಇನ್ಸ್ಟಾದಲ್ಲಿ ಶಾಪಿಂಗಿನ ಪಿಕ್ಸ್ ಹಾಕಿದ್ದು ನೋಡಿದ ಮೇಲಂತೂ ನಾನು ಮದುವೆಯ ಸಂಭ್ರಮಕ್ಕೆ ರೆಡಿಯಾಗುತ್ತಿದ್ದಾಳೆ ಎಂದು ಅವಳ ಆಸೆಯನ್ನ ಬಿಟ್ಟುಬಿಟ್ಟೆ. ಆದರೆ ಒಂದು ವಾರಕ್ಕೆ ಅವಳೇ ಫೋನು ಮಾಡಿದಳು. ಮನೆಗೆ ಬಾ ಮಾತಾಡಬೇಕು ಎಂದಳು. ಹೋದರೆ ಅವಳೇ ಅಡುಗೆ ಮಾಡುತ್ತಿದ್ದಳು. ಯೂಷುಯಲಿ ನಾವು ಆಚೆಯಿಂದ ಏನಾದರೂ ತರಿಸುತ್ತಿದ್ದೆವು. ಅಡುಗೆ ಮಾಡುತ್ತಲೇ ಅವಳು ಇಲ್ಲಿಂದ ಹೋದಾಗಿಂದ ಊರಲ್ಲಿ ಏನೇನಾಯ್ತು ಎಲ್ಲಾ ಹೇಳುತ್ತಾ ಇದ್ದಳು. ಅಪ್ಪ ಡಿಸೈಡ್ ಮಾಡಿಬಿಟ್ಟಿದ್ದರು, ನನಗೆ ಅವಕಾಶವನ್ನೇ ಕೊಡಲಿಲ್ಲ, ಅಜ್ಜಿ ಹಾಸಿಗೆ ಹಿಡಿದಿದ್ದಾರೆ ಇತ್ಯಾದಿ ಇತ್ಯಾದಿ.

ಅಡುಗೆಯೆಲ್ಲ ಮುಗಿಸಿ ಕೈತೊಳೆದುಕೊಂಡು ಬಂದು ತಬ್ಬಿಕೊಂಡಳು. ಐ ಗಾಟ್ ಕನ್‌ಫ್ಯೂಸ್ಡ್. ಅವಳ ಉಸಿರು ಏನೋ ಸಮಾಧಾನದಲ್ಲಿಲ್ಲ ಎನಿಸುತ್ತಿತ್ತು. ಥಟ್ಟನೇ 'ಐ ವಾಂಟ್ ಟು ಟೇಕ್ ಅ ಶವರ್...' ಎಂದು ನನ್ನ ಕೈಗೊಂದು ಬಿಯರು ತೆಗೆದುಕೊಟ್ಟು ರೂಮಿಗೆ ಹೋದಳು. ನಾನು ಸುಮ್ಮನೇ ಬಾಲ್ಕನಿಯಲ್ಲಿ ಕುಳಿತು ಬಿಯರು ಹೀರುತ್ತಿದ್ದೆ. ಸ್ನಾನ ಮಾಡಿ ಬಾತ್‌ಟವೆಲ್ಲಿನಲ್ಲೇ ಆಚೆ ಬಂದಳು. ತಾನೂ ಒಂದು ಬಿಯರು ಹಿಡಿದು ಬಂದು ನನ್ನ ಪಕ್ಕ ಕುಳಿತಳು, ನನ್ನ ಮೈಗೆ ಒತ್ತಿಕೊಂಡು. ನನಗೆ ತಡೆಯಲಾಗಲಿಲ್ಲ.

'ನೋಡು ನಿನಗೇನಾದ್ರೂ ನನಗೆ ಬೇಜಾರು ಮಾಡಿಸ್ದೆ ಅಂತೆಲ್ಲಾ ಮನಸ್ಸಲ್ಲಿ ಇದ್ರೆ ಪ್ಲೀಸ್ ಬಿಟ್ಟುಬಿಡು. ನಿನ್ನ ಲೈಫ್ ನಿನಗೆ ಆಯ್ಕೆ ಮಾಡಿಕೊಳ್ಳೋ ಎಲ್ಲಾ ಅಧಿಕಾರವೂ ನಿನಗಿದೆ' ಎಂದು ಸಂತೈಸೋಕೆ ನೋಡಿದೆ. ಸುಮ್ಮನೇ ನನ್ನನ್ನು

ತಬ್ಬಿಕೊಂಡು ಸಣ್ಣಗೆ ಅಳುತ್ತಿದ್ದಳು. ಆಮೇಲೆ ಮತ್ತೇರಿದಂತೆ ನನ್ನನ್ನು ಮುದ್ದಿಸಲು ಶುರುಮಾಡಿದಳು. ಮೊದಮೊದಲು ನನಗೆ ಕಸಿವಿಸಿಯೆನಿಸಿತು, ಆದರೆ ಒಂದೇ ನಿಮಿಷಕ್ಕೆ ನಾನೂ ಸಜ್ಜಾಗಿದ್ದೆ. ಶಿ ಟುಕ್ ಮಿ ಟು ಹರ್ ರೂಮ್. ನಾನು ರಾತ್ರಿ ಅಲ್ಲಿ ಉಳಿಯದೇ ಬಂದುಬಿಟ್ಟೆ. ಮಾರನೆಯ ದಿನ ಅವಳು ಮತ್ತೆ ಊರಿಗೆ ಹೋದಳು. ಅಲ್ಲಿಂದ ಒಂದು ವಾರಕ್ಕೆ ಶಿ ಬ್ರೋಕ್ ಹರ್ ಎಂಗೇಜ್‌ಮೆಂಟ್!

ಅವಳು ಹಿಂತಿರುಗಿ ಬಂದಾಗ ಇಬ್ಬರೂ ಜಿಂಕೆಗಳಾಗಿ ನಲಿದ ಕಿಂದಮ ದಂಪತಿಯಂತಾದೆವು. ನಮ್ಮ ಪ್ರೇಮ-ಕಾಮಗಳು ಒರೆಯಿರದ ಖಡ್ಗವೊಂದು ಸುಡುಬಿಸಿಲಿನಲ್ಲಿ ನಿಂತಂತೆ ಉನ್ಮತ್ತವಾಗಿ ಧಗಧಗನೆ ಉರಿಯುತ್ತ ನಮಗೇ ಬಿಸಿತಾಗಿಸುವಂತಿದ್ದವು. ದಿನದಿನವೂ ಒಂದೊಂದು ನಟನೆ, ಒಂದೊಂದು ಪಾತ್ರದಲ್ಲಿ ಒಂದು ಸವಿ, ಒಂದು ರುಚಿ... ಆಹ್ ವಿ ವರ್ ಇನ್ ಪ್ಯಾರಡೈಸ್. ಮನೆಯಲ್ಲಿದ್ದರೆ ಇಬ್ಬರಿಗೂ ಬತ್ತಲೆಯನ್ನು ಮುಚ್ಚಬೇಕೆನಿಸುತ್ತಲೇ ಇರಲಿಲ್ಲ. ಆಗಲೇ ಅವಳು ನನ್ನ ಹತ್ತಾರು ಪೋರ್ಟ್‌ರೈಟುಗಳನ್ನು ಮಾಡಿದ್ದು. ಐ ನೋ, ನಾನೇನು ಗ್ರೀಕ್ ಶಿಲ್ಪಗಳ ಮಾಡೆಲ್‌ನಂತಿರಲಿಲ್ಲ. ಏನೋ ಸ್ವಲ್ಪ ಜಿಮ್, ಟ್ರೆಕ್ ಎಲ್ಲಾ ಮಾಡುತ್ತಿದ್ದರಿಂದ ಫಿಟ್ ಆಗಿದ್ದೆನಷ್ಟೇ. ಸಾಧಾರಣ ನನ್ನ ವಯಸ್ಸಿಗೆ ಎಲ್ಲ ಭಾರತೀಯರಿಗೆ ಇರುವಂತೆ ಸಣ್ಣಗೆ ಹೊಟ್ಟೆ ಬರುತ್ತಿತ್ತು ಕೂಡ. ಆದರೆ ಅವಳಿಗೇನು ಕಂಡಿತು ನನ್ನಲ್ಲಿ, ನಾ ಹೇಗೆ ಹೇಳಲಿ? ಇದೊಂದರಲ್ಲಿ ನಮ್ಮ ಬುದ್ಧಿ ಸಂಧಿಸಲಿಲ್ಲ ನೋಡು. ಆದರೆ ನಾವು ದಿನವೂ ಕಟ್ಟುತ್ತಿದ್ದ ಒಂದೊಂದು ನಟನೆಯಲ್ಲಿ ನಮ್ಮಿಬ್ಬರ ಕಲ್ಪನಾಶಕ್ತಿಯೂ ಅದೆಷ್ಟು ಬ್ರಹ್ಮಾಂಡವಾಗಿ ಸಿಂಕ್ ಆಗ್ತಾ ಇತ್ತು ಅಂತೀಯ! ಇಬ್ಬರಿಗೂ ನಾವಲ್ಲದ ಏನನ್ನೋ ನಮ್ಮಲ್ಲಿ ಆವಾಹಿಸಿ, ನಮ್ಮನ್ನು ಅದರಲ್ಲಿ ಪ್ರತಿಷ್ಠಾಪಿಸಿ, ಲೋಕಸಮಸ್ತದ ಆಸೆಯೆಲ್ಲವನ್ನೂ, ಫ್ಯಾಂಟಸಿಯೆಲ್ಲವನ್ನೂ ನಮಗೆ ಎರೆದುಬಿಟ್ಟಂತೆ ನಮ್ಮಲ್ಲೇ ನಾವು ಮಗ್ನರಾಗಿಬಿಟ್ಟೆವು... ಲಸ್ಟ್ ಸ್ಟೋರೀಸ್‌ನಿಂದ ಶುರುವಾಗಿ ಫಿಫ್ಟಿ ಶೇಡ್ಸ್ ಫ್ರೀಡ್‌ವರೆಗೆ ನಮ್ಮ ಕಾಮಕಲ್ಪನೆ ನಮ್ಮಿಂದ ಆಡಿಸದ ಆಟವಿಲ್ಲ ಎನ್ನುವಂತೆ. ಆಗಲೇ ಮತ್ತೊಮ್ಮೆ ಅವಳು ಬದುಕಿನುದ್ದಕ್ಕೂ ಬೇಕೇಬೇಕು ಅನ್ನಿಸಿದ್ದು.

ಐ ಪ್ರೊಪೋಸ್ಡ್ ಟು ಹರ್ ಒನ್ ಡೇ. ಅವಳು ಯಾಕೋ ಸಿಡುಕಾದಳು. ನಿನಗ್ಯಾಕೆ ಈ ಆಸೆ ಬಂತು ಅಂತ ಅನುಮಾನಿಸಿದಳು. ನಾನು ಮತ್ತೆ ನಿನ್ನನ್ನು ಬಿಟ್ಟುಹೋಗಿಬಿಡ್ತೀನಿ ಅಂತ ಭಯವಾ? ನನ್ನ ಮನೆಯವರು ನನ್ನನ್ನು ಯಾರಿಗೋ ಕಟ್ಟಿಬಿಡ್ತಾರೆ ಅಂತ ಆತಂಕವಾ? ಎಂದೆಲ್ಲಾ ವಿಚಾರಿಸಿದಳು. ನನಗೆ ಅದೆಲ್ಲಕ್ಕೂ ಮಿಗಿಲಾಗಿ ಅವಳು ನನ್ನ ಜೊತೆ ಯಾವಾಗಲೂ ಇರಬೇಕಿತ್ತು ಅಷ್ಟೇ. ಆದರೆ ನನ್ನ ಉತ್ತರ ಅವಳಿಗೆ ಸಮಾಧಾನ ಕೊಡಲಿಲ್ಲ.

'ಬದುಕಿನುದ್ದಕ್ಕೂ ಹೀಗೇ ಇರಬೇಕು ಅನ್ನೋದನ್ನ ಬಯಸಬಾರದು ಎನ್ನುತ್ತಲೇ ನಾವಿಬ್ಬರೂ ಒಂದಾಗಿದ್ದಲ್ವಾ? ಈಗ ನಿನಗೇನಾಯ್ತು? ಡೋಂಟ್ ಬಿ ಪೊಸೆಸಿವ್. ಇಟ್ಸ್ ನಾಟ್ ಹೆಲ್ದಿ' ಎಂದಳು, ಮಗುವಿಗೆ ಬುದ್ಧಿ ಹೇಳುವಂತೆ.

ಐ ಬಿಕೇಮ್ ಕನ್‌ಫ್ಯೂಸ್ಡ್ ಅಗೈನ್. 'ಪ್ಲೀಸ್ ಫರ್ಗೆಟ್ ದ ಪ್ರೊಪೋಸಲ್' ಎಂದುಬಿಟ್ಟೆ. ಮತ್ತೆ ನನ್ನ ಕತ್ತನ್ನೆತ್ತಿ ಮುದ್ದಿಸಿದಳು.

ಸ್ವಲ್ಪ ದಿನ ನಾವು ಭೇಟಿಯಾಗಲಿಲ್ಲ. ನನ್ನ ಮನಸ್ಸು ಈಗ ಪೂರ್ತಿ ನನ್ನ ಕೈತಪ್ಪಿ ಕುಣಿಯುತ್ತಿತ್ತು. ಅವಳಿಗೆ ನನ್ನ ಮೇಲೆ ಬೇಸರವಾಗಿದೆ. ಛೆ, ನಾನು ಪ್ರೊಪೋಸ್ ಮಾಡಬಾರದಿತ್ತು. ಸುಮ್ಮನೇ ಇದ್ದಿದ್ದರೆ ಹಾಗೇ ಇದ್ದುಬಿಡುತ್ತಿದ್ದೆವೋ ಏನೋ? ನಾನಾಗಿ ಅವಳ ಮನಸ್ಸಿನಲ್ಲಿ ಇದು ಹೀಗೇ ಇರೋದಿಲ್ಲ ಅನ್ನೋ ಸಂಶಯವನ್ನು ಹುಟ್ಟುಹಾಕಿದೆನೇನೋ. ಇನ್ನು ಅವಳು ನನ್ನನ್ನು ಬಿಟ್ಟುಬಿಡುತ್ತಾಳೆ. ಅವಳು ಮದುವೆ ಮುರಿದುಕೊಂಡದ್ದು ನನಗಾಗಿ ಎಂದು ನಾನು ತಿಳಿದದ್ದು ತಪ್ಪಿರಬಹುದು. ಅವಳು ಆ ಕಮಿಟ್‌ಮೆಂಟೇ ಇಷ್ಟವಿಲ್ಲದೆ ಹಾಗೆ ಮಾಡಿದಳೋ ಏನೋ? ಈಗ ನಾನೂ ಅದೇ ಕಮಿಟ್‌ಮೆಂಟಿನ ಮಾತಾಡಿ ಎಲ್ಲವನ್ನೂ ಕದಡಿಬಿಟ್ಟೆ ಎನ್ನುವ ವಿಚಿತ್ರ ವೇದನೆ ನನ್ನಲ್ಲಿ ನಿಂತುಬಿಟ್ಟಿತು.

ವಾಸ್ತವವಾಗಿ ನನ್ನ ಆತಂಕವೆಲ್ಲ ನನ್ನ ಊಹೆಯಾಗಿತ್ತು. ನಾವು ಮತ್ತೆ ಹಲವು ಸಲ ಭೇಟಿಯಾದೆವು. ಅವಳೂ ಭೇಟಿಯಾದಾಗಲೆಲ್ಲಾ ತುಂಬಾ ಪ್ರೀತಿಯಿಂದ ನನ್ನೊಡನೆ ರಮಿಸಿದಳು. ಅವಳ ಕಡೆಯಿಂದ ಎಲ್ಲವೂ ನಾರ್ಮಲ್ ಎನ್ನುವಂತೆ. ಆದರೆ ನಾನೇ ಒಳಗಿನಿಂದ ಆತಂಕಿತನಾಗಿದ್ದೆ. ಎಷ್ಟೇ ಪ್ರಯತ್ನಪಟ್ಟರೂ ಆ ಸಹಜತೆ ಮರಳಿ ಬರಲೇ ಇಲ್ಲ. ಅವಳೇ ಕಕ್ಕುಲತೆಯಿಂದ ವಿಚಾರಿಸಿಕೊಂಡಳು, ಯಾಕೆ ಡಲ್ ಆಗಿದೀಯ? ಇನ್ನೂ ಅದನ್ನೇ ಯೋಚನೆ ಮಾಡ್ತಿದೀಯ? ಎಂದೆಲ್ಲಾ... ಒಮ್ಮೆ ತುಂಬಾ ಯೋಚಿಸಿ, ನಿನ್ನ ಜೊತೆ ನಾನಿರ್ತೀನಿ ಯಾವಾಗ್ಲೂ ಡೋಂಟ್ ವರಿ ಅಂತಲೂ ಭರವಸೆ ಕೊಟ್ಟಳು. ಆಗ ಸ್ವಲ್ಪ ದಿನ ಮನಸ್ಸು ಸಮಾಧಾನವಾಗಿತ್ತು.

ವಿಚಿತ್ರ ಏನು ಗೊತ್ತಾ, ನನ್ನೊಳಗೆ ಈ ಬಗೆಯ ಆತಂಕ ಹುಟ್ಟಿದಾಗಿಂದ ನಮ್ಮ ಸಂಬಂಧವೇ ಒಂದು ಬಗೆಯಲ್ಲಿ ವಿಚಿತ್ರ ಎನಿಸೋದಕ್ಕೆ ಶುರುವಾಯ್ತು. ಐ ಬಿಕೇಮ್ ಓವರ್‌ಕಾನ್ಶಿಯಸ್. ಮೊದಲಿನಂತೆ ರೋಲ್‌ಪ್ಲೇ ಇರಲಿ ಸಹಜವಾಗಿ ಮಾತನಾಡುವಾಗ ಕೂಡ ನಾನು ಎರಡು ಮನಸಿನಿಂದ ಮಾತಾಡುತ್ತಿದ್ದೆ ಎನಿಸುತ್ತಿತ್ತು. ಅವಳು ಪೋರ್ಟ್‌ರೈಟು ಮಾಡಲು ನನ್ನನ್ನು ಪೋಸಿಗೆ ನಿಲ್ಲಿಸಿದಾಗ ಕೂಡ ನನಗೆ ಮುಜುಗರವಾಗುತ್ತಿತ್ತು. ಹೌ ಫನ್ನಿ ಅಲ್ಲಾ? ನಮ್ಮ ನಡುವೆ ವಿನಿಮಯವಾಗದ ಅಂಗವೇ ಇಲ್ಲ ಅನ್ನುವಷ್ಟು ನಾವು ಫಿಸಿಕಲ್ ಆಗಿ ನಡೆದುಕೊಂಡ ಮೇಲೂ ಹೀಗೆ ಅನ್ನಿಸೋದು ಅಂದರೆ ಆಶ್ಚರ್ಯ ಆಗುಲ್ಲವೇ? ಮನಸ್ಸು ಬಹಳ ಮೋಸಗಾರ.

ಅವಳು ಅಷ್ಟು ಸಹಜವಾಗಿದ್ದರೂ ನನ್ನಿಂದ ಏನೋ ಮುಚ್ಚಿಡುತ್ತಿದ್ದಾಳೆ ಎನ್ನುವ ಅನುಮಾನ ಕಾಡುವುದು. ನಿಧಾನವಾಗಿ ಇಬ್ಬರೂ ದೂರಸರಿಯುತ್ತಾ ಬಂದೆವು. ಅಷ್ಟರಲ್ಲಿ ದೂರವಾಗುವುದೇ ಇಬ್ಬರಿಗೂ ಒಳ್ಳೆಯದು ಎನಿಸೋಕೆ ಶುರುವಾಗಿತ್ತು ಬಿಡು. ಆದರೆ ಇಬ್ಬರ ಸಂಬಂಧ ಕಡಿದದ್ದು ಮಾತ್ರ ನನಗೆ ಒಂದು ಶಾಕಿಂಗ್ ರೆವಿಲೇಷನ್...

ಅಲ್ಲಿಯವರೆಗೆ ನನ್ನೊಡನೆ ಆದ ಎಲ್ಲಾ ರಿಲೇಷನ್‌ಶಿಪ್ಪನ್ನೂ ಕೊನೆ ಮಾಡಿದ್ದು ನಾನೇ. ಅದು ಒಂಥರಾ ನನ್ನ ಸಿಗ್ನೇಚರ್ ಸ್ಟೈಲ್ ಅಂದುಕೊಂಡಿದ್ದೆ. ಏನು ಗೊತ್ತಾ ಯಾವುದೇ ಸಂಬಂಧವನ್ನ ಇನ್ನೂ ಅವರಿಗೆ ಬೇಕು ಅನಿಸುತ್ತಿರುವಾಗಲೇ, ಯಾವ ನಸೆನಸೆಯಿಲ್ಲದೇ ಬಹಳ ನಾಜೂಕಾಗಿ, ಆದರೆ ತೀರಾ ನಿಖರವಾದ ಒಂದು ಮೂವ್‌ನಿಂದ ಕೊನೆಗಾಣಿಸುವುದು. ವಾಸ್ತವವಾಗಿ ಅವರಿಗೆ ಇನ್ನೂ ನಾನು ಬೇಕು ಅನಿಸುತ್ತಿರುವಾಗಲೇ ನನಗೆ ಏನೋ ಕಸಿವಿಸಿ ಶುರುವಾಗಿರೋದು. ಅದೇಕೆ ಅಂತ ನನಗಿನ್ನೂ ಅರ್ಥವಾಗಿಲ್ಲ. ಇನ್ ಫ್ಯಾಕ್ಟ್, ನಾನು ಬೇಕು ಅಂತ ಅವರಿಗೆಷ್ಟು ಆಳವಾಗಿ ಅನಿಸುತ್ತೋ ನನಗೆ ಅಷ್ಟು ಬೇಗ ಹೀಗಾಗುತ್ತಿತ್ತು. ಒಮ್ಮೆ ಹೀಗನಿಸಿದರೆ ನಾನು ನಿಧಾನಕ್ಕೆ ಅವರನ್ನು ಇಗ್ನೋರ್ ಮಾಡೋದಕ್ಕೆ ಶುರುಮಾಡ್ತಿದ್ದೆ. ಲೈಕ್, ಮೆಸೇಜಿಗೆ ರಿಪ್ಲೈ ಇಲ್ಲ, ಫೋನು ರಿಸೀವ್ ಮಾಡೋದಿಲ್ಲ. ಇದು ಸ್ವಲ್ಪ ದಿನ ನಡೆದರೆ ಅವರಿಗೆ ಏನೋ ಅನುಮಾನ ಶುರುವಾಗುತ್ತಿತ್ತು, ನನಗೆಲ್ಲೋ ಬೇರೆ ರಿಲೇಷನ್‌ಶಿಪ್ ಶುರುವಾಗಿದೆ ಅನ್ನೋ ಥರ. ಇಷ್ಟು ಖಾತ್ರಿಯಾದ ಮೇಲೆ ಅವರನ್ನು ಯಾವ ಜಾಗದಲ್ಲಿ ಮೀಟ್ ಮಾಡುತ್ತಿದ್ದೆನೋ ಅಲ್ಲಿಗೆ ಯಾರಾದರೂ ಹೊಸ ಹುಡುಗಿಯನ್ನು ಕರೆದುಕೊಂಡು ಹೋಗ್ತಿದ್ದೆ, ಬೇಕಂತಲೇ. ಅಲ್ಲಿ ಅವರಿಲ್ಲದೇ ಇದ್ದರೂ ಇಬ್ಬರಿಗೂ ಗೊತ್ತಿದ್ದ ಯಾರಾದರೂ ಸ್ನೇಹಿತರು ಇದ್ದೇ ಇರುತ್ತಿದ್ದರು. ಅವರಿಂದ ಸಲೀಸಾಗಿ ಸುದ್ದಿ ದಾಟುತ್ತಿತ್ತು. ಇಷ್ಟೆಲ್ಲಾ ಆದಮೇಲೆ ಒಂದು ಆಂಗ್ರಿ ಮೆಸೇಜು ಬರುವುದು ಗ್ಯಾರಂಟಿ. ಹಾಗೆ ಬರುವುದನ್ನೇ ಕಾಯುತ್ತಿದ್ದೆ. ಅದು ಬಂದಾಗ ಏನೂ ಆಗೇ ಇಲ್ಲ ಎನ್ನುವಂತೆ ಸಮಾಧಾನದಲ್ಲಿ, ನಾನೇನೋ ಮುಗ್ಧ ನೀನೇ ಇದನ್ನ ಕಾಂಪ್ಲಿಕೇಟ್ ಮಾಡ್ತಿರೋದು ಅನ್ನೋ ಧಾಟಿಯಲ್ಲಿ ಎರಡು ಮೆಸೇಜು ಬಿಸಾಡಿದರೆ ನೋಡು, ಮತ್ತೆ ಮಾತನಾಡದೇ ಎಲ್ಲವೂ ಮುಗಿದು ಹೋಗಿರುತ್ತೆ. ಇದರ ಬ್ಯೂಟಿ ಏನು ಗೊತ್ತಾ? ಇಷ್ಟಾದ ಮೇಲೂ ಅವರಿಗೆ ನಾನು ತಪ್ಪು ಮಾಡಿರಲಿಲ್ಲವೇನೋ, ತಾವೇ ದುಡುಕಿದೆವೇನೋ ಎನ್ನುವ ಅನುಮಾನ ಒಳಗೆ ಉಳಿದೇ ಇರುತ್ತೆ... ಐ ವಾಸ್ ಟೋಟಲಿ ಸಕ್ಸೆಸ್‌ಫುಲ್ ಇನ್ ದಿಸ್.

ಶಾಕಿಂಗ್ ಏನು ಗೊತ್ತಾ? ಅವಳೂ ನನ್ನ ಜೊತೆ ಹೀಗೇ ಮಾಡಿದಳು! ಶಿ ಕೇಮ್ ಟು ದ ಥಿಯೇಟರ್ ವಿತ್ ಅ ಗೈ! ಆದರೆ ನನಗದು ನನ್ನ ಥರ

ನಾಟಕ ಅಂತ ತಗೊಳ್ಳೋಕೆ ಆಗಲೇ ಇಲ್ಲ! ನನಗೆ ಗೊತ್ತಾಗುತ್ತಿತ್ತು, ಇದು ನನ್ನನ್ನ ದಾರಿ ತಪ್ಪಿಸೋಕೇ ಮಾಡ್ತಾ ಇರೋದು ಅಂತ. ನಾನು ಅವರನ್ನೇ ಅಬ್‌ಸರ್ವ್ ಮಾಡ್ತಾ ಇದ್ದೆ, ಅವಳು ಒಂದು ಬಾರಿಯೂ ಅವನ ಕೈಯನ್ನು ಸಹ ಹಿಡಿಯಲಿಲ್ಲ ಆತ್ಮೀಯವಾಗಿ... ಇಟ್ ವಾಸ್ ಅ ಟ್ರ್ಯಾಪ್, ಬಟ್ ಐ ವಾಸ್ ಬ್ರೋಕನ್. ನಾನು ಒಂಥರಾ ನನ್ನನ್ನೇ ಎದುರಾದ ಹಾಗೆ ದಂಗುಬಡಿದುಬಿಟ್ಟಿದ್ದೆ. ನಿನಗೆ ಹೀಗೆ ಅನ್ನಿಸಿದೆಯಾ ಯಾವಾಗಾದರೂ, ನಿನ್ನನ್ನೇ ಎದುರಿಗೆ ಕಂಡಂತೆ? ಎಲ್ರಿಗೂ ಅಷ್ಟೇ ಸಾಧಾರಣವಾಗಿ ತಾವೇನು ಮಾಡಿದರೂ ಸರಿಯೆನಿಸ್ತಾ ಇರುತ್ತೆ. ಬಟ್ ಲಿವಿಂಗ್ ವಿತ್ ಅವರ್‌ಸೆಲ್ವ್ಸ್ ಈಸ್ ಸೋ ಟೆರಿಬಲ್...

ಬಹುಶಃ ಅಗಲೇ ನಾನು ನನ್ನ ಜೊತೆಯೇ ಮಾತಾಡಿಕೊಳ್ಳೋಕೆ ಶುರುಮಾಡಿದ್ದು!

9

ಕಟಕಟೆಯ ಕನ್ನಡಿ

ಹಾಗೆ ನೋಡಿದರೆ ನಾನು ಚಿಕ್ಕಂದಿನಿಂದಲೂ ನನ್ನ ಜೊತೆ ಮಾತಾಡಿಕೊಳ್ಳುತ್ತಿದ್ದೆ. ಊರಿನಲ್ಲಿ ಯಾರ ಜೊತೆಯೂ ಸೇರದೇ, ನಾನೇ ಒಂದು ನಮೂನೆಯ ಹುಡುಗನಾಗಿ ಬೆಳೆದದ್ದಕ್ಕೋ ಏನೋ ನನಗೆ ಇದೊಂದು ಅಭ್ಯಾಸವಾಗಿ ಹೋಗಿತ್ತು. ತೋಟಕ್ಕೆ ಹೋಗುವಾಗಲೆಲ್ಲಾ ನಾನು ನನ್ನ ಜೊತೆ ಮಾತಾಡಿಕೊಂಡೇ ಹೋಗುತ್ತಿದ್ದುದು. ಆಗೆಲ್ಲಾ ನನಗೆ ನಾನು ತುಂಬಾ ಇಷ್ಟವಾಗುತ್ತಿದ್ದೆ, ಬಾಲ್ಯದ ಮುಗ್ಧತೆಗೋ ಏನೋ! ಮೇ ಬಿ ಐ ವಾಸ್ ನಾಟ್ ಕರಪ್ಟ್ ಲೈಕ್ ನೌ... ನಾನು ಬೆಳೆಯುತ್ತಾ ಇದು ಸ್ವಲ್ಪ ಮರೆಯಾಗಿತ್ತು. ತುಮಕೂರಿನಲ್ಲಿದ್ದ ದಿನಗಳಲ್ಲಂತೂ ನನ್ನೊಡನೆ ಯಾವಾಗಲೂ ಚಿರು ಇರುತ್ತಿದ್ದ. ಬೆಂಗಳೂರಿನಲ್ಲಿ ನಾನು ಒಂಟಿಯಾಗಿರಬೇಕಾದಾಗಲೂ ಇದೆಲ್ಲ ಮರುಕಳಿಸಲಿಲ್ಲ. ಆದರೆ ಈಗ ಮಾತ್ರ ಸುಮ್ಮನೇ ನಾನೇ ಮಾತಾಡಿಕೊಳ್ಳುತ್ತಿದ್ದೆನಂತೆ. ಚಿರು ಹೇಳಿದ್ದು, ಇಲ್ಲದಿದ್ರೆ ನನಗೆ ಹೇಗೆ ಗೊತ್ತಾಗಬೇಕು ಹೇಳು? ಅದೇನು ದೊಡ್ಡ ಸಮಸ್ಯೆಯಲ್ಲ ಬಿಡು ಸರಿ ಹೋಗುತ್ತೆ ಅಂದೆ.

ಚಿರು ಇತ್ತೀಚೆಗೆ ಆಗಾಗ ಬರುತ್ತಿದ್ದ, ಅದೂ ವೀಕೆಂಡಿನಲ್ಲಿ, ಎಣ್ಣೆ ಹೊಡೆಯೋಕೆ. ಯಾಕೋ ಅವನೂ ನನ್ನ ಥರಾನೇ ಸೆಲ್ಫ್-ಪಿಟೀಯಿಂಗ್ ಆಗ್ತಿದಾನೆ ಅನ್ನಿಸ್ತಿತ್ತು ನನಗೆ. ಬಹುಶಃ ಅವನ ಹ್ಯಾಪಿಲಿ ಎವರ್ ಆಫ್ಟರ್ ಕನಸು ಕದಡಿರಬೇಕು. ಬಂದವನು ಸುಮ್ಮನೇ ಕುಡ್ಕೋತಾ ಕೂರ್ತಿದ್ದ ಬಾಲ್ಕನಿಯಲ್ಲಿ, ಏನೋ ಮನಸ್ಸಿನಲ್ಲೇ ತಿರುವಿ ಹಾಕ್ತಾ. ನಾನು ಕೇಳಿದರೂ ಏನೂ ಹೇಳ್ತಿರಲಿಲ್ಲ. ಮಗನೇ ನನ್ನ ಹತ್ರಾನೇ ಮುಚ್ಚಿಡ್ತೀಯಾ ಅಂತ ಕತ್ತುಪಟ್ಟಿ ಹಿಡಿದು ಕೇಳಬೇಕು ಅನ್ನೋದು. ಆದರೆ ಆ ಸಲುಗೆ ಹೊರಟುಹೋಗಿತ್ತು. ಎಲ್ಲವೂ ಹಾಗೇ ಮಾರಾಯ, ಹೇಳ್ದಿಲ್ವಾ ಇದ್ದಕ್ಕಿದ್ದಂತೇ ಇರ್ರೆಲೆವೆಂಟ್ ಆಗೋದು ಈ ಕಾಲದ ಧರ್ಮ ಅಂತ...

ಮದುವೆಯಾಗಿ ಒಂದು ಮಗು ಆದ ಮೇಲೆ ಊರಿಗೆ ಹೋಗಿ ಸೆಟ್ಲ್ ಆಗಿಬಿಡ್ತೀನಿ ಅಂತಿದ್ದನಲ್ಲಾ ಅದೆಲ್ಲಾ ಅವನಿಗೇ ಮರೆತುಹೋಗಿತ್ತು. ಅದೇ ವಿಷಯಕ್ಕೆ ಅವನಿಗೂ ಸೀಮಾಳಿಗೂ ಮನಸ್ತಾಪ ಶುರುವಾಗಿದ್ದಂತೆ. ಅವನ ಅಪ್ಪ ತೀರಿಕೊಂಡು

ಎರಡು ವರ್ಷವಾಯ್ತು. ಆಗಿನಿಂದ ಅಮ್ಮ ಒಬ್ಬರೇ ಊರಿನಲ್ಲಿದ್ದಾರೆ, ಅವರನ್ನು ನೋಡಿಕೊಳ್ಳೋರಿಲ್ಲ ಅನ್ನೋ ಚಿಂತೆ ಇವನಿಗೆ. ಸಿಟಿಯಲ್ಲೇ ಹುಟ್ಟಿ, ಓದಿ ಬೆಳೆದು ದೊಡ್ಡವಳಾದ ಸೀಮಾ 'ನನಗೆ ಅಲ್ಲಿ ಸೆಟ್ ಆಗಲ್ಲ' ಎಂದು ಕೊಸರಿಕೊಂಡಳಂತೆ. ಇದು ಅವನದೇ ಪದ. ಪಾಪ ಅವಳಾದರೂ ಏನು ಮಾಡಿಯಾಳು? ಅವಳಿಗದು ಆಗದು ಅಷ್ಟೇ. ಇನ್ನು ಅಮ್ಮನನ್ನೇ ಇಲ್ಲಿಗೆ ಕರೆದುಕೊಂಡು ಬಂದಿದ್ದ. ಎರಡು ತಿಂಗಳಿದ್ದವರು ಪಾಪ ಇಲ್ಲಿನ ಏಕಾಕಿ ಬದುಕಿಗೆ ಬೇಸತ್ತು 'ನನ್ನ ಊರಿಗೆ ಬುಟ್ಬುಡಪ್ಪಾ. ನಂಗಿಲ್ಲಿರಾಕಾಗಲ್ಲ' ಅಂತ ಹಟಮಾಡಿದರಂತೆ. ಊರಲ್ಲಿ ಯಾರೋ ಸಂಬಂಧಿಕರಿಗೆ ಸ್ವಲ್ಪ ನೋಡಿಕೊಳ್ಳಿ ಅಂತ ಹೇಳಿ ಬಿಟ್ಟುಬಂದ.

ನಾನೂ ಆಗಾಗ ಅಮ್ಮನಿಗೆ ಫೋನು ಮಾಡುತ್ತಿದ್ದೆ. ನೀವ್ಯಾಕೆ ಇಲ್ಲೇ ಇರಬಾರ್ದು ಅಂತ ಸಲುಗೆಯಲ್ಲೇ ಸತಾಯಿಸಿದರೆ ಅವರು ಪಾಪ 'ಇವರಿಬ್ರೂ ಬೆಳಗಾ ಮುಂಚೆ ಕೆಲ್ಸಕ್ಕೆ ಓಯ್ತಾರೆ, ಮಗು ಮಧ್ಯಾಹ್ನದವರೆಗೂ ಸ್ಕೂಲಿಗೆ ಓಗುತ್ತೆ. ಬಂದಮೇಲೂ ಅದು ನನ್ನ ತಾವ ಬಂದು ಮಾತು–ಗೀತು ಆಡಲ್ಲ. ಒಸಕಾಲದ ಅವರಮ್ಮ ಅದಕ್ಕೆ ಏನು ಏಳಿಕೊಟ್ಟವ್ರೋ ನನಗೇನು ಗೊತ್ತಪ್ಪಾ? ಸುಮ್ಮನೇ ರೂಮೊಳಗೆ ಟೀವೀಲಿ ಅದೇನೋ ಆಡ್ತಾ ಇರುತ್ತೆ. ಯಾರಿಗಾಗಿ ಇರ್ಲಪ್ಪಾ ಅಲ್ಲಿ? ಇಲ್ಲಿ ದೇವ್ರು ಕೊಟ್ಟಂಗಿದೆ ನಮ್ಮನೇರು ಮಾಡಿದ್ದು, ಹೆಂಗೋ ಕಾಲ ಆಕ್ತೀನಿ ಬುಡು' ಎಂದರು. ಇದೆಲ್ಲದರ ಮಧ್ಯೆ ಚಿರು ನೋಡಿದ್ರೆ ನನಗೇ ಅಯ್ಯೋ ಅನ್ನೋದು. ಹಿ ವಾಸ್ ಸೋ ಹೆಲ್ಪ್‌ಲೆಸ್...

ಒಮ್ಮೆ ನಾನೇ ಅವನನ್ನ ಸ್ವಲ್ಪ ಸಲುಗೆವಹಿಸಿ 'ಯಾಕೋ ಅಷ್ಟು ಡಲ್ಲಾಗಿರ್ತೀಯ? ಅಮ್ಮ ಅಲ್ಲಿ ಚೆನ್ನಾಗಿದಾರೆ ತಾನೇ? ಬೇಕಿದ್ರೆ ವಾರಕ್ಕೊಂದ್ಸಾರಿ ಹೋಗಿಬಾ ನೋಡ್ಕೊಂಡು. ಸುಮ್ನೇ ಮನಸ್ಸನ್ನ ಕಹಿ ಮಾಡ್ಕೊಂಡು ಕೂರಬೇಡ' ಅಂತ ಕೇಳಿದೆ. ಪಾಪ ನಾನಾಗಿ ಕೆದಕೋಕೆ ಕಾಯ್ತಾ ಇದ್ದವನ ಥರ ಎಲ್ಲಾನೂ ಹೇಳಿಕೊಂಡ. ಆದರೆ ಇದಕ್ಕೆಲ್ಲಾ ಪರಿಹಾರ ಹೇಳೋಕಾಗಲ್ಲ ಮಾರಾಯ, ಇಟ್ಸ್ ಕಾಂಪ್ಲಿಕೇಟೆಡ್.

ಒಂದಿನ ಹೀಗೇ ಬಂದವನು ತನ್ನ ಮಗನ ಬಗ್ಗೆ ಹೇಳೋಕೆ ಶುರುಮಾಡಿದ. ಅವನಿನ್ನೂ ಹತ್ತು ವರ್ಷದವನು, ಹೆಸರು ಜಿಯಾನ್. ಅವನ ಬಗ್ಗೆ ಏನು ಕಂಪ್ಲೇಂಟ್ ಅಂತೀಯಾ? ಇದೆ ಕೇಳು ಬಹಳಾ ವಿಚಿತ್ರವಾದ್ದು. ಅಷ್ಟು ಚಿಕ್ಕ ವಯಸ್ಸಿಗೇ ಅವನೊಂಥರಾ ಯಾವಾಗ್ಲೂ ಸೈಲೆಂಟಾಗಿ ಇರ್ತಾನೆ, ಅದನ್ನ ನಾನೂ ಗಮನಿಸಿದ್ದೆ. ಆ ವಯಸ್ಸಲ್ಲಿ ಎಷ್ಟು ಉತ್ಸಾಹ ಇರುತ್ತೆ, ಮುಗ್ಧತೆ ಇರುತ್ತೆ ಮಕ್ಕಳಿಗೆ, ತಲೆ ಚಿಟ್ಟು ಹಿಡಿಸಿಬಿಡ್ತಾವೆ ತಾನೇ? ಅವನಲ್ಲಿ ಅದೇನೂ ಕಾಣುಸ್ತಾನೇ ಇರ್ಲಿಲ್ಲ ಮಾರಾಯ. ಅವನು ಯಾವುದಕ್ಕೂ ಎಗ್ಸೈಟ್ ಆಗಿದ್ದನ್ನ ನಾನು ನೋಡೇ ಇಲ್ಲ ಗೊತ್ತಾ? ಚಿರು

ಹೇಳಿದ ಮೇಲೆ ಗೊತ್ತಾಯ್ತು ಅವನು ಹಾಗೆ ಯಾವುದಕ್ಕೂ ಎಗ್ಸೈಟ್ ಆಗೋದೇ ಇಲ್ವಂತೆ! ಲೈಕ್ ಮಕ್ಕಳಿಗೆ ಒಂದು ಸ್ವೀಟ್ ತಂದು ಕೊಟ್ರೆ, ತಿನ್ನೋಕೆ ಅವರಿಗಿಷ್ಟದ್ದನ್ನು ಮಾಡಿ ಕೊಟ್ರೆ, ಹೊಸಬಟ್ಟೆ ಕೊಡಿಸಿದರೆ ಸಂತೋಷ ಆಗಬೇಕು ತಾನೇ? ನಾವೆಲ್ಲಾ ಮಕ್ಕಳಿದ್ದಾಗ ಊರೆಲ್ಲಾ ತೋರುಸ್ಕಂಡು ಬರ್ತಿದ್ವಿ. ಅವನು ಏನು ತಂದು ಕೊಟ್ರೂ 'ಓಹ್, ಥ್ಯಾಂಕ್ಯೂ' ಅಂತಿದ್ದ ಅಷ್ಟೇ ನಿರ್ಭಾವುಕನಾಗಿ.

ಸೀಮಾ ಅವನು ಹುಟ್ಟಿದಾಗಿಂದ ಗಂಡನ್ನ ಮರೆತೇ ಬಿಟ್ಟಿದಾಳೆ ಅನ್ನೋ ಅಷ್ಟು ಕಾಳಜಿ ಮಾಡ್ತಾಳೆ ಮಗನನ್ನ. ಅವಳ ಬಗ್ಗೆಯಾದ್ರೂ ಅಂತಹ ಪ್ರೀತಿ, ಸಂಭ್ರಮ ಇರಬೇಕಲ್ವಾ? ಊಹ್ಞೂ... ಅವಳು ಅವನು ಬಯಸಿದ್ದೆಲ್ಲಾ ಕೇಳೋಕೆ ಮುಂಚೇನೇ ಕೊಡಿಸಿ ಕೊಡಿಸೀನೇ ಹೀಗಾಗಿದಾನೆ ಅಂತ ಇವನು ಬೈಕೋತಾನೆ. ಯಾರಿಗ್ಗೊತ್ತು ಯಾವುದರಿಂದ ಏನಾಗುತ್ತೆ ಅಂತ? ಐ ಡೋಂಟ್ ವಾಂಟ್ ಟು ಜಡ್ಜ್ ಹರ್. ಹಾಗಂತಾ ಅವಳು ತಂದು ಕೊಟ್ರೇನೂ ಡಿಫರೆನ್ಸ್ ಇಲ್ಲ, ಇದೇ ಥರ ಒಂದು ಒಣ ಥ್ಯಾಂಕ್ಯೂ ಅಷ್ಟೇ. ನಾನೂ ಇದೇನು ನೋಡೇಬಿಡೋಣ ಅಂತ ಇಬ್ಬರೂ ಸೇರ್ಕೊಂಡು ಏನಾದ್ರೂ ಅವನು ನಿರೀಕ್ಷೆ ಮಾಡದೇ ಇರೋ ಅಂಥದ್ದು ಗಿಫ್ಟ್ ಮಾಡ್ರೋ ನೋಡೋಣ ಅಂದೆ.

'ಅದನ್ನೂ ಮಾಡಿದೀವಿ ಮಾರಾಯ. ಅವಳು ಕಾರು ತಗೊಂಡಿದ್ದೇ ಅದಕ್ಕಾಗಿ. ನಮಗೆ ಬೇಕು ಅಂತಲ್ಲ. ನನ್ನ ಹತ್ರ ಇರ್ಲಿಲ್ವಾ ಕಾರು ಮೊದಲೇ? ಅವನಿಗೆ ಯಾವ ಥರ ಕಾರು ಇಷ್ಟ ಅಂತ ಇನ್‌ಡೈರೆಕ್ಟಾಗಿ ತಿಳಕೊಂಡು, ಪ್ಲ್ಯಾನ್ ಮಾಡಿ ಒಂದಿನ ಸರ್ಪ್ರೈಸ್ ಕೊಟ್ರೆ, ದಿಸ್ ಈಸ್ ಇಂಡಿಯನ್ ಮಾಡೆಲ್, ಇದು ಚೆನ್ನಾಗಿಲ್ಲ. ಯು.ಎಸ್.ಅಲ್ಲಿ ಹೊಸದು ಬಂದಿದೆ ವಿತ್ ನ್ಯೂ ಫೀಚರ್ಸ್ ಅಂದ ಕಣೋ'

ನನಗೆ ಸಿಕ್ಕಾಪಟ್ಟೆ ನಗು ಬಂದೋಯ್ತು. ನಮ್ಮಪ್ಪ ನನಗೆ ಸೈಕಲ್ ಕೊಡ್ಸಿದರೆ ಹಾಳಾಗ್ತೀನಿ ಅಂತ ಕೊಡಿಸಲೇ ಇಲ್ಲ, ನನ್ನನ್ನೇ ತುಮಕೂರಿಗೆ ಸಾಗಹಾಕಿದ್ರು. ಇವನು ನೋಡಿದ್ರೆ ಅಮೆರಿಕನ್ ಮಾಡೆಲ್ ಚೆನ್ನಾಗಿದೆ ಅಂತ ತನ್ನಪ್ಪನಿಗೆ ಹೇಳ್ತಾನೆ, ಇನ್ನೂ ಹತ್ತು ವರ್ಷಕ್ಕೆ! ಮುಂದೆ ಇವನನ್ನು ಯಾವುದಾದರೂ ಜಗತ್ತಿನಲ್ಲಿ ಇಂಪ್ರೆಸ್ ಮಾಡಲು ಸಾಧ್ಯವಾ? ಇವನಿಗೆ ಲೋಕದ ಬಗ್ಗೆ ಕುತೂಹಲವೇ ಇರೋದಿಲ್ವಾ ಅಂತ ಚಿರು ಗಾಬರಿಯಾಗಿದ್ದ.

ನಾನು 'ನೀನು ಅವನಿಗೆ ಸ್ವಲ್ಪ ಟೈಂ ಕೊಡು ಮಾರಾಯ. ಬರೀ ಕೆಲ್ಸ ಅಂತ ಇರಬೇಡಿ ಇಬ್ಬರೂ. ಇಲ್ಲ ಎಲ್ಲಾದ್ರೂ ಕೌನ್ಸೆಲಿಂಗ್ ಮಾಡಿಸು' ಎಂದು ಸಲಹೆ ಕೊಟ್ಟು ಸುಮ್ಮನಾದೆ.

ಇದಕ್ಕೆಲ್ಲಾ ಒಂದು ದಿಗಿಲು ಹುಟ್ಟಿಸುವ ತಿರುವು ಬಂತು ನೋಡು ಒಂದಿನ. ಚಿರು ಒಂದಷ್ಟು ಮೆಸೇಜು ಕಳಿಸಿದ. ಅವೆಲ್ಲಾ ಅವನ ಮಗ ಬರೆದದ್ದಂತೆ, ಡೆಡ್

ಬೇಬಿ ಜೋಕ್ಸ್! ಹೇಳ್ತೀನಿ ಇರು, ಗಾಬರಿಯಾಗ್ಬೇಡ ಅಷ್ಟೇ.

'ಹೌ ಮೆನಿ ಬೇಬೀಸ್ ಡಸ್ ಇಟ್ ಟೇಕ್ ಟು ಪೈಂಟ್ ಅ ಹೌಸ್?

ಡಿಪೆಂಡ್ಸ್ ಹೌ ಹಾರ್ಡ್ ಯೂ ಥ್ರೋ ದೆಮ್'.

'ವಾಟ್ಸ್ ದ ಡಿಫರೆನ್ಸ್ ಬಿಟ್ವೀನ್ ಅ ಬೇಬಿ ಅಂಡ್ ಪಿಜ್ಜಾ?

ಅ ಪಿಜ್ಜಾ ಡಸಂಟ್ ಸ್ಕ್ರೀಮ್ ವೆನ್ ಯೂ ಪುಟ್ ಇನ್ ಆವನ್'.

ಹೀಗೇ ಏನೇನೋ ಒಂದು ಹತ್ತು ಜೋಕುಗಳು. ಇದೆಲ್ಲಾ ಎಲ್ಲಿ ಸಿಕ್ಕಿತೋ ನಿನಗೆ ಅಂದರೆ 'ನಾನೇ ಬರ್ದಿದ್ದು. ನಿನಗೆ ಗೊತ್ತಾಗಲ್ಲ ಬಿಡು ಅದೆಲ್ಲಾ' ಅಂದನಂತೆ! ಇಬ್ಬರಿಗೂ ಗಾಬರಿಯಾಗೋಯ್ತು. ನಾನು ಅದರ ಮುಂದಿನ ವಾರವೇ ಕೌನ್ಸೆಲಿಂಗಿಗೆ ಕರ್ಕೊಂಡು ಬಾ ನಾನೂ ಇರ್ತೀನಿ ಅಂತ ಹೇಳಿದೆ.

ನಾನು ಹಿಂದೆ ಹೋಗುತ್ತಿದ್ದೆನಲ್ಲಾ ಅದೇ ಕೌನ್ಸೆಲರ್ ಹತ್ತಿರ ಕರೆದುಕೊಂಡು ಹೋದೆ. ಸೀಮಾ ಕೂಡ ಬಂದಿದ್ದಳು. ಅವಳೂ ತುಂಬಾ ಹೆದರಿದಂತಿದ್ದಳು. ಆದರೆ ಹುಡುಗ ಮಾತ್ರ ಆರಾಮಾಗಿ ವೀಡಿಯೋ ಗೇಮ್ ಆಡ್ತಿದ್ದ. ಚಿರು ಟ್ಯಾಬ್ ಕಿತ್ತುಕೊಳ್ಳೋಕೆ ನೋಡಿದ, 'ಎಲ್ರೂ ಇದ್ದೀವಲ್ಲಾ ಚಿನ್ನಿ, ಮಾತಾಡಬಾರ್ದಾ ಎಲ್ಲರ ಜೊತೆ? ಈಗ್ಲೂ ಆಡಬೇಕಾ?' ಅಂತ. ಹುಡುಗ ಕಿರಿಕಿರಿಯಾದ 'ಐ ನೀಡ್ ಟು ಪಾಸ್ ಟೈಂ ಪಪ್ಪಾ, ಯೂ ವೋಂಟ್ ಬಿ ವಿತ್ ಮಿ ಆಲ್ ದ ಟೈಂ' ಎಂದದ್ದು ಕಾರಿನಲ್ಲಿ ಮರುದನಿಸಿಬಿಟ್ಟಿತು. ಇಬ್ಬರೂ ರೇಗಿಹೋದರು, ನಾನೇ ತಡೆದೆ 'ಅವನ ಪಾಡಿಗೆ ಅವನನ್ನ ಬಿಡಿ ಪಾಪ. ಆಡಿಕೋ ಪುಟ್ಟ' ಅಂತ.

ಆಮೇಲೆ ದಾರಿಯುದ್ದಕ್ಕೂ ನೀನು ಈ ಐಸ್‌ಕ್ರೀಮ್ ಪಾರ್ಲರಿಗೆ ಬಂದಿದ್ದೆಯಾ? ಇಲ್ಲಿ ಒಳ್ಳೇ ಐಸ್‌ಕ್ರೀಮ್ ಸಿಗುತ್ತೆ, ಆ ಫ್ಲೇವರ್, ಈ ಫ್ಲೇವರ್ ಅಂತೆಲ್ಲ ಅವನನ್ನ ಮಾತಾಡಿಸೋಕೆ ನೋಡಿದೆ. 'ಐ ಡೋಂಟ್ ಲೈಕ್ ಐಸ್‌ಕ್ರೀಮ್ ಅಂಕಲ್. ಇಟ್ಸ್ ಕ್ವೈಟ್ ಬ್ಯಾಡ್ ಫಾರ್ ಅವರ್ ಹೆಲ್ತ್' ಎಂದು ಆಡುತ್ತ ಕೂತ. ನಾನು ಇದು ಸುಲಭಕ್ಕೆ ಬಗ್ಗುವ ಆಸಾಮಿಯಲ್ಲ ಎಂದುಕೊಂಡು ಸುಮ್ಮನಾದೆ. ಆ ವಯಸ್ಸಿಗೆ ಹಾಗೆ ಮಾತನಾಡುವ, ಅಷ್ಟು ಖಚಿತವಾದ ಒಪೀನಿಯನ್ ಇರೋದನ್ನ ನನಗೆ ಅರಗಿಸಿಕೊಳ್ಳೋಕೂ ಆಗಲಿಲ್ಲ.

ಕೌನ್ಸೆಲಿಂಗ್ ಸೆಂಟರಿನಲ್ಲಿ ಇವರನ್ನು ಪರಿಚಯ ಮಾಡಿಸಿ, ನಾನು ಪಕ್ಕದಲ್ಲಿ ಡಾಕ್ಟರ್ ಶ್ರೀನಾಥರನ್ನು ಮಾತಾಡಿಸೋಣ ಅಂತ ಕ್ಲಿನಿಕ್ಕಿನ ಬಳಿ ಬಂದೆ. ಕ್ಲಿನಿಕ್ಕು ಮುಚ್ಚಿತ್ತು. ಅಲ್ಲಿ ಕೌನ್ಸೆಲಿಂಗ್ ಸೆಂಟರಿನ ರಿಸೆಪ್ಷನಿಸ್ಟನ್ನು ಕೇಳಿದ್ದಕ್ಕೆ 'ಅವರು ಈಗೀಗ ರೆಗ್ಯುಲರ್ ಆಗಿ ಬರಲ್ಲ ಸರ್. ಯಾವಾಗಲೋ ಒಂದೊಂದು ದಿನ ಬರ್ತಾರೆ. ಅಟೆಂಡೆಂಟ್ ಮಾತ್ರ ದಿನಾ ಬಂದು ಕಸ ಗುಡಿಸಿ, ಲಾಕ್ ಮಾಡಿಕೊಂಡು ಹೋಗ್ತಾರೆ' ಎಂದಳು. ಮತ್ತೆ ಕೌನ್ಸೆಲರ್ ಇವರಿಬ್ಬರನ್ನೂ ಮಾತನಾಡಿಸೋಕೆ ಕರೆದರು. ಜಿಯಾನ್

ಆಚೆ ಬಂದ, ಅದೇ ನಿರ್ಭಾವುಕ ಮುಖದಲ್ಲಿ. ನಾನೇ ಅವನನ್ನು ಮಾತಾಡಿಸೋಕೆ ಪ್ರಯತ್ನ ಮಾಡಿದೆ.

'ಆರ್ ಯೂ ಬೋರ್ಡ್? ಏನಾದ್ರೂ ತಿಂತೀಯಾ?' ಎಂದೆ. ಸ್ವಲ್ಪ ಆಲೋಚಿಸಿ ಡೇಂಟಿಂಗಿಗೆ ಒಪ್ಪಿಕೊಂಡಂಥ ಟೀನೇಜು ಹುಡುಗಿಯ ಗ್ರೇಸಿನಲ್ಲಿ ಓಕೆ ಎಂದ. ಆಚೆ ಕರೆದುಕೊಂಡು ಬಂದೆ. ಐಸ್‌ಕ್ರೀಮಿಗೆ ಅವನು ಕೊಟ್ಟ ಪ್ರತಿಕ್ರಿಯೆಯಿಂದ ಜಾಗೃತನಾಗಿದ್ದ ನಾನು ಅವನನ್ನೇ ಕೇಳಿದೆ 'ವಾಟ್ ಡು ಯೂ ಲೈಕ್?' ಅಂತ.

'ಹ್ಮ್ss ಕೋಕ್' ಎಂದ. ನಾನು ಅಲ್ಲೇ ಪಕ್ಕದಲ್ಲಿದ್ದ ಕೂಲ್ ಜಾಯಿಂಟಿಗೆ ಕರೆದುಕೊಂಡು ಹೋದೆ. ಬೇಕಂತಲೇ ಕಾರು ತೆಗೆಯದೇ ನಡೆಸಿಕೊಂಡು ಹೋದೆ. ಮೈನ್‌ರೋಡ್ ತುಂಬಾ ಟ್ರಾಫಿಕ್ಕು ಇತ್ತು. ರಸ್ತೆ ದಾಟಿಸುವಾಗ ನಾನೇ ಕೈಹಿಡಿದುಕೊಂಡೆ. ಅವನು ತನ್ನ ಕೈಯನ್ನು ಬಿಗಿ ಕೂಡ ಮಾಡಲಿಲ್ಲ. ದಾಟಿದ ಕೂಡಲೇ ಕೈಬಿಡಿಸಿಕೊಂಡ. ಅವನಿಗೊಂದು ಕೋಕ್ ಕೊಡಿಸಿ, ನಾನು ನಿಂಬೂ ಸೋಡಾ ಕುಡಿಯುತ್ತ ನಿಂತೆ. ಕೈಯಲ್ಲಿ ಟ್ಯಾಬ್ ಇಲ್ಲದ್ದಕ್ಕೋ ಏನೋ ಅತ್ತಿತ್ತ ಜನರನ್ನು ನೋಡುತ್ತಿದ್ದ. 'ಯೂ ವಾಂಟ್ ಎನಿಥಿಂಗ್ ಟು ಈಟ್?' ಎಂದೆ. ಸ್ವಲ್ಪ ಸಂಕೋಚಪಟ್ಟಂತೆ ಕಂಡರೂ ಬರ್ಗರ್ ಎಂದ. ಅವನ ರುಚಿಯ ವೆರೈಟಿಯನ್ನು ತಾನೇ ಹೇಳಿ ಹಾಕಿಸಿಕೊಂಡ. ಐ ಫೆಲ್ಟ್ ಹಿ ವಾಸ್ ಎಂಜಾಯಿಂಗ್. ನನಗೆ ಅಷ್ಟರಲ್ಲಿ ಭೀಡಲ್ಲಿದ್ದಾಗ ತಲೆ ಕೊಡಹುವ ವಿಚಿತ್ರ ಅಭ್ಯಾಸವಾಗಿತ್ತು. ಅದು ಯಾರಿಗೂ ಅಷ್ಟು ಗೊತ್ತಾಗದಂತೆ ಬಹಳ ಸೂಕ್ಷ್ಮವಾಗಿ ಮಾಡುತ್ತಿದ್ದೆ. ಅದನ್ನು ಅವನು ಗಮನಿಸಿದ ಅನ್ಸುತ್ತೆ 'ವೈ ಡು ಯೂ ಡೂ ದಟ್?' ಎಂದ. ನನಗೆ ಇವನಿಗೆ ಇಂಥದಕ್ಕಾದರೂ ಕುತೂಹಲ ಹುಟ್ಟುತ್ತಲ್ಲಾ ಎನಿಸಿ ನಗು ಬಂತಾದರೂ ಇದೇ ಸಮಯ ಮಾತಾಡಿಸೋಕೆ ಅನಿಸಿ ಉದ್ಯುಕ್ತನಾದೆ.

'ನನಗೆ ಜನರ ಮಧ್ಯೆ ಇದ್ದಾಗ ಯಾರೋ ಕಿವೀಲಿ ಏನೋ ಹೇಳಿದಂತಾಗುತ್ತೆ. ಅದಕ್ಕೇ ಹಾಗೆ ಮಾಡ್ತೀನಿ' ಎಂದೆ. ಅವನ ಮುಂದೆ ಯಾವುದೇ ಕಾರಣಕ್ಕೂ ಏನನ್ನೂ ಮರೆಮಾಚಬಾರದು ಅನ್ನೋದು ಸಾಕಷ್ಟು ಕೌನ್ಸೆಲಿಂಗ್ ಅಟೆಂಡ್ ಮಾಡಿದ್ದ ನನಗೆ ಅರಿವಿತ್ತು. ಅವನು ಆಸಕ್ತನಾದದ್ದು ಕಣ್ಣಿನಲ್ಲಿ ಕಾಣುತ್ತಿತ್ತು. ಆದರೂ ಅದೇನು ಇದೂ ಒಂದು ವಿಚಿತ್ರ ಪ್ರಾಣಿ ಎನ್ನುವ ಕುತೂಹಲವೋ ಎನ್ನುವ ಅನುಮಾನವೂ ಇತ್ತು ಅನ್ನು.

ನಾನೇ ಮುಂದುವರೆಸಿದೆ, 'ಐ ಫೀಲ್ ವೆರಿ ಲೋನ್ಲೀ ಇನ್ ದ ಕ್ರೌಡ್. ಲೈಕ್ ಇದೆಲ್ಲದರ ಮಧ್ಯೆ ನಾನೊಬ್ಬ ಅನಾನಿಮಸ್ ಅನ್ನೋ ಥರ. ನೋಬಡಿ ಕೇರ್ಸ್ ಫಾರ್ ಮಿ ಅನ್ನೋ ಥರ' ಎಂದೆ ಅವನ ಗಮನ ಸೆಳೆಯೋದಕ್ಕೆ. ಆಮೇಲೆ 'ಡು ಯೂ ಫೀಲ್ ಲೈಕ್ ದಟ್ ಎನಿಟೈಂ?' ಎಂದು ಪೀಠಿಕೆ ಹಾಕಿದೆ. ಸ್ವಲ್ಪ ಹಾಗೇ ಸುಮ್ಮನೇ ಏನೋ ಯೋಚಿಸಿದಂತೆ ಮಾಡಿ 'ಆಲ್ವೇಸ್' ಅಂದ.

‘ಯೂ ಮೀನ್ ಸ್ಕೂಲಿನಲ್ಲಾ? ಅಥವಾ ಮನೆಯಲ್ಲಾ?’

‘ಬೋತ್’

‘ಏನು ಮಾಡ್ತೀಯ ಆಗ? ಐ ಯೂಷುಯಲಿ ರೀಡ್ ಬುಕ್ಸ್, ಲಿಸನ್ ಟು ಮ್ಯೂಸಿಕ್...’ ಎಂದೆ ಅನುಮಾನ ಬಾರದಂತೆ.

‘ಐ ಚಾಟ್ ವಿತ್ ಮೈ ಫ್ರೆಂಡ್ಸ್’ ಎಂದ. ನನಗೆ ಸ್ವಲ್ಪ ಸುಳಿವು ಸಿಕ್ಕಂತಾಗಿ ‘ಯಾರ್ಯಾರು ನಿನ್ನ ಸ್ನೇಹಿತರು, ಏನು ಮಾತಾಡ್ತೀರ?’ಅಂತ ಕೇಳಿದ್ದೇ ‘ಯೂ ಆರ್ ಆಸ್ಕಿಂಗ್ ಲೈಕ್ ದಟ್ ಕೌನ್ಸೆಲರ್ ಅಂಕಲ್’ ಎಂದುಬಿಟ್ಟ. ಅಷ್ಟರಲ್ಲಿ ನನ್ನ ಮುಖ ಉಳಿಸಲೋ ಎನ್ನುವಂತೆ ಅವರಪ್ಪನ ಕಾಲ್ ಬಂತು, ಅಲ್ಲಿಗೆ ಕರೆದುಕೊಂಡು ಹೋದೆ. ಇಬ್ಬರೂ ಒಂಥರಾ ಆತಂಕಿತರಾಗಿದ್ದರು. ಮಗುವಿನ ಎದುರಿಗೆ ಏನೂ ಮಾತಾಡುವಂತೆಯೂ ಇರಲಿಲ್ಲ. ‘ಡೋಂಟ್ ವರಿ, ಎವೆರಿಥಿಂಗ್ ವಿಲ್ ಬಿ ಓಕೆ’ ಎಂದು ನಾನೇ ಮೆಲ್ಲಗೆ ಹೇಳಿ ಅವರನ್ನು ಕಾರಿನಲ್ಲಿ ಕಳಿಸಿಕೊಟ್ಟೆ. ಅಷ್ಟು ಹೊತ್ತು ಮಾತನಾಡಿಸಿದ್ದಕ್ಕೋ ಏನೋ ಹೊರಡುವಾಗ ಫಸ್ಟ್ ಟೈಂ ನನಗೆ ಬೈ ಹೇಳಿದ.

ನನಗೆ ಶ್ರೀನಾಥರನ್ನು ಭೇಟಿ ಮಾಡದೇ ಹೋಗಲು ಮನಸ್ಸಾಗಲಿಲ್ಲ. ಇನ್ನೇನು ಸಂಜೆ ನಾಲ್ಕಾಗುತ್ತಿತ್ತು, ಅವರು ಬಂದರೂ ಬರಬಹುದು ಅಂತ ಕಾಯುತ್ತ ಕುಳಿತೆ, ಕೌನ್ಸೆಲಿಂಗ್ ಸೆಂಟರಿನಲ್ಲೇ. ನನ್ನ ಮನಸ್ಸಿನಲ್ಲಿ ಅವನು ನಿನಗೆ ಒಂಟಿ ಅನ್ಸುತ್ತಾ ಅಂದಿದ್ದಕ್ಕೆ ಆಲ್ವೇಸ್ ಅಂದನಲ್ಲಾ ಅದೇ ಸುತ್ತುತ್ತಿತ್ತು. ಹತ್ತು ವರ್ಷದ ಹುಡುಗನಿಗೆ ಬದುಕು ಇಷ್ಟು ಭಾರವಾಗೋದು ಯಾಕೋ ಒಳಗೆ ಸಂಕಟಗರೆಯುತ್ತಿತ್ತು. ಜೊತೆಗೇ ಎಲ್ಲದರ ನಡುವೆಯೂ ಸದಾ ಒಂಟಿಯೇ ಅನ್ನಿಸುವ ನನ್ನೊಳಗಿನ ತಳಮಳ ಕೂಡ ಮರಳಿಸುತ್ತಿತ್ತು. ಹಾಗೇ ಎಷ್ಟು ಹೊತ್ತು ಕುಳಿತಿದ್ದೆನೋ ನನಗೆ ಗೊತ್ತೇ ಆಗಲಿಲ್ಲ. ಸ್ವಲ್ಪ ಹೊತ್ತಿಗೆ ಆ ಕೌನ್ಸೆಲರ್ ತಮ್ಮ ಛೇಂಬರಿನಿಂದ ಹೊರಗೆ ಬಂದು ‘ಹೈ, ಹೌ ಆರ್ ಯೂ?’ ಎಂದರು. ನಾನು ಕನಸಿನಿಂದ ಎಂಬಂತೆ ಧಿಗ್ಗನೆದ್ದು ‘ಹೈ... ಹೈ... ಐ ಯಾಮ್ ಫೈನ್... ಫೈನ್’ ಎಂದು ತಡವರಿಸತೊಡಗಿದೆ. ಅವರು ನಿಧಾನವಾಗಿ ಹೇಗಿದೆ ಲೈಫ್ ಈಗ, ಅದೂ ಇದೂ ಮಾತಾಡಿಸುತ್ತಾ ‘ವಾಟ್ ವರ್ ಯೂ ಥಿಂಕಿಂಗ್?’ ಎಂದರು. ನನಗೆ ನನ್ನ ಒಂಟಿತನದ ಸಂಕಟ ಬಿಟ್ಟು ಬೇರೇನೂ ನೆನಪಿರಲಿಲ್ಲ. ‘ನಥಿಂಗ್... ನಥಿಂಗ್...’ ಎಂದು ಮರೆಮಾಚಲು ನೋಡಿದೆ. ಏಕೆಂದರೆ ನಾನೇನು ಮಾಡುತ್ತಿದ್ದೆ ನನಗೇ ಸ್ಪಷ್ಟವಿರಲಿಲ್ಲ. ಅವರು ತುಂಬ ಸಹಾನುಭೂತಿಯಿಂದಲೆಂಬಂತೆ ಮುಗುಳ್ನಗುತ್ತಾ ‘ಬನ್ನಿ ಮಾತಾಡೋಣ... ಇಫ್ ಯೂ ಆರ್ ಫ್ರೀ...’ ಎಂದರು ಒಳಗೆ ಹೋಗೋಣ ಎಂದು ಸೂಚಿಸುತ್ತಾ. ಡಾಕ್ಟರು ಇನ್ನೂ ಬಂದಂತೆ ಕಾಣಲಿಲ್ಲ, ಅದಕ್ಕೇ ಸುಮ್ಮನೇ ಒಳಗೆ ಹೋಗಿ ಮಾತನಾಡುತ್ತ ಕುಳಿತೆ.

ಅವರು ತುಂಬ ಹೊತ್ತು ಈಗ ಹೇಗಿದೀರಿ? ಲೋನ್ಲೀ ಅನ್ಸುತ್ತಾ ಈಗ್ಲೂ? ಎಂದು ತಾವಾಗಿಯೇ ನನ್ನ ಹಿಂದಿನ ಕೇಸ್ ಡೀಟೇಲ್ಸ್ ಎಲ್ಲವನ್ನೂ ಒಂದೊಂದಾಗಿ ವಿಚಾರಿಸಿದರು. ನನಗೆ ಇದೆಲ್ಲಾ ಯಾಕೆ ಅನ್ನೋ ಗೊಂದಲ ಶುರುವಾಯ್ತು. ಮನಸ್ಸು ತಡೆಯದೇ ಕೇಳಿಯೇಬಿಟ್ಟೆ 'ಸಾರಿ ಸರ್... ಬಟ್ ಈಗ ಯಾಕೆ ಅದೆಲ್ಲಾ ಕೇಳ್ತಾ ಇದೀರ?' ಅಂತ. ಅವರು ಮೊದಲಿಗೆ 'ಇಲ್ಲಾ, ನೀವು ಸಡನ್ನಾಗಿ ಬರೋದು ನಿಲ್ಲಿಸಿಬಿಟ್ರಲ್ಲಾ, ಹೇಗಿದೀರ? ಪೂರ್ತಿ ಹುಷಾರಾದ್ರಾ ಹೇಗೆ ಅಂತ ಕೇಳ್ದೆ ಅಷ್ಟೇ' ಎಂದರೂ ಅವರ ನೋಟದಲ್ಲಿಯೇ ಏನೋ ಪ್ರಶ್ನೆ ಕಾಣುತ್ತಿತ್ತು.

'ಪೂರ್ತಿ ಹುಷಾರಾದೆ ಅಂತ ಹೇಳಲಾರೆ ಸರ್. ಬಟ್ ಐ ಫೆಲ್ಟ್ ಓಕೆ' ಎಂದೆ. 'ಓ ಫೈನ್ ಫೈನ್...' ಎಂದವರು ಮತ್ತೆ ಏನಕ್ಕೋ ತಯಾರಾದವರಂತೆ ಮನಸ್ಸು ಮಾಡಿ ಕೇಳಿದರು 'ಮಿಸ್ಟರ್ ರಿಷಿ... ನೀವು ಅಬ್ಸರ್ವ್ ಮಾಡಿಕೊಂಡಿದೀರಾ ಇಲ್ವಾ ನನಗೆ ಗೊತ್ತಿಲ್ಲ... ನೀವು ಆಚೆ ಕುಳಿತಿದ್ದಿರಲ್ಲಾ ನಾನು ನಿಮ್ಮನ್ನೇ ನೋಡ್ತಿದ್ದೆ, ಸುಮಾರು ಹತ್ತಿಪ್ಪತ್ತು ನಿಮಿಷ. ನೀವು ನೀವೇ ಏನೋ ಮಾತಾಡಿಕೋತಾ ಇದ್ದಿರಿ. ಲೈಕ್ ಯು ವರ್ ಟಾಕಿಂಗ್ ಟು ಸಮ್‌ಒನ್. ನಾಟ್ ಒನ್ಸ್... ಆಲ್ ದ ಟೈಂ ಯೂ ವರ್ ಸಿಟ್ಟಿಂಗ್ ಯು ವರ್ ಬ್ಲಾಬರಿಂಗ್. ಎನಿ ಪ್ರಾಬ್ಲಮ್?' ಅಂತ.

ಚಿರು ಕೂಡ ಇದನ್ನ ಹೇಳಿದ್ದ. ನನಗೂ ಇದು ಗೊತ್ತಿತ್ತು. ಆದರೆ ಹತ್ತಿಪ್ಪತ್ತು ನಿಮಿಷ ಹೊರಗಿನ ಪ್ರಪಂಚದ ಪರಿವೆ ಇಲ್ಲದೇ ಹಾಗೆ ಮಾತಾಡ್ತೀನಿ ಅಂತೆಲ್ಲಾ ಗೊತ್ತಿರಲಿಲ್ಲ. ನನಗೂ ಸ್ವಲ್ಪ ಗಾಬರಿಯಾಯ್ತು. ಆದರೂ ಅದನ್ನ ತೋರಿಸಿಕೊಳ್ಳೋಕೆ ಮನಸ್ಸಾಗಲಿಲ್ಲ. ಐ ಟೋಲ್ಡ್ ಯೂ, ನನಗೆ ಯಾವುದರ ಬಗ್ಗೆಯೂ ನಂಬಿಕೆ ಇಲ್ಲ ಅಂತ.

'ಓಹ್, ಮೇ ಬಿ ಐ ವಾಸ್ ಥಿಂಕಿಂಗ್ ಅಲೌಡ್' ಎಂದು ನಕ್ಕೆ.

'ದೆನ್ ಇಟ್ ವಾಸ್ ಟೂ ಲೌಡ್' ಎಂದು ಅವರೂ ನಕ್ಕರು.

ನಾನು ಸ್ವಲ್ಪ ಕಸಿವಿಸಿಗೊಂಡವನಂತೆ ಅಲ್ಲಿಂದ ಬೇಗ ಹೊರಡುವ ಉಪಾಯ ಯೋಚಿಸತೊಡಗಿದೆ. 'ಓಕೆ ಸರ್. ನಾನು ಹೊರಡ್ತೀನಿ. ಈ ಪಕ್ಕದ ಡಾಕ್ಟರ್ ಬರ್ತಿಲ್ವಾ ಕ್ಲಿನಿಕ್ಕಿಗೆ?' ಎಂದು ಮಾತುಮರೆಸಿದೆ.

'ಹ್ಞಾ ಬರ್ತಾರೆ ಯಾವಾಗ್ಲೋ ಒಮ್ಮೊಮ್ಮೆ. ಯಾಕೋ ಅವರೂ ಸ್ವಲ್ಪ ಡಲ್ ಆದಂತೆ ಕಾಣುಸ್ತಾರೆ ಇತ್ತೀಚೆಗೆ' ಎಂದರು. ಈ ಆಸಾಮಿಗೆ ಜಗತ್ತಲ್ಲಿ ಎಲ್ಲರೂ ಮಾನಸಿಕ ಅಸ್ವಸ್ಥರಂತೆಯೇ ಕಾಣುಸ್ತಾರೇನೋ ಎಂದು ಒಳಗೇ ನಗುತ್ತಾ ಅವರಿಗೆ ಬೈ ಹೇಳಿದೆ. ಅವರು ಬೈ ಹೇಳೋಕೆ ಕೈಕುಲುಕಿದೋರು 'ಪ್ಲೀಸ್ ಡೋಂಟ್ ಹೆಸಿಟೇಟ್ ಟು ಆಸ್ಕ್ ಎನಿ ಹೆಲ್ಪ್... ಇನ್ ಕೇಸ್ ಯೂ ನೀಡ್' ಎಂದು ತಾವೇ ಆಚೆ ಬಂದು ಕಳಿಸಿಕೊಟ್ಟರು.

ಆಚೆ ಬಂದಾಗ ಶ್ರೀನಾಥರ ಕ್ಲಿನಿಕ್ಕು ತೆಗೆದಿತ್ತು. ಡಾಕ್ಟರು ಇನ್ನೂ ಬಂದಿರಲಿಲ್ಲ. ಅವರ ಅಟೆಂಡರು ಯಲ್ಲಪ್ಪ ಅಂತ ಮೊದಲಿದ್ದವರೇ ಇದ್ದರು. ನಾನು ಮೂರು ವರ್ಷಗಳ ಹಿಂದೆ ಅವರನ್ನ ನೋಡಿದ್ದು. ಆಗಲೇ ಅವರಿಗೆ ವಯಸ್ಸಾಗಿತ್ತು, ಈಗ ಇನ್ನೂ ಮಾಗಿದ್ದರು. ನನ್ನನ್ನ ನೋಡಿ 'ಓ ಬಲ್ಲಿ ಬಲ್ಲಿ, ಬಾಳ ದಿನ ಆತಲ್ಲಾ ನಿಮ್ನ ನೋಡಿ' ಎಂದು ಇದ್ದ ಅರ್ಧ ಹಲ್ಲುಗಳಲ್ಲೇ ನಕ್ಕರು. ನಾನೂ ಅವರಂತೆಯೇ ನಗುತ್ತಾ 'ಹೇಗಿದೀರಾ ನೀವು? ಎಲ್ಲಿ ಡಾಕ್ಟರು?' ಎಂದೆ. 'ಡಾಕ್ಟ್ರು ಬಂದ್ರೂ ಬರಬೈದು ಬಲ್ಲಿ... ಇತ್ತಿತ್ತಲಾಗೆ ಅವರು ಇಲ್ಲಿಗೆ ಬರಾದು ಕಡಿಮೆ ಮಾಡಿಬುಟ್ಟವ್ರೆ. ಯಾವಾಗ್ಲೋ ಮನ್ಸಿಗೆ ತೋಚ್ದಾಗ ಬತ್ತಾರೆ ಅಷ್ಟೇಯ' ಎಂದರು. ನಾನು ಅದೂ ಇದೂ ಮಾತಾಡಿ ಮತ್ತೆ 'ಯಾಕೆ ಏನಾಯ್ತು ಡಾಕ್ಟ್ರಿಗೆ?' ಎಂದು ಕುಳಿತೆ, ಉತ್ತರ ತಿಳಿದೇ ಏಳೋದು ಅನ್ನೋ ಥರ.

'ಏನು ಯೇಳದಪ್ಪಾ... ಅವ್ರು ಒಂಥರಾ ದರಮರಾಯನಂತ ಮನ್ಶಾ, ಕಪಟ ಗಿಪಟ ತಿಳ್ಯಲ್ಲ... ಆದ್ರೂ ಒಳ್ಳೆವ್ರಿಗೇ ನೋಡು ಕಷ್ಟಕಾರ್ಪಣ್ಯ ಅನ್ನೋದು ಬರೋದು. ಮಗಳ್ನ ಓದುಸ್ಬೇಕು ಓದುಸ್ಬೇಕು ಅಂತ ಒಷ್ಟೆಲ್ಲಾ ಮಾಡುದ್ರಲ್ಲಾ... ಆ ಮಗಾನೂ ಚುರುಕು, ಚೆನ್ನಾಗೇ ಓದ್ತು. ಆದರೆ ಅದ್ಕೊಂದು ಮದ್ವೆ ಆಗ್ಲಿಲ್ಲ ನೋಡು. ಅದು ಒಷ್ಟೊಂದು ಓದಿದ್ದೇ ಸಮಸ್ಯಾ ಅಮ್ತಾರೆ. ಯಾವ್ದೂ ಸಂಬಂದ್ವೇ ಸೇರ್ಲಿಲ್ಲ. ಇನ್ನೂ ಮನೇಗೇ ಐತೆ ಆ ಉಡ್ಗಿ, ಅದೊಂದು ಬ್ಯಾಸರ ಇವ್ರಿಗೆ.

'ಆ ಉಡ್ಗನೂ ಒಳ್ಳೇ ಬುದ್ವಂತ್ನೇ. ಅದು ಯಾರ ಕಣ್ಣು ಬಿತ್ತೋ ಏನೋ ನಾಕಾಣೆನಪ್ಪ, ಕೆಲ್ಸಕ್ಕೆ ಅಂತ ಪೂನಾಕ್ಕೆ ಓದವ್ನು ಇಲ್ಲಿಗೆ ಒಂದ್ಸಾರಿನೂ ಬರೋದು ಬ್ಯಾಡ್ವೇ? ಆವಾಗಾವಾಗ ಪೋನು ಮಾಡುತ್ತಂತೆ. ಆದ್ರೆ ಊರಿಗೆ ಮಾತ್ರ ಬರಂಗಿಲ್ಲ. ಅವರ ಅಜ್ಜಿ ಈಗ ಆರು ತಿಂಗ್ಳಾಗೆ ತೀರ್ಕಂತು. ಲಕ್ವಾ ಒಡ್ದು ಒಂದ್ ತಿಂಗ್ಳು ಆಸ್ಪತ್ರೇಲೇ ಇತ್ತು ಮಗಾ... ಅದು ಸಾಯೋಮಟ ಆ ಉಡ್ಗುನ್ನ ನೋಡ್ಬೇಕು ನೋಡ್ಬೇಕು ಅಂತ ಒದ್ದಾಡ್ತು. ಓಗ್ಲಿ ಅದು ಸತ್ತಾಗ್ಲೂ ಬರಬ್ಯಾಡ್ದಾ ಅದು? ಅದೇನು ಮೆಟ್ಕಂಡದೋ ಅದುಕ್ಕೆ...

'ಡಾಕ್ಟ್ರೂ ಇವೇ ನೋವಲ್ಲಿ ನವೆದುಬುಟ್ಟವ್ರೆ ಕಣ್ ಮಗಾ. ಏನೋ ಮನ್ಸಿಗೆ ತೋಚ್ದಾಗ ಬತ್ತಾರೆ. ನಾನು ಮಾತ್ರ ಇಗಾ ದಿನಾ ಬಂದು ಹಿಂಗೇ ಸೊಲ್ಪೊತ್ತು ಇದ್ದು ಓಗ್ತೀನಿ' ಎಂದು ನಿಟ್ಟುಸಿರುಬಿಟ್ಟರು. ನನಗೆ ತುಂಬಾ ಸಂಕಟವಾಯ್ತು. ನನಗೆ ಯಾವಾಗ್ಲೂ ಹೀಗೇ ಡಾಕ್ಟರನ್ನ ನೆನೆಸಿಕೊಂಡಾಗೆಲ್ಲ ಅವರ ದುಃಖದಲ್ಲಿ ನನದೂ ಪಾಲಿದೆ ಅನ್ನೋ ಪಾಪಪ್ರಜ್ಞೆ ಕಾಡುತ್ತೆ. ನನಗೆ ಏನು ಮಾಡಬೇಕು ಅಂತಲೂ ತೋಚಲಿಲ್ಲ. ಸ್ವಲ್ಪ ಹೊತ್ತು ಸುಮ್ಮನೇ ಕುಳಿತಿದ್ದೆ. ಅವರ ಮನೆಗೇ ಹೋಗಿ ಅವರನ್ನು ಮಾತಾಡಿಸಲೂ ಮನಸ್ಸು ಬಾರದು. ಅಲ್ಲಿ ಅವಳು ಇರ್ತಾಳೆ ಅನ್ನೋ ಕಸಿವಿಸಿ. ಕಡೆಗೆ

ಏನೋ ಹೊಳೆಯಿತು 'ಆ ಹುಡುಗನ ಅಡ್ರೆಸ್ ಇದೆಯಾ ನಿಮ್ಮ ಹತ್ರ? ಅಥವಾ ಫೋನ್ ನಂಬರು?' ಎಂದೆ. ಅವರ ಬಳಿ ಒಂದು ನಂಬರ್ ಇತ್ತು 'ಇದೇ ಇರ್ಬೇಕು ತಗಾ' ಎಂದು ಕೊಟ್ಟರು.

ಅಲ್ಲಿಯೇ ಅವನಿಗೆ ಫೋನು ಮಾಡೋಣ ಎಂದುಕೊಂಡೆ, ಆದರೆ ಏನು ಹೇಳೋದು ಥಟ್ಟನೆ ತೋಚಲಿಲ್ಲ. ಮನೆಗೆ ಬಂದ ಮೇಲೆ ಒಂದು ನಿರ್ಧಾರ ಮಾಡಿ ಮೆಸೇಜು ಮಾಡಿದೆ. ಪುಣ್ಯಕ್ಕೆ ಅವನು ಉತ್ತರಿಸಿದ. ಸ್ವಲ್ಪ ಪೀಠಿಕೆಯಾದ ಮೇಲೆ 'ನಾನು ನಾಳೆ ಪುಣೆಗೆ ಬರ್ತಾ ಇದೀನಿ. ಅದಕ್ಕೇ ಟೆಕ್ಸ್ಟ್ ಮಾಡ್ದೆ. ಶಲ್ ವಿ ಮೀಟ್?' ಎಂದೆ. ಅವನು ತತ್‌ಕ್ಷಣ ಉತ್ತರಿಸಲಿಲ್ಲ. ಸಂಜೆಯಷ್ಟರಲ್ಲಿ 'ಶೂರ್' ಎಂದು ಕಳಿಸಿದ್ದ. ನಾನು ರಾತ್ರಿ ಪುಣೆಯ ಬಸ್ಸು ಹತ್ತಿದೆ.

ಮಾರನೆಯ ದಿನ ಅಲ್ಲಿ ಹೋಟೆಲೊಂದರಲ್ಲಿ ಚೆಕಿನ್ ಆದ ಮೇಲೆ ಮತ್ತೆ ಟೆಕ್ಸ್ಟ್ ಮಾಡಿದೆ 'ವೆನ್ ಆರ್ ಯೂ ಫ್ರೀ?' ಅಂತ. 'ನಾನು ಯಾವಾಗ್ಲೂ ಫ್ರೀನೇ. ನನ್ನ ವರ್ಕಿಂಗ್ ಹವರ್ಸ್ ತುಂಬಾ ಫ್ಲೆಕ್ಸಿಬಲ್' ಎಂದ. 'ಹಾಗಿದ್ದರೆ ಸಂಜೆ ಸಿಗೋಣ್ವಾ?' ಎಂದಿದ್ದಕ್ಕೆ 'ನೋ ನೋ ಸಂಜೆ ಐ ಆಮ್ ಅ ಬಿಟ್ ಬ್ಯುಸಿ. ಮಧ್ಯಾಹ್ನ ಸಿಗಬಹುದಾ?' ಎಂದ. ನಾನು ಅಲ್ಲಿಗೆ ಹೋದದ್ದೇ ಅವನಿಗೋಸ್ಕರ, ಓಕೆ ಎಂದೆ. 'ಎಲ್ಲಿಗೆ ಬರ್ಬೇಕು?' ಎಂದೆ. ಅವನು ಯಾವುದೋ ಟೆಕ್‌ಪಾರ್ಕ್ ಕಡೆ ಇರಬಹುದು ಅಂತ. ಅವನು ನೋಡಿದರೆ 'ಕೋರೆಗಾಂವ್ ಪಾರ್ಕಿನ ಹತ್ತಿರ, ಓಶೋ ಸೆಂಟರ್' ಎಂದ.

ಪುಣೆ ಎಲ್ಲ ಭಾರತೀಯ ಮಹಾನಗರಗಳ ನಾಳೆಯನ್ನು ಅಭಿನಯಿಸಿ ತೋರಿಸುತ್ತಿದೆಯೇನೋ ಎನಿಸುವಂತೆ ಆಕಾಶದ ಕಡೆಗೆ ಬೆಳೆಯಲು ಶುರುವಾಗಿ ಬಹಳ ವರ್ಷಗಳೇ ಆಗಿವೆ. ಸುತ್ತ ಬೆಟ್ಟಗಳಿರುವುದಕ್ಕೋ ಏನೋ ಅದು ವಿಸ್ತಾರಕ್ಕೆ ಚಾಚದೆ ಮುಗಿಲಿಗೆ ಮುಖ ಮಾಡಿ ಹರಿಯುತ್ತಿದೆ. ಬೆಂಗಳೂರಿನಂತೆ ನೋಡಲೂ ಒಂದು ಸ್ವತಂತ್ರ ಮನೆ ಅಲ್ಲಿ ಸಿಗುವುದಿಲ್ಲವೇನೋ! ನಾನಿದ್ದ ಬಸ್‌ಸ್ಟಾಂಡಿನ ಪಕ್ಕದ ಹೋಟೆಲಿನಿಂದ ಓಶೋ ಸೆಂಟರಿಗೆ ಹತ್ತೇ ನಿಮಿಷ. ಹನ್ನೆರಡಕ್ಕೆ ಅಲ್ಲಿದ್ದೆ. ಶ್ರೀಕಾಂತನೇ ಫೋನು ಮಾಡಿಕೊಂಡು ಬಂದ. ಆದರೆ ನನಗೇ ಗುರುತು ಸಿಗಲಿಲ್ಲ. ಅವನನ್ನು ನೋಡಿ ಮೂರು ವರ್ಷವಾಗಿತ್ತು ಅಷ್ಟೇ ಹೆಚ್ಚೇನಲ್ಲ. ಆದರೆ ಉದ್ದಕ್ಕೆ ಜಡೆ ಹಾಕುವಷ್ಟು ಕೂದಲು ಬಿಟ್ಟುಕೊಂಡು, ಕಾವಿಯ ಬಣ್ಣದ ಶರ್ಟ್ ಹಾಕಿಕೊಂಡು, ಥ್ರೀಫೋರ್ತಿನಲ್ಲಿ ಬರುತ್ತಾನೆ ಎಂದೆಲ್ಲಾ ನಾ ಹೇಗೆ ಕಲ್ಪಿಸಿಕೊಳ್ಳಲಿ ಮಾರಾಯ. ಬಂದು ಅವನೇ ಎದುರು ನಿಂತು ನಕ್ಕ. 'ಬನ್ನಿ ಬನ್ನಿ, ಈ ಕಡೆ ಅಂತ ಅದೊಂದು ಶಾಪಿಂಗ್ ಕಾಂಪ್ಲೆಕ್ಸಿನಂಥದರ ಒಳಗೆ ಕರೆದುಕೊಂಡು ಹೋದ. ಅದರೊಳಗೆ ಒಂದು ಫ್ಲೋರ್ ಪೂರ್ತಿ ನಮ್ಮಲ್ಲಿ ಸೈಬರ್ ಸೆಂಟರ್ ಇರೋದಿಲ್ಲವೇ ಹಾಗೆ ಕಂಪಾರ್ಟ್‌ಮೆಂಟುಗಳಿತ್ತು. ಅದರೊಳಗೆ ಅವನದೊಂದು ಕ್ಯೂಬ್‌ಗೆ ಕರೆದುಕೊಂಡುಹೋದ.

ಅದೊಂದು ನಾಲ್ಕಡಿ ಎಂಟಡಿಯ ಪ್ಲೈವುಡ್ಡಿನ ಕ್ಯೂಬ್, ಹೇಳಿದೆನಲ್ಲಾ ಸೈಬರ್ ಕೆಫೆಯಂಥದೇ. ಮೂಲೆಯಲ್ಲೊಂದು ಕಂಪ್ಯೂಟರ್. ಅದರದೇ ಟೇಬಲ್ಲಿನ ಮೇಲೆ ಹರಡಿದ ಒಂದಷ್ಟು ಗ್ಯಾಜೆಟ್ಟುಗಳು. ಇತ್ತ ನೀಟಾಗಿ ಗೋಡೆಗೆ ಆತುಕೊಳ್ಳುವಂತೆ ಮಡಿಚಿಕೊಳ್ಳುವ ಮಂಚ. ಅದರ ಮೇಲೆ ಮಾತ್ರ ಮತ್ತೆ ಕಾವಿಯ ವಸ್ತ್ರ ಹಾಸಿತ್ತು. ಅವನ ಬಟ್ಟೆಬರೆಗಳೆಲ್ಲಾ ಒಂದು ಬ್ಯಾಗಿನಲ್ಲಿದ್ದವು ಅಷ್ಟೇ. ಇನ್ನೇನೂ ಇರಲಿಲ್ಲ ಅಲ್ಲಿ. ಮೇಲೆ ಏಳಡಿ ಎತ್ತರದವರೆಗೆ ಏರಿಸಿದ್ದ ಪ್ಲೈವುಡ್ಡಿನ ಗೋಡೆ, ಅಕ್ಕಪಕ್ಕದ ಎಲ್ಲ ಸದ್ದುಗಳಿಗೂ ಮುಕ್ತವಾಗಿತ್ತು. ಆದರೂ ಇಡೀ ಫ್ಲೋರು ನಿಶ್ಶಬ್ದವಾಗಿತ್ತು. ಲೈಕ್ ಅಲ್ಲಿ-ಇಲ್ಲಿ ಯಾರೋ ಕೂತದ್ದು ನಿಂತದ್ದಕ್ಕೆ ಮಂಚವೋ, ಪ್ಲೈಯೋ ಕಿರುಗುಟ್ಟಿದ್ದಷ್ಟೇ ಶಬ್ದ ಎಂದುಕೋ ಬೇಕಾದರೆ. ನಾನು ಒಳಗೆ ಹೋದವನು ನಿಂತೇ ಇದನ್ನೆಲ್ಲಾ ಗಮನಿಸುತ್ತಿದ್ದೆ. ಅವನು 'ಕೂತ್ಕೊಳಿ' ಎಂದ.

'ನೀನು ಇಲ್ಲೇ ಇರೋದಾ?' ಎಂದೆ. 'ಹ್ಞಾ... ಒಂದು ವರ್ಷ ಆಯ್ತು, ಇಲ್ಲೇ... ಐ ಲೈಕ್ ದಿಸ್' ಎಂದ. ನನ್ನ ಗೊಂದಲ ನೋಡಿ ನಕ್ಕ. 'ಇಟ್ಸ್ ಅ ಲಾಟ್ ಲೆಸ್ ಎಕ್ಸ್‌ಪೆನ್ಸಿವ್ ಹಿಯರ್. ಮೊದಲು ಹಿಂಜೆವಾಡಾ ಕಡೆ ಇದ್ದೆ, ಫ್ಲ್ಯಾಟಲ್ಲಿ. ಐ ಗಾಟ್ ಬೋರ್‌ಡ್' ಎಂದ. 'ಇಟ್ಸ್ ಲೈಕ್ ಅ ಸೈಬರ್ ಕೆಫೆ!' ಎಂದೆ. ಇಲ್ಲಿ ಹೇಗೆ ಬದುಕಿದೀಯ ಅನ್ನೋ ಥರ. 'ಲೈಕ್ ಅಲ್ಲ, ಸೈಬರ್ ಕೆಫೇನೇ. ಇದನ್ನೇ ಬಾಡಿಗೆಗೆ ಕೊಡ್ತಾರೆ ಇಲ್ಲಿ. ರೆಗ್ಯುಲರ್ ಜಾಬ್ ಕೂಡ ಬಿಟ್ಬಿಟ್ಟೆ. ಈಗ ಇಲ್ಲೇ ವರ್ಕ್ ಮಾಡೋದು ಕೂಡ. ಇಟ್ಸ್ ಮೋರ್ ಪೀಸ್‌ಫುಲ್ ಹಿಯರ್' ಎಂದು ಮತ್ತೆ ನಕ್ಕ.

ಕೈಯಲ್ಲಿ ಒಂದು ಜೊತೆ ಬಟ್ಟೆ ಹಿಡಿದುಕೊಂಡು, 'ಕೂತಿರಿ, ನಾನು ಸ್ನಾನ ಮಾಡ್ಕೊಂಡು ಬಂದುಬಿಡ್ತೀನಿ. ಬೇಕಾದ್ರೆ ಏನಾದ್ರೂ ಮ್ಯೂಸಿಕ್ ಹಾಕ್ಕೊಳಿ. ಸ್ಪೀಕರ್ ಇಲ್ಲ ಇಲ್ಲಿ. ಬೇರೆವ್ರಿಗೆ ತೊಂದ್ರೆ ಆಗುತ್ತೆ ಅಂತ. ಯೂ ಕೆನ್ ಯೂಸ್ ಯುವರ್ ಇಯರ್ ಫೋನ್ಸ್' ಎಂದು ಆಚೆ ನಡೆದ. ಅವನಿಲ್ಲದ ಹತ್ತು ನಿಮಿಷ ನಾನು ಈ ವಾಸ್ತವವನ್ನು ಅರಗಿಸಿಕೊಳ್ಳೋದರಲ್ಲಿ ಕಳೆದೆ.

ಅವನು ಸ್ನಾನ ಮಾಡಿ, ಅಲ್ಲೇ ಬಟ್ಟೆ ಬದಲಿಸಿಕೊಂಡು, ತಲೆಯ ಕೂದಲನ್ನು ಇಳಿಬಿಟ್ಟುಕೊಂಡು ಬಂದ. ಬಳಸಿದ ಬಟ್ಟೆಗಳನ್ನು ಒಂದು ಕವರಿನಲ್ಲಿ ಹಾಕಿಟ್ಟಮೇಲೆ 'ಬನ್ನಿ ಸೆಂಟರಿಗೆ ಹೋಗೋಣ. ಇಲ್ಲಿ ಮಾತಾಡ್ತಾ ಕೂತ್ರೆ ಅಕ್ಕಪಕ್ಕದವರಿಗೆ ಡಿಸ್ಟರ್ಬ್ ಆಗುತ್ತೆ' ಎಂದ. ಅವನು ಆಚೆ ಬಂದು ಲಾಕ್ ಮಾಡುತ್ತಿರಬೇಕಾದರೆ ನಾನು ವಾಶ್‌ರೂಮಿನ ಕಡೆಗೆ ಹೋದೆ. ಲೇಡೀಸ್ ವಾಶ್‌ರೂಮ್ ಕಡೆಯಿಂದ ಒಬ್ಬಳು ಹುಡುಗಿ ಅವನಂತೆಯೇ ಸ್ನಾನ ಮಾಡಿ, ಫ್ರೆಶ್ ಆಗಿ ಹೊರಬಂದವಳು ಹೀಗೇ ಇದ್ದ ಇನ್ನೊಂದು ಕ್ಯೂಬಿನ ಒಳಕ್ಕೆ ಹೋದಳು, ಪಕ್ಕದಲ್ಲೇ ಇದ್ದ ನನ್ನನ್ನು ಗಮನಿಸಿಯೇ ಇಲ್ಲ ಎನ್ನುವಂತೆ. ನನಗೆ ಪರವಾಗಿಲ್ಲ ಇಲ್ಲಿ ಹುಡುಗಿಯರೂ ಇಷ್ಟು ಸೇಫಾಗಿ, ಸಹಜವಾಗಿ

ಇರೋ ವ್ಯವಸ್ಥೆ ಇದೆಯಲ್ಲಾ ಎಂದುಕೊಂಡೆ. ಆ ವಾಶ್‌ರೂಮುಗಳು ಒಂದು ಆಫೀಸ್ ಕಾಂಪ್ಲೆಕ್ಸಿನಲ್ಲಿರೋ ಅಂಥವು ಅಷ್ಟೇ. ಅದರಲ್ಲೇ ಎರಡನ್ನ ಸ್ನಾನಕ್ಕೆ ಮಾಡಿದ್ದರು. ನಾನು ನಿಜವಾಗಿ ಒಮ್ಮೆಗೇ ಭವಿಷ್ಯತ್ಕಾಲವನ್ನು ಹೊಕ್ಕವನಂತೆ ಕಕ್ಕಾಬಿಕ್ಕಿಯಾಗಿದ್ದೆ.

ಅವನು ನನ್ನನ್ನು ಸೀದಾ ಓಶೋ ಸೆಂಟರಿಗೆ ಕರೆದುಕೊಂಡು ಹೋದ. ಆ ನಗರದ ನಡುವಿನಲ್ಲಿನ ದೊಡ್ಡ ಗಾರ್ಡನ್ ರೆಸಾರ್ಟಿನಂತಿತ್ತು. ಅದೇನು ಆ ನಗರದ ವ್ಯಕ್ತಿತ್ವಕ್ಕೆ ಅಪವಾದವೋ ಅಥವಾ ಅನುರೂಪವೋ ಥಟ್ಟನೆ ಹೇಳೋಕೆ ಬರೋದಿಲ್ಲ ನೋಡು. ಅದರ ತುಂಬ ಮುಕ್ಕಾಲುವಾಸಿ ವಿದೇಶೀಯರು. ಅಲ್ಲಲ್ಲಿ ಭಾರತೀಯರೂ ಇದ್ದರು, ಶ್ರೀಕಾಂತನಂತೆ. ಅಲ್ಲಿ ಬಹುತೇಕರು ಅವನಿಗೆ ಪರಿಚಯವಿದ್ದಂತೆ ನೋಡಿದ ಕೂಡಲೇ ಸ್ಮೈಲ್ ಕೊಡುತ್ತಿದ್ದರು. ಅಥವಾ ಅಲ್ಲಿ ಎಲ್ಲರೂ ಹಾಗೇ ಗ್ರೀಟ್ ಮಾಡೋದೂ ಇರಬಹುದು, ನನಗೂ ಸ್ಮೈಲ್ ಕೊಟ್ಟರು.

ಓಶೋನ ಬದುಕು, ಚಿಂತನೆ, ಆತ ಕಟ್ಟಿದ ಯುಟೋಪಿಯನ್ ಕಲ್ಪಿನ ಬಗ್ಗೆ ಅಲ್ಲೀವರೆಗೆ ನಾನು ಅಲ್ಪಸ್ವಲ್ಪ ಕೇಳಿದ್ದೆನಷ್ಟೇ. ಮಾಯಾ ಒಂದು ಡಾಕ್ಯುಮೆಂಟರಿಯ ಬಗ್ಗೆ ಹೇಳಿದ್ದಳು ಒಮ್ಮೆ. ನಾನು ನೋಡಿರಲಿಲ್ಲ. ಅವನೇ ಹೇಳಿದ ಅದೊಂದು ಸ್ವಯಂಪೂರ್ತವಾದ ಕಮ್ಯುನಿಟಿ ಅಂತ. ತನಗೆ ಬೇಕಾದ್ದೆಲ್ಲವನ್ನೂ ತಾವೇ ಪರಸ್ಪರ ಸಹಕಾರದಿಂದ ಮಾಡಿಕೊಂಡದ್ದು. ಅಲ್ಲಿನ ಕೆಫೆ, ಸ್ಪಾ ಇತ್ಯಾದಿ ಎಲ್ಲವನ್ನೂ ಅವರ ಕಮ್ಯುನಿಟಿಯೇ ನಡೆಸುತ್ತದೆ. ಎಷ್ಟರಮಟ್ಟಿಗಂದರೆ ಅವರದೇ ಬ್ಯಾಂಕು ಸಹ ಇತ್ತು ಅಲ್ಲಿ.

ಅಲ್ಲೇ ಒಳಗೇ ಇದ್ದ ಒಂದು ಕೆಫೆಗೆ ಕರೆದುಕೊಂಡು ಹೋದ, 'ಇಲ್ಲಿ ತುಂಬಾ ಒಳ್ಳೇ ಪಿಜ್ಜಾ ಸಿಗುತ್ತೆ ಬನ್ನಿ' ಅಂತ. ಆರ್ಡರ್ ಮಾಡಿ, ಪಿಜ್ಜಾ ತಯಾರಾಗಿ ಬಂದಮೇಲೂ ನನಗೆ ಏನು ಮಾತಾಡುವುದು ಅಂತಲೇ ತೋಚಲಿಲ್ಲ. ಅವನಾದರೂ ಮಾತಾಡುತ್ತಾನಾ ಎಂದರೆ ಮಹರಾಯ ಸುಮ್ಮನೇ ಅತ್ತಿತ್ತ ಜನರನ್ನು ನೋಡುತ್ತ, ನಗುತ್ತ ಕುಳಿತುಬಿಟ್ಟ. ಕಡೆಗೆ ನಾನೇ ಧೈರ್ಯಮಾಡಿ 'ಮತ್ತೆ ಊರಲ್ಲಿ ಹೇಗಿದಾರೆ? ಡಾಕ್ಟ್ರು ಸಿಕ್ಕಿಲ್ಲ ನನಗೆ ತುಂಬಾ ದಿನ ಆಯ್ತು. ನಿಮ್ಮಜ್ಜಿ ತೀರಿಕೊಂಡರಂತೆ? ಐ ಗಾಟ್ ಟು ನೋ ರೀಸೆಂಟ್ಲಿ' ಎಂದೆ ಸಹಜತೆಯನ್ನು ನಟಿಸುತ್ತಾ.

ಅವನು ಸುಮ್ಮನೇ ಸ್ವಲ್ಪ ಪೀಜ್ಜಾ ತಿಂದ, ತಿನ್ನುವಾಗಲೂ ನಗುತ್ತಲೇ ಇದ್ದ ಆಗಾಗ. ಆಮೇಲೆ ಒಂದು ಕೋಕ್ ತಂದು, ಒಂದು ಸಿಪ್ ಕುಡಿದು 'ಅಪ್ಪ ಕಳ್ಸಿದ್ರಾ ನಿಮ್ಮನ್ನ?' ಎಂದ. ಪ್ರಶ್ನೆ ಕೇಳುವಾಗಲೂ ಅವನು ನಗುತ್ತಲೇ ಇದ್ದಾನೆ ಎನಿಸುತ್ತಿತ್ತು ನನಗೆ. ಈಗ ನಾನೂ ಉತ್ತರ ಕೊಡಲೇಬೇಕಿತ್ತು, 'ಇಲ್ಲ. ನಾ ಬಂದಿರೋದು ಡಾಕ್ಟ್ರಿಗೆ ಗೊತ್ತಿಲ್ಲ. ಇನ್ ಫ್ಯಾಕ್ಟ್ ನಾನವರನ್ನ ಮೀಟ್ ಮಾಡಿ ವರ್ಷಗಳೇ ಆದವು' ಎಂದೆ. ಅವನು ಮತ್ತೆ ಹಾಗೇ ಮೌನವಾದ. ನಾನೇ ಮತ್ತೆ ಸ್ವಲ್ಪ ಹೊತ್ತಿಗೆ 'ನೀನು ಮನೆಗೇ

ಹೋಗಿಲ್ಲವಂತೆ ತುಂಬಾ ದಿನದಿಂದ? ಡಾಕ್ಟ್ರು ಕ್ಲಿನಿಕ್ಕಿಗೂ ಹೋಗ್ತಿಲ್ಲವಂತೆ ಈಗೀಗ... ತುಂಬಾ ಸೋತಿದ್ದಾರೆ ಅಂತಾರೆ ಎಲ್ಲಾ...' ಎಂದು ಗಾಳಿಯಲ್ಲಿ ಕತ್ತಿ ಬೀಸುವವನಂತೆ ಸುಮ್ಮನೇ ಬೀಸಾಡಿದೆ.

ಅವನು ಮತ್ತೈದು ನಿಮಿಷ ಸುಮ್ಮನಿದ್ದವನು 'ಐ ಯಾಮ್ ಪೀಸ್‌ಫುಲ್ ಹಿಯರ್. ನನ್ನ ಪಾಡಿಗೆ ನನ್ನ ಲೈಫಿದೆ. ಅದಕ್ಕೆ ಯಾರ ಹಂಗೂ ಇಲ್ಲ. ನನಗೆ ಬೇಕಾದ ನೆಮ್ಮದಿ ಇಲ್ಲಿ ಸಿಗ್ತಿದೆ. ಐ ಡೋಂಟ್ ವಾಂಟ್ ಟು ಗೋ ಬ್ಯಾಕ್ ಟು ದಟ್ ಲೈಫ್. ನನಗೆ ನಮ್ಮಪ್ಪನ ಥರ ಬದುಕೋಕೆ ಇಷ್ಟ ಇಲ್ಲ. ಅದು ಅವ್ರಿಗೆ ಚೆನ್ನಾಗೇ ಇರಬಹುದು. ಆದ್ರೆ ನಂಗಾಗಲ್ಲ ಅದು...

'ಐ ಟ್ರೈಡ್. ಇಟ್ಸ್ ಕರ್ಸ್‌ಡ್ ವಿತ್ ಗ್ರೀಡ್. ಅದಿರೋನಿಗೆ ಮಾತ್ರ ಹೊರಗಿನ ಪ್ರಪಂಚ ಚೆನ್ನಾಗಿ ಅನ್ನುತ್ತೆ ಅಷ್ಟೇ. ಅದಿಲ್ಲದವನು ಅಲ್ಲಿ ಇರ್‌ರೆಲೆವೆಂಟ್ ಆಗೋಗ್ತಾನೆ. ಇಟ್ಸ್ ಸಫೋಕೇಟಿಂಗ್. ನನಗೆ ಈ ಪ್ರಪಂಚದಲ್ಲಿ ಬದುಕೋಕೇ ಆಗಲ್ಲ ಅನ್ನಿಬಿಟ್ಟಿತ್ತು.

'ಇಲ್ಲಿ ನೋಡಿ, ಆ ಪ್ರಪಂಚವೇ ಇಲ್ಲಿಲ್ಲ. ನಾನಿರೋ ಕ್ಯೂಬ್ ಕೂಡ ಅಷ್ಟೇ. ಐ ಯಾಮ್ ಅಲೋನ್ ದೇರ್ ಯೆಟ್ ಕನೆಕ್ಟೆಡ್ ಟು ಪೀಪಲ್. ಅಲ್ಲಿ ಯಾರೂ ಒಬ್ಬರನ್ನೊಬ್ರು ಮಾತಾಡ್ಸಲ್ಲ. ಆದರೂ ಎಲ್ರೂ ಒಟ್ಟಿಗೇ ಇದೀವಿ ಅನ್ನೋ ಫೀಲಿಂಗ್ ಇದೆ. ಐ ಯಾಮ್ ಹ್ಯಾಪಿ ವಿತ್ ದಿಸ್' ಎಂದು ಮತ್ತೆ ನಕ್ಕ.

ನಾನು ಮತ್ತೊಮ್ಮೆ ಸ್ಥಂಭಿತನಾದೆ, ಎಂಟು ವರ್ಷದ ಹಿಂದಿನ ನನ್ನನ್ನು ನಾನೇ ಭೇಟಿ ಮಾಡಿದ ಹಾಗೆ! ಇದು ನಿಜವಾ? ಹಾಗಿದ್ರೆ ನನಗೇ ಯಾಕೆ ಹೀಗಾಗ್ತಿದೆ ಅಂತೆಲ್ಲಾ ಒಂದು ಕ್ಷಣ ತಲೆ ಗಿರಗಿಟ್ಟಲೆಯಾಗೋಯ್ತು. ನಾನು ಸುಧಾರಿಸಿಕೊಳ್ಳೋದರಲ್ಲಿ ಅವನು ಪೀಜ್ಜಾ ಮತ್ತು ಕೋಕ್ ಮುಗಿಸಿ ನನಗೇ ಕಾಯುತ್ತಿದ್ದ.

ನಾನು ಕೊನೆಯ ಸಾರಿ ನನ್ನ ಮಾನಸಿಕ ಶಕ್ತಿಯನ್ನೆಲ್ಲಾ ಒಟ್ಟುಗೂಡಿಸಿಕೊಂಡು ಕೇಳಿದೆ 'ಆದರೂ ಡಾಕ್ಟ್ರು ಯಾವಾಗ್ಲೂ ನಿನಗೆ ಹೀಗೇ ಇರಬೇಕು ಅಂತೇನೂ ನಿರ್ಬಂಧ ಹಾಕಿಲ್ಲ ಅಲ್ವಾ? ಯೂ ಕಾನ್ಟ್ ಮೇಕ್ ಹಿಮ್ ಸಫರ್ ಲೈಕ್ ದಿಸ್...' ಎಂದೆ.

'ಹಾಗೇನಾದ್ರೂ ಕೇಳಿದ್ರೆ ನನಗೆ ಹೊರಗೆ ಬರೋದು ಇನ್ನೂ ಸಿಂಪಲ್ ಆಗ್ತಿತ್ತು ಅನ್ನುತ್ತೆ. ನಾನು ಅಷ್ಟು ವರ್ಷ ಒದ್ದಾಡಬೇಕಿರಲಿಲ್ಲ. ಈವತ್ತಿಗೂ ಅವರಾಗಿ ಇದನ್ನ ಕೇಳಿಲ್ಲ' ಎಂದು ಮತ್ತೆ ನಕ್ಕ. ಅದರಲ್ಲಿ ಸಣ್ಣದೊಂದು ಕುಹಕ, ದೊಡ್ಡದೊಂದು ನಿಟ್ಟುಸಿರು ಬೆರೆತುಹೋದವು. ನನಗಿದನ್ನ ಅರಗಿಸಿಕೊಳ್ಳೋಕೆ ಆಗಲೇ ಇಲ್ಲ. ಇದೇ ಮಾತನ್ನ ನಾನು ನನ್ನ ಅಪ್ಪನ ಬಗ್ಗೆ ಎಷ್ಟು ಸಾರಿ ಹೇಳಿಕೊಂಡಿದ್ದೆನೋ... ಮತ್ತೆ ನಾನು ಮಾತೇ ಆಡಲಿಲ್ಲ. ನನ್ನ ತಲೆಯಲ್ಲಿ ಏನೋ ಸುತ್ತುತ್ತಿರುವಂತೆ ಗುಂಯ್ ಎನ್ನತೊಡಗಿತು. ಸುಮ್ಮನೇ ಕುಳಿತುಬಿಟ್ಟೆ. ಇನ್ನು ಮುಂದೆ ನಡೆದದ್ದೆಲ್ಲಾ ನನಗೆ ಅರ್ಥ

ಕನಸಿನಂತೆ ಅರ್ಧ ಎಚ್ಚರದಂತೆ ಕಲಸಿಬಿಟ್ಟಿತು.

ಅವನೇ ಬಿಲ್ ಕೊಟ್ಟು ಬಂದವನು ನನ್ನನ್ನು ಇಡೀ ಸೆಂಟರಿನ ಸುತ್ತ ಓಡಾಡಿಸಿದ. ಸುಮಾರು ಮೂರು ಘಂಟೆಗೆ ಮೆಡಿಟೇಷನ್ ಇದೆ ಬನ್ನಿ ಅಂತ ಕರೆದುಕೊಂಡು ಹೋದ. ಅದೊಂದು ದೊಡ್ಡ ಹಾಲಿನಲ್ಲಿ ನೂರಿನ್ನೂರು ಜನ ಶ್ವೇತವಸ್ತ್ರಧಾರಿಗಳು ತುಂಬಿದ್ದರು. ಅದನ್ನು ಕಂಡದ್ದೇ ನಾನು ಕನಸಿನಲ್ಲೇ ಇರುವುದು ನಿಜ ಅನಿಸುವಂತೆ. ನಾವು ಅಲ್ಲಿ ಹೋಗಿ ಕುಳಿತ ಸ್ವಲ್ಪ ಹೊತ್ತಿಗೆ ವೇದಿಕೆಯ ಮೇಲೆ ಒಂದು ಬ್ಯಾಂಡು ಸಜ್ಜಾಯಿತು. ಯಾರೋ ಒಬ್ಬರು, ಅವರೂ ಶ್ವೇತವಸ್ತ್ರದವರೇ ನಿಂತು ಈಗ ನಿಮ್ಮೆಲ್ಲಾ ಭಾವನೆಗಳನ್ನು ಹೊರಗೆ ಹಾಕಿಬಿಡಿ ಅಂತ ಏನೇನೋ ಹೇಳಿದರು. ಅದರ ಹಿನ್ನೆಲೆಯಲ್ಲಿ ಸಣ್ಣಗೆ ಶುರುವಾದ ಬ್ಯಾಂಡ್ ಮ್ಯೂಸಿಕ್ ಮಾತು ನಿಲ್ಲುತ್ತಿದ್ದಂತೆಯೇ ಹೆವಿಮೆಟಲ್ ಆಗಿ ತಿರುಗಿಬಿಟ್ಟಿತು, ರಾಕ್ ಬ್ಯಾಂಡಿನಂತೆ. ಕುಳಿತಿದ್ದವರು ಒಬ್ಬೊಬ್ಬರೇ ಎದ್ದು ಕುಣಿಯಲಾರಂಭಿಸಿದರು. ನನ್ನ ಬಳಿಯೂ ಒಬ್ಬರು, ಶ್ವೇತವಸ್ತ್ರ, ಬಂದು ಡ್ಯಾನ್ಸ್ ಡ್ಯಾನ್ಸ್ ಎಂದರು. ಮಧ್ಯೆ ಮಧ್ಯೆ ಮೈಕಿನಲ್ಲೂ ಪೋರ್ ಆಲ್ ಯುವರ್ ಫೀಲಿಂಗ್ಸ್ ಔಟ್ ಎಂದರು. ಗೆಟ್ ದೆಮ್ ಔಟ್ ನೌ ನೌ ಎಂದು ಕೂಗುತ್ತಿದ್ದರು. ಕೆಲವೇ ನಿಮಿಷಗಳಲ್ಲಿ ಅದೊಂದು ಉನ್ಮತ್ತ ಲೋಕವಾಗೋಯ್ತು. ಹೆಚ್ಚೂಕಡಿಮೆ ಅಲ್ಲಿದ್ದ ಎಲ್ಲರೂ ಹುಚ್ಚು ಹಿಡಿದವರಂತೆ ಕುಣಿಯಲಾರಂಭಿಸಿದರು. ಕೆಲವರು ಎದುರಿಗಿದ್ದವರನ್ನು ಸಿಗಿಯುವಂತೆ ಕಿರಿಚುತ್ತಿದ್ದರು. ಇನ್ನು ಕೆಲವರು ನೆಲದ ಮೇಲೆ ಬಿದ್ದು ಉರುಳಾಡಿದರು. ಬ್ಯಾಂಡು... ರೋದನ... ಚೀರಾಟ... ಮೈಕು... ಬ್ಯಾಂಡು... ಅಲ್ಲೇ ಅಲ್ಲೇ ನೋಡು ನಾನು ನಿನ್ನನ್ನ ಮೊದಲು ನೋಡಿದ್ದು!

ಅದೆಲ್ಲದರ ಮಧ್ಯೆ ನೀನೊಬ್ಬ ಸುಮ್ಮನೇ ಶಾಂತವಾಗಿ ನಿಂತಿದ್ದೆ. ನಾನು ಎಲ್ಲರಂತೆ ಕುಣಿಯಲಾರದೇ, ಅಲ್ಲಿ ನಿಲ್ಲಲಾರದೇ, ಹೊರಬರಲಾರದೇ ಒದ್ದಾಡುತ್ತಿದ್ದಾಗ ನೀನೊಬ್ಬ ನನ್ನನ್ನು ನೋಡಿ ನಕ್ಕೆ. ಆಮೇಲೆ ಇದ್ದಕ್ಕಿದ್ದಂತೆ ಮ್ಯೂಸಿಕ್ ನಿಂತು ಎಲ್ಲರೂ ಈಗ ನಿಮ್ಮ ದುಃಖವನ್ನು ಹೊರಹಾಕಿ ಎಂದರು. ಮತ್ತೆ ಅಲ್ಲಿದ್ದವರೆಲ್ಲ ಸುಮ್ಮನೇ ಅಳೋದಕ್ಕೆ ಶುರುಮಾಡಿದರು. ಕೆಲವರು ಕಿವಿ ಕಿತ್ತು ಹೋಗುವಂತೆ ರೋದಿಸುತ್ತಾ ಅಳುತ್ತಿದ್ದರು. ನಾನು ನಿನ್ನನ್ನು ನೋಡಿದೆ. ನೀನೊಬ್ಬ ಮಾತ್ರ ಅವರನ್ನು ನೋಡಿ ನಾನು ಒಳಗೆ ನಗುತ್ತಿದ್ದಂತೆಯೇ ನಗುತ್ತಿದ್ದೆ. ಅಷ್ಟರಲ್ಲಿ ನನಗೆ ಅಲ್ಲಿರಲಾರದೇ ನಾನು ಅವನಿಗೂ ಹೇಳದೇ ಆಚೆಗೆ ಬಂದಾಗ ನೀನೂ ನನ್ನ ಜೊತೆ ಬಂದೆ. ಹೊರಗೆ ಬಂದು ಅವನಿಗೆ ಹೇಳದೇ ಹೋಗಲು ಮನಸ್ಸಾಗದೇ ಕಾಯುತ್ತಾ ಹೊರಗೆ ಪಾರ್ಕಿನ ಬೆಂಚಿನ ಮೇಲೆ ಕುಳಿತಿದ್ದಾಗ ದೂರದಲ್ಲಿ ನೀನಿದ್ದೆ.

ಅವನು ಆಚೆ ಬಂದವನು ನನ್ನನ್ನು ನೋಡಿ 'ಯಾಕೆ ಮೆಡಿಟೇಷನ್ ಇಷ್ಟ ಆಗ್ಲಿಲ್ವಾ?' ಎಂದ. ನನಗೆ ಏನು ಹೇಳಬೇಕು ತಿಳಿಯಲಿಲ್ಲ. ಮತ್ತೆ ಅವನೇ ಅಲ್ಲಿನ

ಕ್ಯಾಂಟೀನಿಗೆ ಕರೆದುಕೊಂಡು ಹೋಗಿ ಊಟ ಮಾಡಿಸಿದ. ನಾನು ಇನ್ನು ಹೊರಡ್ತೀನಿ ಅಂತ ಕೂಡ ಹೇಳೋ ಸ್ಥಿತಿಯಲ್ಲಿರಲಿಲ್ಲ. ಅವನೇ 'ನಾನೀಗ ರಾತ್ರಿ ವರ್ಕ್ ಮಾಡ್ತೀನಿ. ಯೂ ಕೆನ್ ಕ್ಯಾಚ್ ಅನ್ ಆಟೋ ಹಿಯರ್' ಎಂದು ಆಚೆ ಕರೆದುಕೊಂಡು ಬಂದ. ಅವನೇ ಆಟೋ ಕರೆದ. ನನ್ನನ್ನು ಆಟೋಗೆ ಹತ್ತಿಸುವಾಗ ಅವನಾಗಿ ಕೈಕುಲುಕಿದ. ನನಗೇ ಆಶ್ಚರ್ಯವಾಗುವಂತೆ ಹಗ್ ಮಾಡಿದ. ಹಾಗೆ ಹಗ್ ಮಾಡಿದಾಗಲೇ ಅವನು ಹೇಳಿದ್ದು 'ಐ ನೋ, ಯೂ ಹ್ಯಾಡ್ ಅನ್ ಅಫೇರ್ ವಿತ್ ಮೈ ಸಿಸ್ಟರ್. ಬಟ್ ಐ ನ್ಯೂ ಫ್ರಮ್ ದ ವೆರಿ ಬಿಗಿನಿಂಗ್, ದಟ್ ಶಿ ವೋಂಟ್ ಮ್ಯಾರಿ ಯೂ. ಐ ಆಮ್ ಗ್ಲ್ಯಾಡ್ ದಟ್ ಯೂ ಹ್ಯಾವ್ ಮೂವ್ಡ್ ಆನ್. ಗುಡ್ ಬೈ' ಅಂತ.

ಅವನು ಅದನ್ನ ಯಾಕೆ ಹೇಳಿದ ಅಂತ ಇವತ್ತಿಗೂ ನನಗೆ ಗೊತ್ತಾಗಿಲ್ಲ. ಆದರೆ ಅವನು ಮನೆಗೆ ಬಾರದೇ ಇದ್ದುದರಲ್ಲಿ ನನ್ನ ಪಾತ್ರವಿಲ್ಲ ಅಂತ ಎಲ್ಲೋ ಅನಿಸಿ ಸಮಾಧಾನಪಟ್ಟುಕೊಂಡಿದೀನಿ. ಅಲ್ಲಿಂದ ನೀನು ನನ್ನ ಜೊತೆ ಬಂದದ್ದು ಮಾತ್ರ ನೋಡು ನನಗೆ ತುಂಬಾ ಖುಷಿಯಾಗಿರೋ ವಿಚಾರ. ಇದೆಲ್ಲವನ್ನೂ ಹೇಳಿಕೊಳ್ಳೋಕೆ ನೀನು ಸಿಕ್ಕೆ ನನಗೆ. ಇಲ್ಲದಿದ್ರೆ ನಾನೂ ಶ್ರೀಕಾಂತನ ಥರ ಯಾವುದಾದರೂ ಡಿಸ್ಕೋ ಮೆಡಿಟೇಷನ್ ಹುಡುಕ್ಕೋಬೇಕಿತ್ತೋ ಏನೋ ಹಹಹಾ...

ಆದರೂ ಅವನ ಬಗ್ಗೆ ಈಗಲೂ ನನಗೆ ಅಯ್ಯೋ ಅನ್ಸುತ್ತೆ. ಹಾಗೆ ನೋಡಿದರೆ ಈಗ ಎಲ್ಲರ ಬಗ್ಗೆಯೂ ಹಾಗೆ ಅನ್ಸುತ್ತೆ. ನಾವೆಲ್ಲರೂ ಒಂದೇ ದೋಣಿಯಲ್ಲಿ ದಿಕ್ಕೆಟ್ಟು ಸುತ್ತುತಾ ಇದೀವಿ ಅನ್ಸುತ್ತೆ. ನಾವು ದಿಕ್ಕೆಟ್ಟ ರೀತಿಗೆ ಮಾತ್ರ ಒಂದು ಏಕಸೂತ್ರ ಇದೆ ಅನ್ಸುತ್ತೆ ನಂಗೆ.

ಅಮ್ಮ ನಾನು ಚಿಕ್ಕವನಿದ್ದಾಗ ಈ ಕಥೆ ಹೇಳಿದ್ದಳು. ಅದೇ ನನ್ನ ಹೆಸರು ಯಾಕಿಟ್ರು ಹೇಳಿದ್ನಲ್ಲಾ... ಋಷ್ಯಶೃಂಗ ಅಂತ, ಅದು. ಅವನೊಬ್ಬ ಬ್ರಹ್ಮರ್ಷಿಯಂತೆ. ಇನ್ನೊಬ್ಬ ಋಷಿ ವಿಭಾಂಡಕನ ಮಗ. ಅಪ್ಪ ಅವನಿಗೆ ಪ್ರಾಪಂಚಿಕತೆಯ ಸೋಂಕು ಸ್ವಲ್ಪವೂ ತಾಗಬಾರದು ಅಂತ ಲೋಕದ ಪರಿಚಯವೇ ಇಲ್ಲದೆ ಬೆಳೆಸಿದನಂತೆ. ಅವನು ಹುಟ್ಟಿದಾಗಿಂದ ಹೆಣ್ಣನ್ನೇ ಕಂಡಿರಲಿಲ್ಲವಂತೆ ಹಾಗೆ. ಊರ್ವಶಿಯನ್ನು ನೋಡಿ ಮೋಹಗೊಂಡ ವಿಭಾಂಡಕನ ವೀರ್ಯವನ್ನು ಜಿಂಕೆಯೊಂದು ಕುಡಿದು ಹುಟ್ಟಿದವನಾದ್ದರಿಂದ ತಾಯಿಯನ್ನೂ ಕಂಡಿರಲಿಲ್ಲವಲ್ಲಾ. ಇವನು ಹೀಗೆ ಲೋಕದ ಸಹವಾಸಕ್ಕೆ ಬೀಳದಿದ್ದರೆ ಬಹುದೊಡ್ಡ ತಪಸ್ವಿಯಾಗುತ್ತಾನೆ ಅನ್ನುವ ಆಕಾಂಕ್ಷೆಯೋ ಏನೋ ಅಪ್ಪನಿಗೆ. ತಪಸ್ಸು ಮಹತ್ವಾಕಾಂಕ್ಷೆಯಾಗೋದರ ವ್ಯಂಗ್ಯ ನೋಡು...

ಒಮ್ಮೆ ಅಂಗದೇಶದಲ್ಲಿ ವಿಪರೀತ ಬರಗಾಲವಾಗಿ ಇವನು, ಸಂಸಾರದ ಸೋಂಕಿಲ್ಲದ ಇವನು ಕಾಲಿಟ್ಟರೆ ಮಳೆಯಾಗುತ್ತದೆ ಎಂದರಂತೆ. ಸೋಂಕಿರದವನನ್ನು ಕರೆತರುವುದು ಹೇಗೆ? ರಾಜ ರೋಮಪಾದನ ಮಗಳು ಶಾಂತೆ ತನ್ನ ಸಖಿಯರ ಜೊತೆ ಹೋದಳಂತೆ. ಹೆಣ್ಣನ್ನೇ ಕಾಣದಿದ್ದ ಯುವಕ ಋಷಿ ಸುಮ್ಮನೇ ಅವರ ಹಿಂದೆ ನಡೆದುಬಿಟ್ಟನಂತೆ. ಹಿ ವಾಸ್ ಅನ್ ಐಡಿಯಲ್ ಕನ್ಸ್ಯೂಮರ್!

ಸಹಜವಾಗಿ ವಿಕಾಸವಾಗೋ ಒಂದು ಆಪ್ಷನ್ನನ್ನ ಕಿತ್ತುಕೊಂಡುಬಿಟ್ರೆ ನಾವು ಎಷ್ಟು ವಲ್ನರಬಲ್ ಆಗೋಗ್ತೀವಿ ಗೊತ್ತಾ? ಏನು ಸಿಕ್ಕಿದರೂ ಅದೇ ಸಾರ್ಥಕ್ಯ, ಅದೇ ಸಂತೋಷ ಅಂತ ನಂಬಿಬಿಡ್ತೀವಿ. ವಿ ಸ್ಟಾರ್ಟ್ ಕನ್ಸ್ಯೂಮಿಂಗ್ ವಾಟೆವರ್ ಕಮ್ಸ್ ಇನ್ ಅವರ್ ವೇ. ನಾನಾಗಲೀ, ನನ್ನ ಜೊತೆ ಇದ್ದವರಾಗಲೀ ಮಾಡಿದ್ದು ಇದೇ ತಾನೇ? ಋಷ್ಯಶೃಂಗನಿಗೆ ಆಮೇಲೆ ತನ್ನ ತಪಸ್ಸಿಗೆ ವಾಪಸಾಗೋ ಭಾಗ್ಯವಿತ್ತು, ಬ್ರಹ್ಮರ್ಷಿಯಾದ. ನಮಗೆ ಆ ಭಾಗ್ಯ ಎಂದಿಗೂ ದಕ್ಕದಂಥಾ ಕೋಟೆಯನ್ನ ನಾವೇ ಕಟ್ಟಿಕೊಂಡಿದೀವಿ. ನಮ್ಮ ವ್ಯವಸ್ಥೆಗಳೆಲ್ಲಾ ಅದನ್ನ ಆಗಾಗ ತಟ್ಟಿ ಗಟ್ಟಿ ಮಾಡುತ್ತವೆ. ಇದೇ ನಮ್ಮ ಏಕಸೂತ್ರತೆ, ವಿ ಆರ್ ಆಲ್ ಲಾಸ್ಟ್ ಇನ್ ದಿಸ್ ವಿಲ್ಡರ್‌ನೆಸ್...

ಹಹ ಇದರ ಮಧ್ಯೆ ಚಿರು ಫೋನು ಮಾಡಿದ್ದ ನಿನ್ನೆ. ಆ ಕೌನ್ಸೆಲರ್ ಅವನಿಗೆ ಹೇಳಿದ್ರಂತೆ ನನಗೆ ಸ್ಕಿಜ಼ೋಫ್ರೇನಿಕ್ ಲಕ್ಷಣಗಳು ಇರಬಹುದು, ಒಬ್ಬೊಬ್ಬನೇ ಮಾತಾಡ್ತೀನಿ ಅಂತೆಲ್ಲಾ. ನಾನು ಒಂದು ಕ್ಷಣ ನಂಬಿಬಿಟ್ಟೆ ಅದನ್ನ. ಅದಕ್ಕೇ ನಿನ್ನ ಜೊತೆ ಮಾತಾಡಲಿಲ್ಲ. ಸಾರಿ...

ಇಲ್ಲ ಇಲ್ಲ... ನಾನು ನಿನ್ನ ಜೊತೆ ಮಾತಾಡೋದು ಅವನಿಗೆ ಹೇಳ್ಲಿಲ್ಲ. ನೋಡು ಆ ಕೌನ್ಸೆಲರ್ ಹೇಳಿದ್ದು ಎರಡೇ ದಿನಕ್ಕೆ ನನಗೆ ಸುಳ್ಳು ಅನಿಸಿಬಿಟ್ಟಿತು. ಐ ಟೋಲ್ಡ್ ಯೂ, ಐ ಕಾನ್ಟ್ ಬಿಲೀವ್ ಇನ್ ಎನಿಥಿಂಗ್.

ಅದಕ್ಕಿಂತ ಹೆಚ್ಚಾಗಿ ನಾನಿದನ್ನೆಲ್ಲಾ ಯಾರ ಹತ್ರಾನೂ ಹೇಳಿಕೊಳ್ಳೋಕೆ ಆಗಲ್ಲ. ಯಾರಿಗೆ ಅರ್ಥವಾಗುತ್ತೆ ಇದೆಲ್ಲಾ? ಆದರೂ ನಿನಗೆ ಯಾಕೆ ಹೇಳ್ತೀನಿ ಗೊತ್ತಾ ನಾನು ಇದೆಲ್ಲಾ? ಯಾಕಂದ್ರೆ ನನಗೆ ಗೊತ್ತು, ಒಳಗೆ ನೀನೂ ನನ್ನ ಹಾಗೇ ಅಂತ. ನೀನೇನು ನಾನು ಕಂಡವರಲ್ಲೆಲ್ಲಾ ನನ್ನನ್ನೇ ಕಾಣಲಿಲ್ಲವೇ... ಅದು ಸುಳ್ಳಲ್ಲ ಅಂತ ನನಗ್ಗೊತ್ತು. ನಾವೆಲ್ಲರೂ ಋಷ್ಯಶೃಂಗರೇ, ಐಡಿಯಲ್ ಕನ್ಸ್ಯೂಮರ್ಸ್...

ಪ್ರಾರಂಭ : 22 ಮಾರ್ಚ್ 2020

ಮುಕ್ತಾಯ : 30 ಮೇ 2020

ಛಂದ ಪುಸ್ತಕ ಬಹುಮಾನ

ಪುಟ್ಟ ಪಾದದ ಗುರುತು - ಸುನಂದಾ ಪ್ರಕಾಶ ಕಡಮೆ - ₹ 120
ಈ ಕತೆಗಳ ಸಹವಾಸವೇ ಸಾಕು - ಅಲಕ ತೀರ್ಥಹಳ್ಳಿ - ₹ 60
ಹಟ್ಟಿಯೆಂಬ ಭೂಮಿಯ ತುಣುಕು - ಲೋಕೇಶ ಅಗಸನಕಟ್ಟೆ - ₹ 180
ಗೋಡೆಗೆ ಬರೆದ ನವಿಲು - ಸಂದೀಪ ನಾಯಕ - ₹ 60
ಮೊದಲ ಮಳೆಯ ಮಣ್ಣು - ಕಣಾದ ರಾಘವ - ₹ 140
ಆಟಿಕೆ - ಬಸವಣ್ಣೆಪ್ಪಾ ಕಂಬಾರ - ₹ 100
ಮಾಯಾಕೋಲಾಹಲ - ಮೌನೇಶ ಬಡಿಗೇರ - ₹ 165
ಕೇಪಿನ ಡಬ್ಬಿ - ಪದ್ಮನಾಭ ಭಟ್, ಶೇವ್ಕಾರ - ₹ 150
ಮನಸು ಅಭಿಸಾರಿಕೆ - ಶಾಂತಿ ಕೆ ಅಪ್ಪಣ್ಣ - ₹ 230
ದೇವರು ಕಚ್ಚಿದ ಸೇಬು - ದಯಾನಂದ - ₹ 140
ಧೂಪದ ಮಕ್ಕಳು - ಸ್ವಾಮಿ ಪೊನ್ನಾಚಿ - ₹ 130
ಡುಮಿಂಗ - ಶಶಿ ತರೀಕೆರೆ - ₹ 130
ಬಯಲರಸಿ ಹೊರಟವಳು - ಛಾಯಾ ಭಟ್ - ₹ 150
ಮಾಕೋನ ಏಕಾಂತ - ಕಾವ್ಯಾ ಕಡಮೆ - ₹ 130

ಕಥಾಸಂಕಲನ

ಶಕುಂತಳಾ - ಗುರುಪ್ರಸಾದ್ ಕಾಗಿನೆಲೆ - ₹ 80
ಜುಮುರು ಮಳೆ - ಸುಮಂಗಲಾ - ₹ 220
ಶಾಲಭಂಜಿಕೆ - ಡಾ. ಕೆ. ಎನ್. ಗಣೇಶಯ್ಯ - ₹ 180 (7ನೇ ಮುದ್ರಣ)
ಕಾರಂತಜ್ಜನಿಗೊಂದು ಪತ್ರ - ಸಚ್ಚಿದಾನಂದ ಹೆಗಡೆ - ₹ 150
ಹಕೂನ ಮಟಾಟ - ನಾಗರಾಜ ವಸ್ತಾರೆ - ₹ 80
ಕಾಲಿಟ್ಟಲ್ಲಿ ಕಾಲುದಾರಿ - ಸುಮಂಗಲಾ - ₹ 80
ಹುಲಿರಾಯ - ಕೀರ್ತಿರಾಜ್ - ₹ 80
ನಿರವಯವ - ನಾಗರಾಜ ವಸ್ತಾರೆ - ₹ 125
ಹನ್ನೊಂದನೇ ಅಡ್ಡರಸ್ತೆ - ಸುಮಂಗಲಾ - ₹ 170
ಗಾಳಿಗೆ ಮೆತ್ತಿದ ಬಣ್ಣ - ಕರ್ಕಿ ಕೃಷ್ಣಮೂರ್ತಿ - ₹ 180
ಕನ್ನಡಿ ಹರಳು - ಪದ್ಮನಾಭ ಭಟ್, ಶೇವ್ಕಾರ - ₹ 130
ಒಂದು ಚಿಟಿಕೆ ಮಣ್ಣು - ಲಕ್ಷ್ಮಣ ಬಾದಾಮಿ - ₹ 130
ಬಂಡಲ್ ಕತೆಗಳು - ಎಸ್ ಸುರೇಂದ್ರನಾಥ್ - ₹ 160
ದೇವರ ರಜಾ - ಗುರುಪ್ರಸಾದ್ ಕಾಗಿನೆಲೆ - ₹ 225 (2ನೇ ಮುದ್ರಣ)
ಕಟ್ಟು ಕತೆಗಳು - ಎಸ್ ಸುರೇಂದ್ರನಾಥ್ - ₹ 210
ಮಡಿಲು (ನೀಳ್ಗತೆ) - ನಾಗರಾಜ ವಸ್ತಾರೆ - ₹ 15
ತಿರಾಮಿಸು - ಶಶಿ ತರೀಕೆರೆ - ₹ 210

ತೊಟ್ಟು ಕ್ರಾಂತಿ - ಕಾವ್ಯಾ ಕಡಮೆ - ₹ 180
ಒಂದು ಬಾಗಿಲು ಮತ್ತು ಮೂರೂ ಚಿಲ್ಲರೆ ವರ್ಷಗಳು - ಶಾಂತಿ ಕೆ ಅಪ್ಪಣ್ಣ - ₹ 190

ಪ್ರಬಂಧ

ಪೂರ್ವ ಪಶ್ಚಿಮ - ಎಂ. ಆರ್. ದತ್ತಾತ್ರಿ - ₹ 80
ರಾಗಿಮುದ್ದೆ - ರಘುನಾಥ ಚ. ಹ. - ₹ 120
ಕುಟ್ಟವಲಕ್ಕಿ / ಗೊಜ್ಜವಲಕ್ಕಿ - ಪ್ರಶಾಂತ ಆಡೂರ - ₹ 170 / ₹ 170
ಕಿಲಿಮಂಜಾರೋ - ಪ್ರಶಾಂತ್ ಬೀಚಿ - ₹ 80
ಮಿಸಳ್ ಭಾಜಿ - ಭಾರತಿ ಬಿ ವಿ - ₹ 190
ನೀ ಮಾಯೆಯೊಳಗೋ... - ವಿಕ್ರಮ ಹತ್ವಾರ - ₹ 150
ಸಾವೆಂಬ ಲಹರಿ - ಗುರುಪ್ರಸಾದ ಕಾಗಿನೆಲೆ - ₹ 140
ವೈದ್ಯ, ಮತ್ತೊಬ್ಬ - ಗುರುಪ್ರಸಾದ ಕಾಗಿನೆಲೆ - ₹ 120
ಅಪ್ಪನ ರ್‍ಯಾಲೀಸ್ ಸೈಕಲ್ - ದರ್ಶನ್ ಜಯಣ್ಣ - ₹ 110
ಇಮೋಜಿ ಭಾಷೆ - ಕರ್ಕಿ ಕೃಷ್ಣಮೂರ್ತಿ - ₹ 150

ಅನುವಾದ

ದಿ ಚಾಯ್ಸ್ - ಈಡಿತ್ ಎವಾ ಎಗರ್ (ಜಯಶ್ರೀ ಭಟ್) - ₹ 280
ದೇಹವೇ ದೇಶ - ಗರಿಮಾ ಶ್ರೀವಾಸ್ತವ (ವಿಕ್ರಮ ವಿಸಾಜಿ) - ₹ 250
ಪರ್ಸೆಪೊಲಿಸ್- ಮಾರ್ಜಾನ್ ಸತ್ರಪಿ (ಪ್ರೀತಿ ನಾಗರಾಜ) - ₹ 395
ಗಾಳಿ ಪಳಗಿಸಿದ ಬಾಲಕ - ವಿಲಿಯಂ ಕಾಂಕ್ವಾಂಬಾ (ಕರುಣಾ ಬಿ ಎಸ್) - ₹ 320
ಅಮೋಸ್ ಫಾರ್ಚೂನ್ - ಎಲಿಝಬೆತ್ ಯೇಟ್ಸ್ (ಜಯಶ್ರೀ ಭಟ್) - ₹ 110
ನವ ಜೀವಗಳು - ವಿಲಿಯಂ ಡಾಲ್ರಿಂಪಲ್ (ನವೀನ ಗಂಗೋತ್ರಿ) - ₹ 250
ಮೈಕೆಲ್ ಕೆ - ಜೆ.ಎಂ. ಕುಟ್‌ಸೀ (ಸುನಿಲ್ ರಾವ್) - ₹ 170
ಲೇರಿಯೊಂಕ - ಹೆನ್ರಿ ಆರ್. ಓಲೆ ಕುಲೆಟ್ (ಪ್ರಶಾಂತ ಬೀಚಿ) - ₹ 140
ಅರೆಶತಮಾನದ ಮೌನ - ಯಾನ್ ರಫ್-ಓ'ಹರ್ನ್ (ಅರುಣ್) - ₹ 310
ಪರ್ವತದಲ್ಲಿ ಪವಾಡ - ನ್ಯಾಂಡೊ ಪರಾಡೊ (ಸಂಯುಕ್ತಾ ಪುಲಿಗಲ್) - ₹ 340
ಚಂದಿರ ಬೇಕೆಂದವನು - ಮಿಮಿ ಬೇರ್ಡ್ (ಪ್ರಜ್ಞಾ ಶಾಸ್ತ್ರಿ) - ₹ 180
ಬಂಡೂಲ - ವಿಕಿ ಕಾನ್‌ಸ್ಟಂಟೀನ್ ಕ್ರುಕ್ (ರಾಜ್ಯಶ್ರೀ ಕುಳಮರ್ವ) - ₹ 425
ರೆಬೆಲ್ ಸುಲ್ತಾನರು - ಮನು ಎಸ್ ಪಿಳ್ಳೈ (ಸಂಯುಕ್ತಾ ಪುಲಿಗಲ್) - ₹ 420
ಫಾಲೋಯಿಂಗ್ ಫಿಶ್ - ಸಮಂತ್ ಸುಬ್ರಮಣಿಯನ್ (ಸಹನಾ ಹೆಗಡೆ) - ₹ 280
ಜಗವ ಚುಂಬಿಸು - ಸುಬ್ರೊತೋ ಬಾಗ್ಚಿ (ವಂದನಾ ಪಿ ಸಿ) - ₹ 240
ಪರ್ದಾ ಅಂಡ್ ಪಾಲಿಗಮಿ - ಇಕ್ಬಾಲುನ್ನೀಸಾ ಹುಸೇನ್ (ದಾದಾಪೀರ್) - ₹ 380
ವಾಡಿವಾಸಲ್ - ಚಿ. ಸು. ಚೆಲ್ಲಪ್ಪ (ಸತ್ಯಕಿ) - ₹ 100
ನಾಲ್ಕನೇ ಎಕರೆ - ಶ್ರೀರಮಣ (ಅಜಯ್ ವರ್ಮಾ ಅಲ್ಲೂರಿ) - ₹ 100
ಮಾವೋನ ಕೊನೆಯ ನರ್ತಕ - ಲೀ ಶ್ವಿನ್‌ಶಿಂಗ್ (ಜಯಶ್ರೀ ಭಟ್) - ₹ 340

ಕೋಬಾಲ್ಟ್ ಬ್ಲೂ - ಸಚಿನ್ ಕುಂಡಲ್‌ಕರ್ (ಸಪ್ನಾ ಕಟ್ಟಿ) - ₹ 150
ವಿದ್ಯಾವಂತ ವೇಶ್ಯೆಯ ಆತ್ಮಕಥೆ - ಮಾನದಾ ದೇವಿ (ನಾಗ ಹುಬ್ಳಿ) - ₹ 240
ದಿ ಲೈಟ್‌ಹೌಸ್ ಫ್ಯಾಮಿಲಿ - ಫಿರಾತ್ ಸುನೇಲ್ (ಮಾಧುರಿ ಕುಲಕರ್ಣಿ) - ₹ 230
ನನ್ನ ತಂಗಿ ಈಡಾ - ಕಾರೊಲೀನ ವಾಲ್ (ಹರ್ಷ ರಘುರಾಮ್) - ₹ 260
ಸತ್ತವರ ಸೊಲ್ಲು - ಆಶುತೋಷ್ ಭಾರದ್ವಾಜ್ (ಕಾರ್ತಿಕ್ ಆರ್.) - ₹ 380

ವಸುಧೇಂದ್ರ

ಮನೀಷೆ - ಕತೆಗಳು - ₹ 120 (8ನೇ ಮುದ್ರಣ)
ಯುಗಾದಿ - ಕತೆಗಳು - ₹ 190 (9ನೇ ಮುದ್ರಣ)
ಚೇಳು - ಕತೆಗಳು - ₹ 120 (8ನೇ ಮುದ್ರಣ)
ಹಂಪಿ ಎಕ್ಸ್‌ಪ್ರೆಸ್ - ಕತೆಗಳು - ₹ 195 (9ನೇ ಮುದ್ರಣ)
ಮೋಹನಸ್ವಾಮಿ - ಕತೆಗಳು - ₹ 270 (8ನೇ ಮುದ್ರಣ)
ವಿಷಮ ಭಿನ್ನರಾಶಿ - ಕತೆಗಳು - ₹ 280 (4ನೇ ಮುದ್ರಣ)
ಕೋತಿಗಳು - ಪ್ರಬಂಧ - ₹ 120 (8ನೇ ಮುದ್ರಣ)
ನಮ್ಮಮ್ಮ ಅಂದ್ರೆ ನಂಗಿಷ್ಟ - ಪ್ರಬಂಧ - ₹ 100 (28ನೇ ಮುದ್ರಣ)
ರಕ್ಷಕ ಅನಾಥ - ಪ್ರಬಂಧ - ₹ 110 (5ನೇ ಮುದ್ರಣ)
ವರ್ಣಮಯ - ಪ್ರಬಂಧ - ₹ 225 (7ನೇ ಮುದ್ರಣ)
ಐದು ಪೈಸೆ ವರದಕ್ಷಿಣೆ - ಪ್ರಬಂಧ - ₹ 280 (5ನೇ ಮುದ್ರಣ)
ಹರಿಚಿತ್ತ ಸತ್ಯ - ಕಾದಂಬರಿ - ₹ 200 (6ನೇ ಮುದ್ರಣ)
ತೇಜೋ-ತುಂಗಭದ್ರಾ - ಕಾದಂಬರಿ - ಉತ್ತಮ/ಸಾದಾ (₹ 500/₹ 450) (17ನೇ ಮುದ್ರಣ)
ಮಿಥುನ - ಶ್ರೀರಮಣರ ಕತೆಗಳು - ₹ 135 (8ನೇ ಮುದ್ರಣ)
ಎವರೆಸ್ಟ್ - ಜಾನ್ ಕ್ರಾಕೌರ್ - ₹ 420 (4ನೇ ಮುದ್ರಣ)
ರೇಷ್ಮೆ ಬಟ್ಟೆ - ಕಾದಂಬರಿ - ₹ 450

ಕಾದಂಬರಿ

ಎನ್ನ ಭವದ ಕೇಡು - ಎಸ್ ಸುರೇಂದ್ರನಾಥ್ - ₹ 75
ನ್ಯಾಸ - ಹರೀಶ ಹಾಗಲವಾಡಿ - ₹ 250
ಗುಣ - ಗುರುಪ್ರಸಾದ್ ಕಾಗಿನೆಲೆ - ₹ 150
ದ್ವೀಪವ ಬಯಸಿ - ಎಂ. ಆರ್. ದತ್ತಾತ್ರಿ - ₹ 320
ತಾರಾಬಾಯಿಯ ಪತ್ರ - ದತ್ತಾತ್ರಿ ಎಂ ಆರ್ - ₹ 160
ಅಗೆದಷ್ಟೂ ನಕ್ಷತ್ರ - ಸುಮಂಗಲಾ - ₹ 230
ಪ್ರಿಯೇ ಚಾರುಶೀಲೆ - ನಾಗರಾಜ ವಸ್ತಾರೆ - ₹ 380
ಋಷ್ಯಶೃಂಗ - ಹರೀಶ ಹಾಗಲವಾಡಿ - ₹ 160

ಅಂತು - ಪ್ರಕಾಶ ನಾಯಕ್ - ₹ 200
ಚುಕ್ಕಿ ಬೆಳಕಿನ ಜಾಡು - ಕರ್ಕಿ ಕೃಷ್ಣಮೂರ್ತಿ - ₹ 200
ದೀಪವಿರದ ದಾರಿಯಲ್ಲಿ - ಸುಶಾಂತ್ ಕೋಟ್ಯಾನ್ - ₹ 160
ದಾರಿ - ಕುಸುಮಾ ಆಯರಹಳ್ಳಿ - ₹ 395
ಬರೀ ಎರಡು ರೆಕ್ಕೆ - ಸುನಂದಾ ಪ್ರಕಾಶ ಕಡಮೆ - ₹ 260

ಕವಿತೆ

ಮದ್ಯಸಾರ - ಅಪಾರ - ₹ 90
ಪೂರ್ಣನ ಗರಿಗಳು - ಪೂರ್ಣಪ್ರಜ್ಞ - ₹ 70
ಹಲೋ ಹಲೋ ಚಂದಮಾಮ - ರಾಧೇಶ ತೋಳ್ಪಾಡಿ - ₹ 50

ಪದಚರಿತೆ

ಸರಿಗನ್ನಡಂ ಗೆಲ್ಗೆ - ಅಪಾರ - ₹ 390

ನಮ್ಮ ಪ್ರಕಟಣೆಯ ಎಲ್ಲ ಪುಸ್ತಕಗಳ ಪ್ರತಿಗಳೂ ಲಭ್ಯ
ಪುಸ್ತಕದ ಪ್ರತಿಗಾಗಿ ವಾಟ್ಸಾಪ್ ಮಾಡಿ 98444 22782

ಓದಿ ಓದಿ ಮರುಳಾಗಿ!

ಛಂದ ಪುಸ್ತಕ ಬಹುಮಾನ

ಹೊಸ ಕತೆಗಾರರನ್ನು ಗುರುತಿಸುವ ಸಲುವಾಗಿ ನಮ್ಮ ಪ್ರಕಾಶನ ಸಂಸ್ಥೆಯು ಕಳೆದ ಹದಿಮೂರು ವರ್ಷಗಳಿಂದ ಕತೆಗಳ ಹಸ್ತಪ್ರತಿ ಸ್ಪರ್ಧೆಯನ್ನು ನಡೆಸುತ್ತಾ ಬಂದಿದೆ. ಈವರೆಗೆ ಒಂದೂ ಕಥಾಸಂಕಲನವನ್ನು ಪ್ರಕಟಿಸದವರು ಈ ಸ್ಪರ್ಧೆಯಲ್ಲಿ ಭಾಗವಹಿಸಬಹುದು. ಇತರ ಪ್ರಕಾರಗಳಲ್ಲಿ ಒಂದೆರಡು ಪುಸ್ತಕಗಳನ್ನು ಪ್ರಕಟ ಮಾಡಿದವರೂ ಇದರಲ್ಲಿ ಭಾಗವಹಿಸುವ ಅವಕಾಶವಿರುತ್ತದೆ. ಮೊದಲ ಸುತ್ತಿನ ಆಯ್ಕೆಯನ್ನು ಪ್ರಕಾಶನದ ಸದಸ್ಯರು ಮಾಡಿ, ಕೊನೆಯ ಆಯ್ಕೆಗಾಗಿ ಸುಮಾರು ಹತ್ತು ಹಸ್ತಪ್ರತಿಗಳನ್ನು ನಾಡಿನ ಹಿರಿಯ ಸಾಹಿತಿಗಳಿಗೆ ಒಪ್ಪಿಸುತ್ತಾರೆ. ಆಯ್ಕೆಯಾದ ಹಸ್ತಪ್ರತಿಯನ್ನು ಪುಸ್ತಕ ರೂಪದಲ್ಲಿ ಪ್ರಕಟಿಸಿ, ಪ್ರಶಸ್ತಿ ಪತ್ರ, ಫಲಕ ಹಾಗೂ ಮೂವತ್ತು ಸಾವಿರ ರೂಪಾಯಿ ಬಹುಮಾನವನ್ನು ನೀಡಲಾಗುತ್ತದೆ. ಈವರೆಗೂ ಈ ಪ್ರಶಸ್ತಿಯಲ್ಲಿ ಬಹುಮಾನ ಪಡೆದವರ ವಿವರಗಳ ಪಟ್ಟಿಯನ್ನು ಮುಂದಿನ ಪುಟದಲ್ಲಿ ನೀಡಿದ್ದೇವೆ.

ಇವರಲ್ಲಿ ಮೌನೇಶ ಬಡಿಗೇರ, ಶಾಂತಿ ಕೆ ಅಪ್ಪಣ್ಣ, ಪದ್ಮನಾಭ ಭಟ್ ಶೇವ್ಕಾರ ಮತ್ತು ಸ್ವಾಮಿ ಪೊನ್ನಾಚಿ ಅವರಿಗೆ ಕೇಂದ್ರ ಸಾಹಿತ್ಯ ಅಕಾಡೆಮಿಯ ಯುವ ಪುರಸ್ಕಾರ ದೊರೆತಿದೆ. ವಿನಯಾ, ಶಾಂತಿ ಕೆ ಅಪ್ಪಣ್ಣ ಮತ್ತು ಪದ್ಮನಾಭ ಭಟ್ ಶೇವ್ಕಾರರ ಪುಸ್ತಕಗಳಿಗೆ ಕರ್ನಾಟಕ ಸಾಹಿತ್ಯ ಅಕಾಡೆಮಿಯ ಪುಸ್ತಕ ಬಹುಮಾನ ಅಥವಾ ದತ್ತಿ ಬಹುಮಾನಗಳು ಸಂದಿವೆ. ಇನ್ನೂ ಹಲವಾರು ನಾಡಿನ ಪ್ರಮುಖ ಪ್ರಶಸ್ತಿ ಮತ್ತು ಬಹುಮಾನಗಳೂ ಈ ಕೃತಿಗಳಿಗೆ ಲಭ್ಯವಾಗಿವೆ.

ನೀವು ಈ ಸ್ಪರ್ಧೆಯಲ್ಲಿ ಭಾಗವಹಿಸಬೇಕೆ? ಹಾಗಿದ್ದರೆ ನಮ್ಮ ಮುಂದಿನ ವರ್ಷದ ಸ್ಪರ್ಧೆಯ ಆಹ್ವಾನವನ್ನು ಖ್ಯಾತ ಕನ್ನಡ ನಿಯತಕಾಲಿಕಗಳಲ್ಲಿ ಅಥವಾ ಸಾಮಾಜಿಕ ಜಾಲತಾಣಗಳಲ್ಲಿ ನಿರೀಕ್ಷಿಸಿರಿ. ಹೆಚ್ಚಿನ ವಿವರಗಳಿಗೆ 98444 22782 ಗೆ ಸಂದೇಶ ಕಳುಹಿಸಿರಿ.

ಛಂದ ಪುಸ್ತಕ

ಓದಿ ಓದಿ ಮರುಳಾಗಿ!

ಛಂದ ಪುಸ್ತಕ ಬಹುಮಾನ ಪಡೆದ ಕೃತಿಗಳು

ಕತೆಗಾರರು	ಕಥಾಸಂಕಲನ	ತೀರ್ಪುಗಾರರು
ಸುನಂದಾ ಪ್ರಕಾಶ ಕಡಮೆ	ಪುಟ್ಟ ಪಾದದ ಗುರುತು	ಅಶೋಕ ಹೆಗಡೆ/ ಸುಮಂಗಲಾ
ಅಲಕ ತೀರ್ಥಹಳ್ಳಿ	ಈ ಕತೆಗಳ ಸಹವಾಸವೇ ಸಾಕು	ಕೇಶವ ಮಳಗಿ/ ಸುಮಂಗಲಾ
ಲೋಕೇಶ ಅಗಸನಕಟ್ಟೆ	ಹಟ್ಟಿಯೆಂಬ ಭೂಮಿಯ ತುಣುಕು	ಬೊಳುವಾರು ಮಹಮದ್ ಕುಂಞಿ
ವಿನಯಾ	ಊರ ಒಳಗಣ ಬಯಲು	ನೇಮಿಚಂದ್ರ
ಸಂದೀಪ ನಾಯಕ	ಗೋಡೆಗೆ ಬರೆದ ನವಿಲು	ಅಮರೇಶ ನುಗಡೋಣಿ
ಕಣಾದ ರಾಘವ	ಮೊದಲ ಮಳೆಯ ಮಣ್ಣು	ಕೆ. ಸತ್ಯನಾರಾಯಣ
ಬಸವಣ್ಣೆಪ್ಪಾ ಕಂಬಾರ	ಆಟಿಕೆ	ಕುಂ. ವೀರಭದ್ರಪ್ಪ
ಮೌನೇಶ ಬಡಿಗೇರ	ಮಾಯಾಕೋಲಾಹಲ	ಓ.ಎಲ್. ನಾಗಭೂಷಣಸ್ವಾಮಿ
ಪದ್ಮನಾಭ ಭಟ್ ಶೇವ್ಕಾರ	ಕೇಪಿನ ಡಬ್ಬಿ	ಎಂ. ಎಸ್. ಆಶಾದೇವಿ
ಶಾಂತಿ ಕೆ ಅಪ್ಪಣ್ಣ	ಮನಸು ಅಭಿಸಾರಿಕೆ	ಎಚ್.ಎಸ್. ರಾಘವೇಂದ್ರ ರಾವ್
ದಯಾನಂದ	ದೇವರು ಕಚ್ಚಿದ ಸೇಬು	ನಾ. ಡಿಸೋಜಾ
ಸ್ವಾಮಿ ಪೊನ್ನಾಚಿ	ಧೂಪದ ಮಕ್ಕಳು	ಎಂ. ಎಸ್. ಶ್ರೀರಾಮ್
ಶಶಿ ತರೀಕೆರೆ	ಡುಮಿಂಗ	ಲಲಿತಾ ಸಿದ್ಧಬಸವಯ್ಯ
ಛಾಯಾ ಭಟ್	ಬಯಲಲರಸಿ ಹೊರಟವಳು	ತಾರಿಣಿ ಶುಭದಾಯಿನಿ
ಕಾವ್ಯಾ ಕಡಮೆ	ಮಾಕೋನ ಏಕಾಂತ	ಟಿ.ಪಿ. ಅಶೋಕ

www.ingramcontent.com/pod-product-compliance
Lightning Source LLC
LaVergne TN
LVHW040752051026
849519LV00007BA/2528
* 9 7 8 9 3 8 4 9 0 8 6 0 7 *